ਦ ਰਿਚੈਸਟ ਮੈਨ ਇਨ ਬੇਬੀਲੋਨ

ਦ ਰਿਚੈਸਟ ਮੈਨ ਇਨ ਬੇਬੀਲੋਨ

ਜਾਰਜ ਸੈਮੁਅਲ ਕਲਾਸਨ

Paperback: 978-936205019-9

Any references to historical events, real people, or real places are used fictitiously. Names, characters, and places are products of the author's imagination.

Printed by:

Sanage Publishing House LLP
Mumbai, India

sanagepublishing@gmail.com

1920 ਦੇ ਦਹਾਕੇ ਵਿੱਚ ਲਿਖੀ ਗਈ ਕਿਤਾਬ 21ਵੀਂ ਸਦੀ ਦੇ ਆਧੁਨਿਕ ਨਿਵੇਸ਼ਕਾਂ ਨੂੰ ਉਨ੍ਹਾਂ ਦੀ ਮੰਦੀ ਹਾਲਤ ਬਾਰੇ ਕੀ ਸਿਖਾ ਸਕਦੀ ਹੈ? ਬਹੁਤ ਕੁਝ, ਜੇਕਰ ਇਹ ਪੁਸਤਕ ਜਾਰਜ ਕਲਾਸਨ ਦੀ ''ਬੇਬੀਲੋਨ ਦਾ ਸਭ ਤੋਂ ਅਮੀਰ ਆਦਮੀ''' ਹੋਵੇ। ਇਸ ਕਿਤਾਬ ਵਿੱਚ ਧਨ ਦੇ ਬੁਨਿਆਦੀ ਸਿਧਾਂਤ ਵਿਸਥਾਰ ਨਾਲ ਦੱਸੇ ਗਏ ਹਨ। ਇਹ ਹਰ ਕਾਲਜ ਦੇ ਹਰ ਵਿਦਿਆਰਥੀ ਜਾਂ ਆਮ ਆਦਮੀ ਲਈ ਸਭ ਤੋਂ ਵਧੀਆ ਤੋਹਫਾ ਹੈ, ਜੋ ਧਨ ਦੀ ਦੁਨੀਆ ਵਿੱਚ ਖੁਦ ਨੂੰ ਮੁਸੀਬਤ ਵਿੱਚ ਪਾਉਂਦਾ ਹੈ। ਨਾਲ ਹੀ, ਇਹ ਤਜਰਬੇਕਾਰ ਨਿਵੇਸ਼ਕਾਂ ਲਈ ਵੀ ਅਜੀਬ ਢੰਗ ਨਾਲ ਪੜ੍ਹਨਯੋਗ ਹੈ।

—ਲਾਸ ਐਂਜਲਸ ਟਾਈਮਜ਼

ਤੁਹਾਡੇ ਸਾਹਮਣੇ ਤੁਹਾਡਾ ਭਵਿੱਖ ਫੈਲਿਆ ਹੋਇਆ ਹੈ, ਦੂਰ ਜਾਣ ਵਾਲੀ ਸੜਕ ਵਾਂਗ। ਇਸ ਸੜਕ 'ਤੇ ਖਾਹਿਸ਼ਾਂ ਹਨ, ਜਿਨ੍ਹਾਂ ਨੂੰ ਤੁਸੀਂ ਹਾਸਲ ਕਰਨਾ ਚਾਹੁੰਦੇ ਹੋ..... ਖਾਹਿਸ਼ਾਂ ਹਨ, ਜਿਨ੍ਹਾਂ ਨੂੰ ਤੁਸੀਂ ਪੂਰੀਆਂ ਕਰਨਾ ਚਾਹੁੰਦੇ ਹੋ।

ਆਪਣੀਆਂ ਖਾਹਿਸ਼ਾਂ ਅਤੇ ਇੱਛਾਵਾਂ ਨੂੰ ਪੂਰਾ ਕਰਨ ਲਈ ਤੁਹਾਡੇ ਕੋਲ ਧਨ ਹੋਣਾ ਚਾਹੀਦਾ ਹੈ। ਇਸ ਕਿਤਾਬ ਵਿੱਚ ਦਿੱਤੇ ਗਏ ਆਰਥਿਕ ਸਿਧਾਂਤਾਂ ਦੀ ਵਰਤੋਂ ਕਰੋ। ਉਨ੍ਹਾਂ ਤੋਂ ਸਿੱਖੋ ਕਿ ਆਪਣੇ ਖਾਲੀ ਬਟੂਏ ਨੂੰ ਕਿਵੇਂ ਭਰਿਆ ਜਾਂਦਾ ਹੈ ਅਤੇ ਇਸ ਨਾਲ ਬਹੁਤਾ ਸੁਖੀ ਜੀਵਨ ਦਾ ਸੁਖ ਕਿਵੇਂ ਮਾਣਿਆ ਜਾ ਸਕਦਾ ਹੈ।

ਗੁਰੂਤਾ ਆਕਰਸ਼ਨ ਦੇ ਸਿਧਾਂਤ ਵਾਂਗ ਧਨ ਦੇ ਸਿਧਾਂਤ ਵੀ ਸਦੀਵੀ ਅਤੇ ਨਾ ਬਦਲਣਯੋਗ ਹਨ। ਉਹ ਬਹੁਤ ਸਾਰੇ ਲੋਕਾਂ ਨੂੰ ਲਾਭ ਪਹੁੰਚਾ ਚੁੱਕੇ ਹਨ... ਅਤੇ ਤੁਹਾਨੂੰ ਵੀ ਲਾਭ ਪਹੁੰਚਾਉਣਗੇ। ਇਸ ਕਿਤਾਬ ਨੂੰ ਪੜ੍ਹਨ ਤੋਂ ਬਾਅਦ ਪੱਕੇ ਤੌਰ 'ਤੇ ਤੁਹਾਡਾ ਬੈਂਕ ਬੈਲੈਂਸ ਵਧ ਜਾਵੇਗਾ ਅਤੇ ਤੁਹਾਡੀ ਆਰਥਿਕ ਉੱਨਤੀ ਤੇਜ਼ੀ ਨਾਲ ਹੋਣ ਲੱਗੇਗੀ।

ਉਨ੍ਹਾਂ ਲੋਕਾਂ ਲਈ ਇਸ ਦੁਨੀਆ
ਵਿੱਚ ਅੰਤਾਂ ਦਾ ਧਨ ਮੌਜੂਦ ਹੈ, ਜੋ ਇਸ ਨੂੰ ਹਾਸਲ ਕਰਨ ਦੇ
ਸੌਖੇ ਜਿਹੇ ਨਿਯਮਾਂ ਨੂੰ ਜਾਣਦੇ ਹਨ :

1. ਆਪਣੇ ਬਟੂਏ ਨੂੰ ਮੋਟਾ ਕਰੋ

2. ਆਪਣੇ ਖਰਚਿਆਂ ਨੂੰ ਕਾਬੂ ਕਰੋ

3. ਆਪਣੇ ਧਨ ਨੂੰ ਕਈ ਗੁਣਾ ਵਧਾਓ

4. ਆਪਣੀ ਪੂੰਜੀ ਨਾ ਗੁਆਓ

5. ਆਪਣੇ ਘਰ ਨੂੰ ਲਾਭਕਾਰੀ ਨਿਵੇਸ਼
   ਬਣਾਓ

6. ਭਵਿੱਖੀ ਆਮਦਨੀ ਪੱਕੀ ਕਰੋ

7. ਕਮਾਉਣ ਦੀ ਸਮਰੱਥਾ ਨੂੰ ਵਧਾਓ

ਬੇਬੀਲੋਨ ਦਾ ਸਭ ਤੋਂ ਅਮੀਰ ਆਦਮੀ

* ਧਨ ਨਾਲ ਦੁਨਿਆਵੀ ਸਫਲਤਾ ਦਾ ਮੁਲਾਂਕਣ ਕੀਤਾ ਜਾਂਦਾ ਹੈ।

* ਧਨ ਦੇ ਨਾਲ ਇਸ ਦੁਨੀਆ ਦੀਆਂ ਸਾਰੀਆਂ ਵਧੀਆ ਚੀਜ਼ਾਂ ਦਾ ਆਨੰਦ ਲਿਆ ਜਾ ਸਕਦਾ ਹੈ।

* ਧਨ ਉਨ੍ਹਾਂ ਲੋਕਾਂ ਕੋਲ ਆਸਾਨੀ ਨਾਲ ਆਉਂਦਾ ਹੈ, ਜੋ ਇਸ ਨੂੰ ਹਾਸਲ ਕਰਨ ਦੇ ਸੌਖੇ ਨਿਯਮਾਂ ਨੂੰ ਜਾਣਦੇ ਹਨ।

* ਅੱਜ ਵੀ ਧਨ ਦਾ ਸਿਧਾਂਤ ਉਹੀ ਹੈ, ਜੋ ਛੇ ਹਜ਼ਾਰ ਸਾਲ ਪਹਿਲਾਂ ਬੇਬੀਲੋਨ ਦੇ ਅਮੀਰ ਲੋਕਾਂ ਦੇ ਸਮੇਂ 'ਤੇ ਸੀ।

ਵਿਸ਼ਾ-ਸੂਚੀ

ਭੂਮਿਕਾ

ਕਿਸੇ ਵੀ ਦੇਸ਼ ਦੀ ਖ਼ੁਸ਼ਹਾਲੀ ਉਸ ਦੇ ਨਾਗਰਿਕਾਂ ਦੀ ਮੰਦੀ ਖ਼ੁਸ਼ਹਾਲੀ 'ਤੇ ਨਿਰਭਰ ਕਰਦੀ ਹੈ।

ਇਹ ਕਿਤਾਬ ਸਫਲਤਾ ਦੇ ਬਾਰੇ ਵਿੱਚ ਹੈ। ਸਫਲਤਾ ਦਾ ਅਰਥ ਹੈ ਸਾਡੀ ਕੋਸ਼ਿਸ਼ਾਂ ਅਤੇ ਯੋਗਤਾਵਾਂ ਦੇ ਸਿੱਟੇ ਵਜੋਂ ਮਿਲਣ ਵਾਲੀਆਂ ਪ੍ਰਾਪਤੀਆਂ। ਸਾਡੀ ਸਫਲਤਾ ਦੀ ਕੁੰਜੀ ਹੈ ਸਹੀ ਤਿਆਰੀ। ਸਾਡੇ ਕੰਮ ਸਾਡੇ ਵਿਚਾਰਾਂ ਜਿੰਨੇ ਹੀ ਸਮਝਦਾਰੀ ਭਰੇ ਹੋ ਸਕਦੇ ਹਨ ਅਤੇ ਸਾਡੇ ਵਿਚਾਰ ਸਾਡੇ ਗਿਆਨ ਜਿੰਨੇ ਹੀ ਸਮਝਦਾਰੀ ਭਰੇ ਹੋ ਸਕਦੇ ਹਨ।

ਖਾਲੀ ਬਟੂਏ ਦਾ ਇਲਾਜ ਕਰਨ ਵਾਲੀ ਇਸ ਕਿਤਾਬ ਨੂੰ ਆਰਥਿਕ ਗਿਆਨ ਦਾ ਰਾਹ ਦਿਖਾਉਣ ਵਾਲੀ ਕਿਹਾ ਜਾਂਦਾ ਹੈ। ਦਰਅਸਲ ਇਹੀ ਇਸ ਦਾ ਉਦੇਸ਼ ਹੈ। ਇਹ ਇੱਛਾਵਾਂ ਰੱਖਣ ਵਾਲੇ ਲੋਕਾਂ ਨੂੰ ਆਰਥਿਕ ਸਫਲਤਾ ਦਾ ਅਜਿਹਾ ਗਿਆਨ ਦਿੰਦੀ ਹੈ, ਜਿਸ ਦੀ ਮਦਦ ਨਾਲ ਉਹ ਧਨ ਪ੍ਰਾਪਤ ਕਰ ਸਕਦੇ ਹਨ, ਉਸ ਨੂੰ ਆਪਣੇ ਕੋਲ ਰੱਖ ਸਕਦੇ ਹਨ ਅਤੇ ਉਸ ਤੋਂ ਜ਼ਿਆਦਾ ਧਨ ਕਮਾ ਸਕਦੇ ਹਨ।

ਅੱਗੇ ਦੇ ਸਫ਼ਿਆਂ ਵਿੱਚ ਅਸੀਂ ਬੇਬੀਲੋਨ ਵਿੱਚ ਚੱਲਾਂਗੇ, ਜਿੱਥੇ ਧਨ ਦੇ ਬੁਨਿਆਦੀ ਸਿਧਾਂਤ ਵਿਕਸਿਤ ਕੀਤੇ ਗਏ ਸਨ, ਜਿਨ੍ਹਾਂ ਨੂੰ ਅੱਜ ਪੂਰੀ ਦੁਨੀਆ ਵਿੱਚ ਮੰਨਿਆ ਜਾਂਦਾ ਹੈ।

ਲੇਖਕ ਇਹ ਉਮੀਦ ਕਰਦਾ ਹੈ ਕਿ ਇਸ ਕਿਤਾਬ ਨੂੰ ਪੜ੍ਹਨ ਨਾਲ ਪਾਠਕਾਂ ਨੂੰ ਆਪਣੇ ਬੈਂਕ ਖਾਤਿਆਂ ਵਿੱਚ ਵਾਧਾ ਕਰਨ, ਜ਼ਿਆਦਾ ਵਿੱਤੀ ਸਫਲਤਾ ਪਾਉਣ ਅਤੇ ਔਖੀ ਵਿੱਤੀ ਸਮੱਸਿਆਵਾਂ ਨੂੰ ਹੱਲ ਕਰਨ ਦੀ ਪ੍ਰੇਰਨਾ ਮਿਲੇਗੀ। ਦੁਨੀਆ ਭਰ ਦੇ ਹਜ਼ਾਰਾਂ ਪਾਠਕਾਂ ਨੇ ਇਸ ਬਾਰੇ ਇਹੀ ਰਾਏ ਪ੍ਰਗਟ ਕੀਤੀ ਹੈ।

ਲੇਖਕ ਉਨ੍ਹਾਂ ਸਾਰੇ ਵਪਾਰੀਆਂ ਦਾ ਧੰਨਵਾਦ ਕਰਨਾ ਚਾਹੁੰਦਾ ਹੈ, ਜਿਨ੍ਹਾਂ ਨੇ ਆਪਣੇ ਮਿੱਤਰਾਂ, ਰਿਸ਼ਤੇਦਾਰਾਂ, ਕਰਮਚਾਰੀਆਂ ਅਤੇ ਸਾਥੀਆਂ ਨੂੰ ਇਹ ਕਿਤਾਬ ਵੱਡੀ ਗਿਣਤੀ ਵਿੱਚ ਵੰਡੀ ਹੈ। ਇਸ ਕਿਤਾਬ ਨੂੰ ਸਫਲ ਲੋਕਾਂ ਨੇ ਪਸੰਦ ਕੀਤਾ, ਕਿਉਂਕਿ ਇਹ ਸਫਲ ਲੋਕ ਵੀ ਇਨ੍ਹਾਂ ਸਿਧਾਂਤਾਂ ਕਰਕੇ ਹੀ ਸਫਲ ਬਣੇ ਸਨ।

ਬੇਬੀਲੋਨ ਪੁਰਾਣੀ ਦੁਨੀਆ ਦਾ ਸਭ ਤੋਂ ਦੌਲਤਮੰਦ ਸ਼ਹਿਰ ਇਸ ਲਈ ਸੀ, ਕਿਉਂਕਿ ਇਸ ਦੇ ਨਾਗਰਿਕ ਬਹੁਤ ਅਮੀਰ ਸਨ। ਉਹ ਦੌਲਤ ਦੀ ਕੀਮਤ ਸਮਝਦੇ ਸਨ। ਉਹ ਧਨ

ਨੂੰ ਹਾਸਲ ਕਰਨ, ਉਸ ਨੂੰ ਬਣਾਈ ਰੱਖਣ ਅਤੇ ਉਸ ਨਾਲ ਹੋਰ ਜ਼ਿਆਦਾ ਧਨ ਕਮਾਉਣ ਲਈ ਦਮਦਾਰ ਆਰਥਿਕ ਸਿਧਾਂਤਾਂ 'ਤੇ ਅਮਲ ਕਰਦੇ ਸਨ। ਇਨ੍ਹਾਂ ਸਿਧਾਂਤਾਂ ਦੇ ਕਰਕੇ ਉਹ ਅਮੀਰ ਬਣ ਗਏ ਅਤੇ ਅਸੀਂ ਵੀ ਇਹੀ ਤਾਂ ਚਾਹੁੰਦੇ ਹਾਂ।

✍ ਜਾਰਜ ਐਸ. ਕਲਾਸਨ

ਅਮੀਰ ਬਣਨ ਦੀ ਇੱਛਾ

ਬੰਜ਼ਿਰ ਬੇਬੀਲੇਨ ਵਿੱਚ ਰੱਥ ਬਣਾਉਂਦਾ ਸੀ। ਇਸ ਵੇਲੇ ਉਹ ਆਪਣੇ ਘਰ ਦੇ ਵਿਹੜੇ ਦੀ ਦੀਵਾਰ 'ਤੇ ਉਦਾਸ ਬੈਠਾ ਸੀ। ਉਹ ਆਪਣੇ ਟੁੱਟੇ ਹੋਏ ਘਰ ਘਰ ਅਤੇ ਵਿਹੜੇ ਨੂੰ ਉਦਾਸੀ ਨਾਲ ਦੇਖ ਰਿਹਾ ਸੀ। ਵਿਹੜੇ ਵਿੱਚ ਇੱਕ ਰੱਥ ਅਧੂਰਾ ਪਿਆ ਸੀ।

ਬੰਜ਼ਿਰ ਦੀ ਪਤਨੀ ਵਾਰ-ਵਾਰ ਘਰ ਦੇ ਬਾਹਰਲੇ ਦਰਵਾਜ਼ੇ ਕੋਲ ਆ ਕੇ ਝਾਤੀ ਮਾਰ ਰਹੀ ਸੀ। ਆਪਣੀ ਪਤਨੀ ਦੇ ਦੇਖਣ ਦੇ ਢੰਗ ਨਾਲ ਉਹ ਸਮਝ ਗਿਆ ਸੀ ਕਿ ਘਰ ਵਿੱਚ ਖਾਣ ਲਈ ਕੁਝ ਨਹੀਂ ਹੈ ਅਤੇ ਉਸ ਨੂੰ ਜਲਦੀ ਹੀ ਰੱਥ ਪੂਰਾ ਕਰ ਲੈਣਾ ਚਾਹੀਦਾ ਹੈ। ਉਹ ਜਾਣਦਾ ਸੀ ਕਿ ਇਸ ਵੇਲੇ ਉਸ ਨੂੰ ਹੱਥ 'ਤੇ ਹੱਥ ਧਰ ਕੇ ਬੈਠਣ ਦੀ ਬਜਾਏ ਹਥੌੜਾ ਚਲਾਉਣਾ ਚਾਹੀਦਾ ਹੈ, ਕੁਹਾੜੀ ਨਾਲ ਕੱਟ-ਵੱਢ ਕਰਨੀ ਚਾਹੀਦੀ ਹੈ, ਪਾਲਿਸ਼ ਅਤੇ ਪੇਂਟ ਕਰਨਾ ਚਾਹੀਦਾ ਹੈ, ਪਹੀਆਂ ਦੇ ਰਿਮ 'ਤੇ ਚਮੜਾ ਚੜ੍ਹਾਉਣਾ ਚਾਹੀਦਾ ਹੈ ਅਤੇ ਰੱਥ ਨੂੰ ਗਾਹਕ ਤੱਕ ਪਹੁੰਚਾਉਣਾ ਚਾਹੀਦਾ ਹੈ, ਤਾਂ ਕਿ ਉਸ ਨੂੰ ਅਮੀਰ ਗਾਹਕ ਤੋਂ ਪੈਸੇ ਮਿਲ ਸਕਣ।

ਖੈਰ, ਸੁਡੌਲ ਅਤੇ ਮੋਟੇ ਸਰੀਰ ਵਾਲਾ ਬੰਜ਼ਿਰ ਦੀਵਾਰ 'ਤੇ ਆਲਸੀ ਬਣ ਕੇ ਬੈਠਾ ਰਿਹਾ। ਉਸ ਦਾ ਦਿਮਾਗ ਬਹੁਤ ਹੌਲੀ ਕੰਮ ਕਰ ਰਿਹਾ ਸੀ। ਕੁਝ ਸਮੇਂ ਤੋਂ ਉਸ ਦੇ ਮਨ ਵਿੱਚ ਇੱਕ ਅਜਿਹੀ ਸਮੱਸਿਆ ਸੀ, ਜਿਸ ਦਾ ਉਸ ਨੂੰ ਹੱਲ ਨਹੀਂ ਮਿਲ ਰਿਹਾ ਸੀ। ਯੂਫਰੇਟਸ ਨਦੀ ਦੀ ਇਸ ਘਾਟੀ ਵਿੱਚ ਸੂਰਜ ਆਮ ਤੌਰ 'ਤੇ ਅੱਗ ਵਰ੍ਹਾਉਂਦਾ ਸੀ। ਅੱਜ ਵੀ ਇਹ ਨਿਰਦਈ ਹੋ ਕੇ ਅੱਗ ਵਰ੍ਹਾ ਰਿਹਾ ਸੀ, ਜਿਸ ਕਾਰਨ ਬੰਜ਼ਿਰ ਦੇ ਭਰਵੱਟਿਆਂ ਤੋਂ ਪਸੀਨੇ ਦੇ ਮੋਤੀ ਛਲਕ ਰਹੇ ਸਨ, ਜੋ ਵੱਗ ਕੇ ਉਸ ਦੀ ਛਾਤੀ ਦੇ ਵਾਲਾਂ ਵਿੱਚ ਗੁੰਮ ਹੋ ਗਏ।

ਦੂਰ ਉਸ ਨੂੰ ਮਹਾਰਾਜ ਦੇ ਮਹਲ ਦੀਆਂ ਬਾਹਰਲੀਆਂ ਉੱਚੀਆਂ ਦੀਵਾਰਾਂ ਦਿਖਾਈ ਦੇ ਰਹੀਆਂ ਸਨ। ਕੋਲ ਹੀ ਨੀਲੇ ਅਸਮਾਨ ਨੂੰ ਛੂੰਹਦੀ ਬੇਲ ਮੰਦਰ ਦੀ ਮੀਨਾਰ ਸੀ। ਏਨੀ ਸੋਹਣੇ ਪਰਛਾਵੇਂ ਵਿੱਚ ਉਸ ਦਾ ਛੋਟਾ ਜਿਹਾ ਘਰ ਸੀ। ਉਸ ਦੇ ਆਲੇ-ਦੁਆਲੇ ਕਈ ਹੋਰ ਲੋਕਾਂ ਦੇ ਘਰ ਵੀ ਸਨ, ਜਿਨ੍ਹਾਂ ਦੀ ਹਾਲਤ ਉਸ ਦੇ ਘਰ ਨਾਲੋਂ ਵੀ ਜ਼ਿਆਦਾ ਖਰਾਬ ਸੀ। ਬੇਬੀਲੇਨ ਦਾ ਇਹੀ ਮਾਹੌਲ ਸੀ। ਇੱਥੇ ਸੋਹਣਪੁਣਾ ਅਤੇ ਗੰਦਗੀ ਨਾਲ-ਨਾਲ ਰਹਿੰਦੀਆਂ ਸਨ। ਇੱਥੇ ਵਾਧੂ ਦੌਲਤ ਅਤੇ ਜ਼ਿਆਦਾ ਗਰੀਬੀ ਨੇੜੇ-ਨੇੜੇ ਰਹਿੰਦੀਆਂ ਸਨ। ਅਮੀਰ ਅਤੇ

ਗਰੀਬ ਦੋਵੇਂ ਤਰ੍ਹਾਂ ਦੇ ਲੋਕ ਸ਼ਹਿਰ ਦੀਆਂ ਸੁਰੱਖਿਅਤ ਦੀਵਾਰਾਂ ਦੇ ਅੰਦਰ ਬਿਨਾਂ ਕਿਸੇ ਯੋਜਨਾ ਜਾਂ ਵਿਵਸਥਾ ਦੇ ਨਾਲ-ਨਾਲ ਰਹਿੰਦੇ ਸਨ।

ਬੰਜ਼ਿਰ ਦੇ ਪਿੱਛੇ ਅਮੀਰਾਂ ਦੇ ਰਥ ਰੌਲਾ ਪਾ ਰਹੇ ਸਨ, ਤਾਂ ਕਿ ਜੁੱਤੀਆਂ ਪਾਏ ਹੋਏ ਵਪਾਰੀ ਅਤੇ ਨੰਗੇ ਪੈਰ ਚੱਲ ਰਹੇ ਭਿਖਾਰੀ ਰਸਤੇ ਤੋਂ ਹਟ ਜਾਣ। ਖੈਰ, ਜਦੋਂ ਪਾਣੀ ਲਿਆਉਣ ਵਾਲੇ ਗੁਲਾਮ ਸੜਕ 'ਤੇ ਨਜ਼ਰ ਆਉਂਦੇ ਸਨ, ਤਾਂ ਉਨ੍ਹਾਂ ਨੂੰ ਰਾਹ ਦੇਣ ਲਈ ਅਮੀਰਾਂ ਦੇ ਰਥ ਨਾਲੀਆਂ ਵੱਲ ਨੂੰ ਹਟ ਜਾਂਦੇ ਸਨ। ਉਹ ਅਜਿਹਾ ਇਸ ਲਈ ਕਰਦੇ ਸਨ, ਕਿਉਂਕਿ ਇਹ ਗੁਲਾਮ 'ਮਹਾਰਾਜ ਦਾ ਕੰਮ' ਕਰ ਰਹੇ ਸਨ। ਇਨ੍ਹਾਂ ਸਭ ਦੀਆਂ ਪਿੱਠਾਂ 'ਤੇ ਪਾਣੀ ਦੀਆਂ ਭਾਰੀ ਮਸ਼ਕਾਂ ਲੱਦੀਆਂ ਸਨ, ਜੋ ਹੈਂਗਿੰਗ ਗਾਰਡਨਜ਼ ਵਿੱਚ ਪਾਉਣ ਲਈ ਲਿਜਾਈਆਂ ਜਾ ਰਹੀਆਂ ਸਨ।

ਬੰਜ਼ਿਰ ਆਪਣੀ ਸਮੱਸਿਆਵਾਂ 'ਤੇ ਸੋਚ-ਵਿਚਾਰ ਕਰਨ ਵਿੱਚ ਏਨਾ ਰੁੱਝਿਆ ਹੋਇਆ ਸੀ ਕਿ ਉਸ ਨੇ ਰੁਝੇਵੇਂ ਭਰੇ ਸ਼ਹਿਰ ਦੇ ਰੌਲੇ ਨੂੰ ਨਾ ਤਾਂ ਸੁਣਿਆ, ਨਾ ਹੀ ਉਸ ਵੱਲ ਧਿਆਨ ਦਿੱਤਾ। ਉਸ ਦਾ ਧਿਆਨ ਉਦੋਂ ਭੰਗ ਹੋਇਆ, ਜਦੋਂ ਉਸ ਨੂੰ ਇਕ ਜਾਣਕਾਰ ਦੇ ਸਾਜ਼ ਦੀਆਂ ਧੁਨਾਂ ਸੁਣਾਈ ਦਿੱਤੀਆਂ। ਉਸ ਨੇ ਪਰਤ ਕੇ ਦੇਖਿਆ ਤਾਂ ਦੇਖਿਆ ਕਿ ਉਸ ਦਾ ਸਭ ਤੋਂ ਪੱਕਾ ਦੋਸਤ ਕੋਬੀ ਉਸ ਕੋਲ ਖੜ੍ਹਾ ਸੀ। ਕੋਬੀ ਸੰਗੀਤਕਾਰ ਸੀ ਅਤੇ ਇਸ ਸਮੇਂ ਉਸ ਦਾ ਸੰਵੇਦਨਸ਼ੀਲ ਚਿਹਰਾ ਮੁਸਕਰਾ ਰਿਹਾ ਸੀ।

ਕੋਬੀ ਨੇ ਝੁਕ ਕੇ ਸਲਾਮ ਕਰਦੇ ਹੋਏ ਕਿਹਾ, 'ਦੇਵਤਾ ਤੁਹਾਡੇ 'ਤੇ ਮਿਹਰਬਾਨ ਹੋਣ, ਮੇਰੇ ਚੰਗੇ ਦੋਸਤ। ਪਰ ਅਜਿਹਾ ਲਗਦਾ ਹੈ ਕਿ ਦੇਵਤਾ ਤੁਹਾਡੇ 'ਤੇ ਪਹਿਲਾਂ ਤੋਂ ਹੀ ਏਨੇ ਮਿਹਰਬਾਨ ਹੋ ਚੁੱਕੇ ਹਨ ਕਿ ਹੁਣ ਤੁਹਾਨੂੰ ਮਿਹਨਤ ਕਰਨ ਦੀ ਕੋਈ ਲੋੜ ਹੀ ਨਹੀਂ ਹੈ। ਤੁਹਾਡੀ ਖੁਸ਼ਕਿਮਸਤੀ ਦੇਖ ਕੇ ਮੈਨੂੰ ਵੀ ਖੁਸ਼ੀ ਹੋ ਰਹੀ ਹੈ। ਏਨਾ ਹੀ ਨਹੀਂ, ਮੈਂ ਤਾਂ ਇਹ ਵੀ ਚਾਹੁੰਦਾ ਹਾਂ ਕਿ ਤੁਹਾਡੀ ਖੁਸ਼ਕਿਸਮਤੀ ਨਾਲ ਮੇਰੀ ਵੀ ਕਿਸਮਤ ਬਦਲ ਜਾਵੇ। ਤੁਹਾਡਾ ਬਟੂਆ ਜ਼ਰੂਰ ਭਰਿਆ ਹੋਵੇਗਾ, ਕਿਉਂਕਿ ਜੇਕਰ ਇਹ ਸਿੱਕਿਆਂ ਕਾਰਨ ਭਾਰੀ ਨਹੀਂ ਹੁੰਦਾ, ਤਾਂ ਤੁਸੀਂ ਰਥ ਬਣਾਉਣ ਦਾ ਕੰਮ ਕਰ ਰਹੇ ਹੁੰਦੇ। ਕਿਰਪਾ ਕਰਕੇ ਤੁਸੀਂ ਆਪਣੇ ਬਟੂਏ ਵਿੱਚੋਂ ਦੋ ਸਿੱਕੇ ਕੱਢ ਕੇ ਮੈਨੂੰ ਉਧਾਰ ਦੇ ਦਿਓ। ਮੈਂ ਅੱਜ ਰਾਤ ਨੂੰ ਸਾਮੰਤ ਦੀ ਦਾਅਵਤ ਤੋਂ ਬਾਅਦ ਤੁਹਾਡਾ ਉਧਾਰ ਚੁਕਾ ਦਿਆਂਗਾ। ਤੈਨੂੰ ਪਤਾ ਵੀ ਨਹੀਂ ਚੱਲੇਗਾ, ਉਸ ਤੋਂ ਪਹਿਲਾਂ ਹੀ ਤੁਹਾਡਾ ਉਧਾਰ ਵਾਪਸ ਕਰ ਦਿਆਂਗਾ।'

ਬੰਜ਼ਿਰ ਨੇ ਉਦਾਸੀ ਵਿੱਚ ਜਵਾਬ ਦਿੱਤਾ, ''ਜੇਕਰ ਮੇਰੇ ਕੋਲ ਦੋ ਸਿੱਕੇ ਹੁੰਦੇ, ਤਾਂ ਮੈਂ ਉਨ੍ਹਾਂ ਨੂੰ ਕਿਸੇ ਨੂੰ ਵੀ ਉਧਾਰ ਨਹੀਂ ਦਿੰਦਾ—ਤੈਨੂੰ ਵੀ ਨਹੀਂ, ਮੇਰੇ ਸਭ ਤੋਂ ਪੱਕੇ ਮਿੱਤਰ। ਇਸ ਦਾ ਕਾਰਨ ਇਹ ਹੈ ਕਿ ਉਹ ਦੋ ਸਿੱਕੇ ਮੇਰੀ ਸਾਰੀ ਜ਼ਿੰਦਗੀ ਦਾ ਧਨ ਹੁੰਦੇ, ਮੇਰੀ ਪੂਰੀ ਦੌਲਤ। ਕੋਈ ਵੀ ਆਪਣੀ ਸਾਰੀ ਦੌਲਤ ਕਿਸੇ ਨੂੰ ਉਧਾਰ ਨਹੀਂ ਦਿੰਦਾ, ਭਾਵੇਂ ਹੀ ਉਸ ਦਾ ਸਭ ਤੋਂ ਪੱਕਾ ਮਿੱਤਰ ਹੀ ਕਿਉਂ ਨਾ ਹੋਵੇ।''

''ਕੀ?'' ਕੋਬੀ ਨੇ ਹੈਰਾਨ ਹੋ ਕੇ ਪੁੱਛਿਆ। ''ਤੇਰੇ ਬਟੂਏ ਵਿੱਚ ਇੱਕ ਵੀ ਸਿੱਕਾ ਨਹੀਂ ਹੈ, ਇਸ ਦੇ ਬਾਵਜੂਦ ਤੁਸੀਂ ਦੀਵਾਰ 'ਤੇ ਬੁੱਤ ਬਣ ਕੇ ਬੈਠੇ ਹੋ। ਉਸ ਰਥ ਨੂੰ ਪੂਰਾ ਕਿਉਂ

ਨਹੀਂ ਕਰਦੇ? ਤੇਰੀ ਤੇਜ਼ ਭੁੱਖ ਨੂੰ ਸ਼ਾਂਤ ਕਰਨ ਲਈ ਭੋਜਨ ਕਿੱਥੋਂ ਆਵੇਗਾ? ਤੂੰ ਅਜਿਹੇ ਤਾਂ ਨਹੀਂ ਸੀ? ਤੂੰ ਤਾਂ ਦਿਨ-ਰਾਤ ਮਿਹਨਤ ਕਰਦਾ ਸੀ? ਕੀ ਕੋਈ ਚੀਜ਼ ਤੈਨੂੰ ਦੁਖੀ ਕਰ ਰਹੀ ਹੈ? ਕੀ ਦੇਵਤਿਆਂ ਨੇ ਤੁਹਾਡੇ 'ਤੇ ਕੋਈ ਮੁਸੀਬਤ ਪਾ ਦਿੱਤੀ ਹੈ?''

'ਇਹ ਮੁਸੀਬਤ ਜ਼ਰੂਰ ਦੇਵਤਿਆਂ ਨੇ ਹੀ ਪਾਈ ਹੋਵੇਗੀ,' ਬੰਜ਼ਿਰ ਨੇ ਹਾਮੀ ਭਰਦਿਆਂ ਹੋਇਆਂ ਕਿਹਾ। 'ਸਾਰਾ ਪੰਗਾ ਇੱਕ ਸੁਫਨੇ ਤੋਂ ਸ਼ੁਰੂ ਹੋਇਆ ਸੀ। ਇਹ ਬੇ ਸਿਰ-ਪੈਰ ਦਾ ਸੁਫਨਾ ਸੀ। ਜਿਸ ਵਿੱਚ ਮੈਂ ਦੇਖਿਆ ਕਿ ਮੈਂ ਅਮੀਰ ਬਣ ਗਿਆ ਸੀ। ਮੇਰੇ ਬੈਲਟ ਨਾਲ ਛਣਕਦੇ ਸਿੱਕਿਆਂ ਨਾਲ ਭਰਿਆ ਬਟੂਆ ਲਟਕ ਰਿਹਾ ਸੀ ਅਤੇ ਮੈਂ ਭਿਖਾਰੀਆਂ ਵੱਲ ਲਾਪਰਵਾਹੀ ਨਾਲ ਸਿੱਕੇ ਉਛਾਲਦਾ ਜਾ ਰਿਹਾ ਸੀ। ਮੈਂ ਚਾਂਦੀ ਦੇ ਸਿੱਕਿਆਂ ਨਾਲ ਆਪਣੀ ਪਤਨੀ ਲਈ ਕੱਪੜੇ ਅਤੇ ਆਪਣੇ ਲਈ ਮਨਪਸੰਦ ਚੀਜ਼ਾਂ ਖਰੀਦ ਰਿਹਾ ਸੀ। ਮੇਰੇ ਕੋਲ ਸੋਨੇ ਦੇ ਸਿੱਕੇ ਵੀ ਸਨ, ਇਸ ਲਈ ਮੈਂ ਭਵਿੱਖ ਨੂੰ ਲੈ ਕੇ ਮਸਤ ਸੀ ਅਤੇ ਮੈਨੂੰ ਚਾਂਦੀ ਦੇ ਸਿੱਕੇ ਖਰਚ ਕਰਨ ਵਿੱਚ ਕੋਈ ਡਰ ਨਹੀਂ ਸੀ ਲੱਗ ਰਿਹਾ। ਮੈਂ ਬਹੁਤ ਹੀ ਸੰਤੁਸ਼ਟ ਅਤੇ ਸੁਖੀ ਮਹਿਸੂਸ ਕਰ ਰਿਹਾ ਸੀ। ਮੈਨੂੰ ਦੇਖ ਕੇ ਤੁਸੀਂ ਇਹ ਨਹੀਂ ਕਹਿ ਸੀ ਸਕਦੇ ਕਿ ਮੈਂ ਤੇਰਾ ਉਹੀ ਮਿਹਨਤੀ ਦੋਸਤ ਹਾਂ। ਤੂੰ ਮੇਰੀ ਪਤਨੀ ਨੂੰ ਵੀ ਨਹੀਂ ਸੀ ਪਛਾਣ ਸਕਦਾ ਸੀ, ਕਿਉਂਕਿ ਉਸ ਦੇ ਖੁਸ਼ੀ ਨਾਲ ਚਮਕਦੇ ਚਿਹਰੇ 'ਤੇ ਝੁਰੜੀਆਂ ਦਾ ਕੋਈ ਨਿਸ਼ਾਨ ਨਹੀਂ ਸੀ। ਉਹ ਇੱਕ ਵਾਰ ਤੋਂ ਫਿਰ ਉਨੀ ਹੀ ਸੋਹਣੀ ਅਤੇ ਖੁਸ਼ਮਿਜ਼ਾਜ ਲੱਗ ਰਹੀ ਸੀ, ਜਿੰਨੀ ਸਾਡੇ ਵਿਆਹ ਸਮੇਂ ਲਗਦੀ ਸੀ।'

ਕੋਬੀ ਨੇ ਕਿਹਾ, 'ਸੱਚੀ ਬਹੁਤ ਵਧੀਆ ਸੁਫਨਾ ਸੀ। ਪਰ ਏਨੇ ਵਧੀਆ ਸੁਫਨੇ ਕਾਰਨ ਤੂੰ ਦੁਖੀ ਹੋ ਕੇ ਦੀਵਾਰ 'ਤੇ ਕਿਉਂ ਬੈਠਾ ਹੈਂ?'

'ਕਿਉਂਕਿ ਜਾਗ ਆਉਣ 'ਤੇ ਮੈਂ ਦੇਖਿਆ ਕਿ ਮੇਰਾ ਬਟੂਆ ਖਾਲੀ ਸੀ। ਮੇਰੇ ਅੰਦਰ ਬਗਾਵਤ ਦੀ ਭਾਵਨਾ ਬਲਣ ਲੱਗੀ। ਆਓ, ਅਸੀਂ ਇਸ ਬਾਰੇ ਵਿਸਥਾਰ ਨਾਲ ਗੱਲਾਂ ਕਰੀਏ, ਕਿਉਂਕਿ ਜਿਵੇਂ ਸਮੁੰਦਰੀ ਯਾਤਰੀ ਕਹਿੰਦੇ ਹਨ, ਅਸੀਂ ਇੱਕ ਹੀ ਕਿਸ਼ਤੀ ਵਿੱਚ ਸਵਾਰ ਹਾਂ। ਬਚਪਨ ਵਿੱਚ ਅਸੀਂ ਦੋਵਾਂ ਨੇ ਧਰਮ ਗੁਰੂਆਂ ਤੋਂ ਇਕੱਠੇ ਸਿੱਖਿਆ ਹਾਸਲ ਕੀਤੀ। ਜਵਾਨੀ ਵਿੱਚ ਅਸੀਂ ਇਕੱਠਿਆਂ ਮੌਜ-ਮਸਤੀ ਕੀਤੀ। ਵੱਡੇ ਹੋਣ ਦੇ ਨਾਲ-ਨਾਲ ਅਸੀਂ ਦੋਵੇਂ ਗੂੜ੍ਹੇ ਮਿੱਤਰ ਬਣ ਗਏ। ਅਸੀਂ ਸੰਤੁਸ਼ਟ ਲੋਕਾਂ ਵਾਂਗ ਰਹਿੰਦੇ ਹਾਂ। ਦਿਨ-ਰਾਤ ਮਿਹਨਤ ਕਰਕੇ ਅਤੇ ਆਪਣੀ ਪੂਰੀ ਕਮਾਈ ਖਰਚ ਕਰਨ ਦੇ ਬਾਵਜੂਦ ਵੀ ਅਸੀਂ ਸੰਤੁਸ਼ਟ ਰਹੇ ਹਾਂ। ਏਨੇ ਸਾਲਾਂ ਵਿੱਚ ਅਸੀਂ ਬਹੁਤ ਪੈਸਾ ਕਮਾਇਆ, ਪਰ ਸਾਨੂੰ ਕਦੇ ਦੌਲਤ ਦੀ ਖੁਸ਼ੀ ਦਾ ਜ਼ਰਾ ਵੀ ਅਹਿਸਾਸ ਨਹੀਂ ਹੋਇਆ। ਇਸ ਲਈ ਸਾਨੂੰ ਸੁਫਨਿਆਂ ਦਾ ਸਹਾਰਾ ਲੈਣਾ ਪਿਆ। ਹੁਣ ਮੇਰੇ ਮਨ ਵਿੱਚ ਇਹ ਵਿਚਾਰ ਆਉਂਦਾ ਹੈ ਕਿ ਕੀ ਅਸੀਂ ਗੁੰਗੀਆਂ ਭੇਡਾਂ ਜਿੰਨੇ ਮੂਰਖ ਹਾਂ? ਅਸੀਂ ਦੁਨੀਆ ਦੇ ਸਭ ਤੋਂ ਅਮੀਰ ਸ਼ਹਿਰ ਵਿੱਚ ਰਹਿੰਦੇ ਹਾਂ। ਮੁਸਾਫਿਰ ਕਹਿੰਦੇ ਹਨ ਕਿ ਏਨੀ ਦੌਲਤ ਦੁਨੀਆ ਵਿੱਚ ਹੋਰ ਕਿਤੇ ਨਹੀਂ ਹੈ। ਸਾਡੇ ਆਲੇ-ਦੁਆਲੇ ਬੇਸ਼ਕੀਮਤੀ ਦੌਲਤ ਖਿੰਡੀ ਪਈ ਹੈ, ਪਰ ਸਾਡੇ ਕੋਲ ਕੁਝ ਵੀ ਨਹੀਂ ਹੈ। ਮੇਰੇ ਪਿਆਰੇ ਦੋਸਤ, ਔਧੀ ਜ਼ਿੰਦਗੀ ਸਖਤ ਮਿਹਨਤ ਕਰਨ ਤੋਂ ਬਾਅਦ ਵੀ ਤੇਰਾ ਬਟੂਆ ਖਾਲੀ ਹੈ ਅਤੇ ਤੂੰ ਮੈਨੂੰ ਕਹਿੰਦਾ ਹੈ, 'ਕਿਰਪਾ ਕਰਕੇ ਤੂੰ ਆਪਣੇ ਬਟੂਏ ਵਿੱਚੋਂ ਦੇ ਸਿੱਕੇ ਕੱਢ ਕੇ ਮੈਨੂੰ ਉਧਾਰ ਦੇ ਦਿਓ। ਮੈਂ ਅੱਜ

ਰਾਤ ਨੂੰ ਸਾਮੰਤ ਦੀ ਦਾਅਵਤ ਤੋਂ ਬਾਅਦ ਉਧਾਰ ਚੁਕਾ ਦਿਆਂਗਾ।' ਇਸ ਦਾ ਮੈਂ ਕੀ ਜਵਾਬ ਦਿੰਦਾ ਹਾਂ। ਕੀ ਮੈਂ ਇਹ ਕਹਿੰਦਾ ਹਾਂ, 'ਇਹ ਰਿਹਾ ਮੇਰਾ ਬਟੂਆ। ਇਸ ਵਿੱਚੋਂ ਜਿੰਨੇ ਸਿੱਕੇ ਚਾਹੋ, ਖੁਸ਼ੀ-ਖੁਸ਼ੀ ਕੱਢ ਲਓ?' ਨਹੀਂ, ਇਸ ਦੀ ਬਜਾਏ ਮੈਂ ਇਹ ਕਹਿੰਦਾ ਕਿ ਮੇਰਾ ਬਟੂਆ ਵੀ ਤੇਰੇ ਬਟੂਏ ਵਾਂਗ ਹੀ ਖਾਲੀ ਹੈ। ਆਖਰ ਇਸ ਦਾ ਕੀ ਕਾਰਨ ਹੈ? ਸਾਡੇ ਕੋਲ ਪੈਸਾ ਟਿਕਦਾ ਕਿਉਂ ਨਹੀਂ? ਅਸੀਂ ਸੰਪਤੀ ਕਿਉਂ ਨਹੀਂ ਜੋੜ ਪਾਉਂਦੇ? ਅਸੀਂ ਏਨਾ ਹੀ ਕਿਉਂ ਕਮਾ ਪਾਉਂਦੇ ਹਾਂ, ਤਾਂ ਕਿ ਅਸੀਂ ਜ਼ਿੰਦਾ ਰਹਿ ਸਕੀਏ ਅਤੇ ਸਾਡੇ ਭੋਜਨ ਅਤੇ ਕੱਪੜਿਆਂ ਦੀਆਂ ਬੁਨਿਆਦੀ ਲੋੜਾਂ ਹੀ ਪੂਰੀਆਂ ਹੋ ਸਕਣ?'

ਬੰਜ਼ਿਰ ਨੇ ਕਿਹਾ, 'ਅਤੇ ਇਹ ਵੀ ਸੋਚੋ ਕਿ ਸਾਡੇ ਪੁੱਤਰ ਵੀ ਸਾਡੇ ਹੀ ਪੈਰਾਂ ਦੇ ਨਿਸ਼ਾਨਾਂ 'ਤੇ ਚੱਲ ਰਹੇ ਹਨ? ਕੀ ਉਹ ਅਤੇ ਉਨ੍ਹਾਂ ਦੇ ਪੁੱਤਰ ਵੀ ਇਸ ਸੋਨੇ ਦੀ ਨਗਰੀ ਵਿੱਚ ਸਾਡੇ ਵਾਂਗ ਗਰੀਬ ਰਹਿਣਗੇ? ਕੀ ਉਨ੍ਹਾਂ ਨੂੰ ਵੀ ਬੱਕਰੀ ਦੇ ਦੁੱਧ ਅਤੇ ਦਲੀਏ ਨਾਲ ਪੇਟ ਭਰਨਾ ਪਵੇਗਾ?'

ਕੋਬੀ ਨੇ ਹੈਰਾਨ ਹੋ ਕੇ ਕਿਹਾ, 'ਬੰਜ਼ਿਰ, ਸਾਡੀ ਦੋਸਤੀ ਨੂੰ ਇੰਨੇ ਸਾਲ ਹੋ ਚੁੱਕੇ ਹਨ, ਪਰ ਤੂੰ ਪਹਿਲਾਂ ਕਦੇ ਵੀ ਅਜਿਹੀਆਂ ਗੱਲਾਂ ਨਹੀਂ ਕਹੀਆਂ।'

'ਹੁਣ ਤੱਕ ਮੈਂ ਕਦੇ ਇਸ ਤਰ੍ਹਾਂ ਨਾਲ ਸੋਚਿਆ ਹੀ ਨਹੀਂ ਸੀ। ਸਵੇਰ ਹੁੰਦਿਆਂ ਹੀ ਮੈਂ ਕੰਮ 'ਤੇ ਲੱਗ ਜਾਂਦਾ ਸੀ ਅਤੇ ਹਨੇਰਾ ਹੋਣ ਤੱਕ ਲੱਗਾ ਰਹਿੰਦਾ ਸੀ। ਮੈਂ ਆਪਣੀ ਮਿਹਨਤ ਨਾਲ ਦੁਨੀਆ ਦੇ ਸਭ ਤੋਂ ਸ਼ਾਨਦਾਰ ਰਥ ਤਿਆਰ ਕੀਤੇ। ਮੈਨੂੰ ਉਮੀਦ ਸੀ ਕਿ ਮੇਰੇ ਵਧੀਆ ਕੰਮ ਨੂੰ ਦੇਖ ਕੇ ਦੇਵਤਾ ਕਿਸੇ ਦਿਨ ਖੁਸ਼ ਹੋਣਗੇ ਅਤੇ ਮੈਨੂੰ ਅਮੀਰ ਬਣਨ ਦਾ ਆਸ਼ੀਰਵਾਦ ਦੇਣਗੇ। ਪਰ ਦੇਵਤਿਆਂ ਨੇ ਅਜਿਹਾ ਕਦੇ ਨਹੀਂ ਕੀਤਾ। ਹੁਣ ਮੈਨੂੰ ਇਹ ਅਹਿਸਾਸ ਹੋ ਚੁੱਕਾ ਹੈ ਕਿ ਉਹ ਅਜਿਹਾ ਕਦੇ ਨਹੀਂ ਕਰਨਗੇ। ਇਸ ਲਈ ਮੇਰਾ ਦਿਲ ਉਦਾਸ ਹੈ। ਮੈਂ ਅਮੀਰ ਬਣਨਾ ਚਾਹੁੰਦਾ ਹਾਂ। ਮੈਂ ਚਾਹੁੰਦਾ ਹਾਂ ਕਿ ਮੇਰੇ ਕੋਲ ਜ਼ਮੀਨ ਹੋਵੇ, ਪਸ਼ੂ ਹੋਣ, ਸੋਹਣੇ ਕੱਪੜੇ ਹੋਣ ਅਤੇ ਸਿੱਕਿਆਂ ਨਾਲ ਭਰਿਆ ਬਟੂਆ ਹੋਵੇ।'

'ਇਨ੍ਹਾਂ ਚੀਜ਼ਾਂ ਨੂੰ ਪਾਉਣ ਲਈ ਮੈਂ ਡਟ ਕੇ ਮਿਹਨਤ ਕਰਨ ਨੂੰ ਵੀ ਤਿਆਰ ਹਾਂ। ਇਨ੍ਹਾਂ ਚੀਜ਼ਾਂ ਨੂੰ ਪਾਉਣ ਲਈ ਮੈਂ ਆਪਣੀ ਪੂਰੀ ਯੋਗਤਾ ਅਤੇ ਸਮਰੱਥਾ ਨਾਲ ਮਿਹਨਤ ਕਰਨ ਨੂੰ ਵੀ ਤਿਆਰ ਹਾਂ। ਪਰ ਮੈਂ ਇਹ ਵੀ ਚਾਹੁੰਦਾ ਹਾਂ ਕਿ ਮੇਰੀ ਮਿਹਨਤ ਦਾ ਮੈਨੂੰ ਸਹੀ ਇਨਾਮ ਮਿਲੇ। ਮੈਂ ਇੱਕ ਵਾਰ ਫਿਰ ਤੈਨੂੰ ਪੁੱਛਦਾ ਹਾਂ, ਆਖਰ ਗੱਲ ਕੀ ਹੈ? ਦੁਨੀਆ ਵਿੱਚ ਏਨੀਆਂ ਸਾਰੀਆਂ ਚੀਜ਼ਾਂ ਹਨ, ਪਰ ਉਹ ਸਾਨੂੰ ਕਿਉਂ ਨਹੀਂ ਮਿਲਦੀਆਂ ਹਨ? ਸਾਡੇ ਕੋਲ ਏਨਾ ਧਨ ਕਿਉਂ ਨਹੀਂ ਕਿ ਅਸੀਂ ਆਪਣੀਆਂ ਮਨਪਸੰਦ ਚੀਜ਼ਾਂ ਖਰੀਦ ਸਕੀਏ?'

ਕੋਬੀ ਨੇ ਜਵਾਬ ਦਿੱਤਾ, 'ਕਾਸ਼ ਮੈਨੂੰ ਇਸ ਸਵਾਲ ਦਾ ਜਵਾਬ ਪਤਾ ਹੁੰਦਾ। ਮੈਂ ਵੀ ਉਨਾ ਹੀ ਅਸੰਤੁਸ਼ਟ ਹਾਂ, ਜਿੰਨਾ ਕੁ ਤੂੰ ਸੰਗੀਤ ਵਜਾ ਕੇ ਮੈਂ ਜਿੰਨਾ ਵੀ ਕਮਾਉਂਦਾ ਹਾਂ, ਉਸੇ ਵੇਲੇ ਖਰਚ ਹੋ ਜਾਂਦਾ ਹੈ। ਮੇਰੇ ਪਰਿਵਾਰ ਨੂੰ ਭੁੱਖੇ ਮਰਨ ਦੀ ਨੌਬਤ ਨਾ ਆਵੇ, ਮੈਨੂੰ ਬਹੁਤੀ ਵਾਰ ਇਸ ਦੇ ਲਈ ਯੋਜਨਾ ਬਣਾਉਣੀ ਪੈਂਦੀ ਹੈ। ਮੇਰੇ ਦਿਲ ਵਿੱਚ ਇੱਕ ਤੇਜ਼ ਇੱਛਾ ਬਹੁਤ ਸਮੇਂ ਤੋਂ ਹੈ। ਮੈਂ ਇੱਕ ਅਜਿਹਾ ਸਾਜ਼ ਖਰੀਦਣਾ ਚਾਹੁੰਦਾ ਹਾਂ, ਜਿਸ ਨਾਲ ਮੈਂ ਆਪਣੇ ਮਨ

ਵਿੱਚ ਤੈਰ ਰਹੀਆਂ ਸੰਗੀਤ ਦੀਆਂ ਧੁਨਾਂ ਨੂੰ ਸੱਚਮੁੱਚ ਬਾਹਰ ਕੱਢ ਸਕਾਂ। ਅਜਿਹਾ ਸੰਗੀਤ ਯੰਤਰ ਖਰੀਦਣ ਤੋਂ ਬਾਅਦ ਮੈਂ ਏਨਾ ਵਧੀਆ ਸੰਗੀਤ ਵਜਾ ਸਕਦਾ ਹਾਂ, ਜੋ ਸਮਰਾਟ ਨੇ ਵੀ ਕਦੇ ਨਹੀਂ ਸੁਣਿਆ ਹੋਵੇਗਾ।'

'ਇਸ ਤਰ੍ਹਾਂ ਦਾ ਸਾਜ਼ ਤੇਰੇ ਕੋਲ ਹੋਣਾ ਚਾਹੀਦਾ ਹੈ। ਬੇਬੀਲੋਨ ਵਿੱਚ ਤੇਰੇ ਤੋਂ ਜ਼ਿਆਦਾ ਮਿੱਠਾ ਸੰਗੀਤ ਕੋਈ ਨਹੀਂ ਵਜਾ ਸਕਦਾ। ਨਾ ਸਿਰਫ ਸਮਰਾਟ, ਸਗੋਂ ਦੇਵਤੇ ਵੀ ਖੁਸ਼ ਹੋਣਗੇ। ਪਰ ਤੂੰ ਇਸ ਨੂੰ ਖਰੀਦੇਂਗਾ ਕਿਵੇਂ? ਅਸੀਂ ਦੋਵੇਂ ਤਾਂ ਸਮਰਾਟ ਦੇ ਗੁਲਾਮਾਂ ਜਿੰਨੇ ਗਰੀਬ ਹਾਂ? ਘੰਟੀ ਦੀ ਆਵਾਜ਼ ਸੁਣ ਰਹੇ ਹੋ! ਉਹ ਦੇਖੋ, ਸਮਰਾਟ ਦੇ ਗੁਲਾਮ ਆ ਗਏ।' ਉਸ ਨੇ ਪਸੀਨਾ-ਪਸੀਨਾ ਹੋ ਰਹੇ ਅੱਧਨੰਗੇ ਭਿਸ਼ਤੀਆਂ ਨੂੰ ਦੇਖਿਆ, ਜੋ ਨਦੀ ਤੋਂ ਪਾਣੀ ਲਿਆ ਰਹੇ ਸਨ ਅਤੇ ਤੰਗ ਸੜਕ 'ਤੇ ਬੋਝ ਚੁੱਕ ਕੇ ਚੱਲ ਰਹੇ ਸਨ। ਪੰਜ ਗੁਲਾਮ ਇਕੱਠੇ ਚੱਲ ਰਹੇ ਸਨ ਅਤੇ ਹਰ ਇਕ ਦੀ ਪਿੱਠ 'ਤੇ ਪਾਣੀ ਦੀ ਭਾਰੀ ਮਸ਼ਕ ਦਾ ਬੋਝ ਸੀ।

'ਜੋ ਆਦਮੀ ਸਭ ਤੋਂ ਅੱਗੇ ਚੱਲ ਰਿਹਾ ਹੈ, ਉਸ ਦਾ ਸਰੀਰ ਕਿੰਨਾ ਗੱਠਿਆ ਹੋਇਆ ਹੈ।' ਕੋਬੀ ਨੇ ਸਭ ਤੋਂ ਅੱਗੇ ਘੰਟੀ ਲੈ ਕੇ ਚੱਲਣ ਵਾਲੇ ਵਿਅਕਤੀ ਵੱਲ ਇਸ਼ਾਰਾ ਕੀਤਾ, ਜਿਸ ਦੀ ਪਿੱਠ 'ਤੇ ਮਸ਼ਕ ਨਹੀਂ ਸੀ। 'ਸਾਫ਼ ਨਜ਼ਰ ਆਉਂਦਾ ਹੈ ਕਿ ਉਹ ਆਪਣੇ ਦੇਸ਼ ਵਿੱਚ ਸਨਮਾਨਿਤ ਆਦਮੀ ਰਿਹਾ ਹੋਵੇਗਾ।'

ਬੰਜ਼ਿਰ ਨੇ ਹਾਂ ਵਿੱਚ ਹਾਂ ਮਿਲਾਉਂਦੇ ਹੋਏ ਜਵਾਬ ਦਿੱਤਾ, 'ਇਨਾਂ ਗੁਲਾਮਾਂ ਵਿੱਚੋਂ ਬਹੁਤੇ ਲੋਕ ਸਾਡੇ ਵਾਂਗ ਹਨ। ਲੰਮੇ ਅਤੇ ਗੌਰੇ ਗੁਲਾਮ ਉੱਤਰੀ ਦੇਸ਼ਾਂ ਦੇ ਹਨ, ਹਸਮੁੱਖ ਕਾਲੇ ਦੱਖਣ ਦੇ ਹਨ ਅਤੇ ਛੋਟੇ ਕੱਦ ਦੇ ਭੂਰੇ ਗੁਲਾਮ ਆਲੇ-ਦੁਆਲੇ ਦੇ ਦੇਸ਼ਾਂ ਦੇ ਹਨ। ਸਾਰੇ ਗੁਲਾਮ ਇਕੱਠੇ ਨਦੀ ਤੋਂ ਬਾਗਾ ਤੱਕ ਅਤੇ ਬਾਗਾ ਤੋਂ ਨਦੀ ਤੱਕ ਆਉਂਦੇ-ਜਾਂਦੇ ਹਨ। ਇਹ ਲੋਕ ਸਾਰਾ ਦਿਨ, ਸਾਰਾ ਸਾਲ ਇਹੀ ਕੰਮ ਕਰਦੇ ਹਨ। ਉਨਾਂ ਦੇ ਜੀਵਨ ਵਿੱਚ ਸੁਖ ਨਹੀਂ ਹੈ, ਨਾ ਹੀ ਸੁਖ ਮਿਲਣ ਦੀ ਥੋੜ੍ਹੀ ਜਿਹੀ ਵੀ ਉਮੀਦ ਹੈ। ਉਹ ਘਾਹ ਦੇ ਬਿਸਤਰ 'ਤੇ ਸੌਂਦੇ ਹਨ। ਘਟੀਆ ਅਨਾਜ ਦਾ ਦਲੀਆ ਖਾਂਦੇ ਹਨ। ਬੇਚਾਰੇ ਗੁਲਾਮਾਂ 'ਤੇ ਤਰਸ ਖਾਓ, ਕੋਬੀ!'

'ਮੈਨੂੰ ਵੀ ਉਨ੍ਹਾਂ 'ਤੇ ਤਰਸ ਆਉਂਦਾ ਹੈ। ਪਰ ਤੁਹਾਡੀਆਂ ਗੱਲਾਂ ਤੋਂ ਮੈਂ ਸਮਝ ਗਿਆ ਹਾਂ ਕਿ ਸਾਡੀ ਹਾਲਤ ਵੀ ਉਨ੍ਹਾਂ ਵਰਗੀ ਹੈ, ਹਾਲਾਂਕਿ ਪਹਿਲਾਂ ਮੈਂ ਆਪਣੇ-ਆਪ ਨੂੰ ਆਜ਼ਾਦ ਮੰਨਦਾ ਸੀ।'

'ਇਹ ਸੱਚ ਹੈ ਕੋਬੀ, ਹਾਲਾਂਕਿ ਇਹ ਸੋਚ ਚੰਗੀ ਨਹੀਂ ਹੈ। ਅਸੀਂ ਇਹ ਨਹੀਂ ਚਾਹੁੰਦੇ ਕਿ ਅਸੀਂ ਵੀ ਹਰ ਦਿਨ, ਹਰ ਸਾਲ ਗੁਲਾਮਾਂ ਵਰਗੀ ਜ਼ਿੰਦਗੀ ਜੀਉਏ। ਕੰਮ ਕਰਨਾ, ਕੰਮ ਕਰਨਾ, ਕੰਮ ਕਰਨਾ! ਅਤੇ ਇਸ ਤੋਂ ਬਾਅਦ ਵੀ ਕੋਈ ਤਰੱਕੀ ਨਾ ਹੋਣੀ।'

ਕੋਬੀ ਨੇ ਪੁੱਛਿਆ, 'ਕੀ ਅਸੀਂ ਇਹ ਪਤਾ ਨਹੀਂ ਲਗਾ ਸਕਦੇ ਕਿ ਅਮੀਰ ਲੋਕ ਅਮੀਰ ਕਿਵੇਂ ਬਣਦੇ ਹਨ? ਇਸ ਤੋਂ ਬਾਅਦ ਅਸੀਂ ਵੀ ਉਸੇ ਤਰੀਕੇ 'ਤੇ ਚੱਲ ਕੇ ਅਮੀਰ ਬਣ ਸਕਦੇ ਹਾਂ।'

'ਜੇਕਰ ਕੋਈ ਵਿਅਕਤੀ ਪੈਸੇ ਕਮਾਉਣ ਦਾ ਰਹੱਸ ਜਾਣਦਾ ਹੋਵੇ ਅਤੇ ਉਹ ਸਾਨੂੰ ਵੀ ਦੱਸ ਦੇਵੇ, ਤਾਂ ਹੋ ਸਕਦਾ ਹੈ ਅਸੀਂ ਵੀ ਉਸ ਰਹੱਸ ਨੂੰ ਸਿੱਖ ਲਈਏ,' ਬੰਜ਼ਿਰ ਨੇ ਸੋਚਦੇ ਹੋਏ ਜਵਾਬ ਦਿੱਤਾ।

ਕੋਬੀ ਨੇ ਸੁਝਾਅ ਦਿੱਤਾ, 'ਅੱਜ ਹੀ ਮੈਨੂੰ ਆਪਣਾ ਪੁਰਾਣਾ ਦੋਸਤ ਅਰਕਾਦ ਨਜ਼ਰ ਆਇਆ ਸੀ। ਉਹ ਆਪਣੇ ਸੁਨਹਿਰੇ ਰਥ 'ਤੇ ਸਵਾਰ ਸੀ। ਉਸ ਨੇ ਮੈਨੂੰ ਦੇਖ ਕੇ ਅਣਦੇਖਿਆ ਨਹੀਂ ਕੀਤਾ, ਜਿਸ ਤਰ੍ਹਾਂ ਬਾਕੀ ਅਮੀਰ ਲੋਕ ਕਰਦੇ ਹਨ। ਇਸ ਦੀ ਬਜਾਏ ਉਸ ਨੇ ਆਪਣਾ ਹੱਥ ਮੇਰੇ ਵੱਲ ਹਿਲਾਇਆ, ਤਾਂ ਕਿ ਸਾਰੇ ਲੋਕ ਇਹ ਦੇਖ ਲੈਣ ਕਿ ਉਹ ਸੰਗੀਤਕਾਰ ਕੋਬੀ ਨੂੰ ਮੁਸਕਰਾ ਕੇ ਜਵਾਬ ਦੇ ਰਿਹਾ ਹੈ।'

ਬੰਜ਼ਿਰ ਨੇ ਕਿਹਾ, 'ਲੋਕ ਕਹਿੰਦੇ ਹਨ ਕਿ ਅਰਕਾਦ ਬੇਬੀਲੋਨ ਦਾ ਸਭ ਤੋਂ ਅਮੀਰ ਆਦਮੀ ਹੈ।'

ਕੋਬੀ ਨੇ ਜਵਾਬ ਦਿੱਤਾ, 'ਏਨਾ ਅਮੀਰ ਕੀ ਸਮਰਾਟ ਵੀ ਖਜ਼ਾਨੇ ਲਈ ਸਮੇਂ-ਸਮੇਂ 'ਤੇ ਉਸ ਦੀ ਮਦਦ ਲੈਂਦਾ ਰਹਿੰਦਾ ਹੈ।'

ਬੰਜ਼ਿਰ ਵਿੱਚ ਹੀ ਬੋਲ ਪਿਆ, 'ਏੱਨਾ ਅਮੀਰ! ਜੇਕਰ ਉਹ ਮੈਨੂੰ ਕਿਤੇ ਰਾਤ ਦੇ ਹਨੇਰੇ ਵਿੱਚ ਮਿਲ ਜਾਏ, ਤਾਂ ਮੈਨੂੰ ਡਰ ਹੈ ਕਿ ਮੇਰਾ ਹੱਥ ਉਸ ਦੇ ਮੋਟੇ ਬਟੂਏ 'ਤੇ ਚਲਾ ਜਾਏਗਾ।'

ਕੋਬੀ ਨੇ ਝਿੜਕਦਿਆਂ ਹੋਇਆਂ ਕਿਹਾ, 'ਬਕਵਾਸ! ਇਨਸਾਨ ਦੀ ਦੌਲਤ ਉਸ ਦੇ ਬਟੂਏ ਵਿੱਚ ਨਹੀਂ ਹੁੰਦੀ। ਜੇਕਰ ਬਟੂਏ ਵਿੱਚ ਹਰ ਰੋਜ਼ ਧਨ ਨਾ ਆਏ, ਤਾਂ ਮੋਟੇ ਤੋਂ ਮੋਟਾ ਬਟੂਆ ਵੀ ਛੇਤੀ ਹੀ ਖਾਲੀ ਹੋ ਜਾਂਦਾ ਹੈ। ਅਰਕਾਦ ਦੀ ਆਮਦਨ ਏਨੀ ਜ਼ਿਆਦਾ ਹੈ ਕਿ ਉਹ ਕਿੰਨਾ ਹੀ ਦਿਲ ਖੋਲ੍ਹ ਕੇ ਖਰਚ ਕਰੇ, ਉਸ ਦਾ ਬਟੂਆ ਹਮੇਸ਼ਾ ਭਰਿਆ ਹੀ ਰਹਿੰਦਾ ਹੈ।'

'ਆਮਦਨ ਹੀ ਤਾਂ ਸਭ ਤੋਂ ਵੱਡੀ ਗੱਲ ਹੈ,' ਬੰਜ਼ਿਰ ਬੋਲਿਆ। ''ਮੈਂ ਚਾਹੁੰਦਾ ਹਾਂ ਕਿ ਮੇਰੇ ਬਟੂਏ ਵਿੱਚ ਵੀ ਆਮਦਨ ਆਉਂਦੀ ਹੀ ਰਹੇ, ਭਾਵੇਂ ਮੈਂ ਦੀਵਾਰ 'ਤੇ ਬੈਠਾ ਹੀ ਰਹਾਂ ਜਾਂ ਦੂਰ ਦੇਸ਼ਾਂ ਦੀ ਯਾਤਰਾ ਕਰਨ ਲਈ ਚਲਾ ਜਾਂਵਾਂ। ਅਰਕਾਦ ਨੂੰ ਪਤਾ ਹੋਵੇਗਾ ਕਿ ਆਮਦਨ ਕਿਵੇਂ ਵਧਾਈ ਜਾ ਸਕਦੀ ਹੈ। ਕੀ ਤੈਨੂੰ ਲਗਦਾ ਹੈ ਕਿ ਉਹ ਮੇਰੇ ਵਰਗੇ ਘੱਟ ਦਿਮਾਗ ਵਾਲੇ ਬੰਦੇ ਨੂੰ ਇਹ ਗੱਲ ਸਾਫ਼ ਤੌਰ 'ਤੇ ਸਮਝਾ ਸਕਦਾ ਹੈ?'

ਕੋਬੀ ਨੇ ਕਿਹਾ, 'ਮੈਂ ਸੁਣਿਆ ਹੈ ਕਿ ਉਸ ਨੇ ਆਪਣੇ ਪੁੱਤਰ ਨੌਮਾਜ਼ਿਰ ਨੂੰ ਇਹ ਗਿਆਨ ਦਿੱਤਾ ਸੀ। ਉਸ ਤੋਂ ਬਾਅਦ ਨੌਮਾਜ਼ਿਰ ਨਿਨੇਵਾ ਗਿਆ ਅਤੇ ਆਪਣੇ ਪਿਤਾ ਦੀ ਮਦਦ ਤੋਂ ਬਿਨਾਂ ਹੀ ਬਹੁਤ ਅਮੀਰ ਬਣ ਗਿਆ!'

'ਕੋਬੀ, ਤੂੰ ਇੱਕ ਬਹੁਤ ਵਧੀਆ ਵਿਚਾਰ ਦਿੱਤਾ ਹੈ।' ਬੰਜ਼ਿਰ ਦੀਆਂ ਅੱਖਾਂ ਵਿੱਚ ਇੱਕ ਨਵੀਂ ਰੋਸ਼ਨੀ ਚਮਕਣ ਲੱਗੀ। 'ਚੰਗੇ ਦੋਸਤ ਦੀ ਸਮਝਦਾਰੀ ਵਾਲੀ ਸਲਾਹ ਮੁਫ਼ਤ ਵਿੱਚ ਮਿਲਦੀ ਹੈ ਅਤੇ ਅਰਕਾਦ ਹਮੇਸ਼ਾ ਸਾਡਾ ਚੰਗਾ ਦੋਸਤ ਰਿਹਾ ਹੈ। ਇਸ ਗੱਲ ਨਾਲ ਕੋਈ

ਫ਼ਰਕ ਨਹੀਂ ਪੈਂਦਾ ਹੈ ਕਿ ਸਾਡੇ ਬਟੂਏ ਖਾਲੀ ਹਨ। ਸਾਡੀ ਗਰੀਬਾਂ ਹੁਣ ਸਾਨੂੰ ਨਹੀਂ ਰੋਕ ਸਕਦੀ। ਹੁਣ ਅਸੀਂ ਸੋਨੇ ਦੀ ਨਗਰੀ ਵਿੱਚ ਗਰੀਬੀ ਵਾਂਗ ਰਹਿ-ਰਹਿ ਕੇ ਤੰਗ ਆ ਚੁੱਕੇ ਹਾਂ। ਅਸੀਂ ਅਮੀਰ ਬਣਨਾ ਚਾਹੁੰਦੇ ਹਾਂ। ਆਓ, ਅਰਕਾਦ ਕੋਲ ਜਾ ਕੇ ਉਸ ਤੋਂ ਇਹ ਸਿੱਖੀਏ ਕਿ ਅਸੀਂ ਆਪਣੀ ਆਮਦਨ ਅਤੇ ਦੌਲਤ ਕਿਵੇਂ ਵਧਾ ਸਕਦੇ ਹਾਂ।'

'ਤੂੰ ਮੇਰੇ ਦਿਲ ਦੀ ਗੱਲ ਕਹਿ ਦਿੱਤੀ। ਤੇਰੀਆਂ ਗੱਲਾਂ ਨਾਲ ਮੇਰੇ ਮਨ ਵਿੱਚ ਇੱਕ ਨਵਾਂ ਵਿਚਾਰ ਆਇਆ ਹੈ। ਹੁਣ ਮੈਂ ਇਹ ਸਮਝ ਗਿਆ ਹਾਂ ਕਿ ਅਸੀਂ ਕਦੇ ਅਮੀਰ ਕਿਉਂ ਨਹੀਂ ਬਣ ਸਕੇ। ਸੱਚ ਤਾਂ ਇਹ ਹੈ ਕਿ ਅੱਜ ਤੋਂ ਪਹਿਲਾਂ ਅਸੀਂ ਕਦੇ ਅਮੀਰ ਬਣਨਾ ਹੀ ਨਹੀਂ ਚਾਹਿਆ। ਤੇਰਾ ਉਦੇਸ਼ ਇਹੀ ਸੀ ਕਿ ਤੂੰ ਬੇਬੀਲੋਨ ਦੇ ਸਭ ਤੋਂ ਮਜ਼ਬੂਤ ਰਥ ਬਣਾਉਂਗਾ ਅਤੇ ਤੂੰ ਲਗਨ ਨਾਲ ਉਸ ਪਾਸੇ ਹੀ ਮਿਹਨਤ ਕਰਦਾ ਰਿਹਾ। ਤੂੰ ਆਪਣੇ ਉੱਤਮ ਯਤਨ ਉਸ ਉਦੇਸ਼ ਨੂੰ ਸਮਰਪਿਤ ਕਰ ਦਿੱਤੇ। ਇਸ ਲਈ ਤੂੰ ਉਸ ਕੰਮ ਵਿੱਚ ਸਫਲ ਹੋਇਆ। ਮੇਰਾ ਉਦੇਸ਼ ਵਧੀਆ ਸੰਗੀਤਕਾਰ ਬਣਨਾ ਸੀ ਅਤੇ ਮੈਂ ਉਸ ਦਿਸ਼ਾ ਵਿੱਚ ਮਿਹਨਤ ਕੀਤੀ। ਅਖੀਰ ਮੈਂ ਆਪਣੇ ਉਦੇਸ਼ ਤੱਕ ਪਹੁੰਚਣ ਵਿੱਚ ਸਫਲ ਹੋਇਆ।'

''ਜਿਨ੍ਹਾਂ ਉਦੇਸ਼ਾਂ ਦੀ ਦਿਸ਼ਾ ਵਿੱਚ ਅਸੀਂ ਮਿਹਨਤ ਕੀਤੀ, ਉਨ੍ਹਾਂ ਤੱਕ ਪਹੁੰਚਣ ਵਿੱਚ ਸਾਨੂੰ ਸਫਲਤਾ ਮਿਲੀ। ਦੇਵਤਿਆਂ ਨੂੰ ਇਨ੍ਹਾਂ ਹਾਲਾਤਾਂ ਨੂੰ ਅਜਿਹਾ ਹੀ ਚਲਾਉਣ ਵਿੱਚ ਕੋਈ ਮੁਸ਼ਕਿਲ ਨਹੀਂ ਹੈ। ਖੈਰ, ਹੁਣ ਸਾਨੂੰ ਚੜ੍ਹਦੇ ਸੂਰਜ ਦੀ ਕਿਰਨ ਨਜ਼ਰ ਆ ਗਈ ਹੈ। ਇਹ ਸਾਨੂੰ ਸੱਦਾ ਦੇ ਰਹੀ ਹੈ ਕਿ ਅਸੀਂ ਅਮੀਰ ਬਣਨ ਦਾ ਢੰਗ ਸਿੱਖੀਏ। ਜੇਕਰ ਅਸੀਂ ਅਮੀਰ ਬਣਨ ਦਾ ਢੰਗ ਸਿੱਖ ਲਵਾਂਗੇ, ਤਾਂ ਸਾਡੀਆਂ ਸਾਰੀਆਂ ਇੱਛਾਵਾਂ ਚੁਟਕੀ ਵਜਾਉਂਦੇ ਹੀ ਪੂਰੀਆਂ ਹੋ ਜਾਣਗੀਆਂ।''

ਬੰਜ਼ਿਰ ਨੇ ਬੇਨਤੀ ਕੀਤੀ, 'ਅਸੀਂ ਅੱਜ ਹੀ ਅਰਕਾਦ ਕੋਲ ਚਲਦੇ ਹਾਂ। ਇਸ ਤੋਂ ਇਲਾਵਾ ਅਸੀਂ ਆਪਣੇ ਬਚਪਨ ਦੇ ਉਨ੍ਹਾਂ ਦੋਸਤਾਂ ਨੂੰ ਵੀ ਲੈ ਚੱਲਾਂਗੇ, ਜਿਨ੍ਹਾਂ ਦਾ ਹਾਲ ਵੀ ਸਾਡੇ ਵਾਂਗ ਹੀ ਹੈ। ਮੈਂ ਚਾਹੁੰਦਾ ਹਾਂ ਕਿ ਉਹ ਵੀ ਅਰਕਾਦ ਦੇ ਗਿਆਨ ਦਾ ਲਾਭ ਲੈਣ।'

'ਬੰਜ਼ਿਰ, ਤੂੰ ਹਮੇਸ਼ਾ ਆਪਣੇ ਦੋਸਤਾਂ ਦਾ ਬਹੁਤ ਧਿਆਨ ਰੱਖਦਾ ਹੈਂ। ਇਸ ਲਈ ਤੁਹਾਡੇ ਬਹੁਤ ਸਾਰੇ ਦੋਸਤ ਹਨ। ਤੁਸੀਂ ਜਿਸ ਤਰ੍ਹਾਂ ਕਹਿੰਦੇ ਹੋ, ਅਸੀਂ ਉਂਜ ਹੀ ਕਰਾਂਗੇ। ਅਸੀਂ ਅੱਜ ਵੀ ਚੱਲਾਂਗੇ ਅਤੇ ਆਪਣੇ ਬਚਪਨ ਦੇ ਦੋਸਤਾਂ ਨੂੰ ਵੀ ਨਾਲ ਲੈ ਜਾਵਾਂਗੇ।'

***

ਬੇਬੀਲੋਨ ਦਾ ਸਭ ਤੋਂ ਅਮੀਰ ਆਦਮੀ

ਪੁਰਾਣੇ ਬੇਬੀਲੋਨ ਵਿੱਚ ਕਦੇ ਅਰਕਾਦ ਨਾਂ ਦਾ ਬਹੁਤ ਅਮੀਰ ਆਦਮੀ ਰਹਿੰਦਾ ਸੀ। ਉਸ ਦੀ ਬਹੁਤੀ ਦੌਲਤ ਦੇ ਚਰਚੇ ਦੂਰ-ਦੂਰ ਤੱਕ ਫੈਲੇ ਹੋਏ ਸਨ। ਇਸ ਤੋਂ ਇਲਾਵਾ ਉਸ ਦਾ ਵੱਡਾ ਦਿੱਲ ਵੀ ਮਸ਼ਹੂਰ ਸੀ। ਉਹ ਦਿਲ ਖੋਲ੍ਹ ਕੇ ਦਾਨ ਦਿੰਦਾ ਸੀ ਅਤੇ ਖੁੱਲ੍ਹੇ ਹੱਥਾਂ ਨਾਲ ਖਰਚ ਕਰਦਾ ਸੀ। ਫਿਰ ਵੀ ਹਰ ਸਾਲ ਉਹ ਜਿੰਨਾ ਖਰਚ ਕਰਦਾ ਸੀ, ਉਸ ਦੀ ਦੌਲਤ ਉਸ ਤੋਂ ਵੀ ਬਹੁਤੀ ਤੇਜ਼ੀ ਨਾਲ ਵਧਦੀ ਸੀ।

ਉਸ ਦੇ ਬਚਪਨ ਦੇ ਕੁਝ ਮਿੱਤਰਾਂ ਨੇ ਇੱਕ ਦਿਨ ਉਸ ਕੋਲ ਆ ਕੇ ਕਿਹਾ, 'ਅਰਕਾਦ, ਤੁਸੀਂ ਸਾਡੇ ਨਾਲੋਂ ਜ਼ਿਆਦਾ ਖ਼ੁਸ਼ਕਿਸਮਤ ਹੋ। ਤੁਸੀਂ ਬੇਬੀਲੋਨ ਦੇ ਸਭ ਤੋਂ ਅਮੀਰ ਬੰਦੇ ਬਣ ਗਏ ਹੋ, ਜਦੋਂ ਕਿ ਅਸੀਂ ਮੁਸ਼ਕਿਲ ਨਾਲ ਗੁਜ਼ਾਰਾ ਹੀ ਕਰ ਰਹੇ ਹਾਂ। ਤੁਸੀਂ ਵਧੀਆ ਕੱਪੜੇ ਪਾ ਸਕਦੇ ਹੋ ਅਤੇ ਚੰਗੇ ਭੋਜਨ ਦਾ ਆਨੰਦ ਲੈ ਸਕਦੇ ਹੋ, ਜਦੋਂ ਕਿ ਸਾਡਾ ਹਾਲ ਇਹ ਹੈ ਕਿ ਜੇਕਰ ਸਾਡੇ ਪਰਿਵਾਰ ਨੂੰ ਰੱਜ ਕੇ ਭੋਜਨ ਅਤੇ ਸਰੀਰ ਢਕਣ ਨੂੰ ਕੱਪੜਾ ਮਿਲ ਜਾਵੇ, ਤਾਂ ਸਾਡੀ ਖ਼ੁਸ਼ੀ ਦਾ ਟਿਕਾਣਾ ਨਹੀਂ ਰਹਿੰਦਾ।

'ਪਰ ਕਦੇ ਅਸੀਂ ਇੱਕੋ ਜਿਹੇ ਸਾਂ। ਸਾਨੂੰ ਇੱਕ ਹੀ ਅਧਿਆਪਕ ਨੇ ਪੜ੍ਹਾਇਆ ਹੈ। ਅਸੀਂ ਇਕੱਠੇ ਖੇਡੇ ਹਾਂ। ਪੜ੍ਹਾਈ ਜਾਂ ਖੇਡ ਵਿੱਚ ਤੁਸੀਂ ਸਾਡੇ ਨਾਲੋਂ ਅੱਗੇ ਨਹੀਂ ਸੀ ਅਤੇ ਇਸ ਤੋਂ ਇਲਾਵਾ ਵੀ ਕਈ ਸਾਲ ਤੱਕ ਤੁਹਾਡੀ ਹਾਲਤ ਸਾਡੇ ਨਾਲੋਂ ਚੰਗੀ ਨਹੀਂ ਸੀ।'

'ਜਿੱਥੋਂ ਤੱਕ ਅਸੀਂ ਜਾਣਦੇ ਹਾਂ, ਤੁਸੀਂ ਸਾਡੇ ਨਾਲੋਂ ਬਹੁਤੀ ਸਖ਼ਤ ਮਿਹਨਤ ਵੀ ਨਹੀਂ ਕੀਤੀ। ਫਿਰ ਅਜਿਹਾ ਕੀ ਹੈ ਕਿ ਕਿਸਮਤ ਤੁਹਾਡੇ 'ਤੇ ਮਿਹਰਬਾਨ ਹੋ ਗਈ ਅਤੇ ਉਸ ਨੇ ਤੁਹਾਨੂੰ ਜ਼ਿੰਦਗੀ ਦੀਆਂ ਸਾਰੀਆਂ ਖ਼ੁਸ਼ੀਆਂ ਦੇ ਦਿੱਤੀਆਂ, ਜਦੋਂ ਕਿ ਉਸ ਨੇ ਸਾਨੂੰ ਨਜ਼ਰਅੰਦਾਜ਼ ਕਰ ਦਿੱਤਾ, ਹਾਲਾਂਕਿ ਅਸੀਂ ਵੀ ਤੁਹਾਡੇ ਜਿੰਨੇ ਹੀ ਹੱਕਦਾਰ ਸੀ?'

ਇਸ 'ਤੇ ਅਰਕਾਦ ਨੇ ਕਿਹਾ, 'ਜੇਕਰ ਤੁਹਾਨੂੰ ਪੈਸੇ ਦੀ ਅੌਖ ਆ ਰਹੀ ਹੈ, ਤਾਂ ਇਸ ਦਾ ਕਾਰਨ ਇਹ ਹੈ ਕਿ ਜਾਂ ਤਾਂ ਤੁਸੀਂ ਦੌਲਤ ਇਕੱਠੀ ਕਰਨ ਦੇ ਨਿਯਮਾਂ ਨੂੰ ਨਹੀਂ ਜਾਣ ਸਕੇ, ਜਾਂ ਫਿਰ ਤੁਸੀਂ ਉਨ੍ਹਾਂ ਦਾ ਪਾਲਣ ਨਹੀਂ ਕਰਦੇ ਹੋ।

''ਕਿਸਮਤ ਇੱਕ ਅਜਿਹੀ ਮਾੜੀ ਦੇਵੀ ਹੈ, ਜੋ ਕਿਸੇ ਦਾ ਵੀ ਪੱਕੇ ਤੌਰ 'ਤੇ ਭਲਾ ਨਹੀਂ ਕਰਦੀ। ਜਿਸ 'ਤੇ ਵੀ ਇਹ ਬਿਨਾਂ ਮਿਹਨਤ ਦੇ ਪੈਸੇ ਦੀ ਵਰਖਾ ਕਰ ਦਿੰਦੀ ਹੈ,

ਉਹ ਲਗਭਗ ਹਮੇਸ਼ਾ ਲਈ ਬਰਬਾਦ ਹੋ ਜਾਂਦਾ ਹੈ। ਇਸ ਦੀ ਮਿਹਰਬਾਨੀ ਤੋਂ ਬਾਅਦ ਇਨਸਾਨ ਬੇਤਹਾਸ਼ਾ ਖਰਚ ਕਰਨ ਲਗ ਪੈਂਦਾ ਹੈ ਅਤੇ ਕੁਝ ਹੀ ਸਮੇਂ ਵਿੱਚ ਆਪਣੀ ਸਾਰੀ ਦੌਲਤ ਗੁਆ ਬੈਠਦਾ ਹੈ। ਦੌਲਤ ਤਾਂ ਚਲੀ ਜਾਂਦੀ ਹੈ, ਪਰ ਉਸ ਦੇ ਅੰਦਰ ਬਹੁਤ ਸਾਰੀਆਂ ਇੱਛਾਵਾਂ ਦੀ ਭੁੱਖ ਬਾਕੀ ਰਹਿ ਜਾਂਦੀ ਹੈ, ਜਿਨ੍ਹਾਂ ਨੂੰ ਪੂਰਾ ਕਰਨ ਦਾ ਹੁਣ ਉਸ ਕੋਲ ਸਾਧਨ ਨਹੀਂ ਹੈ। ਜਿਨ੍ਹਾਂ ਲੋਕਾਂ 'ਤੇ ਕਿਸਮਤ ਮਿਹਰਬਾਨ ਹੁੰਦੀ ਹੈ, ਉਨ੍ਹਾਂ ਵਿੱਚੋਂ ਕਈ ਕੰਜੂਸ ਬਣ ਜਾਂਦੇ ਹਨ ਅਤੇ ਆਪਣੀ ਦੌਲਤ ਨੂੰ ਗੰਢ ਮਾਰ ਕੇ ਰੱਖਦੇ ਹਨ। ਉਹ ਖਰਚ ਕਰਨ ਤੋਂ ਡਰਦੇ ਹਨ, ਕਿਉਂਕਿ ਉਹ ਜਾਣਦੇ ਹਨ ਕਿ ਜੇਕਰ ਉਨ੍ਹਾਂ ਦੀ ਦੌਲਤ ਚਲੀ ਗਈ ਤਾਂ ਉਸ ਤੋਂ ਬਾਅਦ ਉਨ੍ਹਾਂ ਵਿੱਚ ਦੌਲਤ ਕਮਾਉਣ ਦੀ ਯੋਗਤਾ ਨਹੀਂ ਹੈ। ਇਸ ਤੋਂ ਇਲਾਵਾ ਉਨ੍ਹਾਂ ਨੂੰ ਚੋਰਾਂ ਅਤੇ ਡਾਕੂਆਂ ਦਾ ਡਰ ਵੀ ਸਤਾਉਂਦਾ ਹੈ। ਇਸ ਤਰ੍ਹਾਂ ਉਨ੍ਹਾਂ ਦੀ ਜ਼ਿੰਦਗੀ ਖੋਖਲੀ ਅਤੇ ਦੁੱਖ ਭਰੀ ਹੋ ਜਾਂਦੀ ਹੈ।''

'ਸ਼ਾਇਦ ਅਜਿਹੇ ਲੋਕ ਵੀ ਹੋਣਗੇ, ਜੋ ਮਿਹਨਤ ਦੇ ਬਿਨਾਂ ਕਮਾਈ ਦੌਲਤ ਨੂੰ ਲੈ ਕੇ ਉਸ ਨੂੰ ਵਧਾ ਲੈਣ ਅਤੇ ਸੁਖੀ ਨਾਗਰਿਕ ਵਜੋਂ ਜੀਵਨ ਗੁਜ਼ਾਰਨ। ਪਰ ਅਜਿਹੇ ਲੋਕ ਬਹੁਤ ਘੱਟ ਹੋਣਗੇ। ਮੈਂ ਅੱਜ ਤੱਕ ਅਜਿਹੇ ਕਿਸੇ ਵਿਅਕਤੀ ਨੂੰ ਨਹੀਂ ਦੇਖਿਆ, ਹਾਲਾਂਕਿ ਮੈਂ ਇਸ ਬਾਰੇ ਕਈ ਅਫ਼ਵਾਹਾਂ ਜ਼ਰੂਰ ਸੁਣੀਆਂ ਹਨ। ਜੇਕਰ ਤੁਹਾਨੂੰ ਯਕੀਨ ਨਹੀਂ ਹੋ ਰਿਹਾ, ਤਾਂ ਆਪਣੀ ਜਾਣ-ਪਛਾਣ ਦੇ ਉਨ੍ਹਾਂ ਲੋਕਾਂ ਬਾਰੇ ਸੋਚੋ, ਜਿਨ੍ਹਾਂ ਨੂੰ ਵਿਰਾਸਤ ਵਿੱਚ ਅਚਾਨਕ ਦੌਲਤ ਮਿਲੀ ਸੀ। ਕੀ ਅਜਿਹਾ ਨਹੀਂ ਹੁੰਦਾ?'

ਅਰਕਾਦ ਦੇ ਦੋਸਤਾਂ ਨੇ ਸਵੀਕਾਰ ਕੀਤਾ ਕਿ ਜਿਨ੍ਹਾਂ ਲੋਕਾਂ ਨੂੰ ਵਿਰਾਸਤ ਵਿੱਚ ਦੌਲਤ ਮਿਲੀ ਸੀ, ਉਨ੍ਹਾਂ ਬਾਰੇ ਇਹ ਸੱਚ ਸੀ। ਪਰ ਦੋਸਤਾਂ ਨੇ ਅਰਕਾਦ ਨੂੰ ਕਿਹਾ ਕਿ ਉਹ ਆਪਣੇ ਅਮੀਰ ਬਣਨ ਦੀ ਕਹਾਣੀ ਖੁੱਲ੍ਹ ਕੇ ਦੱਸੇ। ਇਸ ਦੇ ਜਵਾਬ ਵਿੱਚ ਅਰਕਾਦ ਨੇ ਕਿਹਾ,

'ਆਪਣੀ ਜਵਾਨੀ ਵਿੱਚ ਮੈਂ ਆਪਣੇ ਚਾਰੇ ਪਾਸੇ ਸੁਖ ਅਤੇ ਸੰਤੁਸ਼ਟੀ ਦੇਣ ਵਾਲੀਆਂ ਬਹੁਤ ਸਾਰੀਆਂ ਚੰਗੀਆਂ ਚੀਜ਼ਾਂ ਦੇਖੀਆਂ। ਇਸ ਤੋਂ ਬਾਅਦ ਮੈਂ ਇਹ ਵੀ ਦੇਖਿਆ ਕਿ ਦੌਲਤ ਇਨ੍ਹਾਂ ਸਾਰੀਆਂ ਦੀ ਤਾਕਤ ਨੂੰ ਵਧਾ ਦਿੰਦੀ ਹੈ।'

'ਦੌਲਤ ਵਿੱਚ ਤਾਕਤ ਹੁੰਦੀ ਹੈ। ਦੌਲਤ ਹੋਵੇ, ਤਾਂ ਬਹੁਤ ਸਾਰੀਆਂ ਚੀਜ਼ਾਂ ਸੰਭਵ ਹਨ।'

'ਤੁਸੀਂ ਆਪਣੇ ਘਰ ਨੂੰ ਸਭ ਤੋਂ ਮਹਿੰਗੇ ਸਮਾਨ ਨਾਲ ਸਜਾ ਸਕਦੇ ਹੋ।'

'ਤੁਸੀਂ ਦੂਰ ਦੇਸ਼ਾਂ ਦੀ ਯਾਤਰਾ ਕਰ ਸਕਦੇ ਹੋ।'

'ਤੁਸੀਂ ਦੂਰ ਦੇ ਦੇਸ਼ਾਂ ਦੇ ਸਵਾਦੀ ਭੋਜਨਾਂ ਦਾ ਸਵਾਦ ਲੈ ਸਕਦੇ ਹੋ।'

'ਤੁਸੀਂ ਸੁਨਿਆਰ ਅਤੇ ਜੌਹਰੀ ਤੋਂ ਗਹਿਣੇ ਖਰੀਦ ਸਕਦੇ ਹੋ।'

'ਤੁਸੀਂ ਪਰਮਾਤਮਾ ਦੇ ਸੁੰਦਰ ਮੰਦਰ ਵੀ ਬਣਵਾ ਸਕਦੇ ਹੋ।'

'ਤੁਸੀਂ ਇਹ ਸਾਰੇ ਕੰਮ ਕਰ ਸਕਦੇ ਹੋ ਅਤੇ ਇਸ ਤੋਂ ਇਲਾਵਾ ਕਈ ਅਜਿਹੇ ਕੰਮ ਵੀ ਕਰ ਸਕਦੇ ਹੋ, ਜਿਨ੍ਹਾਂ ਨਾਲ ਇੰਦਰੀਆਂ ਨੂੰ ਅਨੰਦ ਅਤੇ ਆਤਮਾ ਨੂੰ ਸੁੱਖ ਮਿਲੇ।'

'ਅਤੇ ਜਦੋਂ ਮੈਨੂੰ ਇਨ੍ਹਾਂ ਸਾਰੀਆਂ ਗੱਲਾਂ ਦਾ ਅਹਿਸਾਸ ਹੋਇਆ, ਤਾਂ ਮੈਂ ਇਹ ਸੰਕਲਪ ਕੀਤਾ ਕਿ ਮੈਂ ਜ਼ਿੰਦਗੀ ਦੀਆਂ ਸਾਰੀਆਂ ਚੰਗੀਆਂ ਚੀਜ਼ਾਂ ਹਾਸਲ ਕਰਕੇ ਰਹਾਂਗਾ। ਮੈਂ ਉਨ੍ਹਾਂ ਲੋਕਾਂ ਵਰਗਾ ਨਹੀਂ ਬਣਾਂਗਾ, ਜੋ ਦੂਰ ਖੜ੍ਹੇ ਰਹਿੰਦੇ ਹਨ ਅਤੇ ਸੁਖੀ ਲੋਕਾਂ ਨਾਲ ਈਰਖਾ ਕਰਦੇ ਹਨ। ਮੈਂ ਸਸਤੇ ਕੱਪੜਿਆਂ ਨਾਲ ਸੰਤੁਸ਼ਟ ਨਹੀਂ ਰਹਾਂਗਾ, ਜਿਨ੍ਹਾਂ ਵਿੱਚ ਲੋਕ ਸਨਮਾਨਜਨਕ ਨਜ਼ਰ ਆਉਣ ਦੀ ਕੋਸ਼ਿਸ਼ ਕਰਦੇ ਹਨ। ਮੈਂ ਗਰੀਬ ਆਦਮੀ ਦੀ ਜ਼ਿੰਦਗੀ ਨਾਲ ਸੰਤੁਸ਼ਟ ਨਹੀਂ ਰਹਾਂਗਾ। ਇਸ ਦੇ ਉਲਟ, ਮੈਂ ਚੰਗੀਆਂ ਚੀਜ਼ਾਂ ਦੇ ਜਸ਼ਨ ਨਾਲ ਖੁਦ ਨੂੰ ਇੱਕ ਸਨਮਾਨਿਤ ਮਹਿਮਾਨ ਬਣਾਵਾਂਗਾ।'

'ਜਿਵੇਂ ਤੁਸੀਂ ਲੋਕ ਜਾਣਦੇ ਹੋ, ਮੇਰੇ ਪਿਤਾ ਇੱਕ ਛੋਟੇ ਵਪਾਰੀ ਸਨ ਅਤੇ ਸਾਡਾ ਪਰਿਵਾਰ ਵੱਡਾ ਸੀ, ਇਸ ਲਈ ਮੈਨੂੰ ਵਿਰਾਸਤ ਵਿੱਚ ਕੁਝ ਮਿਲਣ ਦੀ ਕੋਈ ਉਮੀਦ ਨਹੀਂ ਸਨ। ਜਿਵੇਂ ਤੁਸੀਂ ਲੋਕਾਂ ਨੇ ਕਿਹਾ ਹੈ, ਮੇਰੇ ਵਿੱਚ ਤੇਜ਼ ਬੁੱਧੀ ਜਾਂ ਖਾਸ ਯੋਗਤਾ ਵੀ ਨਹੀਂ ਸਨ। ਇਸ ਲਈ ਮੈਂ ਫੈਸਲਾ ਕੀਤਾ ਕਿ ਜੇਕਰ ਮੈਂ ਆਪਣੀ ਇੱਛਾ ਪੂਰੀ ਕਰਨਾ ਚਾਹੁੰਦਾ ਹਾਂ, ਤਾਂ ਇਸ ਲਈ ਮੈਨੂੰ ਸਮੇਂ ਅਤੇ ਗਿਆਨ ਦੀ ਲੋੜ ਹੈ।'

'ਜਿੱਥੋਂ ਤੱਕ ਸਮੇਂ ਦਾ ਸਵਾਲ ਹੈ, ਇਹ ਸਭ ਕੋਲ ਬਹੁਤ ਵੱਡੀ ਮਾਤਰਾ ਵਿੱਚ ਹੁੰਦਾ ਹੈ। ਤੁਹਾਡੇ ਸਾਰਿਆਂ ਕੋਲ ਦੌਲਤਮੰਦ ਬਣਨ ਲਈ ਕਾਫੀ ਸਮਾਂ ਸੀ, ਜਿਸ ਨੂੰ ਤੁਸੀਂ ਬਰਬਾਦ ਕਰ ਦਿੱਤਾ ਹੈ। ਤੁਹਾਡੇ ਲੋਕਾਂ ਅਨੁਸਾਰ ਤੁਹਾਡੇ ਕੋਲ ਸੰਪਤੀ ਦੇ ਨਾਂਅ 'ਤੇ ਸਿਰਫ ਤੁਹਾਡਾ ਪਰਿਵਾਰ ਹੈ, ਜੋ ਸੱਚਮੁੱਚ ਮਾਣ ਕਰਨ ਦੇ ਯੋਗ ਹੈ।''

''ਜਿੱਥੋਂ ਤੱਕ ਗਿਆਨ ਦਾ ਸਵਾਲ ਹੈ, ਤੁਹਾਨੂੰ ਯਾਦ ਹੋਵੇਗਾ, ਸਾਡੇ ਬੁੱਧੀਮਾਨ ਅਧਿਆਪਕ ਨੇ ਸਾਨੂੰ ਸਾਰਿਆਂ ਨੂੰ ਇਹ ਸਿਖਾਇਆ ਸੀ ਕਿ ਗਿਆਨ ਦੋ ਤਰ੍ਹਾਂ ਦਾ ਹੁੰਦਾ ਹੈ : ਇੱਕ ਗਿਆਨ ਉਹ ਹੁੰਦਾ ਹੈ, ਜੋ ਅਸੀਂ ਸਿੱਖਦੇ ਅਤੇ ਜਾਣਦੇ ਹਾਂ। ਅਤੇ ਦੂਜਾ ਗਿਆਨ ਉਹ ਸਿਖਲਾਈ ਹੈ ਕਿ ਅਸੀਂ ਉਸ ਚੀਜ਼ ਦਾ ਪਤਾ ਕਿਵੇਂ ਲਗਾਈਏ, ਜਿਸ ਨੂੰ ਅਸੀਂ ਨਹੀਂ ਜਾਣਦੇ?''

''ਇਸ ਲਈ ਮੈਂ ਇਹ ਪਤਾ ਲਗਾਉਣ ਦਾ ਫੈਸਲਾ ਕੀਤਾ ਕਿ ਦੌਲਤ ਕਿਵੇਂ ਇਕੱਠੀ ਕੀਤੀ ਜਾ ਸਕਦੀ ਹੈ। ਮੈਂ ਇਹ ਸੰਕਲਪ ਕੀਤਾ ਕਿ ਇਸ ਦਾ ਤਰੀਕਾ ਪਤਾ ਲਗਦਿਆਂ ਹੀ ਮੈਂ ਦੌਲਤ ਇਕੱਠੀ ਕਰਨ ਵਿੱਚ ਲੱਗ ਜਾਵਾਂਗਾ ਅਤੇ ਇਸ ਕੰਮ ਨੂੰ ਚੰਗੀ ਤਰ੍ਹਾਂ ਕਰਾਂਗਾ। ਸਮਝਦਾਰੀ ਇਸੇ ਵਿੱਚ ਹੀ ਹੈ ਕਿ ਜਦੋਂ ਤੱਕ ਅਸੀਂ ਇਸ ਦੁਨੀਆ ਵਿੱਚ ਹਾਂ, ਉਦੋਂ ਤੱਕ ਜ਼ਿੰਦਗੀ ਦਾ ਆਨੰਦ ਲਓ, ਕਿਉਂਕਿ ਇਸ ਦੁਨੀਆ ਤੋਂ ਜਾਣ ਦੇ ਬਾਅਦ ਸਾਨੂੰ ਦੁੱਕਵੇਂ ਦੁੱਖ ਮਿਲਣਗੇ।''

''ਮੈਨੂੰ ਰਿਕਾਰਡ ਰੂਮ ਵਿੱਚ ਨਕਲਨਵੀਸ ਦਾ ਕੰਮ ਮਿਲ ਗਿਆ। ਮੈਂ ਹਰ ਦਿਨ ਕਈ ਘੰਟਿਆਂ ਤੱਕ ਮ੍ਰਿਦਾਪੱਤਰ (ਮਿੱਟੀ ਦੀਆਂ ਤਖ਼ਤੀਆਂ) 'ਤੇ ਮਿਹਨਤ ਨਾਲ ਲਿਖਦਾ ਰਿਹਾ। ਮਹੀਨਿਆਂ ਮਿਹਨਤ ਕਰਨ ਦੇ ਬਾਵਜੂਦ ਮੈਂ ਦੌਲਤ ਦੇ ਨਾਂਅ 'ਤੇ ਕੁਝ ਵੀ ਇਕੱਠਾ ਨਹੀਂ ਕਰ ਸਕਿਆ। ਭੋਜਨ, ਕੱਪੜੇ, ਦੇਵਤਿਆਂ ਦੇ ਪ੍ਰਾਸਚਿਤ ਅਤੇ ਪਤਾ ਨਹੀਂ ਕਿੰਨੀਆਂ ਚੀਜ਼ਾਂ 'ਤੇ ਮੇਰੀ ਸਾਰੀ ਕਮਾਈ ਖਰਚ ਹੋ ਜਾਂਦੀ ਸੀ। ਪਰ ਇਸ ਦੇ ਬਾਵਜੂਦ ਮੇਰਾ ਸੰਕਲਪ ਘੱਟ ਨਹੀਂ ਹੋਇਆ।''

ਫਿਰ ਇੱਕ ਦਿਨ ਸ਼ਾਹੂਕਾਰ ਅਲਗੋਮਿਸ਼ ਸਿਟੀ ਮਾਸਟਰ ਦੇ ਘਰ ਗਿਆ। ਉਨ੍ਹਾਂ ਨੇ ਨਵੇਂ ਨਿਯਮ ਦੀ ਨਕਲ ਮੰਗੀ ਅਤੇ ਮੈਨੂੰ ਕਿਹਾ, 'ਮੈਨੂੰ ਇਹ ਦੋ ਦਿਨ ਵਿੱਚ ਚਾਹੀਦੀ ਹੈ ਅਤੇ ਜੇਕਰ ਇਹ ਕੰਮ ਉਸ ਸਮੇਂ ਤੱਕ ਪੂਰਾ ਹੋ ਗਿਆ, ਤਾਂ ਮੈਂ ਤੁਹਾਨੂੰ ਤਾਂਬੇ ਦੇ ਦੋ ਸਿੱਕੇ ਦਿਆਂਗਾ।'

ਮੈਂ ਸਖ਼ਤ ਮਿਹਨਤ ਕੀਤੀ, ਪਰ ਉਹ ਨਿਯਮ ਲੰਮਾ ਸੀ ਅਤੇ ਜਦੋਂ ਅਲਗੋਮਿਸ਼ ਆਇਆ, ਤਾਂ ਕੰਮ ਅਧੂਰਾ ਪਿਆ ਸੀ। ਉਨ੍ਹਾਂ ਨਾਰਾਜ਼ ਹੋ ਕੇ ਕਿਹਾ ਕਿ ਜੇਕਰ ਮੈਂ ਉਨ੍ਹਾਂ ਦਾ ਗੁਲਾਮ ਹੁੰਦਾ ਤਾਂ ਉਹ ਮੇਰੀ ਚਮੜੀ ਉਧੇੜ ਦਿੰਦੇ। ਖੈਰ, ਮੈਂ ਜਾਣਦਾ ਸੀ ਕਿ ਸਿਟੀ ਮਾਸਟਰ ਉਨ੍ਹਾਂ ਨੂੰ ਮੇਰੇ 'ਤੇ ਹੱਥ ਨਹੀਂ ਚੁੱਕਣ ਦੇਣਗੇ, ਇਸ ਲਈ ਮੈਨੂੰ ਇਸ ਗੱਲ ਦਾ ਡਰ ਨਹੀਂ ਸੀ। ਮੈਂ ਉਨ੍ਹਾਂ ਨੂੰ ਕਿਹਾ, 'ਅਲਗੋਮਿਸ਼, ਤੁਸੀਂ ਬਹੁਤ ਅਮੀਰ ਹੋ। ਮੈਨੂੰ ਦੱਸੋ ਕਿ ਮੈਂ ਵੀ ਅਮੀਰ ਕਿਵੇਂ ਬਣ ਸਕਦਾ ਹਾਂ। ਜੇਕਰ ਤੁਸੀਂ ਅਜਿਹਾ ਕਰਨ ਦਾ ਵਾਅਦਾ ਕਰੋ, ਤਾਂ ਮੈਂ ਸਾਰੀ ਰਾਤ ਮਿੱਟੀ ਦੀਆਂ ਤਖ਼ਤੀਆਂ 'ਤੇ ਲਿਖਾਂਗਾ ਅਤੇ ਸੂਰਜ ਚੜ੍ਹਨ ਤੱਕ ਤੁਹਾਡਾ ਕੰਮ ਪੂਰਾ ਹੋ ਜਾਵੇਗਾ।'

ਉਹ ਮੇਰੇ ਵੱਲ ਦੇਖ ਕੇ ਮੁਸਕਰਾਏ ਅਤੇ ਕਿਹਾ, 'ਤੁਸੀਂ ਬਹੁਤ ਹੀ ਆਲਸੀ ਹੋ, ਪਰ ਮੈਨੂੰ ਇਹ ਸੌਦਾ ਮਨਜ਼ੂਰ ਹੈ।'

'ਮੈਂ ਸਾਰੀ ਰਾਤ ਲਿਖਦਾ ਰਿਹਾ, ਹਾਲਾਂਕਿ ਮੇਰੀ ਕਮਰ ਵਿੱਚ ਦਰਦ ਹੋ ਰਿਹਾ ਸੀ, ਤੇਲ ਦੀ ਬਦਬੂ ਨਾਲ ਮੇਰਾ ਸਿਰ ਚਕਰਾ ਰਿਹਾ ਸੀ ਅਤੇ ਮੇਰੀਆਂ ਅੱਖਾਂ ਦੇ ਸਾਹਮਣੇ ਹਨੇਰਾ ਛਾ ਰਿਹਾ ਸੀ। ਪਰ ਜਦੋਂ ਉਹ ਸਵੇਰੇ ਆਏ, ਤਾਂ ਨਿਯਮ ਦੀ ਪੂਰੀ ਨਕਲ ਤਿਆਰ ਹੋ ਚੁੱਕੀ ਸੀ।'

ਫਿਰ ਮੈਂ ਉਨ੍ਹਾਂ ਨੂੰ ਕਿਹਾ, 'ਹੁਣ ਤੁਸੀਂ ਆਪਣਾ ਵਾਅਦਾ ਪੂਰਾ ਕਰੋ।'

''ਉਹ ਦਿਆਲ ਹੋ ਕੇ ਬੋਲੇ, 'ਤੁਸੀਂ ਸੌਦੇ ਦੇ ਆਪਣੇ ਵਾਲਾ ਹਿੱਸਾ ਪੂਰਾ ਕਰ ਲਿਆ ਹੈ, ਪੁੱਤਰ! ਅਤੇ ਮੈਂ ਆਪਣਾ ਹਿੱਸਾ ਪੂਰਾ ਕਰਨ ਲਈ ਤਿਆਰ ਹਾਂ। ਮੈਂ ਤੁਹਾਨੂੰ ਉਹ ਸਾਰੀਆਂ ਗੱਲਾਂ ਦੱਸਾਂਗਾ, ਜੋ ਤੁਸੀਂ ਜਾਣਨਾ ਚਾਹੁੰਦੇ ਹੋ, ਕਿਉਂਕਿ ਮੈਂ ਬਜ਼ੁਰਗ ਹੋ ਰਿਹਾ ਹਾਂ ਅਤੇ ਬਜ਼ੁਰਗ ਲੋਕਾਂ ਨੂੰ ਸਲਾਹ ਦੇਣਾ ਚੰਗਾ ਲਗਦਾ ਹੈ। ਜਦੋਂ ਨੌਜਵਾਨ ਬਜ਼ੁਰਗ ਲੋਕਾਂ ਤੋਂ ਸਲਾਹ ਲੈਂਦੇ ਹਨ ਤਾਂ ਉਨ੍ਹਾਂ ਨੂੰ ਤਜਰਬੇ ਤੋਂ ਹਾਸਲ ਗਿਆਨ ਮਿਲਦਾ ਹੈ। ਪਰ ਅਕਸਰ ਨੌਜਵਾਨ ਇਹ ਮੰਨ ਲੈਂਦੇ ਹਨ ਕਿ ਬਜ਼ੁਰਗ ਲੋਕਾਂ ਕੋਲ ਜਿਹੜਾ ਗਿਆਨ ਹੈ, ਉਹ ਬੀਤੇ ਸਮੇਂ ਦਾ ਗਿਆਨ ਹੈ ਅਤੇ ਮੌਜੂਦਾ ਸਮੇਂ ਵਿੱਚ ਉਸ ਦਾ ਕੋਈ ਲਾਭ ਨਹੀਂ ਹੋਵੇਗਾ। ਇਹੀ ਕਾਰਨ ਹੈ ਕਿ ਉਹ ਉਸ ਗਿਆਨ ਤੋਂ ਲਾਭ ਨਹੀਂ ਚੁੱਕ ਪਾਉਂਦੇ। ਪਰ ਇੱਕ ਗੱਲ ਹਮੇਸ਼ਾ ਯਾਦ ਰੱਖਣਾ, ਅੱਜ ਜੋ ਸੂਰਜ ਚਮਕ ਰਿਹਾ ਹੈ, ਇਹ ਉਹੀ ਸੂਰਜ ਹੈ ਜੋ ਤੁਹਾਡੇ ਪਿਤਾ ਦੇ ਸਮੇਂ ਵਿੱਚ ਚਮਕਦਾ ਸੀ ਅਤੇ ਇਹ ਸੂਰਜ ਉਦੋਂ ਵੀ ਚਮਕਦਾ ਰਹੇਗਾ, ਜਦੋਂ ਤੁਹਾਡੇ ਪੁੱਤ-ਪੋਤੇ ਇਸ ਦੁਨੀਆ ਤੋਂ ਚਲੇ ਜਾਣਗੇ।''

ਉਨ੍ਹਾਂ ਅੱਗੇ ਕਿਹਾ, ''ਨੌਜਵਾਨਾਂ ਦੇ ਵਿਚਾਰ ਉਨ੍ਹਾਂ ਧੂਮਕੇਤੂਆਂ ਵਾਂਗ ਹੁੰਦੇ ਹਨ, ਜੋ ਬਹੁਤੀ ਵਾਰ ਅਸਮਾਨ ਨੂੰ ਚਮਕਦਾਰ ਬਣਾ ਦਿੰਦੇ ਹਨ, ਜਦ ਕਿ ਬਜ਼ੁਰਗਾਂ ਦਾ ਗਿਆਨ

ਸਿਤਾਰਿਆਂ ਵਾਂਗ ਹੁੰਦਾ ਹੈ, ਜਿਨ੍ਹਾਂ ਦੀ ਚਮਕ ਵਿੱਚ ਕੋਈ ਫਰਕ ਨਹੀਂ ਪੈਂਦਾ। ਇਸ ਲਈ ਸਮੁੰਦਰੀ ਯਾਤਰਾ ਕਰਨ ਵਾਲੇ ਲੋਕ ਸਿਤਾਰਿਆਂ ਦੇ ਆਧਾਰ 'ਤੇ ਆਪਣੀ ਦਿਸ਼ਾ ਨਿਰਧਾਰਤ ਕਰਦੇ ਹਨ, ਧੁਮਕੇਤੂਆਂ ਦੇ ਆਧਾਰ 'ਤੇ ਨਹੀਂ ਕਰਦੇ।''

''ਮੇਰੇ ਸ਼ਬਦਾਂ ਨੂੰ ਚੰਗੀ ਤਰ੍ਹਾਂ ਨਾਲ ਗੰਢ ਬੰਨ੍ਹ ਲਓ, ਕਿਉਂਕਿ ਜੇਕਰ ਤੁਸੀਂ ਮੇਰੀਆਂ ਗੱਲਾਂ ਵਿੱਚ ਲੁਕੀ ਸਚਾਈ ਨੂੰ ਨਹੀਂ ਸਮਝ ਸਕੇ, ਤਾਂ ਤੁਹਾਨੂੰ ਲੱਗੇਗਾ ਕਿ ਤੁਹਾਡੀ ਸਾਰੀ ਰਾਤ ਦੀ ਮਿਹਨਤ ਬੇਕਾਰ ਚਲੀ ਗਈ।''

ਫਿਰ ਉਨ੍ਹਾਂ ਨੇ ਆਪਣੇ ਮੋਟੇ ਭਰਵੱਟੇ ਦੇ ਹੇਠੋਂ ਮੇਰੇ 'ਤੇ ਤਿੱਖੀ ਨਜ਼ਰ ਪਾਈ। ਇਸ ਤੋਂ ਬਾਅਦ ਉਨ੍ਹਾਂ ਨੇ ਹੌਲੀ ਅਤੇ ਮਜ਼ਬੂਤ ਲਹਿਜੇ ਵਿੱਚ ਕਿਹਾ, ''ਮੈਂ ਦੌਲਤ ਦੀ ਰਾਹ 'ਤੇ ਉਦੋਂ ਪਹੁੰਚਿਆ, ਜਦੋਂ ਮੈਂ ਇਹ ਫੈਸਲਾ ਕੀਤਾ ਕਿ ਮੈਂ ਆਪਣੀ ਕਮਾਈ ਦਾ ਇੱਕ ਹਿੱਸਾ ਖੁਦ ਰੱਖਾਂਗਾ। ਜੇਕਰ ਤੁਸੀਂ ਵੀ ਅਜਿਹਾ ਹੀ ਕਰੋ, ਤਾਂ ਤੁਸੀਂ ਵੀ ਦੌਲਤ ਦੇ ਰਾਹ 'ਤੇ ਪਹੁੰਚ ਜਾਉਗੇ।''

ਫਿਰ ਉਹ ਮੇਰੇ ਵੱਲ ਤਿੱਖੀ ਨਿਗਾਹ ਨਜ਼ਰ ਨਾਲ ਦੇਖਦੇ ਰਹੇ, ਪਰ ਕਿਹਾ ਕੁਝ ਨਹੀਂ।

ਮੈਂ ਪੁੱਛਿਆ, 'ਬੱਸ ਏਨਾ ਹੀ?'

'ਉਨ੍ਹਾਂ ਨੇ ਜਵਾਬ ਦਿੱਤਾ, 'ਭੇਡਾਂ ਚੁਰਾਉਣ ਵਾਲੇ ਜਵਾਨ ਨੂੰ ਸ਼ਾਹੂਕਾਰ ਵਿੱਚ ਬਦਲਣ ਲਈ ਬੱਸ ਏਨਾ ਹੀ ਕਾਫੀ ਸੀ।'

ਮੈਂ ਪੁੱਛਿਆ, 'ਪਰ ਮੈਂ ਜਿੰਨਾ ਕਮਾਉਂਦਾ ਹਾਂ, ਉਹ ਸਭ ਮੈਂ ਹੀ ਤਾਂ ਰੱਖਦਾ ਹਾਂ। ਕੀ ਇਹ ਸੱਚ ਨਹੀਂ ਹੈ?'

ਉਨ੍ਹਾਂ ਕਿਹਾ, 'ਬਿਲਕੁਲ ਨਹੀਂ। ਕੀ ਤੁਸੀਂ ਦਰਜੀ ਨੂੰ ਪੈਸੇ ਨਹੀਂ ਦਿੰਦੇ? ਕੀ ਤੁਸੀਂ ਮੋਚੀ ਨੂੰ ਪੈਸੇ ਨਹੀਂ ਦਿੰਦੇ? ਕੀ ਤੁਸੀਂ ਭੋਜਨ 'ਤੇ ਖਰਚ ਨਹੀਂ ਕਰਦੇ? ਕੀ ਤੁਸੀਂ ਬੇਬੀਲੋਨ ਵਿੱਚ ਬਿਨਾਂ ਖਰਚ ਕੀਤੇ ਜਿਉਂਦਾ ਰਹਿ ਸਕਦੇ ਹੋ? ਤੁਹਾਡੀ ਪਿਛਲੇ ਮਹੀਨੇ ਦੀ ਕਮਾਈ ਕਿੱਥੇ ਹੈ? ਪਿਛਲੇ ਸਾਲ ਦੀ ਕਮਾਈ? ਮੂਰਖ! ਤੁਸੀਂ ਬਾਕੀ ਸਾਰਿਆਂ ਨੂੰ ਪੈਸੇ ਦਿੰਦੇ ਹੋ, ਪਰ ਖੁਦ ਨੂੰ ਨਹੀਂ ਦਿੰਦੇ। ਬੇਵਕੂਫ, ਤੁਸੀਂ ਆਪਣੇ ਲਈ ਨਹੀਂ, ਦੂਜਿਆਂ ਲਈ ਮਿਹਨਤ ਕਰਦੇ ਹੋ। ਇਸ ਤੋਂ ਚੰਗਾ ਤਾਂ ਇਹ ਹੈ ਕਿ ਤੁਸੀਂ ਗੁਲਾਮ ਬਣ ਜਾਓ ਅਤੇ ਮਾਲਕ ਤੁਹਾਡੀ ਮਿਹਨਤ ਦੇ ਬਦਲੇ ਵਿੱਚ ਖਾਣ ਅਤੇ ਪਹਿਨਣ ਨੂੰ ਦੇਣ। ਜੇਕਰ ਤੁਸੀਂ ਆਪਣੀ ਕਮਾਈ ਦਾ ਦਸਵਾਂ ਹਿੱਸਾ ਆਪਣੇ ਕੋਲ ਰੱਖੋਗੇ, ਤਾਂ ਤੁਹਾਡੇ ਕੋਲ ਦਸ ਸਾਲਾਂ ਵਿੱਚ ਕਿੰਨੀ ਦੌਲਤ ਜਮ੍ਹਾ ਹੋ ਜਾਏਗੀ?'

ਮੇਰਾ ਹਿਸਾਬ ਠੀਕ-ਠਾਕ ਹੀ ਸੀ, ਇਸ ਲਈ ਮੈਂ ਉਸ ਵੇਲੇ ਜਵਾਬ ਦਿੱਤਾ, 'ਮੇਰੀ ਇੱਕ ਸਾਲ ਦੀ ਆਮਦਨ ਦੇ ਬਰਾਬਰ।'

ਉਨ੍ਹਾਂ ਕਿਹਾ, 'ਤੇਰੀ ਅੱਧੀ ਗੱਲ ਸੱਚ ਹੈ। ਦੇਖ, ਤੁਸੀਂ ਜੋ ਵੀ ਸੋਨੇ ਦੀ ਮੋਹਰ ਬਚਾਉਂਦੇ ਹੋ, ਉਹ ਤੁਹਾਡੀ ਗੁਲਾਮ ਬਣ ਕੇ ਤੁਹਾਡੇ ਲਈ ਕੰਮ ਕਰਦੀ ਹੈ। ਇਹ ਸੋਨੇ ਦੀ

ਮੋਹਰ ਜਿੰਨੇ ਵੀ ਤਾਂਬੇ ਦੇ ਸਿੱਕੇ ਕਮਾਉਂਦੀ ਹੈ, ਉਹ ਸਾਰੀ ਇਸ ਦੀਆਂ ਔਲਾਦਾਂ ਹਨ ਅਤੇ ਉਹ ਵੀ ਤੁਹਾਡੇ ਲਈ ਪੈਸਾ ਕਮਾ ਸਕਦੇ ਹਨ। ਜੇਕਰ ਤੁਸੀਂ ਦੌਲਤਮੰਦ ਬਣਨਾ ਚਾਹੁੰਦੇ ਹੋ ਤਾਂ ਤੁਹਾਨੂੰ ਆਪਣੀ ਬੱਚਤ ਨੂੰ ਨਿਵੇਸ਼ ਕਰਨਾ ਚਾਹੀਦਾ ਹੈ, ਤਾਂ ਕਿ ਤੁਹਾਡੀ ਬੱਚਤ ਅਤੇ ਉਸ ਦੀਆਂ ਸੰਤਾਨਾਂ ਧਨ ਕਮਾਉਣ ਅਤੇ ਤੁਹਾਨੂੰ ਤੁਹਾਡੀ ਮਨਪਸੰਦ ਦੌਲਤ ਦੇਣ।'

ਉਨ੍ਹਾਂ ਅੱਗੇ ਕਿਹਾ, 'ਸ਼ਾਇਦ ਇਹ ਤੈਨੂੰ ਲੱਗ ਰਿਹਾ ਹੋਵੇਗਾ ਕਿ ਮੈਂ ਤੇਰੀ ਸਾਰੀ ਰਾਤ ਦੀ ਮਿਹਨਤ ਦੇ ਬਦਲੇ ਮੈਂ ਤੈਨੂੰ ਗਲਤ ਸਲਾਹ ਦੇ ਰਿਹਾ ਹਾਂ। ਪਰ ਯਕੀਨ ਕਰੋ, ਮੈਂ ਤੈਨੂੰ ਹਜ਼ਾਰ ਗੁਣਾ ਜ਼ਿਆਦਾ ਭੁਗਤਾਨ ਕਰ ਰਿਹਾ ਹਾਂ, ਬਸ਼ਰਤੇ ਤੇਰੇ ਵਿੱਚ ਮੇਰੀਆਂ ਗੱਲਾਂ ਪਿੱਛੇ ਲੁਕੀ ਸਚਾਈ ਨੂੰ ਸਮਝਣ ਦੀ ਬੁੱਧੀ ਹੋਵੇ।'

ਆਪਣੀ ਕਮਾਈ ਦਾ ਇੱਕ ਹਿੱਸਾ ਆਪਣੇ ਕੋਲ ਰੱਖੋ। ਭਾਵੇਂ ਤੁਹਾਡੀ ਕਮਾਈ ਕਿੰਨੀ ਵੀ ਘੱਟ ਕਿਉਂ ਨਾ ਹੋਵੇ, ਤੁਹਾਨੂੰ ਉਸ ਦੇ ਦਸਵੇਂ ਹਿੱਸੇ ਭਾਵ ਦਸ ਫ਼ੀਸਦੀ ਤੋਂ ਘੱਟ ਨਹੀਂ ਬਚਾਉਣਾ ਚਾਹੀਦਾ। ਤੁਸੀਂ ਇਸ ਤੋਂ ਜਿੰਨਾ ਜ਼ਿਆਦਾ ਬਚਾਅ ਸਕਦੇ ਹੋ, ਬਚਾਅ ਲਓ। ਸਭ ਤੋਂ ਪਹਿਲਾਂ ਖੁਦ ਨੂੰ ਭੁਗਤਾਨ ਕਰੋ। ਬਚੀ ਹੋਈ ਕਮਾਈ ਨਾਲ ਆਪਣਾ ਖਰਚ ਚਲਾਓ। ਦਰਜੀ ਅਤੇ ਮੋਚੀ ਤੋਂ ਏਨਾ ਸਾਮਾਨ ਨਾ ਖਰੀਦੋ ਕਿ ਤੁਸੀਂ ਆਪਣੀ ਬਚੀ ਹੋਈ ਆਮਦਨ ਵਿੱਚੋਂ ਉਨ੍ਹਾਂ ਦਾ ਭੁਗਤਾਨ ਨਾ ਕਰ ਸਕੋ। ਇਸ ਤੋਂ ਇਲਾਵਾ, ਤੁਹਾਨੂੰ ਬਚੀ ਹੋਈ ਕਮਾਈ ਵਿੱਚੋਂ ਹੀ ਭੋਜਨ, ਪਰਉਪਕਾਰ ਅਤੇ ਪਰਮਾਤਮਾ ਦੇ ਲਈ ਵੀ ਖਰਚ ਕਰਨਾ ਹੋਵੇਗਾ।

''ਰੁੱਖ ਵਾਂਗ ਦੌਲਤ ਵੀ ਇੱਕ ਛੋਟੇ ਜਿਹੇ ਬੀਜ ਤੋਂ ਉੱਗਦੀ ਹੈ। ਤੁਹਾਡੇ ਵੱਲੋਂ ਬਚਾਇਆ ਗਿਆ ਤਾਂਬੇ ਦਾ ਪਹਿਲਾ ਸਿੱਕਾ ਉਹ ਚੀਜ਼ ਹੈ, ਜਿਸ ਨਾਲ ਤੁਹਾਡੀ ਦੌਲਤ ਦਾ ਰੁੱਖ ਉੱਗਦਾ ਹੈ। ਜਿੰਨੀ ਜਲਦੀ ਤੁਸੀਂ ਇਹ ਬੀਜ ਬੀਜੋਗੇ, ਰੁੱਖ ਓਨੀ ਹੀ ਜਲਦੀ ਵਧੇਗਾ। ਤੁਸੀਂ ਜਿੰਨੇ ਪੱਕੇ ਯਕੀਨ ਅਤੇ ਰੋਜ਼ ਦੇ ਆਧਾਰ 'ਤੇ ਉਸ ਰੁੱਖ ਵਿੱਚ ਆਪਣੀ ਬੱਚਤ ਦਾ ਪਾਣੀ ਪਾਉਗੇ, ਓਨੀ ਹੀ ਜਲਦੀ ਤੁਸੀਂ ਉਸ ਦੀ ਛਾਂ ਹੇਠ ਆਰਾਮ ਕਰ ਸਕੋਗੇ।''

ਇਹ ਕਹਿ ਕੇ ਉਨ੍ਹਾਂ ਨੇ ਆਪਣੇ ਮਿੱਟੀ ਦੀਆਂ ਤਖ਼ਤੀਆਂ ਚੁੱਕੀਆਂ ਅਤੇ ਤੁਰ ਪਏ।

ਮੈਂ ਉਨ੍ਹਾਂ ਦੀ ਸਲਾਹ 'ਤੇ ਕਾਫੀ ਸਮੇਂ ਤੱਕ ਵਿਚਾਰ ਕੀਤਾ ਅਤੇ ਉਹ ਮੈਨੂੰ ਸਹੀ ਦਲੀਲ ਲੱਗੀ। ਇਸ ਲਈ ਮੈਂ ਉਸ 'ਤੇ ਅਮਲ ਕਰਨ ਦਾ ਫੈਸਲਾ ਕੀਤਾ। ਜਦੋਂ ਵੀ ਮੈਂ ਕੁਝ ਕਮਾਉਂਦਾ ਸੀ, ਤਾਂ ਤਾਂਬੇ ਦੇ ਦਸ ਸਿੱਕਿਆਂ ਵਿੱਚੋਂ ਇੱਕ ਕੱਢ ਕੇ ਅਲੱਗ ਰੱਖ ਦਿੰਦਾ ਸੀ। ਅਤੇ ਅਜੀਬ ਗੱਲ ਇਹ ਸੀ ਕਿ ਮੈਨੂੰ ਖਰਚ ਚਲਾਉਣ ਵਿੱਚ ਪਹਿਲਾਂ ਨਾਲੋਂ ਜ਼ਿਆਦਾ ਮੁਸ਼ਕਿਲ ਨਹੀਂ ਹੋਈ। ਮੈਨੂੰ ਕੋਈ ਫਰਕ ਮਹਿਸੂਸ ਨਹੀਂ ਹੋਇਆ ਅਤੇ ਮੈਂ ਆਪਣੀ ਆਮਦਨੀ ਦੇ ਦਸਵੇਂ ਹਿੱਸੇ ਤੋਂ ਬਿਨਾਂ ਹੀ ਗੁਜ਼ਾਰਾ ਕਰਨ ਲੱਗਾ। ਹੌਲੀ-ਹੌਲੀ ਮੇਰੀ ਬੱਚਤ ਦਾ ਆਕਾਰ ਵਧਣ ਲੱਗਾ। ਆਪਣੀ ਵਧਦੀ ਬੱਚਤ ਨੂੰ ਦੇਖ ਕੇ ਮੇਰਾ ਮਨ ਲਲਚਾਉਂਦਾ ਸੀ ਕਿ ਮੈਂ ਇਸ ਨੂੰ ਖਰਚ ਕਰਕੇ ਵਪਾਰੀਆਂ ਤੋਂ ਉਹ ਚੰਗੀਆਂ-ਚੰਗੀਆਂ ਚੀਜ਼ਾਂ ਖਰੀਦਾਂ, ਜੋ ਊਠਾਂ ਅਤੇ ਜਹਾਜ਼ਾਂ ਤੋਂ ਫੀਨੀਸ਼ੀਅਨਸ ਦੇ ਦੇਸ਼ ਤੋਂ ਆਉਂਦੀਆਂ ਹਨ। ਪਰ ਮੈਂ ਸਮਝਦਾਰੀ ਨਾਲ ਕੰਮ ਲਿਆ ਅਤੇ ਅਜਿਹਾ ਨਹੀਂ ਕੀਤਾ।

ਇੱਕ ਸਾਲ ਬਾਅਦ ਅਲਗੋਮਿਸ਼ ਦੁਬਾਰਾ ਆਏ ਅਤੇ ਉਨ੍ਹਾਂ ਨੇ ਮੈਨੂੰ ਪੁੱਛਿਆ, 'ਪੁੱਤਰ, ਤੁਸੀਂ ਪਿਛਲੇ ਸਾਲ ਜਿੰਨਾ ਕਮਾਇਆ ਹੈ, ਕੀ ਤੁਸੀਂ ਉਸ ਦਾ ਘੱਟੋ-ਘੱਟ ਦਸਵਾਂ ਹਿੱਸਾ ਆਪਣੇ ਲਈ ਬਚਾਇਆ ਹੈ?'

ਮੈਂ ਮਾਣ ਨਾਲ ਉੱਤਰ ਦਿੱਤਾ, 'ਹਾਂ, ਮੈਂ ਅਜਿਹਾ ਕੀਤਾ ਹੈ।'

ਉਨ੍ਹਾਂ ਨੇ ਮੁਸਕਰਾ ਕੇ ਕਿਹਾ, 'ਇਹ ਤਾਂ ਬਹੁਤ ਚੰਗੀ ਗੱਲ ਹੈ। ਅਤੇ ਤੁਸੀਂ ਉਸ ਪੈਸੇ ਦਾ ਕੀ ਕੀਤਾ?'

'ਮੈਂ ਇਸ ਨੂੰ ਇੱਟਾਂ ਬਣਾਉਣ ਵਾਲੇ ਅਜ਼ਮਰ ਨੂੰ ਦੇ ਦਿੱਤਾ, ਜਿਸ ਨੇ ਮੈਨੂੰ ਕਿਹਾ ਸੀ ਕਿ ਉਹ ਦੂਰ ਦੇਸ਼ਾਂ ਦੀ ਯਾਤਰਾ ਕਰਨ ਜਾ ਰਿਹਾ ਹੈ ਅਤੇ ਉਹ ਟਾਇਰ ਤੋਂ ਮੇਰੇ ਲਈ ਫੀਨੀਸ਼ੀਅਨਸ ਦੇ ਦੁਰਲੱਭ ਰਤਨ ਖਰੀਦ ਕੇ ਲਿਆਏਗਾ। ਉਸ ਦੇ ਵਾਪਸ ਆਉਣ ਤੋਂ ਬਾਅਦ ਅਸੀਂ ਉਨ੍ਹਾਂ ਰਤਨਾਂ ਨੂੰ ਜ਼ਿਆਦਾ ਕੀਮਤ 'ਤੇ ਵੇਚ ਕੇ ਲਾਭ ਕਮਾਵਾਂਗੇ ਅਤੇ ਲਾਭ ਨੂੰ ਆਪਸ ਵਿੱਚ ਵੰਡ ਲਵਾਂਗੇ।'

ਉਹ ਗੁੱਸੇ ਨਾਲ ਬੋਲੇ, 'ਹਰ ਮੂਰਖ ਆਪਣੀ ਹੀ ਗਲਤੀ ਨਾਲ ਸਿੱਖਦਾ ਹੈ। ਪਰ ਤੁਸੀਂ ਰਤਨਾਂ ਬਾਰੇ ਇੱਟਾਂ ਬਣਾਉਣ ਵਾਲੇ 'ਤੇ ਭਰੋਸਾ ਕਿਉਂ ਕੀਤਾ? ਕੀ ਤੁਸੀਂ ਬ੍ਰੈੱਡ ਬਣਾਉਣ ਵਾਲੇ ਤੋਂ ਜੋਤਿਸ਼ ਦੀ ਭਵਿੱਖਵਾਣੀ ਪੁੱਛਦੇ ਹੋ? ਨਹੀਂ, ਜੇਕਰ ਤੁਹਾਡੇ ਕੋਲ ਥੋੜ੍ਹਾ ਜਿਹਾ ਵੀ ਦਿਮਾਗ ਹੈ, ਤਾਂ ਤੁਸੀਂ ਇਸ ਲਈ ਜੋਤਿਸ਼ੀ ਕੋਲ ਜਾਂਦੇ ਹੋ। ਤੁਹਾਡੀ ਸਾਰੀ ਬੱਚਤ ਹੁਣ ਚਲੀ ਗਈ ਹੈ ਪੁੱਤਰ, ਤੁਸੀਂ ਆਪਣੀ ਦੌਲਤ ਦੇ ਰੁੱਖ ਨੂੰ ਜੜ੍ਹ ਤੋਂ ਉਖਾੜ ਦਿੱਤਾ ਹੈ। ਪਰ ਤੁਸੀਂ ਇਸ ਨੂੰ ਦੁਬਾਰਾ ਬੀਜ ਸਕਦੇ ਹੋ। ਦੁਬਾਰਾ ਕੋਸ਼ਿਸ਼ ਕਰੋ। ਅਤੇ ਅਗਲੀ ਵਾਰ ਜੇਕਰ ਤੁਹਾਨੂੰ ਰਤਨਾਂ ਬਾਰੇ ਸਲਾਹ ਦੀ ਲੋੜ ਹੋਵੇ, ਤਾਂ ਗਡਰੀਏ ਕੋਲ ਜਾਉ। ਸਲਾਹ ਇੱਕ ਅਜਿਹੀ ਚੀਜ਼ ਹੈ, ਜਿਸ ਨੂੰ ਲੋਕ ਮੁਫ਼ਤ ਵਿੱਚ ਵੰਡਦੇ ਹਨ, ਪਰ ਇਸ ਬਾਰੇ ਸੁਚੇਤ ਰਹਿਣ ਦੀ ਲੋੜ ਹੈ। ਉਹੀ ਸਲਾਹ ਮੰਨੋ, ਜੋ ਮੰਨਣਯੋਗ ਹੋਵੇ। ਜਿਹੜਾ ਆਦਮੀ ਆਪਣੀ ਬੱਚਤ ਬਾਰੇ ਗੈਰ-ਤਜਰਬੇਕਾਰ ਬੰਦਿਆਂ ਤੋਂ ਸਲਾਹ ਲੈਂਦਾ ਹੈ, ਉਹ ਗਲਤ ਸਲਾਹ ਕਾਰਨ ਆਪਣੀ ਬੱਚਤ ਗੁਆ ਦਿੰਦਾ ਹੈ। ਏਨਾ ਕਹਿ ਕੇ ਉਹ ਚਲਾ ਗਿਆ।

ਅਤੇ ਜਿਵੇਂ ਉਨ੍ਹਾਂ ਨੇ ਕਿਹਾ ਸੀ, ਉੱਝ ਹੀ ਹੋਇਆ। ਕਿਉਂਕਿ ਬਦਮਾਸ਼ ਫੀਨੀਸ਼ੀਅਨਸ ਨੇ ਅਜ਼ਮਰ ਨੂੰ ਰਤਨਾਂ ਵਾਂਗ ਦਿਖਾਈ ਦੇਣ ਵਾਲੇ ਕੱਚ ਦੇ ਸਸਤੇ ਟੁਕੜੇ ਫੜਾ ਦਿੱਤੇ। ਪਰ ਜਿਵੇਂ ਅਲਗੋਮਿਸ਼ ਨੇ ਮੈਨੂੰ ਕਿਹਾ ਸੀ, ਮੈਂ ਦੁਬਾਰਾ ਆਪਣੀ ਕਮਾਈ ਦਾ ਦਸਵਾਂ ਹਿੱਸਾ ਬਚਾਇਆ। ਹੁਣ ਮੈਨੂੰ ਬੱਚਤ ਕਰਨ ਦੀ ਆਦਤ ਪੈ ਚੁੱਕੀ ਸੀ, ਇਸ ਲਈ ਇਹ ਕੰਮ ਔਖਾ ਨਹੀਂ ਸੀ।

ਇੱਕ ਸਾਲ ਬਾਅਦ ਅਲਗੋਮਿਸ਼ ਫਿਰ ਤੋਂ ਨਕਲਨਵੀਸਾਂ ਦੇ ਕਮਰੇ ਵਿੱਚ ਆਏ ਅਤੇ ਮੈਨੂੰ ਪੁੱਛਣ ਲੱਗੇ, 'ਸਾਡੀ ਪਿਛਲੀ ਮੁਲਾਕਾਤ ਤੋਂ ਬਾਅਦ ਤੁਸੀਂ ਕਿੰਨੀ ਤਰੱਕੀ ਕਰ ਲਈ ਹੈ?'

ਮੈਂ ਉੱਤਰ ਦਿੱਤਾ, 'ਮੈਂ ਖੁਦ ਨੂੰ ਭੁਗਤਾਨ ਕੀਤਾ ਹੈ ਅਤੇ ਆਪਣੀ ਆਮਦਨ ਦਾ ਦਸਵਾਂ ਹਿੱਸਾ ਬਚਾਇਆ ਹੈ। ਮੈਂ ਆਪਣੀ ਬੱਚਤ ਢਾਲ ਬਣਾਉਣ ਵਾਲੇ ਅਜ਼ਗਰ ਨੂੰ ਕਾਂਸਾ ਖਰੀਦਣ ਲਈ ਦੇ ਦਿੱਤੀ ਹੈ। ਉਹ ਮੈਨੂੰ ਹਰ ਚੌਥੇ ਮਹੀਨੇ ਵਿਆਜ ਦਿੰਦਾ ਹੈ।'

''ਇਹ ਤੁਸੀਂ ਚੰਗਾ ਕੀਤਾ। ਪਰ ਇਹ ਤਾਂ ਦੱਸੋ, ਤੁਸੀਂ ਉਸ ਵਿਆਜ ਦਾ ਕੀ ਕਰਦੇ ਹੋ?''

''ਮੈਂ ਉਸ ਨਾਲ ਚੰਗਾ ਜਸ਼ਨ ਮਨਾਉਂਦਾ ਹਾਂ। ਮੈਂ ਸ਼ਹਿਦ, ਵਧੀਆ ਸ਼ਰਾਬ ਅਤੇ ਕੇਕ ਦਾ ਆਨੰਦ ਉਠਾਉਂਦਾ ਹਾਂ। ਮੈਂ ਇੱਕ ਲਾਲ ਜੈਕਟ ਵੀ ਖਰੀਦ ਲਈ ਹੈ ਅਤੇ ਜਲਦੀ ਹੀ ਮੈਂ ਸਵਾਰੀ ਕਰਨ ਲਈ ਇੱਕ ਖੱਚਰ ਵੀ ਖਰੀਦਣ ਵਾਲਾ ਹਾਂ।''

ਇਸ 'ਤੇ ਅਲਗੋਮਿਸ਼ ਹੱਸ ਪਏ, 'ਤੂੰ ਆਪਣੀ ਬੱਚਤ ਦੀਆਂ ਸੰਤਾਨਾਂ ਨੂੰ ਖਾ ਰਿਹਾ ਹੈਂ। ਫਿਰ ਤੁਸੀਂ ਇਹ ਉਮੀਦ ਕਿਵੇਂ ਕਰ ਸਕਦੇ ਹੋ ਕਿ ਉਹ ਤੁਹਾਡੇ ਲਈ ਕੰਮ ਕਰਨਗੀਆਂ। ਅਤੇ ਫਿਰ ਉਨ੍ਹਾਂ ਦੀਆਂ ਸੰਤਾਨਾਂ ਕਿਵੇਂ ਹੋਣਗੀਆਂ, ਜੋ ਤੁਹਾਡੇ ਲਈ ਕੰਮ ਕਰ ਸਕਣ? ਸਭ ਤੋਂ ਪਹਿਲਾਂ ਸਿੱਕਿਆਂ ਦੇ ਗੁਲਾਮਾਂ ਦੀ ਸੈਨਾ ਬਣਾਉ। ਇਸ ਤੋਂ ਬਾਅਦ ਤੁਸੀਂ ਬਿਨਾਂ ਪਛਤਾਏ ਵਧੀਆ ਜਸ਼ਨ ਮਨਾ ਸਕਦੇ ਹੋ।' ਏਨਾ ਕਹਿ ਕੇ ਉਹ ਚਲੇ ਗਏ।

ਇਸ ਤੋਂ ਬਾਅਦ ਮੈਂ ਉਸ ਨੂੰ ਦੋ ਸਾਲ ਬਾਅਦ ਦੇਖਿਆ। ਬੁਢਾਪੇ ਕਾਰਨ ਉਨ੍ਹਾਂ ਦੇ ਚਿਹਰੇ 'ਤੇ ਝੁੱਰੀਆਂ ਪੈ ਚੁੱਕੀਆਂ ਸਨ ਅਤੇ ਉਨ੍ਹਾਂ ਦੇ ਮੋਢੇ ਝੁਕ ਗਏ ਸਨ। ਉਨ੍ਹਾਂ ਮੈਨੂੰ ਪੁੱਛਿਆ, 'ਅਰਕਾਦ, ਕੀ ਤੁਹਾਨੂੰ ਉਹ ਦੌਲਤ ਮਿਲ ਚੁੱਕੀ ਹੈ, ਜਿਸ ਦਾ ਤੁਸੀਂ ਸੁਫਨਾ ਦੇਖਿਆ ਸੀ?'

ਮੈਂ ਉੱਤਰ ਦਿੱਤਾ, 'ਉਨੀ ਤਾਂ ਨਹੀਂ ਮਿਲੀ, ਜਿੰਨੀ ਮੈਂ ਚਾਹੁੰਦਾ ਸੀ, ਪਰ ਮੇਰੇ ਕੋਲ ਕੁਝ ਸੰਪਤੀ ਜਮਾਂ ਹੋ ਗਈ ਹੈ। ਉਹ ਸੰਪਤੀ ਵਿਆਜ ਕਮਾਉਂਦੀ ਹੈ ਅਤੇ ਇਸ ਦਾ ਵਿਆਜ ਹੋਰ ਵਿਆਜ ਕਮਾਉਂਦਾ ਹੈ।'

''ਅਤੇ ਕੀ ਤੁਸੀਂ ਅਜੇ ਵੀ ਇੱਟਾਂ ਬਣਾਉਣ ਵਾਲੇ ਤੋਂ ਸਲਾਹ ਲੈਂਦੇ ਹੋ?''

''ਮੈਂ ਜਵਾਬ ਵਿੱਚ ਕਿਹਾ, 'ਇੱਟਾਂ ਬਾਰੇ ਉਹ ਚੰਗੀ ਸਲਾਹ ਦਿੰਦੇ ਹਨ।''

ਇਹ ਸੁਣ ਕੇ ਉਨ੍ਹਾਂ ਕਿਹਾ, 'ਅਰਕਾਦ, ਤੁਸੀਂ ਮੇਰੇ ਸਬਕ ਚੰਗੀ ਤਰ੍ਹਾਂ ਸਿੱਖ ਲਏ ਹਨ। ਪਹਿਲਾਂ ਤਾਂ ਤੁਸੀਂ ਇਹ ਸਿੱਖਿਆ ਕਿ ਆਪਣੀ ਆਮਦਨੀ ਤੋਂ ਘੱਟ ਵਿੱਚ ਆਪਣਾ ਖਰਚ ਕਿਵੇਂ ਚਲਾਇਆ ਜਾਵੇ। ਫਿਰ ਤੁਸੀਂ ਉਨ੍ਹਾਂ ਲੋਕਾਂ ਤੋਂ ਸਲਾਹ ਲੈਣੀ ਸਿੱਖੀ, ਜੋ ਉਸ ਖੇਤਰ ਦਾ ਤਜਰਬਾ ਅਤੇ ਗਿਆਨ ਰੱਖਦੇ ਹੋਣ। ਅਤੇ ਅੰਤ ਵਿੱਚ ਤੁਸੀਂ ਇਹ ਸਿੱਖਿਆ ਕਿ ਪੈਸੇ ਨਾਲ ਆਪਣੇ ਲਈ ਕੰਮ ਕਿਵੇਂ ਕਰਵਾਇਆ ਜਾਂਦਾ ਹੈ।'

''ਤੁਸੀਂ ਇਹ ਵੀ ਸਿੱਖਿਆ ਹੈ ਕਿ ਧਨ ਨੂੰ ਕਿਵੇਂ ਹਾਸਲ ਕੀਤਾ ਜਾਂਦਾ ਹੈ, ਇਸ ਨੂੰ ਆਪਣੇ ਕੋਲ ਕਿਵੇਂ ਰੱਖਿਆ ਜਾਂਦਾ ਹੈ ਅਤੇ ਇਸ ਦੀ ਵਰਤੋਂ ਕਿਵੇਂ ਕੀਤੀ ਜਾਂਦੀ ਹੈ। ਇਸ ਲਈ ਤੁਸੀਂ ਜ਼ਿੰਮੇਵਾਰੀ ਦਾ ਅਹੁਦਾ ਸੰਭਾਲਣ ਦੇ ਯੋਗ ਹੋ ਚੁੱਕੇ ਹੋ। ਮੈਂ ਹੁਣ ਬਜ਼ੁਰਗ ਹੋ ਰਿਹਾ ਹਾਂ। ਮੇਰੇ ਪੁੱਤਰ ਹਮੇਸ਼ਾ ਖਰਚ ਕਰਨ ਦੀਆਂ ਯੋਜਨਾਵਾਂ ਬਣਾਉਂਦੇ ਰਹਿੰਦੇ ਹਨ ਅਤੇ

ਕਮਾਉਣ ਬਾਰੇ ਜ਼ਰਾ ਵੀ ਨਹੀਂ ਸੋਚਦੇ। ਮੇਰੀ ਜਾਇਦਾਦ ਬਹੁਤ ਫੈਲੀ ਹੋਈ ਹੈ ਅਤੇ ਮੈਂ ਉਸ ਨੂੰ ਸੰਭਾਲ ਨਹੀਂ ਸਕਦਾ, ਕਿਉਂਕਿ ਹੁਣ ਮੈਂ ਬਜ਼ੁਰਗ ਹੋ ਚੁੱਕਾ ਹਾਂ। ਜੇਕਰ ਤੁਸੀਂ ਨਿੱਪਰ ਜਾ ਕੇ ਮੇਰੀ ਜਾਇਦਾਦ ਸੰਭਾਲ ਲਉ, ਤਾਂ ਮੈਂ ਤੁਹਾਨੂੰ ਆਪਣਾ ਭਾਈਵਾਲ ਬਣਾ ਲਵਾਂਗਾ।''

''ਇਸ ਤਰ੍ਹਾਂ ਮੈਂ ਨਿੱਪਰ ਜਾ ਕੇ ਉਨ੍ਹਾਂ ਦੀ ਜਾਇਦਾਦ ਸੰਭਾਲ ਲਈ, ਜੋ ਕਾਫੀ ਵੱਡੀ ਸੀ। ਕਿਉਂਕਿ ਮੇਰੇ ਵਿੱਚ ਪ੍ਰਬਲ ਇੱਛਾ ਸੀ ਅਤੇ ਮੈਂ ਦੌਲਤ ਨੂੰ ਸੰਭਾਲਣ ਦੇ ਤਿੰਨ ਨਿਯਮਾਂ ਵਿੱਚ ਤਰੱਕੀ ਹਾਸਲ ਕਰ ਲਈ ਸੀ, ਇਸ ਲਈ ਮੈਂ ਉਨ੍ਹਾਂ ਦੀ ਜਾਇਦਾਦ ਦੇ ਲਾਭ ਨੂੰ ਹੋਰ ਜ਼ਿਆਦਾ ਵਧਾ ਦਿੱਤਾ। ਨਤੀਜਾ ਇਹ ਹੋਇਆ ਕਿ ਮੇਰੇ ਕੋਲ ਕਾਫੀ ਪੈਸਾ ਆ ਗਿਆ ਅਤੇ ਜਦੋਂ ਅਲਗੋਮਿਸ਼ ਇਸ ਦੁਨੀਆ ਤੋਂ ਚਲੇ ਗਏ, ਤਾਂ ਮੈਨੂੰ ਉਨ੍ਹਾਂ ਦੀ ਵਸੀਅਤ ਮੁਤਾਬਿਕ ਉਨ੍ਹਾਂ ਦੀ ਜਾਇਦਾਦ ਦਾ ਕੁਝ ਹਿੱਸਾ ਵੀ ਮਿਲ ਗਿਆ।''

ਅਰਕਾਦ ਨੇ ਜਦੋਂ ਆਪਣੀ ਕਹਾਣੀ ਖਤਮ ਕੀਤੀ, ਤਾਂ ਇੱਕ ਦੋਸਤ ਨੇ ਕਿਹਾ, ''ਤੁਸੀਂ ਸੱਚਮੁੱਚ ਖੁਸ਼ਕਿਸਮਤ ਸੀ ਕਿ ਅਲਗੋਮਿਸ਼ ਨੇ ਤੈਨੂੰ ਆਪਣਾ ਵਾਰਿਸ ਬਣਾਇਆ।''

''ਮੈਂ ਸਿਰਫ ਇਸ ਮਾਮਲੇ ਵਿੱਚ ਖੁਸ਼ਕਿਸਮਤ ਸੀ ਕਿ ਉਨ੍ਹਾਂ ਨੂੰ ਮਿਲਣ ਤੋਂ ਪਹਿਲਾਂ ਮੇਰੇ ਮਨ ਵਿੱਚ ਦੌਲਤਮੰਦ ਬਣਨ ਦੀ ਇੱਛਾ ਸੀ। ਕੀ ਮੈਂ ਚਾਰ ਸਾਲ ਤੱਕ ਆਪਣੀ ਆਮਦਨੀ ਦਾ ਦਸਵਾਂ ਹਿੱਸਾ ਬਚਾ ਕੇ ਇਹ ਸਾਬਤ ਨਹੀਂ ਸੀ ਕੀਤਾ ਕਿ ਮੈਨੂੰ ਆਪਣੇ ਟੀਚੇ ਤੱਕ ਪਹੁੰਚਣ ਦੀ ਲਗਨ ਸੀ? ਕੀ ਤੁਸੀਂ ਉਸ ਸਫਲ ਮਛੇਰੇ ਨੂੰ ਖੁਸ਼ਕਿਸਮਤ ਕਹੋਗੇ, ਜਿਸ ਨੇ ਸਾਲਾਂ ਤੱਕ ਮੱਛੀਆਂ ਦੀ ਆਦਤ ਦਾ ਅਧਿਐਨ ਕੀਤਾ ਹੈ, ਤਾਂ ਕਿ ਉਹ ਹਰ ਬਦਲਦੀ ਹਵਾ ਨਾਲ ਉਨ੍ਹਾਂ 'ਤੇ ਆਪਣਾ ਜਾਲ ਸੁੱਟ ਸਕੇ? ਮੌਕਾ ਇੱਕ ਅਹੰਕਾਰੀ ਦੇਵਤਾ ਹੈ, ਜੋ ਉਨ੍ਹਾਂ ਲੋਕਾਂ 'ਤੇ ਸਮਾਂ ਬਰਬਾਦ ਨਹੀਂ ਕਰਦਾ, ਜੋ ਤਿਆਰ ਨਾ ਹੋਣ।''

ਇੱਕ ਹੋਰ ਦੋਸਤ ਬੋਲਿਆ, 'ਤੁਹਾਡੇ ਵਿੱਚ ਏਨੀ ਪੱਕੀ ਇੱਛਾ ਸ਼ਕਤੀ ਸੀ ਕਿ ਤੁਸੀਂ ਪਹਿਲੇ ਸਾਲ ਦੀ ਬੱਚਤ ਡੁੱਬਣ ਤੋਂ ਬਾਅਦ ਵੀ ਇਹ ਕੰਮ ਕਰਦੇ ਰਹੇ। ਇਸ ਮਾਮਲੇ ਵਿੱਚ ਤੁਸੀਂ ਅਸਧਾਰਨ ਹੋ।'

ਅਰਕਾਦ ਨੇ ਕਿਹਾ, 'ਇੱਛਾ ਸ਼ਕਤੀ! ਬਕਵਾਸ! ਕੀ ਤੁਹਾਨੂੰ ਲਗਦਾ ਹੈ ਕਿ ਇੱਛਾ ਸ਼ਕਤੀ ਮਨੁੱਖ ਨੂੰ ਉਹ ਬੋਝ ਚੁੱਕਣ ਦੀ ਤਾਕਤ ਦੇ ਸਕਦੀ ਹੈ, ਜੋ ਊਠ ਨਹੀਂ ਚੁੱਕ ਸਕਦਾ? ਕੀ ਇੱਛਾ ਸ਼ਕਤੀ ਮਨੁੱਖ ਨੂੰ ਉਹ ਭਾਰੀ ਬੈਲ ਗੱਡੀ ਖਿੱਚਣ ਦੀ ਤਾਕਤ ਦੇ ਸਕਦੀ ਹੈ, ਜਿਸ ਨੂੰ ਬਲਦ ਨਹੀਂ ਹਿਲਾ ਸਕਦਾ? ਇੱਛਾ ਸ਼ਕਤੀ ਹੋਰ ਕੁਝ ਨਹੀਂ, ਸਗੋਂ ਉਹ ਕੰਮ ਕਰਨ ਦਾ ਪੱਕਾ ਵਾਅਦਾ ਹੈ, ਜਿਸ ਨੂੰ ਪੂਰਾ ਕਰਨ ਦਾ ਤੁਸੀਂ ਫੈਸਲਾ ਕੀਤਾ ਹੈ। ਜੇਕਰ ਮੈਂ ਕੋਈ ਕੰਮ ਕਰਨ ਦਾ ਫੈਸਲਾ ਕੀਤਾ ਹੈ, ਤਾਂ ਭਾਵੇਂ ਉਹ ਕਿੰਨਾ ਵੀ ਛੋਟਾ ਕਿਉਂ ਨਾ ਹੋਵੇ, ਮੈਂ ਉਸ ਨੂੰ ਪੂਰਾ ਕਰਦਾ ਹਾਂ। ਨਹੀਂ ਤਾਂ ਮੇਰੇ ਵਿੱਚ ਮਹੱਤਵਪੂਰਨ ਕੰਮ ਕਰਨ ਲਈ ਆਤਮਵਿਸ਼ਵਾਸ ਕਿਵੇਂ ਆਵੇਗਾ? ਜੇਕਰ ਮੈਂ ਖੁਦ ਨੂੰ ਕਹਿ ਸਕਾਂ, 'ਸ਼ਹਿਰ ਜਾਣ ਵਾਲੇ ਪੁਲ ਨੂੰ ਪਾਰ ਕਰਦੇ ਸਮੇਂ ਮੈਂ ਸੌ ਦਿਨ ਤੱਕ ਹਰ ਦਿਨ ਸੜਕ ਤੋਂ ਇੱਕ ਪੱਥਰ ਚੁੱਕ ਕੇ ਨਦੀ ਵਿੱਚ ਸੁੱਟਾਂਗਾ', ਤਾਂ ਮੈਂ ਅਜਿਹਾ ਹਰ ਦਿਨ ਕਰਾਂਗਾ। ਜੇਕਰ ਸੱਤਵੇਂ ਦਿਨ ਪੁਲ ਪਾਰ ਕਰਦੇ ਸਮੇਂ ਮੈਂ ਪੱਥਰ ਸੁੱਟਣਾ ਭੁੱਲ ਜਾਵਾਂ, ਤਾਂ ਮੈਂ ਇਹ ਨਹੀਂ ਕਹਾਂਗਾ, 'ਕੱਲ੍ਹ ਮੈਂ ਦੋ ਪੱਥਰ ਸੁੱਟ ਦਿਆਂਗਾ।

ਇਸ ਨਾਲ ਕੋਈ ਫਰਕ ਨਹੀਂ ਪੈਂਦਾ।' ਨਹੀਂ, ਮੈਂ ਦੁਬਾਰਾ ਪੁਲ ਤੱਕ ਜਾਵਾਂਗਾ ਅਤੇ ਪੱਥਰ ਸੁੱਟਾਂਗਾ। ਨਾ ਹੀ ਵੀਹਵੇਂ ਦਿਨ ਮੈਂ ਖ਼ੁਦ ਨੂੰ ਇਹ ਕਹਾਂਗਾ, 'ਅਰਕਾਦ, ਇਹ ਬੇਕਾਰ ਦਾ ਕੰਮ ਹੈ। ਹਰ ਦਿਨ ਇੱਕ ਪੱਥਰ ਸੁੱਟਣ ਨਾਲ ਕੀ ਲਾਭ ਹੋਵੇਗਾ? ਇਸ ਤੋਂ ਚੰਗਾ ਤਾਂ ਇਹ ਹੈ ਕਿ ਮੁੱਠੀ ਭਰ ਕੇ ਪੱਥਰ ਚੁੱਕ ਕੇ ਨਦੀ ਵਿੱਚ ਇਕੱਠੇ ਸੁੱਟ ਦਿਆਂ ਅਤੇ ਇਸ ਮੁਸੀਬਤ ਨੂੰ ਖ਼ਤਮ ਕਰਾਂ।' ਨਹੀਂ, ਮੈਂ ਅਜਿਹਾ ਨਹੀਂ ਕਹਾਂਗਾ, ਮੈਂ ਅਜਿਹਾ ਨਹੀਂ ਕਰਾਂਗਾ। ਜਦੋਂ ਮੈਂ ਕਿਸੇ ਕੰਮ ਨੂੰ ਕਰਨ ਦਾ ਫੈਸਲਾ ਕਰਦਾ ਹਾਂ, ਤਾਂ ਮੈਂ ਉਸ ਨੂੰ ਪੂਰਾ ਕਰਕੇ ਹੀ ਸਾਹ ਲੈਂਦਾ ਹਾਂ। ਇਸ ਲਈ ਮੈਂ ਇਸ ਗੱਲ ਦਾ ਧਿਆਨ ਰੱਖਦਾ ਹਾਂ ਕਿ ਮੈਂ ਕਠਿਨ ਅਤੇ ਅਵਿਵਹਾਰਕ ਕੰਮ ਸ਼ੁਰੂ ਨਾ ਕਰਾਂ, ਕਿਉਂਕਿ ਮੈਨੂੰ ਵਿਹਲਾ ਰਹਿਣਾ ਅਤੇ ਆਰਾਮ ਕਰਨਾ ਪਸੰਦ ਹੈ।'

ਫਿਰ ਇੱਕ ਹੋਰ ਦੋਸਤ ਬੋਲਿਆ, ''ਤੁਹਾਡੀਆਂ ਗੱਲਾਂ ਦਲੀਲ ਵਾਲੀਆਂ ਹਨ। ਅਤੇ ਜੇਕਰ ਇਹ ਸੱਚ ਹਨ, ਤਾਂ ਇਹ ਕੰਮ ਬਹੁਤ ਆਸਾਨ ਹੈ। ਜੇਕਰ ਸਾਰੇ ਅਜਿਹਾ ਹੀ ਕਰਨ ਲੱਗਣ, ਤਾਂ ਫਿਰ ਦੌਲਤ ਇਸ ਹੱਥ ਤੋਂ ਉਸ ਹੱਥ ਤੱਕ ਕਿਵੇਂ ਪਹੁੰਚ ਸਕੇਗੀ?''

ਅਰਕਾਦ ਨੇ ਜਵਾਬ ਦਿੱਤਾ, ''ਜਿੱਥੇ ਵੀ ਮਨੁੱਖ ਮਿਹਨਤ ਕਰਦੇ ਹਨ, ਉੱਥੇ ਦੌਲਤ ਵਧਦੀ ਹੈ। ਜੇਕਰ ਕੋਈ ਅਮੀਰ ਆਦਮੀ ਇੱਕ ਨਵਾਂ ਮਹੱਲ ਬਣਾਉਂਦਾ ਹੈ, ਤਾਂ ਕੀ ਉਸ ਦਾ ਖਰਚ ਕੀਤਾ ਧਨ ਗਾਇਬ ਹੋ ਜਾਂਦਾ ਹੈ? ਨਹੀਂ, ਇੱਟਾਂ ਵਾਲੇ ਨੂੰ ਇਸ ਦਾ ਇੱਕ ਹਿੱਸਾ ਮਿਲਦਾ ਹੈ, ਮਜ਼ਦੂਰਾਂ ਨੂੰ ਇਸ ਦਾ ਇੱਕ ਹਿੱਸਾ ਮਿਲਦਾ ਹੈ, ਕਾਰੀਗਰ ਨੂੰ ਇਸ ਦਾ ਇੱਕ ਹਿੱਸਾ ਮਿਲਦਾ ਹੈ। ਜੋ ਵੀ ਉਸ ਮਹੱਲ ਨੂੰ ਬਣਾਉਣ ਵਿੱਚ ਮਿਹਨਤ ਕਰਦਾ ਹੈ, ਉਸ ਨੂੰ ਉਸ ਧਨ ਵਿੱਚੋਂ ਹਿੱਸਾ ਮਿਲਦਾ ਹੈ। ਅਤੇ ਜਦੋਂ ਮਹਲ ਬਣ ਕੇ ਤਿਆਰ ਹੋ ਜਾਂਦਾ ਹੈ, ਤਾਂ ਕੀ ਇਹ ਇਸ ਦੀ ਲਾਗਤ ਜਿੰਨਾ ਕੀਮਤੀ ਨਹੀਂ ਹੁੰਦਾ? ਕੀ ਮਹੱਲ ਬਣਨ ਕਾਰਨ ਉਸ ਜਗ੍ਹਾ ਦਾ ਮੁੱਲ ਨਹੀਂ ਵਧ ਜਾਂਦਾ, ਜਿਸ 'ਤੇ ਉਹ ਬਣਿਆ ਹੈ? ਅਤੇ ਕੀ ਮਹੱਲ ਬਣਨ ਨਾਲ ਇਸ ਦੇ ਨੇੜੇ ਦੀ ਜ਼ਮੀਨ ਦੀ ਕੀਮਤ ਨਹੀਂ ਵਧ ਜਾਂਦੀ? ਦੌਲਤ ਜਾਦੂ ਦੀ ਤਰ੍ਹਾਂ ਵਧਦੀ ਹੈ। ਕੋਈ ਵੀ ਵਿਅਕਤੀ ਇਸ ਦੀ ਸੀਮਾ ਦੀ ਭਵਿੱਖਬਾਣੀ ਨਹੀਂ ਕਰ ਸਕਦਾ। ਫੀਨੀਸ਼ੀਅਨਸ ਦੇ ਸਮੁੰਦਰੀ ਜਹਾਜ਼ ਦੂਜੇ ਦੇਸ਼ਾਂ ਦੇ ਵਪਾਰ ਤੋਂ ਜਿਹੜਾ ਧਨ ਕਮਾ ਕੇ ਲਿਆਉਂਦੇ ਹਨ, ਕੀ ਉਸ ਧਨ ਨਾਲ ਉਨ੍ਹਾਂ ਨੇ ਉਜਾੜ ਸਮੁੰਦਰੀ ਤੱਟਾਂ 'ਤੇ ਵੱਡੇ ਸ਼ਹਿਰ ਨਹੀਂ ਬਣਾ ਲਏ ਹਨ?''

ਇੱਕ ਹੋਰ ਦੋਸਤ ਨੇ ਪੁੱਛਿਆ, ''ਤਾਂ ਫਿਰ ਤੁਸੀਂ ਸਾਨੂੰ ਅਮੀਰ ਬਣਨ ਲਈ ਕੀ ਕਰਨ ਦੀ ਸਲਾਹ ਦਿੰਦੇ ਹੋ? ਸਾਡੇ ਕਈ ਸਾਲ ਬਰਬਾਦ ਹੋ ਚੁੱਕੇ ਹਨ। ਸਾਡੀ ਜਵਾਨੀ ਚਲੀ ਗਈ ਹੈ। ਅਤੇ ਸਾਡੇ ਕੋਲ ਬੱਚਤ ਦੇ ਨਾਂ 'ਤੇ ਕੁਝ ਵੀ ਨਹੀਂ ਹੈ।''

ਮੈਂ ਸਲਾਹ ਦਿੰਦਾ ਹਾਂ ਕਿ ਤੁਸੀਂ ਅਲਗੋਮਿਸ਼ ਦੀ ਸਮਝਦਾਰੀ ਤੋਂ ਸਿੱਖਿਆ ਲਓ ਅਤੇ ਖ਼ੁਦ ਨੂੰ ਕਹੋ, 'ਮੈਂ ਜਿੰਨਾ ਕਮਾਵਾਂਗਾ, ਉਸ ਦਾ ਇੱਕ ਹਿੱਸਾ ਖ਼ੁਦ ਰੱਖਾਂਗਾ।' ਇਸ ਵਾਕ ਨੂੰ ਸਵੇਰੇ ਉੱਠਦੇ ਸਮੇਂ ਦੁਹਰਾਓ। ਇਸ ਨੂੰ ਦੁਪਹਿਰ ਵੇਲੇ ਦੁਹਰਾਓ। ਇਸ ਨੂੰ ਰਾਤ ਨੂੰ ਵੀ ਦੁਹਰਾਓ। ਇਸ ਨੂੰ ਹਰ ਦਿਨ, ਹਰ ਘੰਟੇ ਦੁਹਰਾਓ। ਤੁਸੀਂ ਖ਼ੁਦ ਨੂੰ ਉਦੋਂ ਤੱਕ ਇਹ ਕਹਿੰਦੇ ਰਹੋ, ਜਦੋਂ ਤੱਕ ਕਿ ਇਹ ਸ਼ਬਦ ਅਸਮਾਨ ਵਿੱਚ ਅੱਗ ਦੇ ਅੱਖਰਾਂ ਵਾਂਗ ਸਾਫ਼ ਨਜ਼ਰ ਨਾ ਆਉਣ ਲੱਗ ਜਾਣ।

ਆਪਣੇ ਮਨ 'ਤੇ ਇਸ ਵਿਚਾਰ ਦੀ ਮੋਹਰ ਲਗਾ ਦਿਓ। ਆਪਣੇ ਦਿਮਾਗ ਵਿੱਚ ਇਸ ਵਿਚਾਰ ਨੂੰ ਭਰ ਲਓ। ਫਿਰ ਆਮਦਨੀ ਦਾ ਜਿੰਨਾ ਹਿੱਸਾ ਸਹੀ ਲਗਦਾ ਹੋਵੇ, ਓਨਾ ਬਚਾਓ। ਤੁਹਾਡੀ ਇਹ ਬੱਚਤ ਤੁਹਾਡੀ ਆਮਦਨੀ ਦੇ ਦਸਵੇਂ ਹਿੱਸੇ ਭਾਵ ਦਸ ਫੀਸਦੀ ਤੋਂ ਘੱਟ ਨਹੀਂ ਹੋਣੀ ਚਾਹੀਦੀ। ਫਿਰ ਇਸ ਹਿੱਸੇ ਨੂੰ ਵੱਖਰਾ ਰੱਖ ਦਿਓ। ਜੇਕਰ ਜ਼ਰੂਰੀ ਹੋਵੇ, ਤਾਂ ਆਪਣੇ ਹੋਰ ਖਰਚੇ ਘੱਟ ਕਰ ਦਿਓ। ਪਰ ਸਭ ਤੋਂ ਪਹਿਲਾਂ ਦਸਵੇਂ ਹਿੱਸੇ ਨੂੰ ਵੱਖਰਾ ਰੱਖ ਦਿਓ। ਜਲਦੀ ਹੀ ਤੁਸੀਂ ਖੁਦ ਇੱਕ ਅਜਿਹੇ ਖਜ਼ਾਨੇ ਦਾ ਮਾਲਕ ਬਣ ਜਾਉਗੇ, ਜਿਸ 'ਤੇ ਸਿਰਫ ਤੁਹਾਡਾ ਹੀ ਹੱਕ ਹੋਵੇਗਾ। ਇਸ ਨਾਲ ਤੁਹਾਨੂੰ ਬਹੁਤ ਸੁਖ ਮਿਲੇਗਾ। ਜਦੋਂ ਤੁਹਾਡਾ ਖਜ਼ਾਨਾ ਵਧੇਗਾ, ਤਾਂ ਉਸ ਨਾਲ ਤੁਹਾਨੂੰ ਪ੍ਰੇਰਨਾ ਮਿਲੇਗੀ। ਜ਼ਿੰਦਗੀ ਦਾ ਇੱਕ ਨਵਾਂ ਆਨੰਦ ਤੁਹਾਨੂੰ ਰੁਮਾਂਚਿਤ ਕਰੇਗਾ। ਫਿਰ ਤੁਸੀਂ ਜ਼ਿਆਦਾ ਕਮਾਉਣ ਲਈ ਜ਼ਿਆਦਾ ਕੋਸ਼ਿਸ਼ ਕਰੋਗੇ, ਕਿਉਂਕਿ ਤੁਹਾਡੀ ਆਮਦਨੀ ਜਿੰਨੀ ਵਧੇਗੀ, ਤੁਹਾਡੀ ਬੱਚਤ ਵੀ ਓਨੀ ਹੀ ਵਧੇਗੀ।

ਇਸ ਤੋਂ ਬਾਅਦ ਆਪਣੇ ਖਜ਼ਾਨੇ ਤੋਂ ਆਪਣੇ ਲਈ ਕੰਮ ਕਰਵਾਉਣਾ ਸਿੱਖੋ। ਇਸ ਨੂੰ ਆਪਣਾ ਗੁਲਾਮ ਬਣਾਓ। ਇਸ ਦੀਆਂ ਸੰਤਾਨਾਂ ਅਤੇ ਉਸ ਦੀਆਂ ਸੰਤਾਨਾਂ ਦੀਆਂ ਸੰਤਾਨਾਂ ਤੋਂ ਆਪਣੇ ਲਈ ਕੰਮ ਕਰਵਾਓ।

ਭਵਿੱਖ ਦੀ ਆਮਦਨੀ ਪੱਕੀ ਕਰ ਲਓ। ਬਜ਼ੁਰਗ ਲੋਕਾਂ ਨੂੰ ਦੇਖੋ ਅਤੇ ਇਹ ਯਾਦ ਰੱਖੋ ਕਿ ਕਿਸੇ ਦਿਨ ਤੁਹਾਡੀ ਗਿਣਤੀ ਵੀ ਇਨ੍ਹਾਂ ਲੋਕਾਂ ਵਿੱਚ ਹੋਵੇਗੀ। ਇਸ ਲਈ ਆਪਣੇ ਖਜ਼ਾਨੇ ਦਾ ਨਿਵੇਸ਼ ਬਹੁਤ ਸਾਵਧਾਨੀ ਨਾਲ ਕਰੋ, ਤਾਂ ਕਿ ਤੁਸੀਂ ਇਸ ਨੂੰ ਗੁਆ ਨਾ ਦਿਓ। ਬਦਲੇ ਵਿੱਚ ਬਹੁਤ ਜ਼ਿਆਦਾ ਲਾਭ ਉਹ ਧੋਖੇਬਾਜ਼ ਜਲਪਰੀ ਹੈ, ਜੋ ਆਪਣੇ ਮਿੱਠੇ ਗੀਤ ਨਾਲ ਅਸਾਵਧਾਨ ਵਿਅਕਤੀਆਂ ਨੂੰ ਮੋਹਿਤ ਕਰਕੇ ਚਟਾਨਾਂ ਵੱਲ ਖਿੱਚਦੀ ਹੈ, ਜਿੱਥੇ ਉਹ ਨੁਕਸਾਨ ਅਤੇ ਪਸ਼ਚਾਤਾਪ ਦੀਆਂ ਚਟਾਨਾਂ ਨਾਲ ਟਕਰਾ ਕੇ ਤਬਾਹ ਹੋ ਜਾਂਦੇ ਹਨ।

ਇਸ ਗੱਲ ਦੀ ਸੈਟਿੰਗ ਵੀ ਕਰ ਲਓ ਕਿ ਜੇਕਰ ਦੇਵਤਾ ਤੁਹਾਨੂੰ ਆਪਣੇ ਕੋਲ ਬੁਲਾ ਲੈਣ ਤਾਂ ਤੁਹਾਡੇ ਪਰਿਵਾਰ 'ਤੇ ਆਰਥਿਕ ਸੰਕਟ ਨਾ ਆਏ। ਸਮੇਂ-ਸਮੇਂ 'ਤੇ ਬੀਮੇ ਦਾ ਥੋੜ੍ਹਾ ਭੁਗਤਾਨ ਕਰਨ ਨਾਲ ਅਜਿਹਾ ਸੁਰੱਖਿਅਤ ਪ੍ਰਬੰਧ ਕਰਨਾ ਸੰਭਵ ਹੈ। ਇਸ ਲਈ ਸਮਝਦਾਰ ਵਿਅਕਤੀ ਅਜਿਹੇ ਸਮਝ ਵਾਲੇ ਉਦੇਸ਼ਾਂ ਲਈ ਧਨ ਖਰਚ ਕਰਨ ਵਿੱਚ ਦੇਰੀ ਨਹੀਂ ਕਰਦਾ।

ਸਿਆਣੇ ਲੋਕਾਂ ਤੋਂ ਸਲਾਹ ਲਓ। ਧਨ ਸੰਬੰਧੀ ਕੰਮ ਕਰਨ ਵਾਲੇ ਲੋਕਾਂ ਤੋਂ ਸਲਾਹ ਲਓ। ਉਹ ਤੁਹਾਨੂੰ ਉਸ ਤਰ੍ਹਾਂ ਦੀ ਗਲਤੀ ਤੋਂ ਬਚਾ ਲੈਣਗੇ, ਜੋ ਮੈਂ ਆਪਣੇ ਧਨ ਨੂੰ ਇੱਟਾਂ ਬਣਾਉਣ ਵਾਲੇ ਅਜ਼ਮਰ ਦੇ ਹਵਾਲੇ ਕਰਦੇ ਸਮੇਂ ਕੀਤੀ ਸੀ। ਘੱਟ ਪਰ ਸੁਰੱਖਿਅਤ ਲਾਭ ਜੋਖਮ ਲੈਣ ਤੋਂ ਚੰਗਾ ਹੈ।

''ਜਦੋਂ ਤੱਕ ਤੁਸੀਂ ਇਸ ਦੁਨੀਆ ਵਿੱਚ ਹੋ, ਇਸ ਦਾ ਆਨੰਦ ਲਓ। ਆਪਣੀ ਸਮਰੱਥਾ ਤੋਂ ਜ਼ਿਆਦਾ ਮਿਹਨਤ ਨਾ ਕਰੋ। ਬਹੁਤ ਜ਼ਿਆਦਾ ਧਨ ਬਚਾਉਣ ਦੀ ਕੋਸ਼ਿਸ਼ ਵੀ ਨਾ ਕਰੋ। ਜੇਕਰ ਤੁਸੀਂ ਆਪਣੀ ਆਮਦਨੀ ਦੇ ਦਸਵੇਂ ਹਿੱਸੇ ਨੂੰ ਆਰਾਮ ਨਾਲ ਬਚਾ ਸਕਦੇ ਹੋ, ਤਾਂ ਏਨਾ ਬਚਾ ਕੇ ਹੀ ਸੰਤੁਸ਼ਟ ਰਹੋ। ਇਸ ਤੋਂ ਇਲਾਵਾ ਆਪਣੀ ਆਮਦਨੀ ਦੇ ਹਿਸਾਬ

ਨਾਲ ਜ਼ਿੰਦਗੀ ਗੁਜ਼ਾਰੋ। ਬਹੁਤ ਜ਼ਿਆਦਾ ਕੰਜੂਸ ਨਾ ਬਣੋ, ਨਾ ਹੀ ਖਰਚ ਕਰਨ ਤੋਂ ਡਰੋ। ਜ਼ਿੰਦਗੀ ਬਹੁਤ ਚੰਗੀ ਹੈ ਅਤੇ ਜ਼ਿੰਦਗੀ ਵਿੱਚ ਅਜਿਹੀ ਬਹੁਤ ਸਾਰੀਆਂ ਚੀਜ਼ਾਂ ਹਨ, ਜਿਨ੍ਹਾਂ ਦਾ ਆਨੰਦ ਲਿਆ ਜਾਣਾ ਚਾਹੀਦਾ ਹੈ।''

ਅਰਕਾਦ ਦੇ ਦੋਸਤਾਂ ਨੇ ਉਸ ਦਾ ਧੰਨਵਾਦ ਕਰਕੇ ਉਸ ਤੋਂ ਜਾਣ ਦੀ ਆਗਿਆ ਲਈ। ਵਾਪਸ ਆਉਂਦੇ ਸਮੇਂ ਤਾਂ ਕੁਝ ਦੋਸਤ ਖਾਮੋਸ਼ ਸਨ, ਕਿਉਂਕਿ ਉਨ੍ਹਾਂ ਵਿੱਚ ਕਲਪਨਾ-ਸ਼ਕਤੀ ਨਹੀਂ ਸੀ ਅਤੇ ਉਹ ਅਰਕਾਦ ਦੀਆਂ ਗੱਲਾਂ ਦਾ ਪੂਰਾ ਮਤਲਬ ਨਹੀਂ ਸਨ ਸਮਝ ਪਾਏ। ਕੁਝ ਆਲੋਚਨਾ ਕਰ ਰਹੇ ਸਨ, ਕਿਉਂਕਿ ਉਹ ਸੋਚ ਰਹੇ ਸਨ ਕਿ ਏਨੇ ਅਮੀਰ ਆਦਮੀ ਨੂੰ ਆਪਣੀ ਦੌਲਤ ਦਾ ਕੁਝ ਹਿੱਸਾ ਆਪਣੇ ਗਰੀਬ ਦੋਸਤਾਂ ਵਿੱਚ ਵੰਡ ਦੇਣਾ ਚਾਹੀਦਾ ਹੈ। ਪਰ ਕੁਝ ਦੀਆਂ ਅੱਖਾਂ ਵਿੱਚ ਇੱਕ ਨਵੀਂ ਚਮਕ ਸੀ। ਉਹ ਜਾਣਦੇ ਸਨ ਕਿ ਅਲਗੋਮਿਸ਼ ਹਰ ਵਾਰ ਨਕਲਨਵੀਸਾਂ ਦੇ ਕਮਰੇ ਵਿੱਚ ਆਇਆ ਸੀ, ਕਿਉਂਕਿ ਉਹ ਅਰਕਾਦ ਨੂੰ ਹਨੇਰੇ ਵਿੱਚੋਂ ਨਿਕਲ ਕੇ ਰੋਸ਼ਨੀ ਵੱਲ ਜਾਂਦੇ ਦੇਖ ਰਿਹਾ ਸੀ। ਜਦੋਂ ਅਰਕਾਦ ਨੂੰ ਗਿਆਨ ਦੀ ਰੋਸ਼ਨੀ ਮਿਲ ਗਈ, ਤਾਂ ਇੱਕ ਅਵਸਰ, ਇੱਕ ਅਹੁਦਾ ਉਸ ਦੀ ਉਡੀਕ ਕਰ ਰਿਹਾ ਸੀ। ਕੋਈ ਵੀ ਉਸ ਥਾਂ ਨੂੰ ਨਹੀਂ ਸੀ ਭਰ ਸਕਦਾ, ਜਦੋਂ ਤੱਕ ਕਿ ਉਹ ਆਪਣੇ ਗਿਆਨ ਨੂੰ ਵਧਾ ਨਾ ਲਵੇ ਅਤੇ ਮੌਕੇ ਲਈ ਤਿਆਰ ਨਾ ਹੋਵੇ।

ਬਾਅਦ ਵਾਲੇ ਲੋਕ ਕਈ ਸਾਲਾਂ ਤੱਕ ਅਰਕਾਦ ਨੂੰ ਵਾਰ-ਵਾਰ ਮਿਲਣ ਗਏ, ਜਿਸ ਨੇ ਖੁਸ਼ੀ ਨਾਲ ਉਨ੍ਹਾਂ ਦਾ ਸਵਾਗਤ ਕੀਤਾ। ਉਸ ਨੇ ਉਨ੍ਹਾਂ ਨੂੰ ਕਾਫੀ ਸਮਝਦਾਰੀ ਵਾਲੀ ਸਲਾਹ ਦਿੱਤੀ, ਜਿਵੇਂ ਤਜਰਬੇਕਾਰ ਲੋਕ ਹਮੇਸ਼ਾ ਖੁਸ਼ੀ-ਖੁਸ਼ੀ ਕਰਦੇ ਹਨ। ਅਤੇ ਉਸ ਨੇ ਉਨ੍ਹਾਂ ਦੀ ਬੱਚਤ ਦੇ ਨਿਵੇਸ਼ ਵਿੱਚ ਮਦਦ ਵੀ ਕੀਤੀ, ਤਾਂ ਕਿ ਉਨ੍ਹਾਂ ਨੂੰ ਸੁਰੱਖਿਅਤ ਵਿਆਜ ਮਿਲ ਸਕੇ ਅਤੇ ਉਨ੍ਹਾਂ ਦਾ ਮੂਲਧਨ ਸੁਰੱਖਿਅਤ ਰਹੇ ਜਾਂ ਉਹ ਅਜਿਹੇ ਨਿਵੇਸ਼ਕਾਂ ਵਿੱਚ ਨਾ ਉਲਝ ਜਾਣ, ਜਿਨ੍ਹਾਂ ਨਾਲ ਉਨ੍ਹਾਂ ਨੂੰ ਕੋਈ ਲਾਭ ਨਾ ਹੋਵੇ।

ਇਨ੍ਹਾਂ ਲੋਕਾਂ ਦੀ ਜ਼ਿੰਦਗੀ ਵਿੱਚ ਬਦਲਾਅ ਦਾ ਪਲ ਉਸ ਦਿਨ ਆਇਆ, ਜਦੋਂ ਉਨ੍ਹਾਂ ਨੂੰ ਉਸ ਸੱਚ ਦਾ ਅਹਿਸਾਸ ਹੋਇਆ, ਜੋ ਅਲਗੋਮਿਸ਼ ਤੋਂ ਅਰਕਾਦ ਨੇ ਅਤੇ ਅਰਕਾਦ ਤੋਂ ਉਨ੍ਹਾਂ ਨੇ ਸਿੱਖਿਆ ਸੀ।

ਆਪਣੀ ਆਮਦਨੀ ਦਾ ਦਸਵਾਂ ਹਿੱਸਾ ਖ਼ੁਦ ਦੇ ਲਈ ਬਚਾ ਕੇ ਵੱਖ ਰੱਖੋ।

***

ਖਾਲੀ ਪਰਸ ਦੇ ਸੱਤ ਇਲਾਜ

ਬੇਬੀਲੋਨ ਬਹੁਤ ਹੀ ਖ਼ੁਸ਼ਹਾਲ ਸ਼ਹਿਰ ਸੀ। ਏਨੇ ਯੁਗਾਂ ਤੋਂ ਬਾਅਦ ਵੀ ਇਹ ਦੁਨੀਆ ਦੇ ਸਭ ਤੋਂ ਖ਼ੁਸ਼ਹਾਲ ਸ਼ਹਿਰ ਵਜੋਂ ਪ੍ਰਸਿੱਧ ਹੈ, ਜਿਸ ਦਾ ਖਜ਼ਾਨਾ ਹਮੇਸ਼ਾ ਭਰਿਆ ਰਹਿੰਦਾ ਸੀ।

ਪਰ ਹਮੇਸ਼ਾ ਤੋਂ ਅਜਿਹਾ ਨਹੀਂ ਸੀ। ਬੇਬੀਲੋਨ ਦੀ ਅਮੀਰੀ ਦਾ ਕਾਰਨ ਇਹ ਸੀ ਕਿ ਇਸ ਦੇ ਨਾਗਰਿਕ ਸਮਝਦਾਰ ਸਨ। ਉਨ੍ਹਾਂ ਨੇ ਅਮੀਰ ਬਣਨ ਦਾ ਫਾਰਮੂਲਾ ਸਿੱਖ ਲਿਆ ਸੀ।

ਜਦੋਂ ਮਹਾਰਾਜਾ ਸਾਰਗਨ ਆਪਣੇ ਦੁਸ਼ਮਣਾਂ ਨੂੰ ਹਰਾਉਣ ਤੋਂ ਬਾਅਦ ਬੇਬੀਲੋਨ ਆਏ, ਤਾਂ ਉਨ੍ਹਾਂ ਨੂੰ ਇੱਕ ਗੰਭੀਰ ਹਾਲਤ ਦਾ ਸਾਹਮਣਾ ਕਰਨਾ ਪਿਆ। ਉਨ੍ਹਾਂ ਦੇ ਵਜ਼ੀਰ ਨੇ ਉਨ੍ਹਾਂ ਨੂੰ ਦੱਸਿਆ,

''ਮਹਾਰਾਜ ਨੇ ਸਿੰਚਾਈ ਲਈ ਵੱਡੀਆਂ ਨਹਿਰਾਂ ਅਤੇ ਪੂਜਾ-ਪ੍ਰਾਰਥਨਾ ਲਈ ਉੱਚੇ ਮੰਦਰ ਬਣਵਾਏ, ਜਿਸ ਕਾਰਨ ਲੋਕ ਕਈ ਸਾਲ ਤੱਕ ਖ਼ੁਸ਼ਹਾਲ ਰਹੇ। ਪਰ ਹੁਣ ਇਹ ਕੰਮ ਪੂਰੇ ਹੋ ਗਏ ਹਨ, ਇਸ ਲਈ ਜ਼ਿਆਦਾਤਰ ਨਾਗਰਿਕ ਆਪਣਾ ਵੀ ਗੁਜ਼ਾਰਾ ਨਹੀਂ ਕਰ ਪਾ ਰਹੇ।''

''ਮਜ਼ਦੂਰ ਬੇਰੁਜ਼ਗਾਰ ਹਨ। ਵਪਾਰੀਆਂ ਦੀ ਗਾਹਕੀ ਬਹੁਤ ਘਟ ਗਈ ਹੈ। ਕਿਸਾਨਾਂ ਦੀ ਫਸਲ ਵਿਕ ਨਹੀਂ ਰਹੀ। ਲੋਕਾਂ ਕੋਲ ਸਾਮਾਨ ਖਰੀਦਣ ਲਈ ਲੋੜੀਂਦਾ ਪੈਸਾ ਨਹੀਂ।''

ਰਾਜਾ ਨੇ ਪੁੱਛਿਆ, ''ਅਸੀਂ ਨਹਿਰ ਅਤੇ ਮੰਦਰ ਬਣਾਉਣ ਵਿੱਚ ਕਾਫੀ ਧਨ ਖਰਚ ਕੀਤਾ ਸੀ। ਆਖਰ ਉਹ ਧਨ ਗਿਆ ਕਿੱਥੇ?''

ਵਜ਼ੀਰ ਨੇ ਕਿਹਾ, ''ਮਹਾਰਾਜ, ਉਹ ਸਾਡੇ ਸ਼ਹਿਰ ਦੇ ਮੁੱਠੀ ਭਰ ਅਮੀਰ ਲੋਕਾਂ ਕੋਲ ਚਲਾ ਗਿਆ ਹੈ। ਉਹ ਧਨ ਸਾਡੇ ਜ਼ਿਆਦਾਤਰ ਨਾਗਰਿਕਾਂ ਦੀਆਂ ਉਂਗਲਾਂ 'ਚੋਂ ਉਸੇ ਤਰ੍ਹਾਂ ਫਿਸਲ ਗਿਆ, ਜਿਸ ਤਰ੍ਹਾਂ ਬੱਕਰੀ ਦਾ ਦੁੱਧ ਛਾਣਨੀ ਵਿੱਚੋਂ ਨਿਕਲ ਜਾਂਦਾ ਹੈ। ਕਿਉਂਕਿ ਹੁਣ ਧਨ ਦੀਆਂ ਨਦੀਆਂ ਵਹਿਣੀਆਂ ਬੰਦ ਹੋ ਗਈਆਂ ਹਨ, ਇਸ ਲਈ ਬਹੁਤੇ ਲੋਕਾਂ ਦੀ ਆਮਦਨ ਵੀ ਖਤਮ ਹੋ ਗਈ ਹੈ।''

ਮਹਾਰਾਜਾ ਕੁਝ ਸਮੇਂ ਤੱਕ ਸੋਚਦੇ ਰਹੇ। ਫਿਰ ਉਨ੍ਹਾਂ ਨੇ ਪੁੱਛਿਆ, ''ਸਾਰਾ ਧਨ ਮੁੱਠੀ ਭਰ ਲੋਕਾਂ ਕੋਲ ਕਿਵੇਂ ਚਲਾ ਗਿਆ?''

ਵਜ਼ੀਰ ਨੇ ਜਵਾਬ ਦਿੱਤਾ, ''ਕਿਉਂਕਿ ਉਹ ਇਸ ਦਾ ਢੰਗ ਜਾਣਦੇ ਸਨ। ਅਸੀਂ ਸਫਲ ਲੋਕਾਂ ਦੀ ਇਸ ਕਾਰਨ ਨਿੰਦਾ ਨਹੀਂ ਕਰ ਸਕਦੇ, ਕਿਉਂਕਿ ਉਹ ਸਫਲ ਹੋਣ ਦਾ ਢੰਗ ਜਾਣਦੇ ਹਨ। ਇਸ ਤੋਂ ਇਲਾਵਾ ਇਹ ਵੀ ਸਹੀ ਨਹੀਂ ਹੋਵੇਗਾ ਕਿ ਜਾਇਜ਼ ਤੌਰ 'ਤੇ ਕਮਾਏ ਧਨ ਨੂੰ ਜ਼ਬਰਦਸਤੀ ਖੋਹ ਕੇ ਘੱਟ ਯੋਗ ਵਿਅਕਤੀਆਂ ਵਿੱਚ ਵੰਡ ਦਿੱਤਾ ਜਾਵੇ।''

ਮਹਾਰਾਜਾ ਨੇ ਪੁੱਛਿਆ, ''ਸਾਰੇ ਲੋਕ ਇਹ ਕਿਉਂ ਨਹੀਂ ਸਿੱਖਦੇ ਕਿ ਪੈਸਾ ਇਕੱਠਾ ਕਿਵੇਂ ਕੀਤਾ ਜਾਂਦਾ ਹੈ, ਤਾਂ ਕਿ ਮੇਰੇ ਸ਼ਹਿਰ ਦਾ ਹਰ ਆਦਮੀ ਅਮੀਰ ਬਣ ਜਾਵੇ? ਕੀ ਇਹ ਸੰਭਵ ਨਹੀਂ?''

''ਬਿਲਕੁਲ ਸੰਭਵ ਹੈ, ਮਹਾਰਾਜ। ਪਰ ਉਨ੍ਹਾਂ ਨੂੰ ਸਿਖਾਏਗਾ ਕੌਣ? ਪਾਂਡੇ ਅਤੇ ਪੰਡਿਤ ਪੱਕੇ ਤੌਰ 'ਤੇ ਅਜਿਹਾ ਨਹੀਂ ਕਰ ਸਕਦੇ, ਕਿਉਂਕਿ ਉਨ੍ਹਾਂ ਨੂੰ ਧਨ ਕਮਾਉਣ ਬਾਰੇ ਥੋੜ੍ਹਾ ਜਿਹਾ ਵੀ ਗਿਆਨ ਨਹੀਂ।''

ਮਹਾਰਾਜਾ ਨੇ ਪੁੱਛਿਆ, ''ਵਜ਼ੀਰ, ਦੌਲਤਮੰਦ ਬਣਨ ਦਾ ਤਰੀਕਾ ਸਾਡੇ ਸ਼ਹਿਰ ਵਿੱਚ ਸਭ ਤੋਂ ਚੰਗੀ ਤਰ੍ਹਾਂ ਕੌਣ ਜਾਣਦਾ ਹੈ?''

''ਤੁਹਾਡੇ ਸਵਾਲ ਵਿੱਚ ਹੀ ਜਵਾਬ ਲੁਕਿਆ ਹੈ, ਮਹਾਰਾਜ। ਬੇਬੀਲੋਨ ਵਿੱਚ ਸਭ ਤੋਂ ਜ਼ਿਆਦਾ ਪੈਸਾ ਕਿਸ ਕੋਲ ਹੈ?''

''ਮੇਰੇ ਕਾਬਲ ਵਜ਼ੀਰ, ਤੁਸੀਂ ਬਹੁਤ ਚੰਗੀ ਗੱਲ ਕਹੀ ਹੈ। ਅਰਕਾਦ ਤੋਂ ਇਲਾਵਾ ਹੋਰ ਕੌਣ ਹੋ ਸਕਦਾ ਹੈ। ਉਹ ਬੇਬੀਲੋਨ ਦਾ ਸਭ ਤੋਂ ਅਮੀਰ ਆਦਮੀ ਹੈ। ਉਸ ਨੂੰ ਕੱਲ੍ਹ ਮੇਰੇ ਸਾਹਮਣੇ ਪੇਸ਼ ਕਰੋ।''

ਅਗਲੇ ਦਿਨ ਮਹਾਰਾਜਾ ਦੇ ਹੁਕਮ ਅਨੁਸਾਰ ਅਰਕਾਦ ਉਨ੍ਹਾਂ ਦੇ ਸਾਹਮਣੇ ਹਾਜ਼ਰ ਹੋਇਆ। ਹਾਲਾਂਕਿ ਉਸ ਦੀ ਉਮਰ ਸੱਤਰ ਸਾਲ ਦੀ ਹੋ ਚੁੱਕੀ ਸੀ ਪਰ ਉਹ ਹੁਣ ਵੀ ਚੁਸਤ ਅਤੇ ਫੁਰਤੀਲਾ ਸੀ।

ਸਮਰਾਟ ਨੇ ਕਿਹਾ, ''ਅਰਕਾਦ, ਕੀ ਇਹ ਸੱਚ ਹੈ ਕਿ ਤੁਸੀਂ ਬੇਬੀਲੋਨ ਦੇ ਸਭ ਤੋਂ ਅਮੀਰ ਆਦਮੀ ਹੋ?''

''ਲੋਕ ਅਜਿਹਾ ਕਹਿੰਦੇ ਹਨ, ਮਹਾਰਾਜ, ਅਤੇ ਕੋਈ ਵੀ ਇਸ ਦਾ ਵਿਰੋਧ ਨਹੀਂ ਕਰਦਾ।''

''ਤੁਸੀਂ ਏਨੇ ਦੌਲਤਮੰਦ ਕਿਵੇਂ ਬਣੇ?''

''ਉਨ੍ਹਾਂ ਮੌਕਿਆਂ ਦਾ ਲਾਭ ਚੁੱਕ ਕੇ, ਜੋ ਸਾਡੇ ਵਧੀਆ ਸ਼ਹਿਰ ਦੇ ਸਾਰੇ ਨਾਗਰਿਕਾਂ ਲਈ ਮੌਜੂਦ ਹਨ।''

''ਤੁਹਾਡੇ ਕੋਲ ਸ਼ੁਰੂ ਵਿੱਚ ਤਾਂ ਕੁਝ ਨਹੀਂ ਸੀ?''

''ਸਿਰਫ ਦੌਲਤ ਕਮਾਉਣ ਦੀ ਤਾਂਘ ਸੀ। ਇਸ ਤੋਂ ਇਲਾਵਾ ਹੋਰ ਕੁਝ ਵੀ ਨਹੀਂ ਸੀ।''

ਸਮਰਾਟ ਨੇ ਅੱਗੇ ਕਿਹਾ, ''ਅਰਕਾਦ, ਸਾਡੇ ਸ਼ਹਿਰ ਦੀ ਹਾਲਤ ਬਹੁਤ ਗੰਭੀਰ ਹੈ। ਸਿਰਫ ਮੁੱਠੀ ਭਰ ਲੋਕ ਹੀ ਦੌਲਤ ਕਮਾਉਣ ਦਾ ਤਰੀਕਾ ਜਾਣਦੇ ਹਨ, ਇਸ ਲਈ ਧਨ 'ਤੇ ਉਨ੍ਹਾਂ ਦਾ ਅਧਿਕਾਰ ਹੋ ਗਿਆ ਹੈ, ਜਦੋਂ ਕਿ ਸਾਡੇ ਜ਼ਿਆਦਾਤਰ ਨਾਗਰਿਕ ਇਹ ਨਹੀਂ ਜਾਣਦੇ ਕਿ ਉਹ ਆਪਣੀ ਆਮਦਨ ਵਿੱਚੋਂ ਬੱਚਤ ਕਰਕੇ ਦੌਲਤਮੰਦ ਕਿਵੇਂ ਬਣ ਸਕਦੇ ਹਨ।''

''ਮੈਂ ਚਾਹੁੰਦਾ ਹਾਂ ਕਿ ਬੇਬੀਲੋਨ ਦੁਨੀਆ ਦਾ ਸਭ ਤੋਂ ਅਮੀਰ ਸ਼ਹਿਰ ਬਣ ਜਾਏ। ਇਸ ਲਈ ਇਸ ਵਿੱਚ ਬਹੁਤ ਸਾਰੇ ਪੈਸੇ ਵਾਲੇ ਲੋਕ ਹੋਣੇ ਚਾਹੀਦੇ ਹਨ। ਇਸ ਲਈ ਸਾਨੂੰ ਸਾਰੇ ਲੋਕਾਂ ਨੂੰ ਇਹ ਸਿਖਾਉਣਾ ਪਵੇਗਾ ਕਿ ਅਮੀਰ ਕਿਵੇਂ ਬਣਿਆ ਜਾਂਦਾ ਹੈ। ਮੈਨੂੰ ਦੱਸੋ ਅਰਕਾਦ, ਕੀ ਪੈਸੇ ਵਾਲਾ ਬਣਨ ਦਾ ਕੋਈ ਰਹੱਸ ਜਾਂ ਫਾਰਮੁਲਾ ਹੈ? ਕੀ ਇਸ ਨੂੰ ਸਿਖਾਇਆ ਜਾ ਸਕਦਾ ਹੈ?''

''ਮਹਾਰਾਜ, ਜੋ ਇੱਕ ਵਿਅਕਤੀ ਜਾਣਦਾ ਹੈ, ਉਸ ਨੂੰ ਦੂਜਿਆਂ ਨੂੰ ਵੀ ਸਿਖਾਇਆ ਜਾ ਸਕਦਾ ਹੈ।''

ਸਮਰਾਟ ਦੀਆਂ ਅੱਖਾਂ ਵਿੱਚ ਚਮਕ ਆ ਗਈ, ''ਅਰਕਾਦ, ਤੁਸੀਂ ਉਹੀ ਕਿਹਾ, ਜੋ ਮੈਂ ਸੁਣਨਾ ਚਾਹੁੰਦਾ ਸੀ। ਕੀ ਤੁਸੀਂ ਇਸ ਮਹਾਨ ਕੰਮ ਵਿੱਚ ਆਪਣਾ ਸਹਿਯੋਗ ਦਿਉਗੇ? ਕੀ ਤੁਸੀਂ ਕੁਝ ਲੋਕਾਂ ਨੂੰ ਸਿਖਾ ਸਕਦੇ ਹੋ, ਜੋ ਅੱਗੇ ਦੂਜੇ ਲੋਕਾਂ ਨੂੰ ਸਿਖਾਉਣ, ਜਦੋਂ ਤੱਕ ਕਿ ਅਸੀਂ ਆਪਣੇ ਸ਼ਹਿਰ ਦੇ ਹਰ ਨਾਗਰਿਕ ਨੂੰ ਅਮੀਰ ਬਣਨ ਦਾ ਫਾਰਮੁਲਾ ਨਾ ਸਿਖਾ ਦੇਈਏ?''

ਅਰਕਾਦ ਨੇ ਸਿਰ ਝੁਕਾ ਕੇ ਕਿਹਾ, ''ਮੈਂ ਤੁਹਾਡਾ ਨਿਮਾਣਾ ਸੇਵਕ ਹਾਂ ਅਤੇ ਤੁਹਾਡੇ ਹੁਕਮ ਦਾ ਪਾਲਣ ਕਰਾਂਗਾ। ਮੇਰੇ ਕੋਲ ਜਿੰਨਾ ਵੀ ਗਿਆਨ ਹੈ, ਮੈਂ ਉਸ ਨੂੰ ਆਪਣੇ ਸਾਥੀ ਨਾਗਰਿਕਾਂ ਦੀ ਬਿਹਤਰੀ ਅਤੇ ਮਹਾਰਾਜ ਦੀ ਸੰਤੁਸ਼ਟੀ ਲਈ ਖੁਸ਼ੀ-ਖੁਸ਼ੀ ਦਿਆਂਗਾ। ਜੇਕਰ ਵਜ਼ੀਰ ਸਾਹਿਬ ਮੇਰੀ ਕਲਾਸ ਲਈ ਸੌ ਲੋਕਾਂ ਦਾ ਪ੍ਰਬੰਧ ਕਰ ਦੇਣ, ਤਾਂ ਮੈਂ ਉਨ੍ਹਾਂ ਨੂੰ ਖਾਲੀ ਬਟੂਆ ਦੇ ਸੱਤ ਇਲਾਜ ਦੱਸਾਂਗਾ। ਕਦੇ ਮੇਰਾ ਬਟੂਆ ਬੇਬੀਲੋਨ ਦਾ ਸਭ ਤੋਂ ਖਾਲੀ ਬਟੂਆ ਸੀ, ਪਰ ਮੈਂ ਇਨ੍ਹਾਂ ਸੱਤ ਇਲਾਜਾਂ ਨਾਲ ਉਸ ਨੂੰ ਮੋਟਾ ਕਰ ਲਿਆ।''

ਪੰਦਰਵਾਂ ਦਿਨ ਬਾਅਦ ਸਮਰਾਟ ਦੇ ਹੁਕਮ ਨਾਲ ਸੌ ਲੋਕ ਸਿੱਖਿਆ ਮੰਦਰ ਦੇ ਵੱਡੇ ਹਾਲ ਵਿੱਚ ਇਕੱਠੇ ਹੋਏ। ਉਹ ਅਰਧ ਗੋਲੇ ਦੇ ਆਕਾਰ ਵਿੱਚ ਬੈਠੇ ਸਨ। ਅਰਕਾਦ ਇੱਕ ਛੋਟੇ ਥੜ੍ਹੇ ਕੋਲ ਬੈਠਾ ਸੀ, ਜਿੱਥੇ ਪਵਿੱਤਰ ਦੀਵਾ ਜਲ ਰਿਹਾ ਸੀ, ਜਿਸ ਵਿੱਚੋਂ ਇੱਕ ਅਜੀਬ ਅਤੇ ਚੰਗੀ ਖੁਸ਼ਬੂ ਆ ਰਹੀ ਸੀ।

ਜਦੋਂ ਅਰਕਾਦ ਉੱਠਿਆ, ਤਾਂ ਇੱਕ ਵਿਦਿਆਰਥੀ ਨੇ ਆਪਣੇ ਗੁਆਂਢੀ ਨੂੰ ਕੁਹਣੀ ਮਾਰਦੇ ਹੋਏ ਕਿਹਾ, ''ਬੇਬੀਲੋਨ ਦੇ ਸਭ ਤੋਂ ਅਮੀਰ ਵਿਅਕਤੀ ਨੂੰ ਦੇਖੋ। ਪਰ ਉਹ ਵੀ ਸਾਡੇ ਲੋਕਾਂ ਵਾਂਗ ਹੀ ਇਨਸਾਨ ਹੈ।''

ਅਰਕਾਦ ਨੇ ਬੋਲਣਾ ਸ਼ੁਰੂ ਕੀਤਾ, ''ਸਾਡੇ ਮਹਾਨ ਰਾਜੇ ਦੇ ਆਗਿਆਕਾਰੀ ਸੇਵਕ ਦੇ ਤੌਰ 'ਤੇ ਮੈਂ ਤੁਹਾਡੇ ਸਾਹਮਣੇ ਖੜ੍ਹਾ ਹਾਂ। ਕਿਉਂਕਿ ਮੈਂ ਵੀ ਕਦੇ ਪੈਸੇ ਦੀ ਤਾਂਘ ਰੱਖਣ ਵਾਲਾ ਗਰੀਬ ਨੌਜਵਾਨ ਸੀ ਅਤੇ ਕਿਉਂਕਿ ਮੈਂ ਆਪਣੇ ਗਿਆਨ ਦੀ ਬਦੈਲਤ ਕਾਫੀ ਦੌਲਤ ਹਾਸਲ ਕੀਤੀ ਹੈ, ਇਸ ਲਈ ਸਮਰਾਟ ਚਾਹੁੰਦੇ ਹਨ ਕਿ ਮੈਂ ਤੁਹਾਨੂੰ ਇਹ ਗਿਆਨ ਪ੍ਰਦਾਨ ਕਰਾਂ, ਤਾਂ ਕਿ ਤੁਸੀਂ ਦੌਲਤਮੰਦ ਬਣ ਸਕੋ।''

''ਮੇਰੀ ਜੀਵਨ ਯਾਤਰਾ ਬਹੁਤ ਗਰੀਬੀ ਤੋਂ ਸ਼ੁਰੂ ਹੋਈ ਸੀ। ਮੇਰੇ ਕੋਲ ਅਜਿਹਾ ਕੋਈ ਲਾਭ ਨਹੀਂ ਸੀ, ਜੋ ਤੁਹਾਡੇ ਜਾਂ ਬੇਬੀਲੋਨ ਦੇ ਬਾਕੀ ਨਾਗਰਿਕਾਂ ਕੋਲ ਨਾ ਹੋਵੇ।''

''ਉਸ ਸਮੇਂ ਮੇਰੇ ਕੋਲ ਇੱਕ ਬਹੁਤ ਪੁਰਾਣਾ ਬਟੂਆ ਸੀ। ਉਹ ਹਮੇਸ਼ਾ ਖਾਲੀ ਰਹਿੰਦਾ ਸੀ ਅਤੇ ਮੈਨੂੰ ਇਸ ਗੱਲ 'ਤੇ ਬਹੁਤ ਖਿਝ ਆਉਂਦੀ ਸੀ। ਮੈਂ ਚਾਹੁੰਦਾ ਸੀ ਕਿ ਮੇਰਾ ਬਟੂਆ ਮੋਟਾ ਹੋਵੇ ਅਤੇ ਇਸ ਵਿੱਚ ਸੋਨੇ ਦੇ ਸਿੱਕੇ ਖੜਕਦੇ ਰਹਿਣ। ਇਸ ਲਈ ਮੈਂ ਖਾਲੀ ਬਟੂਏ ਦੇ ਇਲਾਜ ਲੱਭਣ ਵਿੱਚ ਰੁੱਝ ਗਿਆ। ਮੈਨੂੰ ਕੁੱਲ ਸੱਤ ਇਲਾਜ ਮਿਲੇ।''

''ਅੱਜ ਮੈਂ ਤੁਹਾਨੂੰ ਖਾਲੀ ਬਟੂਏ ਦੇ ਸੱਤ ਇਲਾਜ ਦੱਸਾਂਗਾ। ਜਿਹੜੇ ਲੋਕ ਬਹੁਤ ਪੈਸੇ ਵਾਲੇ ਬਣਨਾ ਚਾਹੁੰਦੇ ਹਨ, ਮੈਂ ਉਨ੍ਹਾਂ ਨੂੰ ਸਲਾਹ ਦਿੰਦਾ ਹਾਂ ਕਿ ਉਹ ਇਨ੍ਹਾਂ ਇਲਾਜਾਂ 'ਤੇ ਅਮਲ ਕਰਨ। ਸੱਤ ਦਿਨਾਂ ਤੱਕ ਹਰ ਦਿਨ ਮੈਂ ਤੁਹਾਨੂੰ ਖਾਲੀ ਬਟੂਏ ਦੇ ਸੱਤ ਇਲਾਜਾਂ ਵਿੱਚੋਂ ਇੱਕ-ਇੱਕ ਇਲਾਜ ਦੱਸਾਂਗਾ।''

''ਮੇਰੀ ਗੱਲਾਂ ਨੂੰ ਧਿਆਨ ਨਾਲ ਸੁਣੋ। ਮੇਰੇ ਨਾਲ ਬਹਿਸ ਕਰੋ। ਆਪਸ ਵਿੱਚ ਚਰਚਾ ਕਰੋ। ਇਹ ਸਭ ਚੰਗੀ ਤਰ੍ਹਾਂ ਸਿੱਖ ਲਓ, ਤਾਂ ਕਿ ਤੁਸੀਂ ਵੀ ਆਪਣੇ ਬਟੂਏ ਵਿੱਚ ਦੌਲਤ ਦਾ ਬੀਜ ਬੋ ਸਕੋ। ਸਭ ਤੋਂ ਪਹਿਲਾਂ ਤਾਂ ਤੁਹਾਨੂੰ ਇਸ ਗਿਆਨ ਨਾਲ ਲਾਭ ਉਠਾ ਕੇ ਪੈਸੇ ਵਾਲਾ ਬਣਨਾ ਹੋਵੇਗਾ। ਇਸ ਤੋਂ ਬਾਅਦ ਹੀ ਤੁਸੀਂ ਇਸ ਕਾਬਲ ਬਣੋਗੇ ਕਿ ਤੁਸੀਂ ਇਹ ਸਬਕ ਦੂਜਿਆਂ ਨੂੰ ਸਿਖਾ ਸਕੋ।''

''ਮੈਂ ਤੁਹਾਨੂੰ ਬਟੂਆ ਮੋਟਾ ਕਰਨ ਦੇ ਸਰਲ ਤਰੀਕੇ ਸਿਖਾਵਾਂਗਾ। ਇਹ ਦੌਲਤ ਦੇ ਮੰਦਰ ਦੀ ਪਹਿਲੀ ਪੌੜੀ ਹੈ। ਕੋਈ ਵੀ ਆਦਮੀ ਬਾਕੀ ਪੌੜੀਆਂ ਉਦੋਂ ਤੱਕ ਨਹੀਂ ਚੜ੍ਹ ਸਕਦਾ, ਜਦੋਂ ਤੱਕ ਉਹ ਇਸ ਪਹਿਲੀ ਪੌੜੀ ਤੇ ਪੱਕੇ ਵਿਸ਼ਵਾਸ ਨਾਲ ਕਦਮ ਨਾ ਰੱਖ ਲਵੇ।''

''ਹੁਣ ਅਸੀਂ ਪਹਿਲੇ ਇਲਾਜ 'ਤੇ ਵਿਚਾਰ ਕਰਦੇ ਹਾਂ।''

ਪਹਿਲਾ ਇਲਾਜ

ਆਪਣੇ ਬਟੂਏ ਨੂੰ ਮੋਟਾ ਕਰਨਾ ਸ਼ੁਰੂ ਕਰੋ

ਅਰਕਾਦ ਨੇ ਦੂਜੀ ਕਤਾਰ ਵਿੱਚ ਬੈਠੇ ਵਿਚਾਰਾਂ ਵਿੱਚ ਰੁੱਝੇ ਵਿਅਕਤੀ ਨੂੰ ਪੁੱਛਿਆ, 'ਮੇਰੇ ਪਿਆਰੇ ਦੋਸਤ, ਤੁਸੀਂ ਕੀ ਕਰਦੇ ਹੋ?'

ਉਸ ਵਿਅਕਤੀ ਨੇ ਜਵਾਬ ਦਿੱਤਾ, 'ਮੈਂ ਇੱਕ ਨਕਲਨਵੀਸ ਹਾਂ ਅਤੇ (ਮਿੱਟੀ ਦੀਆਂ ਤਖ਼ਤੀਆਂ) 'ਤੇ ਰਿਕਾਰਡ ਲਿਖਦਾ ਹਾਂ।'

'ਮੈਂ ਵੀ ਇੱਥੋਂ ਹੀ ਸ਼ੁਰੂਆਤ ਕੀਤੀ ਸੀ। ਇਸ ਲਈ ਤੁਹਾਡੇ ਕੋਲ ਵੀ ਪਾਸੇ ਵਾਲਾ ਬਣਨ ਦਾ ਉਨਾ ਹੀ ਮੌਕਾ ਹੈ, ਜਿੰਨਾ ਮੇਰੇ ਕੋਲ ਸੀ।'

ਫਿਰ ਅਰਕਾਦ ਨੇ ਪਿੱਛੇ ਬੈਠੇ ਇੱਕ ਲਾਲ ਚਿਹਰੇ ਵਾਲੇ ਆਦਮੀ ਨੂੰ ਪੁੱਛਿਆ, ''ਤੁਸੀਂ ਆਪਣੀ ਰੋਟੀ-ਰੋਜ਼ੀ ਕਿਵੇਂ ਕਮਾਉਂਦੇ ਹੋ?''

ਉਸ ਵਿਅਕਤੀ ਨੇ ਜਵਾਬ ਦਿੱਤਾ, ''ਮੈਂ ਮਾਸ ਵੇਚਦਾ ਹਾਂ। ਮੈਂ ਕਿਸਾਨਾਂ ਤੋਂ ਬੱਕਰੀਆਂ ਖਰੀਦ ਕੇ ਉਨ੍ਹਾਂ ਨੂੰ ਜਿਬਹ ਕਰਦਾ ਹਾਂ ਅਤੇ ਫਿਰ ਉਨ੍ਹਾਂ ਦਾ ਮਾਸ ਘਰੇਲੂ ਔਰਤਾਂ ਨੂੰ ਅਤੇ ਚਮੜੇ ਦੀ ਜੁੱਤੀਆਂ ਬਣਾਉਣ ਵਾਲਿਆਂ ਨੂੰ ਵੇਚਦਾ ਹਾਂ।''

''ਕਿਉਂਕਿ ਤੁਸੀਂ ਵੀ ਮਿਹਨਤ ਕਰਕੇ ਕਮਾਉਂਦੇ ਹੋ, ਇਸ ਲਈ ਤੁਹਾਡੇ ਕੋਲ ਵੀ ਸਫਲ ਹੋਣ ਦਾ ਉਨਾ ਹੀ ਮੌਕਾ ਹੈ, ਜਿੰਨਾ ਮੇਰੇ ਕੋਲ ਸੀ।''

ਇਸ ਤਰ੍ਹਾਂ ਅਰਕਾਦ ਨੇ ਇਹ ਪਤਾ ਲਗਾਇਆ ਕਿ ਹਰ ਆਦਮੀ ਕਿਹੜਾ ਕੰਮ ਕਰਕੇ ਆਪਣੀ ਰੋਜ਼ੀ-ਰੋਟੀ ਕਮਾਉਂਦਾ ਹੈ। ਸਾਰੇ ਲੋਕਾਂ ਨੂੰ ਸਵਾਲ ਪੁੱਛਣ ਤੋਂ ਬਾਅਦ ਉਸ ਨੇ ਕਿਹਾ,

''ਹੁਣ ਮੇਰੇ ਵਿਦਿਆਰਥੀਓ, ਤੁਸੀਂ ਦੇਖ ਸਕਦੇ ਹੋ ਕਿ ਅਜਿਹੇ ਬਹੁਤ ਸਾਰੇ ਕੰਮ ਅਤੇ ਕਿਰਤ ਹੁੰਦੇ ਹਨ, ਜਿਨ੍ਹਾਂ ਨਾਲ ਇਨਸਾਨ ਪੈਸਾ ਕਮਾ ਸਕਦਾ ਹੈ। ਕਮਾਈ ਦਾ ਹਰ ਢੰਗ ਪੈਸੇ ਦੀ ਨਦੀ ਵਾਂਗ ਹੈ। ਕੰਮ ਕਰਨ ਵਾਲਾ ਆਪਣੀ ਮਿਹਨਤ ਨਾਲ ਉਸ ਨਦੀ ਦਾ ਰੁਖ਼ ਆਪਣੇ ਬਟੂਏ ਵੱਲ ਮੋੜ ਲੈਂਦਾ ਹੈ। ਇਸ ਲਈ ਤੁਹਾਡੇ ਬਟੂਏ ਵਿੱਚ ਤੁਹਾਡੀ ਯੋਗਤਾ ਅਨੁਸਾਰ ਧਨ ਦੀ ਛੋਟੀ ਜਾਂ ਵੱਡੀ ਧਾਰਾ ਵਹਿੰਦੀ ਹੈ। ਕੀ ਇਹ ਸੱਚ ਨਹੀਂ ਹੈ?''

ਸਾਰੇ ਲੋਕਾਂ ਨੇ ਕਿਹਾ ਕਿ ਇਹ ਸੱਚ ਹੈ।

ਅਰਕਾਦ ਨੇ ਕਿਹਾ, ''ਜੇਕਰ ਤੁਸੀਂ ਪੈਸੇ ਵਾਲਾ ਬਣਨਾ ਚਾਹੁੰਦੇ ਹਨ, ਤਾਂ ਕੀ ਇਹ ਸਮਝਦਾਰੀ ਨਹੀਂ ਹੈ ਕਿ ਤੁਸੀਂ ਪੈਸੇ ਦੇ ਉਸ ਸਰੋਤ ਦੀ ਵਰਤੋਂ ਕਰਨਾ ਸ਼ੁਰੂ ਕਰੋ, ਜਿਸ ਨੂੰ ਤੁਸੀਂ ਪਹਿਲਾਂ ਤੋਂ ਸਥਾਪਤ ਕੀਤਾ ਹੋਇਆ ਹੈ?''

ਇਸ 'ਤੇ ਵੀ ਉਹ ਸਹਿਮਤ ਹੋ ਗਏ।

ਫਿਰ ਅਰਕਾਦ ਆਂਡਿਆਂ ਦੇ ਇੱਕ ਗਰੀਬ ਵਪਾਰੀ ਵੱਲ ਮੁੜਿਆ। ਅਰਕਾਦ ਨੇ ਉਸ ਨੂੰ ਪੁੱਛਿਆ, ''ਜੇਕਰ ਤੁਸੀਂ ਕਿਸੇ ਟੋਕਰੀ ਵਿੱਚ ਹਰ ਸਵੇਰੇ ਦਸ ਆਂਡੇ ਰੱਖੋ ਅਤੇ ਹਰ ਸ਼ਾਮ ਨੂੰ ਉਸ ਵਿੱਚੋਂ ਨੌਂ ਆਂਡੇ ਕੱਢੋ, ਤਾਂ ਕੁਝ ਸਮੇਂ ਬਾਅਦ ਕੀ ਹੋਵੇਗਾ?''

''ਕੁਝ ਸਮੇਂ ਬਾਅਦ ਉਹ ਟੋਕਰੀ ਪੂਰੀ ਤਰ੍ਹਾਂ ਭਰ ਜਾਵੇਗੀ।''

''ਕਿਉਂ?''

''ਕਿਉਂਕਿ ਮੈਂ ਹਰ ਦਿਨ ਉਸ ਵਿੱਚ ਜਿੰਨੇ ਆਂਡੇ ਰੱਖਦਾ ਹਾਂ, ਉਸ ਵਿੱਚੋਂ ਇੱਕ ਆਂਡਾ ਘੱਟ ਕੱਢਦਾ ਹਾਂ।''

ਅਰਕਾਦ ਮੁਸਕਰਾਉਂਦਾ ਹੋਇਆ ਜਮਾਤ ਵੱਲ ਮੁੜਿਆ, ''ਕੀ ਤੁਹਾਡੇ ਵਿੱਚੋਂ ਕਿਸੇ ਦਾ ਬਟੂਆ ਖਾਲੀ ਹੈ?''

ਉਹ ਲੋਕ ਪਹਿਲਾਂ ਤਾਂ ਖਿਝ ਕੇ ਹੱਸੇ, ਫਿਰ ਉਨ੍ਹਾਂ ਨੇ ਮਜ਼ਾਕ ਵਿੱਚ ਆਪਣੇ ਖਾਲੀ ਬਟੂਏ ਲਹਿਰਾ ਕੇ ਅਰਕਾਦ ਨੂੰ ਦਿਖਾਏ।

ਅਰਕਾਦ ਨੇ ਅੱਗੇ ਕਿਹਾ, ''ਠੀਕ ਹੈ। ਹੁਣ ਮੈਂ ਤੁਹਾਨੂੰ ਖਾਲੀ ਬਟੂਏ ਦਾ ਪਹਿਲਾ ਇਲਾਜ ਦੱਸਦਾ ਹਾਂ। ਤੁਸੀਂ ਉਹੀ ਕਰੋ, ਜਿਸ ਦਾ ਸੁਝਾਅ ਮੈਂ ਆਂਡਿਆਂ ਦੇ ਵਪਾਰੀ ਨੂੰ ਦਿੱਤਾ ਸੀ। ਆਪਣੇ ਬਟੂਏ ਵਿੱਚ ਰੱਖੇ ਗਏ ਦਸ ਸਿੱਕਿਆ ਵਿੱਚੋਂ ਸਿਰਫ ਨੌਂ ਸਿੱਕੇ ਬਾਹਰ ਕੱਢੋ। ਜਦੋਂ ਤੁਸੀਂ ਆਪਣੀ ਸਿਰਫ ਨੱਬੇ ਫ਼ੀਸਦੀ ਆਮਦਨ ਹੀ ਖਰਚ ਕਰੋਗੇ, ਤਾਂ ਜਲਦੀ ਹੀ ਤੁਹਾਡਾ ਪਰਸ ਮੋਟਾ ਹੋਣ ਲੱਗੇਗਾ। ਪਰਸ ਭਾਰੀ ਹੋਣ ਨਾਲ ਤੁਹਾਨੂੰ ਚੰਗਾ ਲੱਗੇਗਾ ਅਤੇ ਤੁਹਾਡੇ ਕਾਲਜੇ ਨੂੰ ਠੰਢ ਪਵੇਗੀ।''

ਇਹ ਸਿੱਖਿਆ ਬਹੁਤ ਸਧਾਰਨ ਲਗਦੀ ਹੈ, ਪਰ ਸਧਾਰਨ ਹੋਣ ਕਾਰਨ ਮੇਰੀ ਕਹੀ ਗੱਲ ਨੂੰ ਹਲਕਾ ਨਾ ਸਮਝ ਲੈਣਾ। ਸੱਚ ਹਮੇਸ਼ਾ ਸਧਾਰਨ ਹੁੰਦਾ ਹੈ। ਮੈਂ ਤੁਹਾਨੂੰ ਦੱਸਾਂਗਾ ਕਿ ਮੈਂ ਦੌਲਤ ਕਿਵੇਂ ਇਕੱਠੀ ਕੀਤੀ। ਮੈਂ ਵੀ ਇਸੇ ਤਰ੍ਹਾਂ ਸ਼ੁਰੂਆਤ ਕੀਤੀ। ਪਹਿਲਾਂ ਮੇਰਾ ਬਟੂਆ ਵੀ ਹਮੇਸ਼ਾ ਖਾਲੀ ਰਹਿੰਦਾ ਸੀ ਅਤੇ ਮੈਂ ਇਸ ਨੂੰ ਕੋਸਿਆ ਕਰਦਾ ਸੀ, ਕਿਉਂਕਿ ਇਸ ਵਿੱਚ ਮੇਰੀ ਇੱਛਾਵਾਂ ਨੂੰ ਪੂਰਾ ਕਰਨ ਲਈ ਪੈਸੇ ਨਹੀਂ ਸੀ ਹੁੰਦੇ। ਪਰ ਜਦੋਂ ਮੈਂ ਆਪਣੇ ਬਟੂਏ ਵਿੱਚ ਦਸ ਸਿੱਕੇ ਪਾ ਕੇ ਸਿਰਫ ਨੌਂ ਸਿੱਕੇ ਬਾਹਰ ਕੱਢਣਾ ਸ਼ੁਰੂ ਕੀਤੇ, ਤਾਂ ਇਹ ਭਾਰੀ ਹੋਣ ਲੱਗਾ। ਇਸ ਉਪਾਅ 'ਤੇ ਚੱਲਣ ਨਾਲ ਤੁਹਾਡਾ ਬਟੂਆ ਵੀ ਭਾਰੀ ਹੋ ਜਾਵੇਗਾ।

ਹੁਣ ਮੈਂ ਤੁਹਾਨੂੰ ਇੱਕ ਵਿਲੱਖਣ ਸੱਚ ਦੱਸਦਾ ਹਾਂ, ਜਿਸ ਦਾ ਕਾਰਨ ਮੈਂ ਨਹੀਂ ਜਾਣਦਾ। ਜਦੋਂ ਮੈਂ ਖਰਚ ਕਰਨ ਲਈ ਸਿਰਫ ਨੱਬੇ ਫ਼ੀਸਦੀ ਆਮਦਨ ਰੱਖੀ, ਉਦੋਂ ਵੀ ਮੇਰਾ ਖਰਚ ਓਨੀ ਹੀ ਚੰਗੀ ਤਰ੍ਹਾਂ ਹੁੰਦਾ ਰਿਹਾ। ਮੈਂ ਪਹਿਲਾਂ ਜਿੰਨੀ ਤੰਗੀ ਵਿੱਚ ਰਹਿੰਦਾ ਸੀ, ਲਗਭਗ ਓਨੀ ਹੀ ਤੰਗੀ ਵਿੱਚ ਰਿਹਾ। ਇਸ ਤੋਂ ਇਲਾਵਾ ਕੁਝ ਸਮੇਂ ਬਾਅਦ ਪੈਸਾ ਮੇਰੇ ਕੋਲ ਪਹਿਲਾਂ ਤੋਂ ਬਹੁਤੀ ਆਸਾਨੀ ਨਾਲ ਆਉਣ ਲੱਗਾ। ਪੱਕੇ ਤੌਰ 'ਤੇ ਇਹ ਦੇਵਤਿਆਂ ਦਾ ਨਿਯਮ ਹੈ ਕਿ ਜਿਹੜਾ ਆਦਮੀ ਆਪਣੀ ਆਮਦਨ ਦਾ ਇੱਕ ਪੱਕਾ ਹਿੱਸਾ ਬਚਾ ਕੇ ਰੱਖਦਾ ਹੈ ਅਤੇ ਉਸ ਨੂੰ ਖਰਚ ਨਹੀਂ ਕਰਦਾ, ਉਸ ਕੋਲ ਪੈਸਾ ਬਹੁਤ ਆਸਾਨੀ ਨਾਲ ਆਉਂਦਾ ਹੈ। ਇਸੇ ਤਰ੍ਹਾਂ ਇਹ ਵੀ ਸਹੀ ਹੈ ਕਿ ਪੈਸਾ ਖਾਲੀ ਬਟੂਏ ਵਾਲੇ 'ਤੇ ਮਿਹਰਵਾਨ ਨਹੀਂ ਹੁੰਦਾ।

ਤੁਸੀਂ ਕਿਹੜੀ ਚੀਜ਼ ਨੂੰ ਪਾਉਣ ਦੇ ਬਹੁਤੇ ਚਾਹਵਾਨ ਹੋ? ਕੀ ਤੁਹਾਡੇ ਲਈ ਰੂਟੀਨ ਦੀ ਤਤਕਾਲੀ ਇੱਛਾਵਾਂ ਨੂੰ ਪੂਰਾ ਕਰਨਾ ਬਹੁਤਾ ਜ਼ਰੂਰੀ ਹੈ—ਗਹਿਣੇ, ਕੱਪੜੇ, ਸਜਾਵਟ ਦੀਆਂ ਚੀਜ਼ਾਂ, ਸਵਾਦੀ ਭੋਜਨ? ਇਹ ਚੀਜ਼ਾਂ ਜਲਦੀ ਹੀ ਚਲੀਆਂ ਜਾਂਦੀਆਂ ਹਨ ਅਤੇ ਭੁਲਾ ਦਿੱਤੀਆਂ ਜਾਂਦੀਆਂ ਹਨ। ਜਾਂ ਫਿਰ ਤੁਹਾਡੇ ਲਈ ਦੂਰਗਾਮੀ ਇੱਛਾਵਾਂ ਬਹੁਤੀਆਂ ਮਹੱਤਵਪੂਰਨ ਹਨ—ਵਿਆਪਕ ਜਾਇਦਾਦ, ਸੋਨਾ, ਜ਼ਮੀਨ, ਪਸ਼ੂ, ਵਪਾਰ, ਆਮਦਨੀ

ਦੇਣ ਵਾਲੇ ਨਿਵੇਸ਼? ਤੁਸੀਂ ਆਪਣੇ ਬਟੂਏ ਵਿੱਚੋਂ ਜਿਹੜੇ ਸਿੱਕੇ ਕੱਢਦੇ ਹੋ, ਉਨ੍ਹਾਂ ਨਾਲ ਤੁਹਾਡੀਆਂ ਤਤਕਾਲੀ ਇੱਛਾਵਾਂ ਪੂਰੀਆਂ ਹੁੰਦੀਆਂ ਹਨ। ਤੁਸੀਂ ਆਪਣੇ ਬਟੂਏ ਵਿੱਚ ਜਿਹੜੇ ਸਿੱਕੇ ਬਚਾਉਂਦੇ ਹੋ, ਉਨ੍ਹਾਂ ਨਾਲ ਤੁਹਾਡੀਆਂ ਦੂਰਗਾਮੀ ਇੱਛਾਵਾਂ ਪੂਰੀਆਂ ਹੁੰਦੀਆਂ ਹਨ।

''ਮੇਰੇ ਵਿਦਿਆਰਥੀਓ, ਇਹ ਖਾਲੀ ਬਟੂਏ ਦਾ ਪਹਿਲਾ ਇਲਾਜ ਸੀ, ਜਿਸ ਨੂੰ ਮੈਂ ਲੱਭਿਆ ਸੀ। ਮੈਂ ਬਟੂਏ ਵਿੱਚ ਦਸ ਸਿੱਕੇ ਪਾਉਂਦਾ ਸੀ ਅਤੇ ਉਨ੍ਹਾਂ ਵਿੱਚੋਂ ਸਿਰਫ ਨੌਂ ਸਿੱਕੇ ਖਰਚ ਕਰਦਾ ਸੀ।'' ਤੁਸੀਂ ਲੋਕ ਇਸ 'ਤੇ ਆਪਸ ਵਿੱਚ ਚਰਚਾ ਕਰੋ ਅਤੇ ਜੇਕਰ ਕਿਸੇ ਨੂੰ ਇਸ ਵਿੱਚ ਕੋਈ ਗੜਬੜ ਨਜ਼ਰ ਆਏ, ਤਾਂ ਉਹ ਕੱਲ੍ਹ ਮੈਨੂੰ ਦੱਸ ਦਿਓ।

ਦੂਜਾ ਇਲਾਜ
ਖਰਚ ਨੂੰ ਕਾਬੂ ਕਰੋ

ਅਰਕਾਦ ਨੇ ਦੂਜੇ ਦਿਨ ਆਪਣੇ ਵਿਦਿਆਰਥੀਆਂ ਨੂੰ ਕਿਹਾ, ਤੁਹਾਡੇ ਵਿੱਚੋਂ ਕੁਝ ਲੋਕਾਂ ਨੇ ਮੈਨੂੰ ਪੁੱਛਿਆ ਹੈ : 'ਜਦੋਂ ਕੋਈ ਆਪਣੀ ਪੂਰੀ ਆਮਦਨ ਵਿੱਚ ਆਪਣਾ ਖਰਚ ਨਹੀਂ ਚਲਾ ਸਕਦਾ, ਤਾਂ ਉਹ ਆਪਣੇ ਬਟੂਏ ਵਿੱਚ ਰੱਖੇ ਗਏ ਦਸ ਸਿੱਕਿਆਂ ਵਿੱਚੋਂ ਇੱਕ ਸਿੱਕਾ ਕਿਵੇਂ ਬਚਾ ਸਕਦਾ ਹੈ?'

''ਕੱਲ੍ਹ ਤੁਹਾਡੇ ਵਿੱਚੋਂ ਕਿੰਨਿਆਂ ਦੇ ਬਟੂਏ ਖਾਲੀ ਸਨ?''

ਸਾਰਿਆਂ ਨੇ ਜਵਾਬ ਦਿੱਤਾ, ''ਸਾਡੇ ਸਾਰਿਆਂ ਦੇ।''

ਪਰ ਤੁਹਾਡੀ ਆਮਦਨ ਸਮਾਨ ਨਹੀਂ ਹੈ। ਕੁਝ ਲੋਕ ਦੂਜਿਆਂ ਨਾਲੋਂ ਜ਼ਿਆਦਾ ਕਮਾਉਂਦੇ ਹਨ। ਕੁਝ ਦਾ ਪਰਿਵਾਰ ਬਹੁਤਾ ਵੱਡਾ ਹੈ, ਇਸ ਲਈ ਉਨ੍ਹਾਂ ਦਾ ਪਾਲਣ-ਪੋਸ਼ਣ ਕਰਨ ਵਿੱਚ ਬਹੁਤਾ ਖਰਚ ਕਰਦੇ ਹਨ। ਪਰ ਆਮਦਨ ਅਤੇ ਖਰਚ ਵੱਖ-ਵੱਖ ਹੋਣ ਦੇ ਬਾਵਜੂਦ ਤੁਹਾਡੇ ਸਾਰਿਆਂ ਦੇ ਬਟੂਏ ਇੱਕੋ ਜਿਹੇ ਭਾਵ ਖਾਲੀ ਸਨ। ਹੁਣ ਮੈਂ ਤੁਹਾਨੂੰ ਇਨਸਾਨਾਂ ਬਾਰੇ ਇੱਕ ਅਸਧਾਰਨ ਸਚਾਈ ਦੱਸਾਂਗਾ। ਉਹ ਸਚਾਈ ਇਹ ਹੈ : ਸਾਡੇ 'ਜ਼ਰੂਰੀ ਖਰਚ' ਹਮੇਸ਼ਾ ਸਾਡੀ ਆਮਦਨ ਦੇ ਅਨੁਪਾਤ ਵਿੱਚ ਵਧਦੇ ਰਹਿਣਗੇ, ਜਦੋਂ ਤੱਕ ਕਿ ਅਸੀਂ ਇਸ ਨੂੰ ਰੋਕਣ ਦੀ ਕੋਸ਼ਿਸ਼ ਨਾ ਕਰੀਏ।

ਜ਼ਰੂਰੀ ਖਰਚ ਅਤੇ ਤੁਹਾਡੀਆਂ ਇੱਛਾਵਾਂ ਵਿਚਾਲੇ ਫਰਕ ਨੂੰ ਨਜ਼ਰਅੰਦਾਜ਼ ਨਾ ਕਰੋ। ਤੁਹਾਡੀ ਆਮਦਨ ਨਾਲ ਤੁਹਾਡੀਆਂ ਜਿੰਨੀਆਂ ਇੱਛਾਵਾਂ ਪੂਰੀਆਂ ਹੋ ਸਕਦੀਆਂ ਹਨ, ਤੁਹਾਡੀ ਅਤੇ ਤੁਹਾਡੇ ਪਰਿਵਾਰ ਦੀਆਂ ਇੱਛਾਵਾਂ ਉਸ ਨਾਲੋਂ ਕਿਤੇ ਜ਼ਿਆਦਾ ਹੁੰਦੀਆਂ ਹਨ। ਉਨ੍ਹਾਂ ਇੱਛਾਵਾਂ ਦੀ ਪੂਰਤੀ ਲਈ ਆਮਦਨ ਘੱਟ ਪੈ ਜਾਂਦੀ ਹੈ ਅਤੇ ਬਹੁਤ ਸਾਰੀਆਂ ਇੱਛਾਵਾਂ ਅਜਿਹੀਆਂ ਰਹਿ ਜਾਂਦੀਆਂ ਹਨ, ਜੋ ਪੂਰੀਆਂ ਨਹੀਂ ਹੋ ਪਾਉਂਦੀਆਂ।

ਸਾਰੇ ਲੋਕਾਂ ਕੋਲ ਵਾਧੂ ਇੱਛਾਵਾਂ ਹੁੰਦੀਆਂ ਹਨ, ਜਿੰਨੀਆਂ ਉਹ ਪੂਰੀਆਂ ਕਰ ਸਕਦੇ ਹਨ। ਤੁਸੀਂ ਸੋਚਦੇ ਹੋਵੋਗੇ ਕਿ ਮੈਂ ਆਪਣੀ ਮਿਹਨਤ ਕਾਰਨ ਆਪਣੀ ਹਰ ਇੱਛਾ ਪੂਰੀ ਕਰ

ਸਕਦਾ ਹਾਂ? ਇਹ ਸਹੀ ਨਹੀਂ ਹੈ। ਮੇਰੇ ਸਮੇਂ ਦੀ ਸੀਮਾ ਹੈ। ਮੇਰੀ ਤਾਕਤ ਦੀ ਸੀਮਾ ਹੈ। ਮੈਂ ਜਿੰਨੀ ਯਾਤਰਾ ਕਰ ਸਕਦਾ ਹਾਂ, ਉਸ ਦੂਰੀ ਦੀ ਸੀਮਾ ਹੈ। ਮੈਂ ਜੋ ਖਾ ਸਕਦਾ ਹਾਂ, ਉਸ ਦੀ ਵੀ ਸੀਮਾ ਹੈ। ਮੈਂ ਜਿੰਨੇ ਉਤਸ਼ਾਹ ਨਾਲ ਆਨੰਦ ਲੈ ਸਕਦਾ ਹੈ, ਉਸ ਦੀ ਵੀ ਸੀਮਾ ਹੈ।

ਕਿਸਾਨ ਖੇਤ ਵਿੱਚ ਜਿੱਥੇ ਵੀ ਖਾਲੀ ਥਾਂ ਛੱਡਦਾ ਹੈ, ਉੱਥੇ ਘਾਹ ਉੱਗ ਜਾਂਦਾ ਹੈ, ਉਸੇ ਤਰ੍ਹਾਂ ਜਿੱਥੇ ਵੀ ਇੱਛਾਵਾਂ ਦੇ ਪੂਰਨ ਹੋਣ ਦੀ ਸੰਭਾਵਨਾ ਹੁੰਦੀ ਹੈ, ਉੱਥੇ ਇਨਸਾਨਾਂ ਦੇ ਮਨ ਵਿੱਚ ਇੱਛਾਵਾਂ ਪੈਦਾ ਹੋ ਜਾਂਦੀਆਂ ਹਨ। ਇੱਛਾਵਾਂ ਅਸੀਮਤ ਹੁੰਦੀਆਂ ਹਨ, ਪਰ ਜਿਨ੍ਹਾਂ ਇੱਛਾਵਾਂ ਨੂੰ ਤੁਸੀਂ ਪੂਰਾ ਕਰ ਸਕਦੇ ਹੋ, ਉਹ ਸੀਮਤ ਹੁੰਦੀਆਂ ਹਨ।

ਆਪਣੀ ਜੀਵਨਸ਼ੈਲੀ ਅਤੇ ਖਰਚ ਕਰਨ ਦੀਆਂ ਆਦਤਾਂ ਬਾਰੇ ਚੰਗੀ ਤਰ੍ਹਾਂ ਸੋਚੋ। ਅਜਿਹਾ ਕਰਨ 'ਤੇ ਤੁਹਾਨੂੰ ਕੁਝ ਅਜਿਹੇ ਖਰਚ ਜ਼ਰੂਰ ਮਿਲਣਗੇ, ਜਿਨ੍ਹਾਂ ਨੂੰ ਘੱਟ ਜਾਂ ਖਤਮ ਕੀਤਾ ਜਾ ਸਕਦਾ ਹੈ। ਇਹ ਟੀਚਾ ਬਣਾ ਲਓ ਕਿ ਤੁਸੀਂ ਜਿਹੜਾ ਵੀ ਸਿੱਕਾ ਖਰਚ ਕਰੋ, ਉਸ ਦੇ ਬਦਲੇ ਤੁਹਾਨੂੰ ਸੌ ਫ਼ੀਸਦੀ ਸੰਤੁਸ਼ਟੀ ਮਿਲੇ।

ਇਸ ਲਈ ਤੁਸੀਂ ਜਿਨ੍ਹਾਂ ਚੀਜ਼ਾਂ ਲਈ ਖਰਚ ਕਰਨਾ ਚਾਹੁੰਦੇ ਹੋ, ਉਨ੍ਹਾਂ ਨੂੰ ਲਿਖ ਲਓ। ਸਿਰਫ ਜ਼ਰੂਰੀ ਚੀਜ਼ਾਂ ਨੂੰ ਚੁਣੋ। ਇਸ ਤੋਂ ਇਲਾਵਾ ਸਿਰਫ ਉਨ੍ਹਾਂ ਚੀਜ਼ਾਂ ਨੂੰ ਚੁਣੋ, ਜੋ ਤੁਹਾਡੀ ਨੱਬੇ ਫ਼ੀਸਦੀ ਆਮਦਨ ਵਿੱਚ ਸੰਭਵ ਹੋਵੇ। ਬਾਕੀ ਸਾਰੀਆਂ ਚੀਜ਼ਾਂ ਨੂੰ ਹਟਾ ਦਿਓ ਅਤੇ ਉਨ੍ਹਾਂ ਨੂੰ ਆਪਣੀਆਂ ਅਸੀਮਤ ਇੱਛਾਵਾਂ ਦਾ ਹਿੱਸਾ ਮੰਨ ਲਓ, ਜੋ ਪੂਰੀਆਂ ਨਹੀਂ ਹੋਣਗੀਆਂ। ਉਨ੍ਹਾਂ ਦਾ ਅਫ਼ਸੋਸ ਨਾ ਕਰੋ।

ਫਿਰ ਆਪਣੇ ਜ਼ਰੂਰੀ ਖਰਚ ਦਾ ਬਜਟ ਬਣਾਓ। ਉਸ ਦਸਵੇਂ ਹਿੱਸੇ ਨੂੰ ਛੂਹੋ ਵੀ ਨਾ, ਜੋ ਤੁਹਾਡੇ ਬਟੂਏ ਨੂੰ ਮੋਟਾ ਕਰ ਰਿਹਾ ਹੈ। ਇਸ ਨੂੰ ਆਪਣੀ ਤਾਂਘ ਬਣਾ ਲਓ, ਜੋ ਪੂਰੀ ਹੋ ਰਹੀ ਹੈ। ਆਪਣੇ ਬਜਟ 'ਤੇ ਮਿਹਨਤ ਕਰਦੇ ਰਹੋ ਅਤੇ ਇਸ ਵਿੱਚ ਤਬਦੀਲੀ ਕਰਦੇ ਰਹੋ। ਆਪਣੇ ਬਟੂਏ ਨੂੰ ਮੋਟਾ ਬਣਾਈ ਰੱਖਣ ਦੀ ਦਿਸ਼ਾ ਵਿੱਚ ਬਜਟ ਨੂੰ ਆਪਣਾ ਪਹਿਲਾ ਸਲਾਹਕਾਰ ਬਣਾਓ।

ਇਸ ਗੱਲ 'ਤੇ ਲਾਲ ਅਤੇ ਸੁਨਹਿਰੀ ਕੱਪੜੇ ਵਾਲੇ ਇੱਕ ਆਦਮੀ ਨੇ ਖੜ੍ਹੇ ਹੋ ਕੇ ਕਿਹਾ, ''ਮੈਂ ਇੱਕ ਆਜ਼ਾਦ ਵਿਅਕਤੀ ਹਾਂ। ਮੈਂ ਮੰਨਦਾ ਹਾਂ ਕਿ ਮੈਨੂੰ ਜ਼ਿੰਦਗੀ ਦੀਆਂ ਚੰਗੀਆਂ ਚੀਜ਼ਾਂ ਦਾ ਆਨੰਦ ਲੈਣ ਦਾ ਹੱਕ ਹੈ। ਇਸ ਲਈ ਮੈਂ ਬਜਟ ਦੀ ਗੁਲਾਮੀ ਦਾ ਵਿਰੋਧ ਕਰਦਾ ਹਾਂ, ਜੋ ਇਹ ਤੈਅ ਕਰਦਾ ਹੈ ਕਿ ਮੈਂ ਕਿੰਨਾ ਖਰਚ ਕਰ ਸਕਦਾ ਹਾਂ ਅਤੇ ਕਿਨ੍ਹਾਂ ਚੀਜ਼ਾਂ ਲਈ ਕਰ ਸਕਦਾ ਹਾਂ। ਮੈਂ ਮਹਿਸੂਸ ਕਰਦਾ ਹਾਂ ਕਿ ਇਸ ਨਾਲ ਮੇਰੀ ਜ਼ਿੰਦਗੀ ਦਾ ਆਨੰਦ ਘਟ ਜਾਵੇਗਾ ਅਤੇ ਮੈਂ ਬੋਝ ਉਠਾਉਣ ਵਾਲੀ ਖੱਚਰ ਵਾਂਗ ਬਣ ਕੇ ਰਹਿ ਜਾਵਾਂਗਾ।''

ਇਸ 'ਤੇ ਅਰਕਾਦ ਨੇ ਜਵਾਬ ਦਿੱਤਾ, ''ਮੇਰੇ ਦੋਸਤ, ਤੁਹਾਡਾ ਬਜਟ ਕੌਣ ਬਣਾਏਗਾ?''

ਉਸ ਆਦਮੀ ਨੇ ਕਿਹਾ, ''ਮੈਂ ਆਪ।''

ਮੰਨ ਲਓ ਕਿ ਕੋਈ ਖੱਚਰ ਆਪਣੇ ਬੋਝ ਦਾ ਬਜਟ ਬਣਾਏ, ਤਾਂ ਉਹ ਇਸ ਵਿੱਚ ਕੀ ਸ਼ਾਮਿਲ ਕਰੇਗਾ? ਕੀ ਉਹ ਇਸ ਵਿੱਚ ਰਤਨ, ਕਾਲੀਨ ਅਤੇ ਸੋਨੇ ਦੀਆਂ ਵੱਡੀਆਂ

ਸਿੱਲਾਂ ਸ਼ਾਮਿਲ ਕਰੇਗਾ? ਬਿਲਕੁਲ ਨਹੀਂ। ਉਹ ਇਨ੍ਹਾਂ ਕੀਮਤੀ ਚੀਜ਼ਾਂ ਨੂੰ ਆਪਣੇ ਬੋਝ ਵਿੱਚ ਸ਼ਾਮਿਲ ਨਹੀਂ ਕਰੇਗਾ। ਇਸ ਦੀ ਬਜਾਏ ਉਹ ਉਸ ਬੋਝ ਵਿੱਚ ਘਾਹ, ਅਨਾਜ ਅਤੇ ਰੇਗਿਸਤਾਨ ਲਈ ਪਾਣੀ ਦੀ ਮਸ਼ਕ ਰੱਖੇਗਾ।

ਬਜਟ ਦਾ ਉਦੇਸ਼ ਇਹ ਹੈ ਕਿ ਤੁਹਾਡਾ ਬਟੂਆ ਮੋਟਾ ਬਣੇ। ਬਜਟ ਤੁਹਾਡੀਆਂ ਲੋੜਾਂ ਨੂੰ ਪੂਰਾ ਕਰਨ ਵਿੱਚ ਤੁਹਾਡੀ ਮਦਦ ਕਰਦਾ ਹੈ। ਲੋੜਾਂ ਤੋਂ ਇਲਾਵਾ ਉਹ ਤੁਹਾਡੀਆਂ ਕੁਝ ਇੱਛਾਵਾਂ ਨੂੰ ਪੂਰਾ ਕਰਨ ਵਿੱਚ ਵੀ ਤੁਹਾਡੀ ਮਦਦ ਕਰਦਾ ਹੈ। ਬਜਟ ਨਾਲ ਤੁਸੀਂ ਸਧਾਰਨ ਇੱਛਾਵਾਂ ਦੀ ਆਪਣੀ ਸਭ ਤੋਂ ਜ਼ਰੂਰੀ ਤਾਂਘ ਦੀ ਰੱਖਿਆ ਕਰਦੇ ਹੋ, ਤਾਂ ਕਿ ਉਹ ਪੂਰੀ ਹੋ ਸਕੇ। ਤੁਹਾਡਾ ਬਜਟ ਹਨੇਰੀ ਗੁਫਾ ਵਿੱਚ ਚਮਕਦੀ ਮਸ਼ਾਲ ਵਾਂਗ ਤੁਹਾਨੂੰ ਰਾਹ ਦਿਖਾਉਂਦਾ ਹੈ ਕਿ ਤੁਹਾਡੇ ਬਟੂਏ ਵਿੱਚ ਕਿੱਥੇ ਛੇਕ ਹੋ ਰਹੇ ਹਨ।' ਇਹ ਉਨ੍ਹਾਂ ਛੇਕਾਂ ਨੂੰ ਸਿਉਣ ਵਿੱਚ ਤੁਹਾਡੀ ਮਦਦ ਕਰਦਾ ਹੈ। ਬਜਟ ਤੁਹਾਡੇ ਖਰਚ ਨੂੰ ਇਸ ਤਰਾਂ ਨਾਲ ਕਾਬੂ ਕਰਦਾ ਹੈ, ਤਾਂ ਕਿ ਤੁਸੀਂ ਸਿਰਫ ਨਿਸਚਿਤ ਅਤੇ ਪੂਰੇ ਹੋਣ ਵਾਲੇ ਉਦੇਸ਼ਾਂ ਲਈ ਹੀ ਖਰਚ ਕਰਦੇ ਹੋ।

''ਖਾਲੀ ਬਟੂਏ ਦਾ ਇਹ ਦੂਜਾ ਇਲਾਜ ਹੈ। ਆਪਣੇ ਖਰਚ ਦਾ ਬਜਟ ਬਣਾ ਲਉ, ਤਾਂਕਿ ਤੁਹਾਡੇ ਕੋਲ ਤੁਹਾਡੀਆਂ ਲੋੜਾਂ ਨੂੰ ਪੂਰਾ ਕਰਨ ਲਈ ਪੈਸਾ ਰਹੇ ਅਤੇ ਤੁਸੀਂ ਨੱਬੇ ਫ਼ੀਸਦੀ ਆਮਦਨ ਵਿੱਚ ਹੀ ਆਪਣੀਆਂ ਬਾਕੀ ਮਹੱਤਵਪੂਰਨ ਇੱਛਾਵਾਂ ਦਾ ਆਨੰਦ ਲੈ ਸਕੋ ਅਤੇ ਉਨ੍ਹਾਂ ਨੂੰ ਪੂਰਾ ਕਰ ਸਕੋ।''

ਤੀਜਾ ਇਲਾਜ
ਆਪਣੇ ਪੈਸੇ ਨੂੰ ਕਈ ਗੁਣਾ ਵਧਾਓ

ਅਰਕਾਦ ਨੇ ਤੀਜੇ ਦਿਨ ਆਪਣੀ ਜਮਾਤ ਨੂੰ ਕਿਹਾ, ''ਹੁਣ ਅਸੀਂ ਦੇਖਾਂਗੇ ਕਿ ਤੁਹਾਡਾ ਖਾਲੀ ਬਟੂਆ ਮੋਟਾ ਹੁੰਦਾ ਜਾ ਰਿਹਾ ਹੈ। ਅਤੇ ਅਜਿਹਾ ਜ਼ਰੂਰ ਹੋਵੇਗਾ, ਕਿਉਂਕਿ ਤੁਸੀਂ ਖੁਦ ਨੂੰ ਅਨੁਸ਼ਾਸਿਤ ਕਰ ਚੁੱਕੇ ਹੋ। ਹੁਣ ਤੁਸੀਂ ਆਪਣੀ ਆਮਦਨ ਦਾ ਦਸਵਾਂ ਹਿੱਸਾ ਬਚਾਉਣ ਲੱਗੇ ਹੋ। ਤੁਸੀਂ ਆਪਣੇ ਖਰਚ ਨੂੰ ਕਾਬੂ ਕਰ ਲਿਆ ਹੈ, ਤਾਂ ਕਿ ਤੁਹਾਡੇ ਵਧਦੇ ਹੋਏ ਖਜ਼ਾਨੇ ਦੀ ਰੱਖਿਆ ਹੋ ਸਕੇ। ਇਸ ਤੋਂ ਬਾਅਦ ਅਸੀਂ ਇਸ ਗੱਲ 'ਤੇ ਵਿਚਾਰ ਕਰਾਂਗੇ ਕਿ ਤੁਸੀਂ ਆਪਣੀ ਬੱਚਤ ਤੋਂ ਕਿਵੇਂ ਮਿਹਨਤ ਕਰਵਾ ਸਕਦੇ ਹੋ ਅਤੇ ਇਸ ਨੂੰ ਕਿਵੇਂ ਵਧਾ ਸਕਦੇ ਹੋ। ਬਟੂਏ ਵਿੱਚ ਰੱਖਿਆ ਪੈਸਾ ਚੰਗਾ ਲੱਗਦਾ ਹੈ ਅਤੇ ਕੰਜੂਸ ਆਦਮੀ ਨੂੰ ਸ਼ਾਂਤੀ ਦਿੰਦਾ ਹੈ, ਪਰ ਇਹ ਆਮਦਨ ਨੂੰ ਵਧਾਉਂਦਾ ਨਹੀਂ। ਆਪਣੀ ਆਮਦਨ ਵਿੱਚੋਂ ਪੈਸਾ ਬਚਾਉਣਾ ਤਾਂ ਸਿਰਫ ਸ਼ੁਰੂਆਤ ਹੈ। ਉਸ ਬਚਤ ਤੋਂ ਜਿਹੜੀ ਆਮਦਨ ਹੋਵੇਗੀ, ਉਸ ਨਾਲ ਹੀ ਅਸੀਂ ਪੈਸੇ ਵਾਲੇ ਬਣਾਂਗੇ।''

ਅਸੀਂ ਧਨ ਜਾਂ ਬੱਚਤ ਤੋਂ ਮਿਹਨਤ ਕਿਵੇਂ ਕਰਵਾ ਸਕਦੇ ਹਾਂ? ਨਿਵੇਸ਼ ਕਰਕੇ! ਮੇਰਾ ਪਹਿਲਾ ਨਿਵੇਸ਼ ਬਦਕਿਸਮਤੀ ਵਾਲਾ ਸੀ ਅਤੇ ਉਸ ਵਿੱਚ ਮੇਰੀ ਸਾਰੀ ਬੱਚਤ ਡੁੱਬ ਗਈ ਸੀ। ਉਹ ਕਹਾਣੀ ਮੈਂ ਤੁਹਾਨੂੰ ਬਾਅਦ ਵਿੱਚ ਦੱਸਾਂਗਾ। ਮੈਂ ਆਪਣਾ ਪਹਿਲਾ ਲਾਭਕਾਰੀ

ਨਿਵੇਸ਼ ਉਦੋਂ ਕੀਤਾ, ਜਦੋਂ ਮੈਂ ਢਾਲ ਬਣਾਉਣ ਵਾਲੇ ਅੱਗਰ ਨੂੰ ਕਰਜ਼ ਦਿੱਤਾ। ਉਹ ਢਾਲ ਬਣਾਉਣ ਲਈ ਹਰ ਸਾਲ ਸਮੁੰਦਰ ਪਾਰ ਤੋਂ ਬਹੁਤ ਜ਼ਿਆਦਾ ਕਾਂਸਾ ਖਰੀਦਦਾ ਸੀ। ਕਿਉਂਕਿ ਏਨਾ ਕਾਂਸਾ ਖਰੀਦਣ ਲਈ ਉਸ ਕੋਲ ਲੋੜੀਂਦੀ ਪੂੰਜੀ ਨਹੀਂ ਸੀ ਹੁੰਦੀ, ਇਸ ਲਈ ਉਹ ਉਨ੍ਹਾਂ ਲੋਕਾਂ ਤੋਂ ਉਧਾਰ ਲੈ ਲੈਂਦਾ ਸੀ, ਜਿਨ੍ਹਾਂ ਕੋਲ ਵਾਧੂ ਪੈਸਾ ਹੁੰਦਾ ਸੀ। ਅੱਗਰ ਇੱਕ ਸਨਮਾਨਿਤ ਅਤੇ ਭਰੋਸੇਮੰਦ ਵਿਅਕਤੀ ਸੀ। ਜਦੋਂ ਉਸ ਦੀਆਂ ਢਾਲਾਂ ਵਿਕ ਜਾਂਦੀਆਂ ਸਨ, ਤਾਂ ਉਹ ਆਪਣਾ ਕਰਜ਼ ਤਾਂ ਚੁਕਾਉਂਦਾ ਹੀ ਸੀ, ਉਸ 'ਤੇ ਉਦਾਰਤਾ ਨਾਲ ਵਿਆਜ ਵੀ ਦਿੰਦਾ ਸੀ।

ਉਸ ਨੂੰ ਦੁਬਾਰਾ ਕਰਜ਼ ਦਿੰਦੇ ਸਮੇਂ ਮੈਂ ਉਸ ਦੇ ਚੁਕਾਏ ਗਏ ਵਿਆਜ ਨੂੰ ਵੀ ਕਰਜ਼ ਵਿੱਚ ਜੋੜ ਦਿੰਦਾ ਸੀ। ਇਸ ਤਰ੍ਹਾਂ ਨਾ ਸਿਰਫ ਮੇਰੀ ਪੂੰਜੀ ਵਧਦੀ ਸੀ, ਸਗੋਂ ਮੇਰੀ ਆਮਦਨ ਵੀ ਵਧ ਜਾਂਦੀ ਸੀ। ਜਦੋਂ ਮੇਰੀ ਪੂੰਜੀ ਸੂਦ ਸਮੇਤ ਮੇਰੇ ਬਟੂਏ ਵਿੱਚ ਆਉਂਦੀ ਸੀ, ਤਾਂ ਮੈਨੂੰ ਬਹੁਤ ਸ਼ਾਂਤੀ ਮਿਲਦੀ ਸੀ।

''ਮੇਰੇ ਵਿਦਿਆਰਥੀਓ, ਮੈਂ ਤੁਹਾਨੂੰ ਦੱਸ ਦਿਆਂ, ਪੈਸਾ ਬਟੂਏ ਵਿੱਚ ਖੜਕ ਰਹੇ ਸਿੱਕਿਆਂ ਨਾਲ ਨਹੀਂ ਬਣਦਾ। ਪੈਸਾ, ਤਾਂ ਨਿਵੇਸ਼ ਤੋਂ ਪ੍ਰਾਪਤ ਆਮਦਨ ਨਾਲ ਬਣਦਾ ਹੈ। ਪੈਸੇ ਦਾ ਅਰਥ ਧਨ ਦੀ ਉਹ ਧਾਰਾ ਹੈ, ਜੋ ਲਗਾਤਾਰ ਬਟੂਏ ਵਿੱਚ ਵਹਿ ਕੇ ਆਉਂਦੀ ਹੈ ਅਤੇ ਉਸ ਨੂੰ ਹਮੇਸ਼ਾ ਮੋਟਾ ਕਰਦੀ ਰਹਿੰਦੀ ਹੈ। ਹਰ ਇਨਸਾਨ ਇਹੀ ਤਾਂ ਚਾਹੁੰਦਾ ਹੈ। ਤੁਹਾਡੇ ਵਿੱਚੋਂ ਹਰ ਇੱਕ ਦੀ ਵੀ ਇਹੀ ਇੱਛਾ ਤਾਂ ਹੈ ਕਿ ਤੁਹਾਡੇ ਬਟੂਏ ਵਿੱਚ ਆਮਦਨ ਲਗਾਤਾਰ ਆਉਂਦੀ ਰਹੇ, ਭਾਵੇਂ ਤੁਸੀਂ ਮਿਹਨਤ ਕਰੋ ਜਾਂ ਕਿਤੇ ਸੈਰ-ਸਪਾਟੇ 'ਤੇ ਚਲੇ ਜਾਓ।''

''ਮੇਰੀ ਆਮਦਨ ਬਹੁਤ ਜ਼ਿਆਦਾ ਹੈ। ਇੰਨੀ ਜ਼ਿਆਦਾ ਕਿ ਮੈਨੂੰ ਬਹੁਤ ਅਮੀਰ ਆਦਮੀ ਕਿਹਾ ਜਾਂਦਾ ਹੈ। ਅੱਗਰ ਨੂੰ ਮੈਂ ਜੋ ਕਰਜ਼ ਦਿੱਤਾ ਸੀ, ਉਹ ਲਾਭਕਾਰੀ ਨਿਵੇਸ਼ ਦੇ ਖੇਤਰ ਵਿੱਚ ਮੇਰਾ ਪਹਿਲਾ ਪਰੀਖਣ ਸੀ। ਇਸ ਤਜਰਬੇ ਨਾਲ ਮੈਨੂੰ ਜੋ ਗਿਆਨ ਹਾਸਲ ਹੋਇਆ, ਉਹ ਮੇਰੇ ਬਹੁਤ ਕੰਮ ਆਇਆ। ਮੇਰੀ ਜਮ੍ਹਾਂ ਪੂੰਜੀ ਵਧਣ 'ਤੇ ਮੈਂ ਦੂਜਿਆਂ ਨੂੰ ਕਰਜ਼ ਦਿੱਤਾ ਅਤੇ ਲਗਾਤਰ ਨਿਵੇਸ਼ ਕਰਦਾ ਰਿਹਾ। ਪਹਿਲਾਂ ਤਾਂ ਕੁਝ ਥਾਵਾਂ ਤੋਂ ਅਤੇ ਬਾਅਦ ਵਿੱਚ ਬਹੁਤ ਸਾਰੀਆਂ ਥਾਵਾਂ ਤੋਂ ਮੇਰੇ ਬਟੂਏ ਵਿੱਚ ਧਨ ਦੀਆਂ ਸੁਨਹਿਰੀ ਧਾਰਾਵਾਂ ਵਹਿਣ ਲੱਗੀਆਂ, ਜਿਸ ਦਾ ਮੈਂ ਆਪਣੀ ਸਮਝ ਅਨੁਸਾਰ ਮਨਪਸੰਦ ਵਰਤੋਂ ਕਰ ਸਕਦਾ ਸੀ।''

''ਦੇਖੋ, ਆਪਣੀ ਛੋਟੀ ਜਿਹੀ ਆਮਦਨ ਨਾਲ ਮੈਂ ਸੁਨਹਿਰੇ ਸੇਵਕਾਂ ਦੀ ਫੌਜ ਤਿਆਰ ਕਰ ਲਈ, ਜਿਨ੍ਹਾਂ ਵਿੱਚ ਹਰ ਸਿੱਕਾ ਜਾਂ ਫੌਜੀ ਮੇਰੇ ਲਈ ਕੰਮ ਕਰਦਾ ਸੀ ਅਤੇ ਧਨ ਕਮਾਉਂਦਾ ਸੀ। ਉਨ੍ਹਾਂ ਵਾਂਗ ਹੀ ਉਨ੍ਹਾਂ ਦੀਆਂ ਸੰਤਾਨਾਂ ਵੀ ਮੇਰੇ ਲਈ ਕੰਮ ਕਰਦੀਆਂ ਸਨ ਅਤੇ ਫਿਰ ਉਨ੍ਹਾਂ ਸੰਤਾਨਾਂ... ਜਦੋਂ ਤੱਕ ਕਿ ਉਨ੍ਹਾਂ ਦੇ ਸਾਂਝੇ ਜਤਨਾਂ ਨਾਲ ਮੈਨੂੰ ਕਾਫੀ ਆਮਦਨ ਨਾ ਹੋਣ ਲੱਗੇ।''

ਜਦੋਂ ਆਮਦਨ ਚੰਗੀ ਹੋਵੇ ਤਾਂ ਪੈਸਾ ਤੇਜ਼ੀ ਨਾਲ ਵਧਦਾ ਹੈ, ਜਿਵੇਂ ਤੁਸੀਂ ਇਸ ਉਦਾਹਰਨ ਵਿੱਚ ਦੇਖੋਗੇ। ਇੱਕ ਕਿਸਾਨ ਨੇ ਆਪਣੇ ਪਹਿਲੇ ਪੁੱਤਰ ਦੇ ਜਨਮ ਦੇ ਮੌਕੇ 'ਤੇ ਇੱਕ ਸ਼ਾਹੂਕਾਰ ਕੋਲ ਚਾਂਦੀ ਦੇ ਦਸ ਸਿੱਕੇ ਵਿਆਜ 'ਤੇ ਜਮ੍ਹਾਂ ਕਰ ਦਿੱਤੇ। ਉਸ ਨੇ

ਸ਼ਾਹੂਕਾਰ ਨੂੰ ਕਿਹਾ ਕਿ ਜਦੋਂ ਉਸ ਦਾ ਪੁੱਤਰ ਵੀਹ ਸਾਲਾਂ ਦਾ ਹੋ ਜਾਵੇਗਾ, ਤਾਂ ਉਹ ਮੂਲਧਨ ਨੂੰ ਵਿਆਜ ਸਮੇਤ ਵਾਪਸ ਕਰ ਦੇਵੇ। ਸ਼ਾਹੂਕਾਰ ਹਰ ਚਾਰ ਸਾਲ ਵਿੱਚ ਪੱਚੀ ਫ਼ੀਸਦੀ ਵਿਆਜ ਦੇਣ ਲਈ ਤਿਆਰ ਹੋ ਗਿਆ। ਕਿਸਾਨ ਆਪਣੇ ਪੁੱਤਰ ਲਈ ਉਹ ਪੈਸਾ ਵੱਖਰਾ ਰੱਖ ਰਿਹਾ ਸੀ, ਇਸ ਲਈ ਉਸ ਨੇ ਸ਼ਾਹੂਕਾਰ ਨੂੰ ਕਿਹਾ ਕਿ ਉਹ ਵਿਆਜ ਨੂੰ ਵੀ ਮੂਲਧਨ ਵਿਚ ਜੋੜਦਾ ਰਹੇ।

ਜਦੋਂ ਉਹ ਲੜਕਾ ਵੀਹ ਸਾਲਾਂ ਦਾ ਹੋਇਆ, ਤਾਂ ਕਿਸਾਨ ਇੱਕ ਵਾਰ ਫਿਰ ਸ਼ਾਹੂਕਾਰ ਕੋਲ ਗਿਆ ਅਤੇ ਆਪਣੀ ਜਮ੍ਹਾਂ ਕੀਤੀ ਗਈ ਰਾਸ਼ੀ ਬਾਰੇ ਪੁੱਛਿਆ। ਸ਼ਾਹੂਕਾਰ ਨੇ ਦੱਸਿਆ ਕਿ ਕਿਉਂਕਿ ਉਸ ਦੀ ਰਾਸ਼ੀ ਚੱਕਰਵਰਤੀ ਵਿਆਜ ਨਾਲ ਵਧ ਰਹੀ ਸੀ, ਇਸ ਲਈ ਉਸ ਨੇ ਚਾਂਦੀ ਦੇ ਜੋ ਦਸ ਸਿੱਕੇ ਜਮ੍ਹਾਂ ਕੀਤੇ ਸਨ, ਉਹ ਹੁਣ ਵਧ ਕੇ ਸਾਢੇ ਤੀਹ ਸਿੱਕੇ ਹੋ ਗਏ ਹਨ।

ਇਹ ਸੁਣ ਕੇ ਸ਼ਾਹੂਕਾਰ ਬਹੁਤ ਖ਼ੁਸ਼ ਹੋਇਆ। ਕਿਉਂਕਿ ਉਸ ਦੇ ਪੁੱਤਰ ਨੂੰ ਅਜੇ ਧਨ ਦੀ ਲੋੜ ਨਹੀਂ ਸੀ, ਇਸ ਲਈ ਉਸ ਨੇ ਉਹ ਧਨ ਸ਼ਾਹੂਕਾਰ ਕੋਲ ਹੀ ਜਮ੍ਹਾਂ ਰਹਿਣ ਦਿੱਤਾ। ਜਦੋਂ ਪੁੱਤਰ ਪੰਜਾਹ ਸਾਲ ਦਾ ਹੋਇਆ (ਇਸ ਦੌਰਾਨ ਉਸ ਦਾ ਪਿਤਾ ਇਸ ਦੁਨੀਆ ਤੋਂ ਜਾ ਚੁੱਕਾ ਸੀ), ਤਾਂ ਸ਼ਾਹੂਕਾਰ ਨੇ ਹਿਸਾਬ ਖਤਮ ਕਰਦਿਆਂ ਪੁੱਤਰ ਨੂੰ ਚਾਂਦੀ ਦੇ ਇੱਕ ਸੌ ਪਝੱਤਰ ਸਿੱਕੇ ਦਿੱਤੇ।

ਇਸ ਤਰ੍ਹਾਂ ਪੰਜਾਹ ਸਾਲਾਂ ਵਿੱਚ ਇਹ ਨਿਵੇਸ਼ ਚੱਕਰਵਰਤੀ ਵਿਆਜ ਕਾਰਨ ਲਗਭਗ ਸਤਾਰਾਂ ਗੁਣਾ ਵਧ ਗਿਆ।

ਇਹ ਖਾਲੀ ਬਟੂਏ ਦਾ ਤੀਜਾ ਇਲਾਜ ਹੈ : ''ਹਰ ਸਿੱਕੇ ਤੋਂ ਮਿਹਨਤ ਕਰਵਾਉਂਦੇ ਰਹੋ, ਜਦੋਂ ਤੱਕ ਕਿ ਉਹ ਹੋਰ ਸਿੱਕੇ ਪੈਦਾ ਨਾ ਕਰੇ, ਠੀਕ ਉਸੇ ਤਰ੍ਹਾਂ ਜਿਸ ਤਰ੍ਹਾਂ ਜਾਨਵਰ ਕਰਦੇ ਹਨ। ਇਹ ਪੱਕਾ ਕਰੋ ਕਿ ਹਰ ਸਿੱਕੇ ਦਾ ਨਿਵੇਸ਼ ਤੁਹਾਨੂੰ ਆਮਦਨ ਦਿੰਦਾ ਰਹੇ ਅਤੇ ਪੈਸੇ ਦੀ ਧਾਰਾ ਲਗਾਤਾਰ ਤੁਹਾਡੇ ਬਟੂਏ ਵਿੱਚ ਵਹਿ ਕੇ ਆਉਂਦੀ ਰਹੇ।''

ਚੌਥਾ ਇਲਾਜ
ਆਪਣੀ ਪੂੰਜੀ ਦੀ ਰੱਖਿਆ ਕਰੋ

ਅਰਕਾਦ ਨੇ ਚੌਥੇ ਦਿਨ ਆਪਣੀ ਜਮਾਤ ਨੂੰ ਕਿਹਾ, ਬਦਕਿਸਮਤੀ ਨਾਲ ਚਮਕਦਾ ਨਿਸ਼ਾਨਾ ਚੰਗਾ ਲਗਦਾ ਹੈ। ਇਨਸਾਨ ਨੂੰ ਆਪਣੇ ਬਟੂਏ ਵਿੱਚ ਰੱਖੇ ਪੈਸੇ ਦੀ ਪੱਕੇ ਤੌਰ 'ਤੇ ਰੱਖਿਆ ਕਰਨੀ ਚਾਹੀਦੀ ਹੈ। ਜੇਕਰ ਉਹ ਅਜਿਹਾ ਨਹੀਂ ਕਰੇਗਾ, ਤਾਂ ਪੈਸਾ ਉਸ ਕੋਲੋਂ ਚਲਾ ਜਾਵੇਗਾ। ਇਸ ਲਈ ਸਮਝਦਾਰੀ ਇਸੇ ਵਿੱਚ ਹੈ ਕਿ ਪਹਿਲਾਂ ਅਸੀਂ ਛੋਟੀ ਰਕਮ ਨੂੰ ਸੁਰੱਖਿਅਤ ਰੱਖਣਾ ਸਿੱਖੀਏ, ਤਦੇ ਦੇਵਤਿਆਂ ਨੂੰ ਇਹ ਵਿਸ਼ਵਾਸ ਹੋਵੇਗਾ ਕਿ ਅਸੀਂ ਵੱਡੀ ਰਕਮ ਨੂੰ ਸੁਰੱਖਿਅਤ ਰੱਖ ਸਕਾਂਗੇ।

ਜਿਸ ਕੋਲ ਵੀ ਧਨ ਹੁੰਦਾ ਹੈ, ਉਸ ਦੇ ਸਾਹਮਣੇ ਬਹੁਤ ਸਾਰੇ ਲਾਲਚ ਆਉਂਦੇ ਹਨ। ਉਸ ਨੂੰ ਕਈ ਅਜਿਹੇ ਮੌਕੇ ਲਲਚਾਉਂਦੇ ਹਨ, ਜਦੋਂ ਉਸ ਨੂੰ ਲਗਦਾ ਹੈ ਕਿ ਉਹ ਬਹੁਤ ਚੰਗੀਆਂ ਯੋਜਨਾਵਾਂ ਵਿੱਚ ਨਿਵੇਸ਼ ਕਰਕੇ ਬਹੁਤ ਲਾਭ ਕਮਾ ਸਕਦਾ ਹੈ। ਅਕਸਰ ਉਸ ਦੇ ਦੋਸਤ ਅਤੇ ਰਿਸ਼ਤੇਦਾਰ ਅਜਿਹੇ ਨਿਵੇਸ਼ਾਂ ਵਿੱਚ ਉਤਸ਼ਾਹ ਨਾਲ ਸ਼ਾਮਿਲ ਹੁੰਦੇ ਹਨ ਅਤੇ ਉਸ ਨੂੰ ਅਜਿਹਾ ਕਰਨ ਲਈ ਉਤਸ਼ਾਹਿਤ ਕਰਦੇ ਹਨ।

ਨਿਵੇਸ਼ ਦਾ ਪਹਿਲਾ ਦਮਦਾਰ ਸਿਧਾਂਤ ਹੈ ਤੁਹਾਡੇ ਮੂਲਧਨ ਦੀ ਸੁਰੱਖਿਆ। ਜੇਕਰ ਮੂਲਧਨ ਦੇ ਖਤਮ ਹੋਣ ਦਾ ਖਤਰਾ ਹੋਵੇ, ਤਾਂ ਕੀ ਜ਼ਿਆਦਾ ਕਮਾਈ ਦੇ ਲਾਲਚ ਵਿੱਚ ਪੈਣਾ ਸਮਝਦਾਰੀ ਹੈ? ਮੈਨੂੰ ਇਸ ਵਿੱਚ ਥੋੜ੍ਹੀ ਜਿਹੀ ਵੀ ਸਮਝਦਾਰੀ ਨਜ਼ਰ ਨਹੀਂ ਆਉਂਦੀ। ਜੇਕਰ ਤੁਸੀਂ ਏਨਾ ਵੱਡਾ ਜੋਖਮ ਉਠਾਉਂਦੇ ਹੋ, ਤਾਂ ਇਸ ਦੀ ਸਜ਼ਾ ਇਹ ਹੋਵੇਗੀ ਕਿ ਸ਼ਾਇਦ ਤੁਸੀਂ ਆਪਣਾ ਮੂਲਧਨ ਵੀ ਗੁਆ ਦਿਓ। ਆਪਣੀ ਜਮ੍ਹਾਂ ਪੂੰਜੀ ਦਾ ਨਿਵੇਸ਼ ਕਰਨ ਤੋਂ ਪਹਿਲਾਂ ਸਾਵਧਾਨੀ ਨਾਲ ਜਾਂਚ-ਪੜਤਾਲ ਕਰੋ। ਪਹਿਲਾਂ ਪੂਰੀ ਤਰ੍ਹਾਂ ਭਰੋਸੇਮੰਦ ਹੋ ਜਾਵੇ ਕਿ ਤੁਹਾਡੀ ਪੂੰਜੀ ਸੁਰੱਖਿਅਤ ਵਾਪਸ ਆ ਜਾਵੇਗੀ। ਜਲਦੀ ਅਮੀਰ ਬਣਨ ਦੀਆਂ ਹਵਾਈ ਇਛਾਵਾਂ ਨਾਲ ਗਲਤ ਦਿਸ਼ਾ ਵਿੱਚ ਨਾ ਚਲੇ ਜਾਓ।

ਕਿਸੇ ਵਿਅਕਤੀ ਨੂੰ ਕਰਜ਼ ਦੇਣ ਤੋਂ ਪਹਿਲਾਂ ਤੁਹਾਨੂੰ ਇਹ ਭਰੋਸਾ ਕਰ ਲੈਣਾ ਚਾਹੀਦਾ ਹੈ ਕਿ ਉਸ ਵਿੱਚ ਕਰਜ਼ ਚੁਕਾਉਣ ਦੀ ਸਮਰੱਥਾ ਹੈ। ਇਹ ਵੀ ਦੇਖ ਲਓ ਕਿ ਕਰਜ਼ ਚੁਕਾਉਣ ਬਾਰੇ ਉਸ ਦੀ ਸੋਚ ਕਿਹੋ ਜਿਹੀ ਹੈ, ਤਾਂ ਕਿ ਕਿਤੇ ਅਣਜਾਣੇ ਵਿੱਚ ਤੁਸੀਂ ਉਸ ਨੂੰ ਆਪਣੀ ਮਿਹਨਤ ਦੀ ਕਮਾਈ ਤੋਹਫੇ ਵਿੱਚ ਨਾ ਦੇ ਰਹੇ ਹੋਵੋ।

ਕਿਸੇ ਵੀ ਖੇਤਰ ਵਿੱਚ ਨਿਵੇਸ਼ ਕਰਨ ਤੋਂ ਪਹਿਲਾਂ ਆਪਣੇ ਮੂਲਧਨ 'ਤੇ ਮੰਡਰਾਉਣ ਵਾਲੇ ਖਤਰਿਆਂ ਬਾਰੇ ਜਾਣ ਲਵੋ।

''ਮੇਰਾ ਪਹਿਲਾ ਨਿਵੇਸ਼ ਬਦਕਿਸਮਤੀ ਵਾਲਾ ਅਤੇ ਦੁਖਦਾਈ ਸੀ। ਇੱਕ ਸਾਲ ਤੱਕ ਮੈਂ ਮਿਹਨਤ ਨਾਲ ਜਿਹੜਾ ਧਨ ਬਚਾਇਆ ਸੀ, ਉਸ ਨੂੰ ਮੈਂ ਅਜ਼ਮਰ ਨਾਮਕ ਇੱਟਾਂ ਬਣਾਉਣ ਵਾਲੇ ਨੂੰ ਦੇ ਦਿੱਤਾ ਸੀ, ਜੋ ਦੂਰ ਦੇਸ਼ਾਂ ਦੀ ਯਾਤਰਾ 'ਤੇ ਜਾ ਰਿਹਾ ਸੀ। ਉਹ ਇਸ ਗੱਲ ਲਈ ਤਿਆਰ ਹੋ ਗਿਆ ਕਿ ਉਹ ਟਾਇਰ ਤੋਂ ਮੇਰੇ ਲਈ ਫੀਨੀਸੀਅਨਸ ਦੇ ਦੁਰਲੱਭ ਰਤਨ ਖਰੀਦ ਲਿਆਵੇਗਾ। ਸਾਡੀ ਯੋਜਨਾ ਇਹ ਸੀ ਕਿ ਅਸੀਂ ਉਨ੍ਹਾਂ ਰਤਨਾਂ ਨੂੰ ਜ਼ਿਆਦਾ ਕੀਮਤ 'ਤੇ ਵੇਚ ਕੇ ਲਾਭ ਨੂੰ ਆਪਸ ਵਿੱਚ ਵੰਡ ਲਵਾਂਗੇ। ਫੀਨੀਸੀਅਨਸ ਬਦਮਾਸ਼ ਸਨ ਅਤੇ ਉਨ੍ਹਾਂ ਨੇ ਅਜ਼ਮਰ ਨੂੰ ਰਤਨਾਂ ਦੀ ਥਾਂ 'ਤੇ ਕੱਚ ਦੇ ਟੁਕੜੇ ਫੜਾ ਦਿੱਤੇ। ਮੇਰੀ ਸਾਰੀ ਜਮ੍ਹਾਂ ਪੂੰਜੀ ਚਲੀ ਗਈ ਸੀ। ਅੱਜ ਮੇਰੇ ਕੋਲ ਏਨਾ ਗਿਆਨ ਆ ਚੁੱਕਾ ਹੈ ਕਿ ਮੈਂ ਤਤਕਾਲ ਸਮਝ ਲਵਾਂਗਾ ਕਿ ਰਤਨ ਖਰੀਦਣ ਲਈ ਇੱਟਾਂ ਬਣਾਉਣ ਵਾਲੇ 'ਤੇ ਭਰੋਸਾ ਕਰਨ ਮੂਰਖਤਾ ਹੈ।''

''ਮੈਂ ਆਪਣੇ ਤਜਰਬਿਆਂ ਦੀ ਸਮਝਦਾਰੀ ਨਾਲ ਤੁਹਾਨੂੰ ਇਹ ਸਲਾਹ ਦੇਣਾ ਚਾਹੁੰਦਾ ਹਾਂ : ਜ਼ਿਆਦਾ ਆਤਮਵਿਸ਼ਵਾਸ ਵਿੱਚ ਆ ਕੇ ਆਪਣੀ ਪੂੰਜੀ ਦਾ ਅਜਿਹੀ ਥਾਂ 'ਤੇ ਨਿਵੇਸ਼ ਨਾ ਕਰੋ, ਜਿੱਥੇ ਉਸ ਦੇ ਡੁੱਬਣ ਦਾ ਖਤਰਾ ਹੋਵੇ। ਚੰਗਾ ਇਹ ਹੈ ਕਿ ਤੁਸੀਂ ਪੈਸੇ

ਦੇ ਪ੍ਰਬੰਧਨ ਵਿੱਚ ਤਜਰਬੇਕਾਰ ਲੋਕਾਂ ਦੀ ਸਮਝਦਾਰੀ ਵਾਲੀ ਸਲਾਹ ਲਓ। ਇਸ ਤਰ੍ਹਾਂ ਦੀ ਸਲਾਹ ਮੰਗਣ 'ਤੇ ਮੁਫਤ ਮਿਲ ਜਾਂਦੀ ਹੈ। ਹੋ ਸਕਦਾ ਹੈ ਕਿ ਇਹ ਸਲਾਹ ਉਨੀ ਹੀ ਕੀਮਤੀ ਸਾਬਤ ਹੋਵੇ, ਜਿੰਨੀ ਰਕਮ ਦਾ ਤੁਸੀਂ ਨਿਵੇਸ਼ ਕਰਨ ਜਾ ਰਹੇ ਹੋ। ਸੱਚ ਤਾਂ ਇਹ ਹੈ ਕਿ ਜੇਕਰ ਇਹ ਸਲਾਹ ਤੁਹਾਡੀ ਪੂੰਜੀ ਨੂੰ ਡੁੱਬਣ ਤੋਂ ਬਚਾਉਂਦੀ ਹੈ, ਤਾਂ ਇਹ ਤੁਹਾਡੀ ਪੂੰਜੀ ਜਿੰਨੀ ਹੀ ਕੀਮਤੀ ਹੈ।''

ਇਹ ਖਾਲੀ ਬਟੂਏ ਦਾ ਚੌਥਾ ਇਲਾਜ ਹੈ। ਇਹ ਇਲਾਜ ਬਹੁਤ ਮਹੱਤਵਪੂਰਨ ਹੈ ਕਿਉਂਕਿ ਬਟੂਏਦੇ ਭਰ ਜਾਣ ਤੋਂ ਬਾਅਦ ਇਹ ਉਸ ਨੂੰ ਖਾਲੀ ਹੋਣ ਤੋਂ ਬਚਾਉਂਦਾ ਹੈ। 'ਆਪਣੀ ਜਮਾਂ ਪੂੰਜੀ ਨੂੰ ਨੁਕਸਾਨ ਤੋਂ ਬਚਾਓ। ਸਿਰਫ ਉਹੀ ਨਿਵੇਸ਼ ਕਰੋ, ਜਿੱਥੇ ਤੁਹਾਡਾ ਮੂਲਧਨ ਸੁਰੱਖਿਅਤ ਰਹੇ, ਜਿੱਥੇ ਤੁਸੀਂ ਜਦੋਂ ਚਾਹੋ, ਇਸ ਨੂੰ ਦੁਬਾਰਾ ਵਾਪਸ ਹਾਸਲ ਕਰ ਸਕੋ ਅਤੇ ਜਿੱਥੇ ਤੁਹਾਨੂੰ ਉਚਿਤ ਵਿਆਜ ਲਗਾਤਾਰ ਮਿਲਦਾ ਰਹੇ। ਸਿਆਣੇ ਲੋਕਾਂ ਤੋਂ ਸਲਾਹ ਲਓ। ਧਨ ਦੇ ਲਾਭਕਾਰੀ ਪ੍ਰਬੰਧਨ ਵਿੱਚ ਤਜਰਬੇਕਾਰ ਲੋਕਾਂ ਦੀ ਸਲਾਹ ਲਓ। ਅਸੁਰੱਖਿਅਤ ਨਿਵੇਸ਼ਾਂ ਤੋਂ ਆਪਣੇ ਪੈਸੇ ਦੀ ਸਮਝਦਾਰੀ ਨਾਲ ਰੱਖਿਆ ਕਰੋ।''

ਪੰਜਵਾਂ ਇਲਾਜ

ਆਪਣੇ ਘਰ ਨੂੰ ਲਾਭਕਾਰੀ ਨਿਵੇਸ਼ ਬਣਾਓ

ਅਰਕਾਦ ਨੇ ਆਪਣੀ ਜਮਾਤ ਨੂੰ ਪੰਜਵਾਂ ਸਬਕ ਸਿਖਾਉਂਦੇ ਹੋਏ ਕਿਹਾ, 'ਇਨਸਾਨ ਆਪਣੀ ਕਮਾਈ ਦਾ ਦਸਵਾਂ ਹਿੱਸਾ ਇਸ ਲਈ ਅਲੱਗ ਰੱਖਦਾ ਹੈ, ਤਾਂ ਕਿ ਉਹ ਭਵਿੱਖ ਵਿੱਚ ਜੀਵਨ ਦਾ ਆਨੰਦ ਲੈ ਸਕੇ। ਖੈਰ, ਜੇਕਰ ਉਹ ਆਪਣੀ ਆਮਦਨੀ ਦੇ ਬਚੇ ਹੋਏ ਨੌਂ ਹਿੱਸਿਆਂ ਵਿੱਚੋਂ ਵੀ ਕੁਝ ਬਚਾ ਸਕੇ ਅਤੇ ਉਸ ਦਾ ਲਾਭਕਾਰੀ ਨਿਵੇਸ਼ ਕਰ ਸਕੇ, ਤਾਂ ਉਸ ਦਾ ਖਜ਼ਾਨਾ ਜ਼ਿਆਦਾ ਤੇਜ਼ੀ ਨਾਲ ਵਧੇਗਾ।'

ਬੇਬੀਲੋਨ ਦੇ ਬਹੁਤ ਸਾਰੇ ਲੋਕ ਆਪਣੇ ਪਰਿਵਾਰਾਂ ਨਾਲ ਕਿਰਾਏ ਦੇ ਮਕਾਨਾਂ 'ਤੇ ਰਹਿੰਦੇ ਹਨ, ਹਾਲਾਂਕਿ ਉਨ੍ਹਾਂ ਦੇ ਆਲੇ-ਦੁਆਲੇ ਦਾ ਮਾਹੌਲ ਚੰਗਾ ਨਹੀਂ ਹੁੰਦਾ। ਉਹ ਹਰ ਮਹੀਨੇ ਕਿਰਾਏ ਵਜੋਂ ਮਕਾਨ ਮਾਲਕ ਨੂੰ ਬਹੁਤ ਸਾਰਾ ਧਨ ਦਿੰਦੇ ਹਨ। ਬਹੁਤੀ ਵਾਰ ਉਨ੍ਹਾਂ ਦੇ ਮਕਾਨਾਂ ਵਿੱਚ ਬਾਗ-ਬਗੀਚੇ ਲਈ ਥਾਂ ਨਹੀਂ ਹੁੰਦੀ। ਉਨ੍ਹਾਂ ਦੀਆਂ ਪਤਨੀਆਂ ਰੁੱਖ ਨਹੀਂ ਲਗਾ ਸਕਦੀਆਂ, ਜਿਸ ਨਾਲ ਹਰ ਔਰਤ ਨੂੰ ਖੁਸ਼ੀ ਮਿਲਦੀ ਹੈ। ਉਨ੍ਹਾਂ ਮਕਾਨਾਂ ਵਿੱਚ ਬੱਚਿਆਂ ਦੇ ਖੇਡਣ ਲਈ ਕੋਈ ਥਾਂ ਵੀ ਨਹੀਂ ਹੁੰਦੀ, ਇਸ ਲਈ ਉਹ ਗੰਦੀਆਂ ਗਲੀਆਂ ਵਿੱਚ ਖੇਡਦੇ ਹਨ।

ਕਿਸੇ ਵੀ ਵਿਅਕਤੀ ਦਾ ਪਰਿਵਾਰ ਉਦੋਂ ਤੱਕ ਜ਼ਿੰਦਗੀ ਦਾ ਪੂਰਾ ਆਨੰਦ ਨਹੀਂ ਲੈ ਸਕਦਾ, ਜਦੋਂ ਤੱਕ ਕਿ ਉਸ ਦੇ ਮਕਾਨ ਵਿੱਚ ਏਨੀ ਥਾਂ ਨਾ ਹੋ ਸਕੇ ਕਿ ਉਸ ਦੇ ਬੱਚੇ ਸਾਫ-ਸੁਥਰੀ ਜ਼ਮੀਨ 'ਤੇ ਖੇਡ ਸਕਣ ਅਤੇ ਉਸ ਦੀ ਪਤਨੀ ਨਾ ਸਿਰਫ ਸੁੰਦਰ ਫੁੱਲ ਉਗਾ ਸਕੇ, ਸਗੋਂ ਪਰਿਵਾਰ ਨੂੰ ਖਵਾਉਣ ਲਈ ਚੰਗੀ ਸਬਜ਼ੀਆਂ ਵੀ ਬੀਜ ਸਕੇ।

ਆਪਣੇ ਰੁੱਖਾਂ ਦੇ ਅੰਜੀਰ ਅਤੇ ਅੰਗੂਰ ਖਾ ਕੇ ਹਰ ਇਨਸਾਨ ਖੁਸ਼ ਹੁੰਦਾ ਹੈ। ਆਪਣੇ ਘਰ ਦਾ ਮਾਲਕ ਬਣਨ ਵਿੱਚ ਉਸ ਨੂੰ ਮਾਣ ਮਹਿਸੂਸ ਹੁੰਦਾ ਹੈ। ਇਸ ਨਾਲ ਉਸ ਦਾ ਆਤਮ-ਵਿਸ਼ਵਾਸ ਵਧਦਾ ਹੈ ਅਤੇ ਉਹ ਆਪਣੀਆਂ ਜ਼ਿੰਮੇਵਾਰੀਆਂ ਲਈ ਜ਼ਿਆਦਾ ਮਿਹਨਤ ਕਰਦਾ ਹੈ। ਇਸ ਲਈ ਮੈਂ ਇਹ ਸਲਾਹ ਦਿੰਦਾ ਹਾਂ ਕਿ ਹਰ ਆਦਮੀ ਕੋਲ ਆਪਣਾ ਖੁਦ ਦਾ ਮਕਾਨ ਹੋਣਾ ਚਾਹੀਦਾ ਹੈ, ਜਿਸ ਵਿੱਚ ਉਹ ਅਤੇ ਉਸ ਦਾ ਪਰਿਵਾਰ ਰਹਿ ਸਕੇ।

ਆਪਣੇ ਘਰ ਦਾ ਮਾਲਕ ਬਣਨਾ ਕੋਈ ਖਾਸ ਔਖਾ ਕੰਮ ਨਹੀਂ। ਜਿਸ ਵਿਅਕਤੀ ਵਿੱਚ ਵੀ ਤਾਂਘ ਹੋਵੇ, ਉਹ ਅਜਿਹਾ ਕਰ ਸਕਦਾ ਹੈ। ਸਾਡੇ ਮਹਾਨ ਮਹਾਰਾਜ ਨੇ ਬੇਬੀਲੋਨ ਦੀਆਂ ਦੀਵਾਰਾਂ ਨੂੰ ਏਨੀ ਦੂਰ ਤੱਕ ਫੈਲਾ ਲਿਆ ਹੈ ਕਿ ਇਸ ਦੇ ਅੰਦਰ ਬਹੁਤ ਜ਼ਿਆਦਾ ਖਾਲੀ ਜ਼ਮੀਨ ਪਈ ਹੈ, ਜਿਸ ਨੂੰ ਬਹੁਤ ਸਹੀ ਮੁੱਲ 'ਤੇ ਖਰੀਦਿਆ ਜਾ ਸਕਦਾ ਹੈ।

''ਮੇਰੇ ਵਿਦਿਆਰਥੀਓ, ਮੈਂ ਤੁਹਾਨੂੰ ਇਹ ਵੀ ਕਹਿੰਦਾ ਹਾਂ ਕਿ ਸ਼ਾਹੂਕਾਰ ਖੁਸ਼ੀ-ਖੁਸ਼ੀ ਉਨ੍ਹਾਂ ਲੋਕਾਂ ਨੂੰ ਉਧਾਰ ਦੇ ਦਿੰਦੇ ਹਨ, ਜੋ ਆਪਣੇ ਪਰਿਵਾਰ ਲਈ ਜ਼ਮੀਨ ਅਤੇ ਮਕਾਨ ਖਰੀਦਣਾ ਚਾਹੁੰਦੇ ਹਨ। ਇਸ ਨੇਕ ਕੰਮ ਲਈ ਤੁਹਾਨੂੰ ਰਕਮ ਆਸਾਨੀ ਨਾਲ ਮਿਲ ਜਾਵੇਗੀ। ਤੁਸੀਂ ਇੱਟਾਂ ਬਣਾਉਣ ਵਾਲੇ ਅਤੇ ਮਕਾਨ ਬਣਾਉਣ ਵਾਲੇ ਨੂੰ ਪੈਸੇ ਦੇਣ ਲਈ ਉਧਾਰ ਦੇ ਸਕਦੇ ਹੋ, ਸ਼ਰਤ ਇਹ ਹੈ ਕਿ ਤੁਸੀਂ ਆਪਣੇ ਵੱਲੋਂ ਵੀ ਥੋੜ੍ਹੀ ਜਿਹੀ ਜਮ੍ਹਾਂ ਪੂੰਜੀ ਲਗਾਓ ਤਾਂ ਜੋ ਇਹ ਵਿਸ਼ਵਾਸ ਦਿਵਾ ਸਕੋ ਕਿ ਤੁਸੀਂ ਕਰਜ਼ ਚੁਕਾ ਸਕਦੇ ਹੋ।''

''ਉਦੋਂ ਤੁਹਾਨੂੰ ਸੱਚੀ ਖੁਸ਼ੀ ਦਾ ਅਹਿਸਾਸ ਹੋਵੇਗਾ, ਕਿਉਂਕਿ ਤੁਸੀਂ ਇੱਕ ਕੀਮਤੀ ਜਾਇਦਾਦ ਦੇ ਮਾਲਕ ਬਣ ਜਾਉਗੇ ਅਤੇ ਉਸ 'ਤੇ ਤੁਹਾਡਾ ਇਕੱਲਾ ਖਰਚ ਇਹ ਹੋਵੇਗਾ ਕਿ ਤੁਹਾਨੂੰ ਮਹਾਰਾਜ ਨੂੰ ਟੈਕਸ ਦੇਣਾ ਹੋਵੇਗਾ।''

''ਇਸ ਤੋਂ ਇਲਾਵਾ, ਤੁਹਾਡੀ ਪਤਨੀ ਤੁਹਾਡੇ ਕੱਪੜੇ ਧੋਣ ਲਈ ਵਾਰ-ਵਾਰ ਨਦੀ 'ਤੇ ਜਾਵੇਗੀ, ਤਾਂ ਕਿ ਹਰ ਵਾਰ ਵਾਪਸ ਆਉਂਦੇ ਸਮੇਂ ਉਹ ਪੌਦਿਆਂ ਨੂੰ ਪਾਉਣ ਲਈ ਇੱਕ ਮਸ਼ਕ ਪਾਣੀ ਲਿਆ ਸਕੇ।''

ਇਸ ਤਰ੍ਹਾਂ ਘਰ ਦਾ ਮਾਲਕ ਬਣਨ ਵਾਲੇ ਵਿਅਕਤੀ ਨੂੰ ਬਹੁਤ ਲਾਭ ਹੁੰਦੇ ਹਨ। ਇਸ ਨਾਲ ਉਸ ਦਾ ਖਰਚ ਵੀ ਬਹੁਤ ਘੱਟ ਹੋ ਜਾਂਦਾ ਹੈ, ਇਸ ਨਾਲ ਉਸ ਦੀ ਆਮਦਨ ਦਾ ਬਹੁਤਾ ਹਿੱਸਾ ਉਸ ਦੀਆਂ ਇੱਛਾਵਾਂ ਦੀ ਪੂਰਤੀ ਕਰਨ ਲਈ ਅਤੇ ਆਨੰਦ ਲਈ ਮਿਲਦਾ ਹੈ। ਇਹ ਖਾਲੀ ਬਟੂਏ ਦਾ ਪੰਜਵਾਂ ਇਲਾਜ ਹੈ : ਆਪਣੇ ਘਰ ਦੇ ਮਾਲਕ ਬਣੋ।

ਛੇਵਾਂ ਇਲਾਜ

ਭਵਿੱਖ ਲਈ ਆਮਦਨ ਪੱਕੀ ਕਰੋ

ਅਰਕਾਦ ਨੇ ਆਪਣੀ ਜਮਾਤ ਨੂੰ ਛੇਵੇਂ ਦਿਨ ਦੱਸਿਆ, ''ਹਰ ਵਿਅਕਤੀ ਦੀ ਜ਼ਿੰਦਗੀ ਬਚਪਨ ਤੋਂ ਬੁਢਾਪੇ ਵੱਲ ਜਾਂਦੀ ਹੈ। ਇਹ ਜ਼ਿੰਦਗੀ ਦਾ ਮਾਰਗ ਹੈ ਅਤੇ ਇਸ 'ਤੇ ਹਰ

ਇੱਕ ਨੂੰ ਚੱਲਣਾ ਪੈਂਦਾ ਹੈ, ਜਦੋਂ ਤੱਕ ਕਿ ਦੇਵਤੇ ਉਸ ਨੂੰ ਸਮੇਂ ਤੋਂ ਪਹਿਲਾਂ ਆਪਣੇ ਕੋਲ ਨਾ ਬੁਲਾ ਲੈਣ। ਇਸ ਲਈ ਮੈਂ ਤੁਹਾਨੂੰ ਕਹਿਣਾ ਚਾਹੁੰਦਾ ਹਾਂ ਕਿ ਇਨਸਾਨ ਨੂੰ ਆਪਣੇ ਭਵਿੱਖ ਜਾਂ ਬੁਢਾਪੇ ਲਈ ਸਹੀ ਆਮਦਨ ਦਾ ਪ੍ਰਬੰਧ ਕਰਨਾ ਚਾਹੀਦਾ ਹੈ। ਇਸ ਤੋਂ ਇਲਾਵਾ ਉਸ ਨੂੰ ਇਸ ਗੱਲ ਦਾ ਵੀ ਪ੍ਰਬੰਧ ਕਰਨਾ ਚਾਹੀਦਾ ਹੈ ਕਿ ਜੇਕਰ ਉਹ ਇਸ ਦੁਨੀਆ ਵਿੱਚ ਨਾ ਰਹੇ, ਤਾਂ ਵੀ ਉਸ ਦੇ ਪਰਿਵਾਰ ਨੂੰ ਸਹਾਰਾ ਅਤੇ ਆਰਾਮ ਮਿਲਦਾ ਰਹੇ। ਅੱਜ ਦਾ ਸਬਕ ਤੁਹਾਨੂੰ ਸਿਖਾਏਗਾ ਕਿ ਬੁਢਾਪੇ ਵਿੱਚ ਵੀ ਤੁਹਾਡਾ ਬਟੂਏ ਕਿਵੇਂ ਭਰਿਆ ਰਹਿ ਸਕਦਾ ਹੈ।''

ਪੈਸੇ ਦੇ ਨਿਯਮਾਂ ਦੇ ਗਿਆਨ ਨਾਲ ਜੋ ਵਿਅਕਤੀ ਪੈਸੇ ਇਕੱਠਾ ਕਰ ਲੈਂਦਾ ਹੈ, ਉਸ ਨੂੰ ਆਪਣੇ ਭਵਿੱਖ ਬਾਰੇ ਵਿਚਾਰ ਕਰਨਾ ਚਾਹੀਦਾ ਹੈ। ਉਸ ਨੂੰ ਕੁਝ ਅਜਿਹੇ ਨਿਵੇਸ਼ਾਂ ਦੀ ਯੋਜਨਾ ਬਣਾਉਣੀ ਚਾਹੀਦੀ ਹੈ, ਜੋ ਕਈ ਸਾਲ ਤੱਕ ਸੁਰੱਖਿਅਤ ਤੌਰ 'ਤੇ ਵਧਦੀ ਰਹੇ ਅਤੇ ਲੋੜ ਵੇਲੇ ਕੰਮ ਆਏ, ਜਿਸ ਦੀ ਉਸ ਨੇ ਸਮਝਦਾਰੀ ਨਾਲ ਪਹਿਲਾਂ ਹੀ ਕਲਪਨਾ ਕਰ ਲਈ ਸੀ।

ਇਨਸਾਨ ਕਈ ਤਰੀਕਿਆਂ ਨਾਲ ਆਪਣੇ ਭਵਿੱਖ ਲਈ ਪੈਸੇ ਨੂੰ ਸੁਰੱਖਿਅਤ ਰੱਖ ਸਕਦਾ ਹੈ। ਉਹ ਆਪਣੇ ਖਜ਼ਾਨੇ ਨੂੰ ਕਿਸੇ ਗੁਪਤ ਥਾਂ 'ਤੇ ਜ਼ਮੀਨ ਹੇਠਾਂ ਦੱਬ ਸਕਦਾ ਹੈ। ਪਰ ਭਾਵੇਂ ਖਜ਼ਾਨੇ ਨੂੰ ਕਿੰਨੀ ਵੀ ਚਲਾਕੀ ਨਾਲ ਲੁਕਾਇਆ ਗਿਆ ਹੋਵੇ, ਅੰਤ ਵਿੱਚ ਚੋਰ ਉਸ ਨੂੰ ਲੁੱਟ ਕੇ ਲੈ ਜਾਣਗੇ। ਇਸ ਕਾਰਨ ਮੈਂ ਇਸ ਯੋਜਨਾ ਦੀ ਸਲਾਹ ਨਹੀਂ ਦਿਆਂਗਾ।

ਭਵਿੱਖ ਲਈ ਪੈਸਾ ਸੁਰੱਖਿਅਤ ਰੱਖਣ ਦੇ ਉਦੇਸ਼ ਨਾਲ ਇਨਸਾਨ ਘਰ ਜਾਂ ਜ਼ਮੀਨ ਖਰੀਦ ਸਕਦਾ ਹੈ। ਜੇਕਰ ਸਮਝਦਾਰੀ ਨਾਲ ਘਰ ਜਾਂ ਜ਼ਮੀਨ ਨੂੰ ਚੁਣਿਆ ਜਾਵੇ, ਤਾਂ ਭਵਿੱਖ ਵਿੱਚ ਵੀ ਉਸ ਦੀ ਵਰਤੋਂ ਅਤੇ ਕੀਮਤ ਵਿੱਚ ਵਾਧਾ ਹੋਵੇ, ਤਾਂ ਅਜਿਹਾ ਕਰਨਾ ਲਾਭਕਾਰੀ ਰਹਿੰਦਾ ਹੈ। ਭਵਿੱਖ ਵਿੱਚ ਇਸ ਜਾਇਦਾਦ ਨੂੰ ਵੇਚ ਕੇ ਆਪਣੇ ਟੀਚੇ ਨੂੰ ਹਾਸਲ ਕੀਤਾ ਜਾ ਸਕਦਾ ਹੈ।

ਇਸ ਤੋਂ ਇਲਾਵਾ, ਇਨਸਾਨ ਰੋਜ਼ ਦੇ ਆਧਾਰ 'ਤੇ ਸ਼ਾਹੂਕਾਰ ਕੋਲ ਛੋਟੀਆਂ-ਛੋਟੀਆਂ ਰਕਮਾਂ ਜਮ੍ਹਾਂ ਕਰਕੇ ਆਪਣੇ ਪੈਸੇ ਨੂੰ ਵਧਾ ਸਕਦਾ ਹੈ। ਸ਼ਾਹੂਕਾਰ ਵੱਲੋਂ ਦਿੱਤਾ ਜਾਣ ਵਾਲਾ ਵਿਆਜ ਜਦੋਂ ਮੂਲਧਨ ਵਿੱਚ ਜੁੜ ਜਾਵੇਗਾ, ਤਾਂ ਪੈਸਾ ਬਹੁਤ ਵਧ ਜਾਵੇਗਾ। ਮੈਂ ਅਨਸਾਨ ਨਾਂ ਦੇ ਇੱਕ ਮੋਚੀ ਨੂੰ ਜਾਣਦਾ ਹਾਂ। ਕੁਝ ਸਮੇਂ ਪਹਿਲਾਂ ਉਸ ਨੇ ਮੈਨੂੰ ਦੱਸਿਆ ਸੀ ਕਿ ਅੱਠ ਸਾਲ ਤੋਂ ਹਰ ਹਫ਼ਤੇ ਉਹ ਸ਼ਾਹੂਕਾਰ ਕੋਲ ਚਾਂਦੀ ਦੇ ਦੋ ਸਿੱਕੇ ਜਮ੍ਹਾਂ ਕਰ ਰਿਹਾ ਹੈ। ਸ਼ਾਹੂਕਾਰ ਨੇ ਉਸ ਨੂੰ ਹਾਲ ਹੀ ਵਿੱਚ ਉਸ ਦਾ ਹਿਸਾਬ ਦੱਸਿਆ, ਜਿਸ ਨੂੰ ਸੁਣ ਕੇ ਉਹ ਬਹੁਤ ਖੁਸ਼ ਹੋਇਆ। ਉਸ ਨੇ ਜੋ ਛੋਟੀ-ਛੋਟੀ ਰਾਸ਼ੀ ਜਮ੍ਹਾ ਕੀਤੀ ਸੀ, ਉਹ ਹਰ ਚਾਰ ਸਾਲ ਵਿੱਚ ਪੱਚੀ ਫ਼ੀਸਦੀ ਵਿਆਜ ਦੀ ਆਮ ਦਰ ਨਾਲ ਵਧ ਕੇ ਹੁਣ ਚਾਂਦੀ ਦੇ ਇੱਕ ਹਜ਼ਾਰ ਚਾਲੀ ਸਿੱਕਿਆਂ ਵਿੱਚ ਬਦਲ ਗਈ ਹੈ।

ਮੈਂ ਖੁਸ਼ ਹੋ ਕੇ ਉਸ ਨੂੰ ਅੱਗੇ ਵੀ ਬੱਚਤ ਕਰਨ ਲਈ ਉਤਸ਼ਾਹਿਤ ਕੀਤਾ। ਆਪਣੇ ਅੰਕਾਂ ਦੇ ਗਿਆਨ ਨਾਲ ਮੈਂ ਉਸ ਨੂੰ ਦੱਸਿਆ ਕਿ ਜੇਕਰ ਉਹ ਬਾਰਾਂ ਸਾਲ ਤੱਕ ਹਰ ਹਫ਼ਤੇ ਚਾਂਦੀ ਦੇ ਦੋ ਸਿੱਕੇ ਜਮ੍ਹਾਂ ਕਰਦਾ ਰਹੇਗਾ, ਤਾਂ ਸ਼ਾਹੂਕਾਰ ਉਸ ਨੂੰ ਚਾਂਦੀ ਦੇ ਚਾਰ ਹਜ਼ਾਰ

ਸਿੱਕੇ ਦੇਵੇਗਾ ਅਤੇ ਏਨੀ ਰਕਮ ਉਸ ਦੀ ਪੂਰੀ ਜ਼ਿੰਦਗੀ ਦੇ ਖਰਚ ਲਈ ਕਾਫੀ ਹੋਵੇਗੀ।

ਜਦੋਂ ਹਰ ਰੋਜ਼ ਦੇ ਆਧਾਰ 'ਤੇ ਜਮ੍ਹਾਂ ਕਰਨ 'ਤੇ ਛੋਟੀ ਰਾਸ਼ੀ ਏਨੇ ਲਾਭਕਾਰੀ ਨਤੀਜੇ ਦਿੰਦੀ ਹੈ, ਤਾਂ ਕਿਸੇ ਵਿਅਕਤੀ ਦਾ ਵਪਾਰ ਜਾਂ ਨਿਵੇਸ਼ ਕਿੰਨਾ ਹੀ ਖ਼ੁਸ਼ਹਾਲ ਹੋਵੇ, ਉਸ ਨੂੰ ਇਹ ਪ੍ਰਬੰਧ ਕਰ ਲੈਣਾ ਚਾਹੀਦਾ ਹੈ ਕਿ ਉਸ ਦੇ ਬੁਢਾਪੇ ਅਤੇ ਪਰਿਵਾਰ ਦੀ ਰੱਖਿਆ ਲਈ ਲੋੜੀਂਦੀ ਦੌਲਤ ਹੋਵੇ।

ਮੇਰੀ ਇੱਛਾ ਹੈ ਕਿ ਮੈਂ ਇਸ ਬਾਰੇ ਹੋਰ ਵੀ ਕੁਝ ਕਹਾਂ। ਮੇਰਾ ਇਹ ਵਿਸ਼ਵਾਸ ਹੈ ਕਿ ਕਿਸੇ ਦਿਨ ਸਮਝਦਾਰੀ ਨਾਲ ਸੋਚਣ ਵਾਲੇ ਲੋਕ ਮੌਤ ਦੇ ਵਿਰੁੱਧ ਪਰਿਵਾਰ ਨੂੰ ਸੁਰੱਖਿਅਤ ਰੱਖਣ ਦੀ ਯੋਜਨਾ ਬਣਾਉਣਗੇ। ਇਸ ਯੋਜਨਾ ਵਿੱਚ ਬਹੁਤੇ ਲੋਕ ਰੋਜ਼ ਦੇ ਆਧਾਰ 'ਤੇ ਛੋਟੀ ਰਕਮ ਜਮ੍ਹਾਂ ਕਰਨਗੇ ਅਤੇ ਉਸ ਜਮ੍ਹਾ ਰਕਮ ਨਾਲ ਇੱਕ ਚੰਗੀ ਰਕਮ ਮਰੇ ਹੋਏ ਮੈਂਬਰ ਦੇ ਪਰਿਵਾਰ ਨੂੰ ਦਿੱਤੀ ਜਾਵੇਗੀ। ਮੈਂ ਚਾਹੁੰਦਾ ਹਾਂ ਕਿ ਅਜਿਹਾ ਹੋਵੇ ਅਤੇ ਮੈਂ ਅਜਿਹਾ ਕਰਨ ਦੀ ਪੱਕੀ ਸਲਾਹ ਦਿੰਦਾ ਹਾਂ। ਪਰ ਅੱਜ ਇਹ ਸੰਭਵ ਨਹੀਂ ਹੈ, ਕਿਉਂਕਿ ਇਹ ਕੰਮ ਕਿਸੇ ਇਨਸਾਨ ਜਾਂ ਭਾਈਵਾਲੀ ਦੀ ਜ਼ਿੰਦਗੀ ਤੱਕ ਹੀ ਸੀਮਤ ਨਹੀਂ। ਇਸ ਤਰ੍ਹਾਂ ਦੀ ਯੋਜਨਾ ਨੂੰ ਮਹਾਰਾਜ ਦੇ ਸਿੰਘਾਸਨ ਵਾਂਗ ਸਥਿਰ ਹੋਣਾ ਚਾਹੀਦਾ ਹੈ। ਮੈਨੂੰ ਲਗਦਾ ਹੈ ਕਿ ਕਿਸੇ ਦਿਨ ਇਸ ਤਰ੍ਹਾਂ ਦੀ ਯੋਜਨਾ ਬਣੇਗੀ ਅਤੇ ਇਹ ਜ਼ਿਆਦਾਤਰ ਲੋਕਾਂ ਲਈ ਵਰਦਾਨ ਸਾਬਤ ਹੋਵੇਗੀ, ਕਿਉਂਕਿ ਸਿਰਫ ਪਹਿਲੇ ਛੋਟੇ ਭੁਗਤਾਨ ਤੋਂ ਬਾਅਦ ਹੀ ਇਨਸਾਨ ਦੇ ਮਰ ਜਾਣ 'ਤੇ ਉਸ ਦੇ ਪਰਿਵਾਰ ਲਈ ਪੈਸੇ ਦਾ ਪ੍ਰਬੰਧ ਹੋ ਜਾਵੇਗਾ।

ਪਰ ਕਿਉਂਕਿ ਸਾਡੇ ਸਮੇਂ ਵਿੱਚ ਇਸ ਤਰ੍ਹਾਂ ਦੀ ਯੋਜਨਾ ਨਹੀਂ ਹੈ ਅਤੇ ਸਾਡੇ ਜੀਵਨਕਾਲ ਵਿੱਚ ਅਜਿਹੀ ਯੋਜਨਾ ਹੋਵੇਗੀ ਵੀ ਨਹੀਂ, ਇਸ ਲਈ ਸਾਨੂੰ ਆਪਣੇ ਸਾਧਨਾਂ ਦਾ ਲਾਭ ਚੁੱਕ ਕੇ ਆਪਣੇ ਟੀਚੇ ਨੂੰ ਹਾਸਲ ਕਰਨ ਲਈ ਦੂਜੇ ਢੰਗ ਲੱਭਣੇ ਚਾਹੀਦੇ ਹਨ। ਇਸੇ ਕਾਰਨ ਮੈਂ ਸਾਰੇ ਲੋਕਾਂ ਨੂੰ ਸੁਝਾਅ ਦਿੰਦਾ ਹਾਂ ਕਿ ਉਹ ਚੰਗੀ ਤਰ੍ਹਾਂ ਸੋਚ-ਸਮਝ ਕੇ ਸਮਝਦਾਰੀ ਵਾਲੇ ਢੰਗ ਨਾਲ ਆਪਣੇ ਬੁਢਾਪੇ ਲਈ ਪੈਸੇ ਦਾ ਪ੍ਰਬੰਧ ਕਰ ਲੈਣ। ਕਿਉਂਕਿ ਜਦੋਂ ਕੋਈ ਆਦਮੀ ਕਮਾ ਨਾ ਸਕੇ ਜਾਂ ਜਦੋਂ ਪਰਿਵਾਰ ਦਾ ਮੁਖੀ ਚਲਾ ਜਾਵੇ, ਤਾਂ ਖਾਲੀ ਬਟੂਏ ਬਹੁਤੇ ਦੁੱਖ ਦਾ ਕਾਰਨ ਬਣ ਜਾਂਦਾ ਹੈ।

ਤਾਂ ਖਾਲੀ ਬਟੂਏ ਦਾ ਛੇਵਾਂ ਇਲਾਜ ਇਹ ਹੈ : ਆਪਣੇ ਬੁਢਾਪੇ ਅਤੇ ਆਪਣੇ ਪਰਿਵਾਰ ਦੀ ਰੱਖਿਆ ਲਈ ਪਹਿਲਾਂ ਤੋਂ ਹੀ ਪ੍ਰਬੰਧ ਕਰ ਲਉ।

ਸੱਤਵਾਂ ਇਲਾਜ

ਆਪਣੀ ਆਮਦਨੀ ਦੀ ਸਮਰੱਥਾ ਵਧਾਓ

ਅਰਕਾਦ ਨੇ ਸੱਤਵੇਂ ਦਿਨ ਆਪਣੀ ਜਮਤ ਨੂੰ ਕਿਹਾ, ''ਮੇਰੇ ਵਿਦਿਆਰਥੀਓ, ਅੱਜ ਮੈਂ ਤੁਹਾਨੂੰ ਖਾਲੀ ਬਟੂਏ ਦਾ ਇੱਕ ਸਟੀਕ ਇਲਾਜ ਦੱਸਣ ਜਾ ਰਿਹਾ ਹਾਂ। ਪਰ ਅੱਜ ਮੈਂ ਪੈਸੇ ਬਾਰੇ ਨਹੀਂ, ਸਗੋਂ ਤੁਹਾਡੇ ਬਾਰੇ ਗੱਲ ਕਰਾਂਗਾ, ਜੋ ਵੱਖ-ਵੱਖ ਰੰਗਾਂ ਦੇ ਕੱਪੜਿਆਂ ਵਿੱਚ ਮੇਰੇ

ਸਾਹਮਣੇ ਬੈਠੇ ਹਨ। ਮੈਂ ਇਨਸਾਨ ਦੇ ਦਿਮਾਗ ਅਤੇ ਜ਼ਿੰਦਗੀ ਦੀਆਂ ਉਨ੍ਹਾਂ ਚੀਜ਼ਾਂ ਬਾਰੇ ਗੱਲ ਕਰਾਂਗਾ, ਜੋ ਉਸ ਦੀ ਸਫ਼ਲਤਾ ਦੇ ਸਮਰਥਨ ਜਾਂ ਵਿਰੋਧ ਵਿੱਚ ਕੰਮ ਕਰਦੀਆਂ ਹਨ।''

ਕੁਝ ਸਮਾਂ ਪਹਿਲਾਂ ਇੱਕ ਨੌਜਵਾਨ ਮੇਰੇ ਕੋਲ ਉਧਾਰ ਮੰਗਣ ਆਇਆ। ਜਦੋਂ ਮੈਂ ਉਸ ਨੂੰ ਪੁੱਛਿਆ ਕਿ ਉਸ ਨੂੰ ਇਸ ਦੀ ਲੋੜ ਕਿਉਂ ਪਈ, ਤਾਂ ਉਸ ਨੇ ਜਵਾਬ ਦਿੱਤਾ ਕਿ ਉਸ ਦੇ ਖ਼ਰਚ ਉਸ ਦੀ ਆਮਦਨ ਨਾਲੋਂ ਜ਼ਿਆਦਾ ਹਨ। ਇਸ 'ਤੇ ਮੈਂ ਉਸ ਨੂੰ ਕਿਹਾ ਕਿ ਅਜਿਹੇ ਹਾਲਾਤ ਵਿੱਚ ਕੋਈ ਵੀ ਸ਼ਾਹੂਕਾਰ ਉਸ ਨੂੰ ਕਰਜ਼ ਨਹੀਂ ਦੇਵੇਗਾ, ਜਦੋਂ ਤੱਕ ਕਿ ਉਸ ਕੋਲ ਵਾਧੂ ਪੈਸੇ ਕਮਾਉਣ ਦੀ ਸਮਰੱਥਾ ਨਾ ਹੋਵੇ, ਜਿਸ ਨਾਲ ਉਹ ਆਪਣਾ ਕਰਜ਼ ਚੁਕਾ ਸਕੇ।

ਮੈਂ ਉਸ ਨੂੰ ਕਿਹਾ, 'ਤੈਨੂੰ ਆਪਣੀ ਆਮਦਨ ਵਧਾਉਣੀ ਚਾਹੀਦੀ ਹੈ। ਕਮਾਉਣ ਦੀ ਆਪਣੀ ਸਮਰੱਥਾ ਨੂੰ ਵਧਾਉਣ ਲਈ ਤੁਸੀਂ ਕੀ ਕੀਤਾ ਹੈ?'

ਨੌਜਵਾਨ ਨੇ ਕਿਹਾ, 'ਮੈਂ ਉਹ ਸਭ ਕੀਤਾ ਹੈ, ਜੋ ਮੈਂ ਕਰ ਸਕਦਾ ਹਾਂ। ਦੋ ਮਹੀਨਿਆਂ ਵਿੱਚ ਛੇ ਵਾਰ ਮੈਂ ਆਪਣੇ ਮਾਲਕ ਕੋਲ ਜਾ ਕੇ ਆਪਣੀ ਤਨਖਾਹ ਵਧਾਉਣ ਲਈ ਬੇਨਤੀ ਕੀਤੀ, ਪਰ ਮੈਨੂੰ ਸਫ਼ਲਤਾ ਨਹੀਂ ਮਿਲੀ। ਕੋਈ ਵੀ ਵਿਅਕਤੀ ਇਸ ਤੋਂ ਜ਼ਿਆਦਾ ਵਾਰ ਬੇਨਤੀ ਨਹੀਂ ਕਰ ਸਕਦਾ।'

ਅਸੀਂ ਉਸ ਦੇ ਭੋਲੇ ਹੋਣ 'ਤੇ ਹੱਸ ਸਕਦੇ ਹਾਂ, ਪਰ ਉਸ ਨੌਜਵਾਨ ਵਿੱਚ ਆਮਦਨ ਨੂੰ ਵਧਾਉਣ ਲਈ ਇੱਕ ਮਹੱਤਵਪੂਰਨ ਲੋੜੀਂਦਾ ਗੁਣ ਸੀ। ਉਸ ਵਿੱਚ ਜ਼ਿਆਦਾ ਕਮਾਉਣ ਦੀ ਤਾਂਘ ਸੀ, ਜੋ ਬਹੁਤ ਸਹੀ ਅਤੇ ਸ਼ਲਾਘਾਯੋਗ ਹੈ।

''ਪ੍ਰਾਪਤੀ ਤੋਂ ਪਹਿਲਾਂ ਉਸ ਦੀ ਇੱਛਾ ਹੋਣੀ ਚਾਹੀਦੀ ਹੈ। ਤੁਹਾਡੀਆਂ ਇੱਛਾਵਾਂ ਪੱਕੀਆਂ ਅਤੇ ਨਿਸ਼ਚਿਤ ਹੋਣੀਆਂ ਚਾਹੀਦੀਆਂ ਹਨ।'' ਆਮ ਇੱਛਾਵਾਂ ਸਿਰਫ ਕਮਜ਼ੋਰ ਚਾਹਤ ਹੁੰਦੀਆਂ ਹਨ। ਜੇਕਰ ਕਿਸੇ ਇਨਸਾਨ ਵਿੱਚ ਸਿਰਫ ਅਮੀਰ ਬਣਨ ਦੀ ਚਾਹਤ ਹੈ, ਤਾਂ ਉਸ ਨਾਲ ਕੋਈ ਲਾਭ ਨਹੀਂ ਹੋਵੇਗਾ। ਪਰ ਜਿਸ ਵਿਅਕਤੀ ਵਿੱਚ ਪੰਜ ਸੋਨੇ ਦੀਆਂ ਮੋਹਰਾਂ ਕਮਾਉਣ ਦੀ ਇੱਛਾ ਹੈ, ਉਸ ਦੀ ਇੱਛਾ ਪੱਕੀ ਹੈ ਅਤੇ ਉਹ ਇਸ ਨੂੰ ਪੂਰਾ ਕਰ ਸਕਦਾ ਹੈ। ਜਦੋਂ ਉਹ ਇਸ ਨੂੰ ਪ੍ਰਾਪਤ ਕਰਨ ਲਈ ਟੀਚੇ ਦੀ ਤਾਕਤ ਦੀ ਵਰਤੋਂ ਕਰੇਗਾ ਅਤੇ ਸਫਲ ਹੋ ਜਾਵੇਗਾ, ਤਾਂ ਅਗਲੀ ਵਾਰ ਉਹ ਦਸ ਸੋਨੇ ਦੀਆਂ ਮੋਹਰਾਂ ਕਮਾਉਣ ਲਈ ਉਸੇ ਢੰਗਾਂ ਦੀ ਵਰਤੋਂ ਕਰ ਸਕਦਾ ਹੈ। ਫਿਰ ਵੀਹ ਮੋਹਰਾਂ ਲਈ ਅਤੇ ਬਾਅਦ ਵਿੱਚ ਇੱਕ ਹਜ਼ਾਰ ਮੋਹਰਾਂ ਲਈ। ਅਤੇ ਦੇਖਦੇ ਹੀ ਦੇਖਦੇ ਉਹ ਅਮੀਰ ਬਣ ਜਾਵੇਗਾ। ਆਪਣੀ ਇੱਕ ਪੱਕੀ ਛੋਟੀ ਇੱਛਾ ਨੂੰ ਪੂਰੀ ਕਰਨਾ ਸਿੱਖ ਕੇ ਉਸ ਤੋਂ ਵੱਡੀ ਇੱਛਾ ਪੂਰੀ ਕਰਨ ਦੀ ਸਿਖਲਾਈ ਲੈ ਲਉ। ਇਸੇ ਢੰਗ ਨਾਲ ਪੈਸਾ ਹਾਸਲ ਕੀਤਾ ਜਾਂਦਾ ਹੈ : ਪਹਿਲਾਂ ਛੋਟੀ ਰਕਮ, ਫਿਰ ਉਸ ਤੋਂ ਵੱਡੀ ਰਕਮ, ਜਦੋਂ ਤੱਕ ਕਿ ਇਨਸਾਨ ਸਿੱਖ ਕੇ ਜ਼ਿਆਦਾ ਸਮਰੱਥ ਨਹੀਂ ਬਣ ਜਾਂਦਾ।

ਇੱਛਾਵਾਂ ਆਸਾਨ ਅਤੇ ਨਿਸਚਿਤ ਹੋਣੀਆਂ ਚਾਹੀਦੀਆਂ ਹਨ। ਜੇਕਰ ਉਹ ਬਹੁਤ ਜ਼ਿਆਦਾ ਔਖੀਆਂ ਜਾਂ ਬਹੁਤ ਮਿਹਨਤ ਕਰਵਾਉਣ ਵਾਲੀਆਂ ਹੋਣ ਜਾਂ ਅਜਿਹੀਆਂ ਹੋਣ ਜਿਨ੍ਹਾਂ ਨੂੰ ਹਾਸਲ ਕਰਨ ਦੀ ਸਿਖਲਾਈ ਉਸ ਵਿਅਕਤੀ ਕੋਲ ਨਾ ਹੋਵੇ, ਤਾਂ ਸਫਲਤਾ ਨਹੀਂ ਮਿਲਦੀ।

ਜਦੋਂ ਮਨੁੱਖ ਆਪਣੇ ਕੰਮ ਵਿੱਚ ਜ਼ਿਆਦਾ ਸਮਰੱਥ ਬਣਦਾ ਹੈ, ਤਾਂ ਉਹ ਆਪਣੀ ਕਮਾਉਣ ਦੀ ਸਮਰੱਥਾ ਨੂੰ ਵੀ ਵਧਾ ਲੈਂਦਾ ਹੈ। ਜਦੋਂ ਮੈਂ ਗਰੀਬ ਨਕਲਨਵੀਸ ਸੀ ਅਤੇ ਹਰ ਰੋਜ਼ ਕੁਝ ਸਿੱਕਿਆਂ ਦੇ ਬਦਲੇ ਵਿੱਚ ਮਿੱਟੀ ਦੀਆਂ ਤਖ਼ਤੀਆਂ 'ਤੇ ਲਿਖਦਾ ਸੀ ਤਾਂ ਮੈਂ ਦੇਖਿਆ ਕਿ ਕੁਝ ਨਕਲਨਵੀਸ ਮੇਰੇ ਨਾਲੋਂ ਜ਼ਿਆਦਾ ਕੰਮ ਕਰਦੇ ਸੀ ਅਤੇ ਇਸ ਕਾਰਨ ਉਨ੍ਹਾਂ ਨੂੰ ਮੇਰੇ ਤੋਂ ਜ਼ਿਆਦਾ ਆਮਦਨ ਹੁੰਦੀ ਸੀ। ਇਸ ਲਈ ਮੈਂ ਇਹ ਸੰਕਲਪ ਕੀਤਾ ਕਿ ਮੈਂ ਵੀ ਉਨ੍ਹਾਂ ਜਿੰਨਾ ਕੰਮ ਕਰਾਂਗਾ। ਉਨ੍ਹਾਂ ਦੇ ਜ਼ਿਆਦਾ ਸਫਲ ਹੋਣ ਦਾ ਕਾਰਨ ਜਾਣਨ ਵਿੱਚ ਮੈਨੂੰ ਜ਼ਿਆਦਾ ਸਮਾਂ ਨਹੀਂ ਲੱਗਾ। ਮੈਂ ਆਪਣੇ-ਆਪ ਵਿੱਚ ਜ਼ਿਆਦਾ ਰੁਚੀ ਲਈ, ਧਿਆਨ ਨਾਲ ਕੰਮ ਕੀਤਾ, ਆਪਣੀ ਕੋਸ਼ਿਸ਼ ਵਿੱਚ ਜ਼ਿਆਦਾ ਲਗਨ ਦੀ ਵਰਤੋਂ ਕੀਤੀ। ਅਤੇ ਦੇਖਦੇ ਹੀ ਦੇਖਦੇ ਮੈਂ ਜਿੰਨੇ ਮਿੱਟੀ ਦੀਆਂ ਤਖ਼ਤੀਆਂ 'ਤੇ ਲਿਖਦਾ ਸੀ, ਬਹੁਤ ਘੱਟ ਲੋਕ ਉਸ ਨਾਲੋਂ ਜ਼ਿਆਦਾ ਲਿਖ ਸਕਦੇ ਸਨ। ਜਲਦੀ ਹੀ ਮੈਨੂੰ ਆਪਣੀ ਵਧੀ ਹੋਈ ਸਮਰੱਥਾ ਕਾਰਨ ਇਨਾਮ ਵੀ ਮਿਲਿਆ। ਆਪਣੀ ਤਨਖਾਹ ਵਧਾਉਣ ਲਈ ਮੈਨੂੰ ਆਪਣੇ ਮਾਲਕ ਕੋਲ ਛੇ ਵਾਰ ਜਾਣ ਦੀ ਲੋੜ ਵੀ ਨਹੀਂ ਪਈ।

ਸਾਡੇ ਕੋਲ ਜਿੰਨਾ ਗਿਆਨ ਹੁੰਦਾ ਹੈ, ਅਸੀਂ ਓਨਾ ਹੀ ਜ਼ਿਆਦਾ ਕਮਾ ਸਕਦੇ ਹਾਂ। ਜੋ ਵਿਅਕਤੀ ਆਪਣੀ ਕਲਾ ਵਿੱਚ ਜ਼ਿਆਦਾ ਮਾਹਿਰ ਹੋਣ ਦੀ ਕੋਸ਼ਿਸ਼ ਕਰਦਾ ਹੈ, ਉਸ ਨੂੰ ਉਸ ਦੇ ਚੰਗੇ ਇਨਾਮ ਮਿਲਦੇ ਹਨ। ਜੇਕਰ ਉਹ ਕਾਰੀਗਰ ਹੈ, ਤਾਂ ਉਹ ਆਪਣੇ ਵਪਾਰ ਵਿਚਲੇ ਸਭ ਤੋਂ ਯੋਗ ਆਦਮੀ ਤੋਂ ਸਿੱਖ ਸਕਦਾ ਹੈ। ਜੇਕਰ ਉਹ ਕਾਨੂੰਨ ਜਾਂ ਇਲਾਜ ਦੇ ਖੇਤਰ ਵਿਚ ਮਿਹਨਤ ਕਰਦਾ ਹੈ, ਤਾਂ ਉਹ ਆਪਣੇ ਵਪਾਰ ਦੇ ਬਾਕੀ ਲੋਕਾਂ ਨਾਲ ਵਿਚਾਰ ਕਰ ਸਕਦਾ ਹੈ ਜਾਂ ਉਨ੍ਹਾਂ ਦੀ ਸਲਾਹ ਲੈ ਸਕਦਾ ਹੈ। ਜੇਕਰ ਉਹ ਵਪਾਰੀ ਹੈ, ਤਾਂ ਉਹ ਲਗਾਤਾਰ ਚੰਗੀਆਂ ਚੀਜ਼ਾਂ ਦੀ ਭਾਲ ਕਰ ਸਕਦਾ ਹੈ, ਜਿਨ੍ਹਾਂ ਨੂੰ ਘੱਟ ਕੀਮਤਾਂ 'ਤੇ ਖਰੀਦਿਆ ਜਾ ਸਕੇ।

ਮਨੁੱਖ ਦੇ ਹਾਲਾਤ ਹਮੇਸ਼ਾ ਬਦਲਦੇ ਅਤੇ ਸੁਧਰਦੇ ਰਹਿੰਦੇ ਹਨ, ਕਿਉਂਕਿ ਸਿਆਣੇ ਲੋਕ ਨਵੀਆਂ ਯੋਗਤਾਵਾਂ ਸਿੱਖਦੇ ਰਹਿੰਦੇ ਹਨ, ਤਾਂ ਕਿ ਉਹ ਵਧੀਆ ਢੰਗ ਨਾਲ ਉਨ੍ਹਾਂ ਦੀ ਸੇਵਾ ਕਰ ਸਕਣ, ਜਿਨ੍ਹਾਂ ਦੇ ਹੇਠਾਂ ਉਨ੍ਹਾਂ ਦੀ ਤਰੱਕੀ ਨਿਰਭਰ ਕਰਦੀ ਹੈ। ਇਸ ਲਈ ਮੈਂ ਸਾਰੇ ਵਿਅਕਤੀਆਂ ਨੂੰ ਇਹ ਬੇਨਤੀ ਕਰਦਾ ਹਾਂ ਕਿ ਉਹ ਤਰੱਕੀ ਦੀ ਪਹਿਲੀ ਕਤਾਰ ਵਿੱਚ ਖੜ੍ਹੇ ਰਹਿਣ ਅਤੇ ਇੱਕ ਥਾਂ 'ਤੇ ਬਣੇ ਨਾ ਰਹਿਣ, ਕਿਉਂਕਿ ਇੱਕੋ ਥਾਂ 'ਤੇ ਖੜ੍ਹੇ ਰਹਿਣ 'ਤੇ ਉਹ ਪਿੱਛੇ ਰਹਿ ਜਾਣਗੇ।

ਜ਼ਿਆਦਾਤਰ ਚੀਜ਼ਾਂ ਇਨਸਾਨ ਦੀ ਜ਼ਿੰਦਗੀ ਨੂੰ ਲਾਭਕਾਰੀ ਤਜਰਬਿਆਂ ਨਾਲ ਖੁਸ਼ਹਾਲ ਬਣਾਉਂਦੀਆਂ ਹਨ। ਜੇਕਰ ਕਿਸੇ ਵਿਅਕਤੀ ਵਿੱਚ ਆਤਮ-ਸਨਮਾਨ ਹੈ, ਤਾਂ ਉਸ ਨੂੰ ਹੇਠਾਂ ਦਿੱਤੇ ਗਏ ਕੰਮ ਕਰਨੇ ਚਾਹੀਦੇ ਹਨ :

''ਉਸ ਨੂੰ ਆਪਣਾ ਕਰਜ਼ ਜਿੰਨਾ ਸੰਭਵ ਹੋ ਸਕੇ, ਛੇਤੀ ਹੀ ਚੁਕਾਉਣਾ ਚਾਹੀਦਾ ਹੈ ਅਤੇ ਅਜਿਹੀਆਂ ਚੀਜ਼ਾਂ ਨਹੀਂ ਖਰੀਦਣੀਆਂ ਚਾਹੀਦੀਆਂ, ਜਿਨ੍ਹਾਂ ਉਹ ਭੁਗਤਾਨ ਨਾ ਕਰ ਸਕੇ।''

''ਉਸ ਨੂੰ ਆਪਣੇ ਪਰਿਵਾਰ ਦੀ ਚੰਗੀ ਦੇਖਭਾਲ ਕਰਨੀ ਚਾਹੀਦੀ, ਤਾਂ ਕਿ ਉਹ ਉਸ ਬਾਰੇ ਚੰਗੇ ਵਿਚਾਰ ਰੱਖਣ ਅਤੇ ਚੰਗੀਆਂ ਗੱਲਾਂ ਕਰਨ।''

''ਉਸ ਨੂੰ ਆਪਣੀ ਵਸੀਅਤ ਬਣਾ ਦੇਣੀ ਚਾਹੀਦੀ ਹੈ, ਤਾਂ ਕਿ ਜਦੋਂ ਦੇਵਤੇ ਉਸ ਨੂੰ ਆਪਣੇ ਕੋਲ ਬੁਲਾਉਣ, ਤਾਂ ਉਸ ਦੀ ਜਾਇਦਾਦ ਦੀ ਸਹੀ ਅਤੇ ਸਨਮਾਨ ਨਾਲ ਵੰਡ ਹੋ ਸਕੇ।''

''ਉਸ ਨੂੰ ਬਦਕਿਸਮਤੀ ਦੇ ਸ਼ਿਕਾਰ ਲੋਕਾਂ 'ਤੇ ਦਇਆ ਕਰਨੀ ਚਾਹੀਦੀ ਹੈ ਅਤੇ ਸਹੀ ਸੀਮਾਵਾਂ ਦੇ ਅੰਦਰ ਉਨ੍ਹਾਂ ਦੀ ਮਦਦ ਕਰਨੀ ਚਾਹੀਦੀ ਹੈ। ਉਸ ਨੂੰ ਆਪਣੇ ਪਿਆਰਿਆਂ ਪ੍ਰਤੀ ਵਿਚਾਰਪੂਰਵਕ ਕੰਮ ਕਰਨਾ ਚਾਹੀਦਾ।''

ਇਸ ਤਰ੍ਹਾਂ ਖਾਲੀ ਬਟੂਏ ਦਾ ਸੱਤਵਾਂ ਅਤੇ ਆਖਰੀ ਇਲਾਜ ਹੈ : ''ਆਪਣੀਆਂ ਤਾਕਤਾਂ ਦਾ ਵਿਕਾਸ ਕਰਨਾ, ਵਧੇਰੇ ਸਮਝਦਾਰ ਅਤੇ ਯੋਗ ਬਣਨ ਲਈ ਅਧਿਐਨ ਕਰਨਾ, ਆਤਮ-ਸਨਮਾਨ ਨਾਲ ਕੰਮ ਕਰਨਾ।'' ਅਜਿਹਾ ਕਰਨ 'ਤੇ ਤੁਹਾਡੇ ਵਿੱਚ ਇਹ ਆਤਮ-ਵਿਸ਼ਵਾਸ ਆ ਜਾਵੇਗਾ ਕਿ ਤੁਸੀਂ ਸਾਵਧਾਨੀਪੂਰਵਕ ਸੋਚੀਆਂ ਗਈਆਂ ਇੱਛਾਵਾਂ ਨੂੰ ਪੂਰਾ ਕਰ ਸਕਦੇ ਹੋ।

ਤਾਂ ਖਾਲੀ ਬਟੂਏ ਦੇ ਸੱਤ ਇਲਾਜ ਇਹ ਹਨ, ਜੋ ਮੈਂ ਲੰਮੇ ਅਤੇ ਸਫਲ ਜੀਵਨ ਦੇ ਤਜਰਬੇ ਨਾਲ ਸਿੱਖੇ ਹਨ। ਮੈਂ ਪੈਸੇ ਦੀ ਇੱਛਾ ਰੱਖਣ ਵਾਲੇ ਸਾਰੇ ਲੋਕਾਂ ਨੂੰ ਇਸ 'ਤੇ ਅਮਲ ਕਰਨ ਦੀ ਬੇਨਤੀ ਕਰਦਾ ਹਾਂ।

''ਮੇਰੇ ਦੋਸਤੋ, ਬੇਬੀਲੋਨ ਵਿੱਚ ਏਨਾ ਸੋਨਾ ਭਰਿਆ ਪਿਆ ਹੈ, ਕੀ ਤੁਸੀਂ ਕਲਪਨਾ ਵੀ ਨਹੀਂ ਕਰ ਸਕਦੇ। ਇੱਥੇ ਸਾਰਿਆਂ ਲਈ ਬਹੁਤਾ ਪੈਸਾ ਹੈ।''

''ਅੱਗੇ ਵਧੋ ਅਤੇ ਇਨ੍ਹਾਂ ਸਚਾਈਆਂ 'ਤੇ ਅਮਲ ਕਰੋ, ਤਾਂ ਕਿ ਤੁਸੀਂ ਖ਼ੁਸ਼ਹਾਲ ਅਤੇ ਪੈਸੇ ਵਾਲੇ ਬਣ ਸਕੋ, ਜੋ ਤੁਹਾਡਾ ਅਧਿਕਾਰ ਹੈ।''

''ਅੱਗੇ ਵਧੋ ਅਤੇ ਇਨ੍ਹਾਂ ਸਚਾਈਆਂ ਨੂੰ ਦੂਜੇ ਲੋਕਾਂ ਨੂੰ ਵੀ ਸਿਖਾਓ, ਤਾਂ ਕਿ ਸਾਡੇ ਮਹਾਰਾਜ ਦਾ ਹਰ ਸਨਮਾਨਿਤ ਨਾਗਰਿਕ ਸਾਡੇ ਪਿਆਰੇ ਸ਼ਹਿਰ ਦੀ ਬੇਸ਼ਮਾਰ ਦੌਲਤ ਵਿੱਚ ਭਾਈਵਾਲ ਬਣ ਸਕੇ।''

***

ਕਿਸਮਤ ਦੀ ਦੇਵੀ ਨੂੰ ਮਿਲੋ

ਜੇਕਰ ਕੋਈ ਇਨਸਾਨ ਕਿਸਮਤ ਵਾਲਾ ਹੈ, ਤਾਂ ਉਸ ਦੀ ਕਿਸਮਤ ਦੀ ਸੀਮਾ ਬਾਰੇ ਕੋਈ ਭਵਿੱਖਵਾਣੀ ਨਹੀਂ ਕੀਤੀ ਜਾ ਸਕਦੀ। ਜੇਕਰ ਉਸ ਨੂੰ ਨਦੀ ਵਿੱਚ ਵੀ ਸੁੱਟ ਦਿੱਤਾ ਜਾਵੇ, ਤਾਂ ਨਾ ਸਿਰਫ਼ ਉਹ ਤੈਰ ਕੇ ਬਾਹਰ ਨਿਕਲ ਆਵੇਗਾ, ਸਗੋਂ ਉਸ ਦੇ ਹੱਥ ਵਿੱਚ ਇੱਕ ਮੋਤੀ ਵੀ ਹੋਵੇਗਾ।

✍ ਬੇਬੀਲੋਨ ਦੀ ਕਹਾਵਤ

ਹਰ ਵਿਅਕਤੀ ਕਿਸਮਤ ਵਾਲਾ ਬਣਨਾ ਚਾਹੁੰਦਾ ਹੈ। ਅੱਜ ਤੋਂ ਚਾਰ ਹਜ਼ਾਰ ਸਾਲ ਪਹਿਲਾਂ ਪ੍ਰਾਚੀਨ ਬੇਬੀਲੋਨ ਵਿੱਚ ਵੀ ਮਨੁੱਖਾਂ ਦੇ ਮਨ ਵਿੱਚ ਕਿਸਮਤ ਵਾਲਾ ਬਣਨ ਦੀ ਇੱਛਾ ਓਨੀ ਹੀ ਤੇਜ਼ ਸੀ, ਜਿੰਨੀ ਕਿ ਅੱਜ ਦੇ ਮਨੁੱਖਾਂ ਦੇ ਮਨ ਵਿੱਚ ਹੈ। ਅਸੀਂ ਸਾਰੇ ਚਾਹੁੰਦੇ ਹਾਂ ਕਿ ਕਿਸਮਤ ਦੀ ਚੰਚਲ ਦੇਵੀ ਸਾਡੇ 'ਤੇ ਮਿਹਰਵਾਨ ਹੋ ਜਾਵੇ। ਕੀ ਕੋਈ ਅਜਿਹਾ ਢੰਗ ਹੈ, ਜਿਸ ਨਾਲ ਅਸੀਂ ਉਸ ਦੇਵੀ ਨੂੰ ਆਪਣੇ ਵੱਲ ਖਿੱਚ ਸਕੀਏ ਅਤੇ ਉਸ ਦੀ ਕਿਰਪਾ ਦੇ ਪਾਤਰ ਬਣ ਸਕੀਏ? ਕੀ ਕੋਈ ਅਜਿਹਾ ਢੰਗ ਹੈ, ਜਿਸ ਨਾਲ ਨਾ ਸਿਰਫ਼ ਅਸੀਂ ਉਸ ਦੇਵੀ ਦਾ ਧਿਆਨ ਆਪਣੇ ਵੱਲ ਖਿੱਚ ਸਕੀਏ, ਸਗੋਂ ਉਸ ਦੇ ਉਦਾਰ ਵਰਦਾਨ ਵੀ ਹਾਸਲ ਕਰ ਸਕੀਏ?

ਕੀ ਕਿਸਮਤ ਵਾਲਾ ਬਣਨ ਦਾ ਕੋਈ ਢੰਗ ਹੈ?

ਪ੍ਰਾਚੀਨ ਬੇਬੀਲੋਨ ਦੇ ਵਿਅਕਤੀਆਂ ਦੇ ਮਨ ਵਿੱਚ ਵੀ ਇਹੀ ਸਵਾਲ ਉੱਠਿਆ। ਉਨ੍ਹਾਂ ਨੇ ਇਹ ਪਤਾ ਲਗਾਉਣ ਦਾ ਫ਼ੈਸਲਾ ਕੀਤਾ। ਉਹ ਚਲਾਕ ਅਤੇ ਸੂਝਵਾਨ ਸਨ। ਇਸੇ ਕਾਰਨ ਉਨ੍ਹਾਂ ਦਾ ਸ਼ਹਿਰ ਆਪਣੇ ਸਮੇਂ ਦਾ ਸਭ ਤੋਂ ਖ਼ੁਸ਼ਹਾਲ ਅਤੇ ਤਾਕਤਵਰ ਸ਼ਹਿਰ ਬਣਿਆ।

ਉਸ ਪੁਰਾਣੇ ਸਮੇਂ ਵਿੱਚ ਸਕੂਲ ਜਾਂ ਕਾਲਜ ਨਹੀਂ ਸਨ। ਖ਼ੈਰ, ਬੇਬੀਲੋਨ ਵਿੱਚ ਗਿਆਨ ਦਾ ਇੱਕ ਕੇਂਦਰ ਸੀ ਅਤੇ ਉਹ ਸਿਧਾਂਤਕ ਨਹੀਂ, ਸਗੋਂ ਬਹੁਤ ਵਿਵਹਾਰਕ ਸੀ। ਬੇਬੀਲੋਨ ਦੀਆਂ ਉੱਚੀਆਂ ਇਮਾਰਤਾਂ ਵਿੱਚ ਇੱਕ ਇਮਾਰਤ ਮਹਾਰਾਜ ਦੇ ਮਹੱਲ, ਹੈਂਗਿੰਗ ਗਾਰਡਨਜ਼ ਅਤੇ ਦੇਵੀ-ਦੇਵਤਿਆਂ ਦੇ ਮੰਦਰਾਂ ਜਿੰਨੀ ਮਹੱਤਵਪੂਰਨ ਸੀ। ਤੁਹਾਨੂੰ

ਇਤਿਹਾਸ ਦੀਆਂ ਕਿਤਾਬਾਂ ਵਿੱਚ ਇਸ ਦਾ ਬਹੁਤ ਘੱਟ ਉਲੇਖ ਮਿਲੇਗਾ। ਇਸ ਗੱਲ ਦੀ ਬਹੁਤ ਸੰਭਾਵਨਾ ਹੈ ਕਿ ਤੁਹਾਨੂੰ ਇਸ ਦਾ ਉਲੇਖ ਮਿਲੇਗਾ ਹੀ ਨਹੀਂ, ਖੈਰ, ਇਸ ਇਮਾਰਤ ਦਾ ਉਸ ਯੁੱਗ ਦੇ ਚਿੰਤਨ 'ਤੇ ਬਹੁਤ ਜ਼ਿਆਦਾ ਪ੍ਰਭਾਵ ਹੋਇਆ।

ਇਹ ਇਮਾਰਤ ਗਿਆਨ ਦਾ ਮੰਦਰ ਸੀ, ਜਿੱਥੇ ਸਵੈ-ਸੇਵੀ ਅਧਿਆਪਕ ਗਿਆਨ ਦਿੰਦੇ ਸਨ। ਇੱਥੇ ਜਨਤਕ ਰੁਚੀ ਵਾਲੇ ਵਿਸ਼ਿਆ 'ਤੇ ਖੁੱਲ੍ਹੇ ਮੰਚ 'ਤੇ ਵਿਚਾਰ ਹੁੰਦਾ ਸੀ। ਇਸ ਦੀਆਂ ਕੰਧਾਂ ਦੇ ਅੰਦਰ ਸਾਰੇ ਵਿਅਕਤੀ ਬਰਾਬਰ ਹੁੰਦੇ ਸਨ। ਸਭ ਤੋਂ ਗਰੀਬ ਸੇਵਕ ਵੀ ਆਪਣੀਆਂ ਦਲੀਲਾਂ ਨਾਲ ਸ਼ਾਹੀ ਘਰਾਣੇ ਦੇ ਰਾਜਕੁਮਾਰ ਦੇ ਵਿਚਾਰਾਂ ਨੂੰ ਗਲਤ ਸਾਬਤ ਕਰ ਸਕਦਾ ਸੀ।

ਗਿਆਨ ਦੇ ਮੰਦਰ ਵਿੱਚ ਕਈ ਲੋਕ ਨਿਯਮਿਤ ਤੌਰ 'ਤੇ ਜਾਂਦੇ ਸਨ। ਇਨ੍ਹਾਂ ਵਿੱਚੋਂ ਇੱਕ ਅਰਕਾਦ ਨਾਂ ਦਾ ਬੁੱਧੀਮਾਨ ਵਿਅਕਤੀ ਸੀ, ਜਿਸ ਨੂੰ ਬੇਬੀਲੋਨ ਦਾ ਸਭ ਤੋਂ ਅਮੀਰ ਵਿਅਕਤੀ ਕਿਹਾ ਜਾਂਦਾ ਸੀ। ਉਸ ਦਾ ਆਪਣਾ ਖਾਸ ਹਾਲ ਸੀ, ਜਿੱਥੇ ਲਗਭਗ ਹਰ ਸ਼ਾਮ ਨੂੰ ਜ਼ਿਆਦਾਤਰ ਲੋਕ ਰੋਚਕ ਵਿਸ਼ਿਆਂ 'ਤੇ ਚਰਚਾ ਅਤੇ ਬਹਿਸ ਕਰਨ ਲਈ ਇਕੱਠੇ ਹੁੰਦੇ ਸਨ। ਇਨ੍ਹਾਂ ਲੋਕਾਂ ਵਿੱਚ ਕੁਝ ਬਜ਼ੁਰਗ ਅਤੇ ਕੁਝ ਨੌਜਵਾਨ ਵੀ ਸਨ, ਪਰ ਬਹੁਤੇ ਵੱਡੀ ਉਮਰ ਦੇ ਸਨ। ਚੰਗਾ ਹੋਵੇਗਾ ਕਿ ਅਸੀਂ ਉਨ੍ਹਾਂ ਦੀਆਂ ਗੱਲਾਂ ਸੁਣੀਏ, ਤਾਂ ਕਿ ਅਸੀਂ ਇਹ ਜਾਣ ਸਕੀਏ ਕਿ ਉਹ ਕਿਸਮਤ ਜਾਂ ਖੁਸ਼ਕਿਸਮਤੀ ਨੂੰ ਖਿੱਚਣ ਦਾ ਕਿਹੜਾ ਢੰਗ ਜਾਣਦੇ ਸਨ।

ਜਦੋਂ ਅਰਕਾਦ ਆਪਣੇ ਮੰਚ 'ਤੇ ਆਇਆ, ਤਾਂ ਸੂਰਜ ਰੇਗਿਸਤਾਨੀ ਧੂੜ ਦੀ ਧੁੰਦ ਵਿੱਚ ਅੱਗ ਦੀ ਵੱਡੀ ਲਾਲ ਗੇਂਦ ਵਾਂਗ ਚਮਕਦੇ ਹੋਏ ਹੁਣੇ-ਹੁਣੇ ਡੁੱਬਿਆ ਸੀ। ਅੱਸੀ ਲੋਕ ਉਸ ਦੇ ਆਉਣ ਦੀ ਉਡੀਕ ਕਰ ਰਹੇ ਸਨ ਅਤੇ ਜ਼ਮੀਨ 'ਤੇ ਵਿਛੇ ਕਾਲੀਨ 'ਤੇ ਬੈਠੇ ਸਨ। ਬਾਕੀ ਲੋਕ ਆਉਂਦੇ ਜਾ ਰਹੇ ਸਨ।

ਅਰਕਾਦ ਨੇ ਪੁੱਛਿਆ, ''ਅੱਜ ਸ਼ਾਮ ਅਸੀਂ ਕਿਹੜੇ ਵਿਸ਼ੇ 'ਤੇ ਚਰਚਾ ਕਰਾਂਗੇ?''

ਥੋੜ੍ਹੇ ਸੰਕੋਚ ਤੋਂ ਬਾਅਦ ਕੱਪੜੇ ਬੁਣਨ ਵਾਲੇ ਇੱਕ ਲੰਬੇ ਵਿਅਕਤੀ ਨੇ ਖੜ੍ਹੇ ਹੋ ਕੇ ਕਿਹਾ, ''ਮੈਂ ਚਾਹੁੰਦਾ ਹਾਂ ਕਿ ਇੱਕ ਖਾਸ ਮੁੱਦੇ 'ਤੇ ਗੱਲਬਾਤ ਹੋਵੇ। ਪਰ ਮੈਂ ਇਸ ਨੂੰ ਦੱਸਣ ਤੋਂ ਡਰਦਾ ਹਾਂ ਅਰਕਾਦ, ਕਿ ਕਿਤੇ ਇਹ ਤੁਹਾਨੂੰ ਅਤੇ ਮੇਰੇ ਮਿੱਤਰਾਂ ਨੂੰ ਮੂਰਖਤਾਪੂਰਨ ਨਾ ਲੱਗੇ।''

ਜਦੋਂ ਅਰਕਾਦ ਅਤੇ ਬਾਕੀ ਲੋਕਾਂ ਨੇ ਉਸ ਨੂੰ ਇਸ ਵਿਸ਼ੇ ਬਾਰੇ ਦੱਸਣ ਲਈ ਕਿਹਾ, ਤਾਂ ਉਸ ਨੇ ਕਿਹਾ, ''ਅੱਜ ਦੇ ਦਿਨ ਮੈਂ ਖੁਸ਼ਕਿਸਮਤ ਸੀ, ਕਿਉਂਕਿ ਮੈਨੂੰ ਸੋਨੇ ਦੀਆਂ ਮੋਹਰਾਂ ਨਾਲ ਭਰਿਆ ਬਟੂਆ ਮਿਲਿਆ ਸੀ। ਮੇਰੀ ਤਾਂਘ ਹੈ ਕਿ ਮੈਂ ਹਮੇਸ਼ਾ ਖੁਸ਼ਕਿਸਮਤ ਬਣਿਆ ਰਹਾਂ। ਮੈਨੂੰ ਲੱਗਦਾ ਹੈ ਕਿ ਹਰ ਇਨਸਾਨ ਦੀ ਇੱਛਾ ਹੋਵੇਗੀ। ਇਸ ਲਈ ਮੈਂ ਇਹੀ ਸੁਝਾਅ ਦਿੰਦਾ ਹਾਂ ਕਿ ਅਸੀਂ ਇਸ ਮੁੱਦੇ 'ਤੇ ਬਹਿਸ ਕਰੀਏ ਕਿ ਭਾਗ ਜਾਂ ਖੁਸ਼ਕਿਸਮਤੀ ਨੂੰ ਕਿਵੇਂ ਆਪਣੇ ਵੱਲ ਖਿੱਚਿਆ ਜਾ ਸਕਦਾ ਹੈ, ਤਾਂ ਜੋ ਅਸੀਂ ਖੁਸ਼ਕਿਸਮਤ ਬਣਨ ਦੇ ਤਰੀਕੇ ਲੱਭ ਸਕੀਏ।''

ਅਰਕਾਦ ਨੇ ਕਿਹਾ, 'ਇਹ ਬਹੁਤ ਹੀ ਰੋਚਕ ਵਿਸ਼ਾ ਹੈ। ਇਸ 'ਤੇ ਸਾਨੂੰ ਚਰਚਾ ਕਰਨੀ ਚਾਹੀਦੀ ਹੈ। ਕੁਝ ਲੋਕਾਂ ਲਈ ਚੰਗੀ ਕਿਸਮਤ ਦਾ ਮਤਲਬ ਸੰਜੋਗ ਜਾਂ ਕੋਈ ਅਚਨਾਕ ਘਟਨਾ ਹੈ, ਜੋ ਬਿਨਾਂ ਕਿਸੇ ਉਦੇਸ਼ ਜਾਂ ਕਾਰਨ ਦੇ ਹੋ ਸਕਦੀ ਹੈ। ਬਾਕੀ ਲੋਕਾਂ ਨੂੰ ਇਹ ਵਿਸ਼ਵਾਸ ਹੁੰਦਾ ਹੈ ਕਿ ਸਾਡੀ ਖੁਸ਼ਕਿਸਮਤੀ ਸਾਡੀ ਸਭ ਤੋਂ ਉਦਾਰ ਦੇਵੀ ਅਸ਼ਟਰ ਦੀ ਕਿਰਪਾ 'ਤੇ ਆਧਾਰਿਤ ਹੈ, ਜੋ ਉਨ੍ਹਾਂ ਲੋਕਾਂ ਨੂੰ ਉਦਾਰਤਾਪੂਰਨ ਇਨਮ ਦਿੰਦੀ ਹੈ, ਜੋ ਉਸ ਨੂੰ ਖੁਸ਼ ਕਰਦੇ ਹਨ। ਦੋਸਤੋ, ਤੁਹਾਡੀ ਕੀ ਰਾਏ ਹੈ? ਕੀ ਅਸੀਂ ਇਹ ਪਤਾ ਲਗਾਈਏ ਕਿ ਅਸੀਂ ਕਿਨ੍ਹਾਂ ਢੰਗਾਂ ਨਾਲ ਖੁਸ਼ਕਿਸਮਤੀ ਨੂੰ ਆਪਣੇ ਵੱਲ ਖਿੱਚ ਸਕਦੇ ਹਾਂ, ਤਾਂ ਕਿ ਅਸੀਂ ਸਾਰੇ ਖੁਸ਼ਕਿਸਮਤ ਬਣ ਸਕੀਏ?''

''ਹਾਂ! ਹਾਂ! ਬਹੁਤ ਵਧੀਆ ਰਹੇਗਾ।'' ਉਤਸ਼ਾਹਿਤ ਲੋਕਾਂ ਦੇ ਵਧਦੇ ਸਮੂਹ ਨੇ ਜਵਾਬ ਦਿੱਤਾ।

ਇਸ 'ਤੇ ਅਰਕਾਦ ਨੇ ਅੱਗੇ ਕਿਹਾ, ''ਚਰਚਾ ਸ਼ੁਰੂ ਕਰਨ ਤੋਂ ਪਹਿਲਾਂ ਤੁਸੀਂ ਮੈਨੂੰ ਦੱਸੋ ਕਿ ਤੁਹਾਡੇ ਵਿੱਚੋਂ ਕਿਨ੍ਹਾਂ ਲੋਕਾਂ ਨੂੰ ਸਾਡੇ ਦੋਸਤ ਕੱਪੜਿਆਂ ਦੇ ਬੁਣਕਰ ਵਾਂਗ ਤਜਰਬੇ ਹੋਏ ਹਨ, ਜਦੋਂ ਉਨ੍ਹਾਂ ਨੂੰ ਬਿਨਾਂ ਕੋਸ਼ਿਸ਼ ਦੇ ਕੀਮਤੀ ਖਜ਼ਾਨਾ ਜਾਂ ਰਤਨ ਮਿਲੇ ਹੋਣ।''

ਇੱਕ ਸੰਨਾਟਾ ਛਾ ਗਿਆ। ਸਾਰਿਆਂ ਨੇ ਇੱਕ-ਦੂਜੇ ਵੱਲ ਦੇਖਿਆ, ਪਰ ਕੋਈ ਵੀ ਕੁਝ ਨਹੀਂ ਬੋਲਿਆ।

ਅਰਕਾਦ ਨੇ ਪੁੱਛਿਆ, ''ਕੀ ਅਜਿਹਾ ਹੋਰ ਕਿਸੇ ਨਾਲ ਨਹੀਂ ਹੋਇਆ? ਫਿਰ ਤਾਂ ਇਸ ਤਰ੍ਹਾਂ ਦੀ ਖੁਸ਼ਕਿਸਮਤੀ ਬਹੁਤ ਹੀ ਦੁਰਲੱਭ ਹੋਵੇਗੀ। ਹੁਣ ਤੁਹਾਡੇ ਵਿੱਚੋਂ ਕੋਈ ਇਹ ਸੁਝਾਅ ਦੇਵੇ ਕਿ ਅਸੀਂ ਆਪਣੀ ਖੋਜ ਕਿੱਥੋਂ ਸ਼ੁਰੂ ਕਰੀਏ?''

ਚੰਗੇ ਕੱਪੜੇ ਪਾਏ ਇੱਕ ਨੌਜਵਾਨ ਨੇ ਕਿਹਾ, ''ਮੈਂ ਦੱਸਦਾ ਹਾਂ। ਜਦੋਂ ਕੋਈ ਵਿਅਕਤੀ ਖੁਸ਼ਕਿਸਮਤੀ ਬਾਰੇ ਗੱਲਾਂ ਕਰਦਾ ਹੈ, ਤਾਂ ਕੀ ਇਹ ਸੁਭਾਵਿਕ ਨਹੀਂ ਹੈ ਕਿ ਉਸ ਦੇ ਵਿਚਾਰ ਜੂਏ ਦੇ ਟੇਬਲ (ਗੇਮਿੰਗ ਟੇਬਲ) ਵੱਲ ਮੁੜਨ? ਕੀ ਉੱਥੇ ਸਾਨੂੰ ਅਜਿਹੇ ਲੋਕ ਨਹੀਂ ਮਿਲਦੇ, ਜਿਹੜੇ ਜਿੱਤਣ ਲਈ ਦੇਵੀ ਦੀ ਕਿਰਪਾ ਚਾਹੁੰਦੇ ਹਨ?''

ਉਸ ਦੇ ਬੈਠਣ ਤੋਂ ਬਾਅਦ ਇੱਕ ਆਵਾਜ਼ ਸੁਣਾਈ ਦਿੱਤੀ, ''ਰੁਕੋ ਨਾ! ਆਪਣੀ ਗੱਲ ਪੂਰੀ ਕਰੋ। ਸਾਨੂੰ ਦੱਸੋ, ਕੀ ਜੂਏ ਦੇ ਟੇਬਲ 'ਤੇ ਦੇਵੀ ਨੇ ਤੁਹਾਡੇ 'ਤੇ ਕਿਰਪਾ ਕੀਤੀ ਸੀ? ਕੀ ਕਿਊਬ ਵਿੱਚ ਲਾਲ ਹਿੱਸਾ ਉੱਪਰ ਆਇਆ ਸੀ ਅਤੇ ਤੁਸੀਂ ਜੂਏ ਘਰ ਦੇ ਮਾਲਕ ਤੋਂ ਬਹੁਤ ਸਾਰਾ ਧਨ ਜਿੱਤ ਲਿਆ ਸੀ? ਜਾਂ ਫਿਰ ਕਿਊਬ ਦਾ ਨੀਲਾ ਹਿੱਸਾ ਉੱਪਰ ਆਇਆ ਸੀ, ਜਿਸ ਨਾਲ ਜੂਏ ਘਰ ਦਾ ਮਾਲਕ ਤੁਹਾਡਾ ਮਿਹਨਤ ਨਾਲ ਕਮਾਇਆ ਗਿਆ ਪੈਸਾ ਸਮੇਟ ਕੇ ਲੈ ਗਿਆ ਸੀ?'

ਨੌਜਵਾਨ ਨੇ ਹੱਸ ਕੇ ਜਵਾਬ ਦਿੱਤਾ, ''ਮੈਨੂੰ ਇਹ ਮੰਨਣ ਵਿੱਚ ਕੋਈ ਸ਼ਰਮ ਨਹੀਂ ਹੈ ਕਿ ਕਿਸਮਤ ਦੀ ਦੇਵੀ ਨੂੰ ਤਾਂ ਸ਼ਾਇਦ ਇਹ ਪਤਾ ਹੀ ਨਹੀਂ ਸੀ ਕਿ ਮੈਂ ਉੱਥੇ ਸੀ। ਪਰ ਤੁਹਾਡੇ ਵਿੱਚੋਂ ਬਾਕੀ ਲੋਕਾਂ ਨਾਲ ਤਾਂ ਅਜਿਹਾ ਹੋਇਆ ਹੋਵੇਗਾ? ਕੀ ਤੁਸੀਂ ਮਹਿਸੂਸ ਕੀਤਾ

ਕਿ ਦੇਵੀ ਅਜਿਹੀ ਥਾਂ 'ਤੇ ਤੁਹਾਡੀ ਉਡੀਕ ਕਰ ਰਹੀ ਸੀ ਅਤੇ ਕਿਊਬ ਨੂੰ ਲਾਭ ਲਈ ਪਲਟ ਰਹੀ ਸੀ? ਅਸੀਂ ਇਹ ਸੁਣਨ ਅਤੇ ਸਿੱਖਣ ਲਈ ਉਤਸ਼ਾਹਿਤ ਹਾਂ।''

ਅਰਕਾਦ ਨੇ ਕਿਹਾ, ''ਬਹੁਤ ਹੀ ਸਮਝਦਾਰੀ ਵਾਲੀ ਸ਼ੁਰੂਆਤ ਹੈ। ਅਸੀਂ ਇੱਥੇ ਹਰ ਸਵਾਲ ਦੇ ਸਾਰੇ ਪਹਿਲੂਆਂ 'ਤੇ ਵਿਚਾਰ ਕਰਨ ਲਈ ਇਕੱਠੇ ਹੋਏ ਹਾਂ। ਜੂਏ ਦੇ ਟੇਬਲ ਨੂੰ ਨਜ਼ਰਅੰਦਾਜ਼ ਕਰਨਾ ਜ਼ਿਆਦਾਤਰ ਲੋਕਾਂ ਦੀ ਉਸ ਤੇਜ਼ ਭਾਵਨਾ ਨੂੰ ਨਜ਼ਰਅੰਦਾਜ਼ ਕਰਨ ਹੈ, ਜਿਸ ਵਿੱਚ ਵਿਅਕਤੀ ਕੁਝ ਚਾਂਦੀ ਦੇ ਸਿੱਕੇ ਦਾਅ 'ਤੇ ਲਗਾਉਣ ਤੋਂ ਬਾਅਦ ਬਹੁਤ ਜ਼ਿਆਦਾ ਸੋਨੇ ਦੀਆਂ ਮੋਹਰਾਂ ਜਿੱਤਣ ਦੀ ਉਮੀਦ ਕਰਦਾ ਹੈ।''

ਇੱਕ ਹੋਰ ਸੁਣਨ ਵਾਲੇ ਨੇ ਕਿਹਾ, 'ਇਸ ਨਾਲ ਮੈਨੂੰ ਕੱਲੂ ਦੀ ਘੋੜਿਆਂ ਦੀ ਦੌੜ ਦੀ ਯਾਦ ਆ ਗਈ। ਜੇਕਰ ਕਿਸਮਤ ਦੀ ਦੇਵੀ ਜੂਏ ਘਰ ਵਿੱਚ ਮਿਲ ਸਕਦੀ ਹੈ, ਤਾਂ ਯਕੀਨੀ ਤੌਰ 'ਤੇ ਉਹ ਘੋੜਿਆਂ ਦੀ ਦੌੜ ਨੂੰ ਵੀ ਨਜ਼ਰਅੰਦਾਜ਼ ਨਹੀਂ ਕਰਦੀ ਹੋਵੇਗੀ, ਜਿੱਥੇ ਸਜੇ ਹੋਏ ਰਥ ਅਤੇ ਤੇਜ਼ ਗਤੀ ਨਾਲ ਦੌੜਨ ਵਾਲੇ ਘੋੜੇ ਬਹੁਤ ਜ਼ਿਆਦਾ ਦਿਲਚਸਪੀ ਪੈਦਾ ਕਰਦੇ ਹਨ। ਸਾਨੂੰ ਇਮਾਨਦਾਰੀ ਨਾਲ ਦੱਸੇ ਅਰਕਾਦ ਕਿ ਕੀ ਉਸ ਨੇ ਤੁਹਾਡੇ ਕੰਨ ਵਿੱਚ ਹੌਲੀ ਜਿਹੀ ਇਹ ਕਿਹਾ ਸੀ ਕਿ ਤੁਸੀਂ ਕੱਲੂ ਨਿਨੇਵੇ ਦੇ ਭੂਰੇ ਘੋੜਿਆਂ 'ਤੇ ਆਪਣਾ ਦਾਅ ਲਗਾਓ। ਮੈਂ ਤੁਹਾਡੇ ਪਿੱਛੇ ਹੀ ਖੜ੍ਹਾ ਸੀ ਅਤੇ ਜਦ ਮੈਂ ਸੁਣਿਆ ਕਿ ਤੁਸੀਂ ਉਨ੍ਹਾਂ ਭੂਰੇ ਘੋੜਿਆਂ 'ਤੇ ਦਾਅ ਲਗਾ ਰਹੇ ਹੋ, ਤਾਂ ਮੈਨੂੰ ਆਪਣੇ ਕੰਨਾਂ 'ਤੇ ਯਕੀਨ ਨਹੀਂ ਹੋਇਆ। ਅਸੀਂ ਸਾਰੇ ਜਾਣਦੇ ਹਾਂ, ਜਿਨ੍ਹਾਂ ਵਿੱਚ ਤੁਸੀਂ ਵੀ ਸ਼ਾਮਿਲ ਹੋ, ਕਿ ਨਿਰਪੱਖ ਦੌੜ ਵਿੱਚ ਪੂਰੇ ਐਸੀਰੀਆ ਵਿੱਚ ਕੋਈ ਵੀ ਘੋੜਾ ਸਾਡੇ ਪਿਆਰੇ ਘੋੜਿਆਂ ਨੂੰ ਨਹੀਂ ਹਰਾ ਸਕਦਾ।''

''ਕੀ ਦੇਵੀ ਨੇ ਤੁਹਾਡੇ ਕੰਨ ਵਿੱਚ ਹੌਲੀ ਜਿਹੀ ਕਹਿ ਦਿੱਤਾ ਸੀ ਕਿ ਭੂਰੇ ਘੋੜਿਆਂ 'ਤੇ ਦਾਅ ਲਗਾ ਦਿਓ? ਕਿਉਂਕਿ ਆਖਰੀ ਚੱਕਰ ਵਿੱਚ ਅੰਦਰ ਵਾਲਾ ਕਾਲਾ ਘੋੜਾ ਲੜਖੜਾ ਗਿਆ ਸੀ, ਜਿਸ ਨਾਲ ਸਾਡੇ ਘੋੜਿਆਂ ਦੇ ਰਾਹ ਵਿੱਚ ਰੁਕਾਵਟ ਆ ਗਈ ਅਤੇ ਭੂਰੇ ਘੋੜੇ ਰੇਸ ਵਿੱਚ ਜਿੱਤ ਗਏ, ਹਾਲਾਂਕਿ ਉਹ ਕਾਬਲ ਨਹੀਂ ਸਨ?''

ਅਰਕਾਦ ਨੇ ਇਸ ਗੱਲ 'ਤੇ ਮੁਸਕਰਾਉਂਦੇ ਹੋਏ ਕਿਹਾ, ''ਸਾਡੇ ਕੋਲ ਇਹ ਮਹਿਸੂਸ ਕਰਨ ਦਾ ਕੀ ਕਾਰਨ ਹੈ ਕਿ ਕਿਸਮਤ ਦੀ ਦੇਵੀ ਘੋੜਿਆਂ ਦੀ ਦੌੜ ਵਿੱਚ ਕਿਸੇ ਵਿਅਕਤੀ ਦੇ ਦਾਅ ਵਿੱਚ ਏਨੀ ਰੁਚੀ ਲਵੇਗੀ? ਮੇਰੇ ਲਈ ਉਹ ਪਿਆਰ ਅਤੇ ਗਰਿਮਾ ਦੀ ਦੇਵੀ ਹਨ, ਜੋ ਲੋੜਵੰਦ ਲੋਕਾਂ ਦੀ ਮਦਦ ਕਰਦੀ ਹੈ ਅਤੇ ਯੋਗ ਲੋਕਾਂ ਨੂੰ ਇਨਾਮ ਦਿੰਦੀ ਹੈ। ਮੈਂ ਜੂਏ ਘਰ ਜਾਂ ਘੋੜਿਆਂ ਦੀ ਦੌੜ ਵਿੱਚ ਉਨ੍ਹਾਂ ਦੀ ਤਲਾਸ਼ ਨਹੀਂ ਕਰਦਾ, ਜਿੱਥੇ ਜ਼ਿਆਦਾਤਰ ਲੋਕ ਧਨ ਕਮਾਉਣ ਦੀ ਬਜਾਏ ਗੁਆਉਂਦੇ ਹਨ। ਇਸ ਦੀ ਬਜਾਏ ਮੈਂ ਦੂਜੀਆਂ ਥਾਵਾਂ 'ਤੇ ਉਨ੍ਹਾਂ ਦੀ ਤਲਾਸ਼ ਕਰਦਾ ਹਾਂ, ਜਿੱਥੇ ਇਨਸਾਨਾਂ ਦੇ ਕੰਮ ਜ਼ਿਆਦਾ ਮਹੱਤਵਪੂਰਨ ਅਤੇ ਇਨਾਮਾਂ ਦੇ ਕਾਬਲ ਹੁੰਦੇ ਹਨ।''

''ਭਾਵੇਂ ਖੇਤੀ ਹੋਵੇ ਜਾਂ ਇਮਾਨਦਾਰੀ ਨਾਲ ਕੀਤਾ ਜਾਣ ਵਾਲਾ ਵਪਾਰ, ਸਾਰੇ ਕੰਮਾਂ ਵਿੱਚ ਇਨਸਾਨ ਕੋਲ ਆਪਣੀਆਂ ਕੋਸ਼ਿਸ਼ਾਂ ਅਤੇ ਸੌਦੇ ਤੋਂ ਲਾਭ ਕਮਾਉਣ ਦਾ ਮੌਕਾ ਹੁੰਦਾ ਹੈ। ਸ਼ਾਇਦ ਹਮੇਸ਼ਾ ਉਸ ਨੂੰ ਇਨਾਮ ਨਹੀਂ ਮਿਲੇਗਾ, ਕਿਉਂਕਿ ਕਈ ਵਾਰ ਉਨ੍ਹਾਂ ਦਾ ਫੈਸਲਾ

ਗਲਤ ਹੋ ਸਕਦਾ ਹੈ ਅਤੇ ਕਈ ਵਾਰ ਹਵਾਵਾਂ ਅਤੇ ਮੌਸਮ ਉਸ ਦੀ ਕੋਸ਼ਿਸ਼ 'ਤੇ ਪਾਣੀ ਫੇਰ ਸਕਦੀਆਂ ਹਨ। ਖੈਰ, ਜੇਕਰ ਉਸ ਵਿੱਚ ਲਗਨ ਹੋਵੇਗੀ, ਤਾਂ ਆਮ ਤੌਰ 'ਤੇ ਉਸ ਨੂੰ ਹਮੇਸ਼ਾ ਲਾਭ ਹੋਵੇਗਾ, ਕਿਉਂਕਿ ਲਾਭ ਦਾ ਮੌਕਾ ਹਮੇਸ਼ਾ ਉਸ ਦੇ ਪੱਖ ਵਿੱਚ ਹੁੰਦਾ ਹੈ।''

''ਪਰ ਜਦੋਂ ਕੋਈ ਵਿਅਕਤੀ ਜੂਏ ਦੇ ਮੇਜ਼ 'ਤੇ ਜੂਆ ਖੇਡਦਾ ਹੈ, ਤਾਂ ਹਾਲਤ ਉਲਟ ਹੁੰਦੇ ਹਨ। ਇੱਥੇ ਲਾਭ ਦਾ ਮੌਕਾ ਹਮੇਸ਼ਾ ਜੂਏ ਘਰ ਦੇ ਮਾਲਕ ਦੇ ਪੱਖ ਵਿੱਚ ਹੁੰਦਾ ਹੈ। ਜੂਆ ਇਸ ਤਰ੍ਹਾਂ ਖਿਡਾਇਆ ਜਾਂਦਾ ਹੈ, ਤਾਂ ਕਿ ਉਹ ਹਮੇਸ਼ਾ ਮਾਲਕ ਦੇ ਪੱਖ ਵਿੱਚ ਰਹੇ। ਇਹ ਉਸ ਦਾ ਵਪਾਰ ਹੈ, ਜਿਸ ਵਿੱਚ ਉਹ ਖਿਡਾਰੀਆਂ ਦੇ ਦਾਅ ਤੋਂ ਲਾਭ ਕਮਾਉਣ ਦੀ ਯੋਜਨਾ ਬਣਾਉਂਦਾ ਹੈ। ਜੂਆ ਖੇਡਣ ਵਾਲੇ ਬਹੁਤ ਘੱਟ ਲੋਕ ਇਹ ਜਾਣਦੇ ਹਨ ਕਿ ਜੂਏ ਘਰ ਦੇ ਮਾਲਕ ਦਾ ਲਾਭ ਕਿੰਨਾ ਪੱਕਾ ਹੁੰਦਾ ਹੈ ਅਤੇ ਉਸ ਦੇ ਜਿੱਤਣ ਦੀ ਸੰਭਾਵਨਾ ਕਿੰਨੀ ਘੱਟ ਹੁੰਦੀ ਹੈ।''

''ਉਦਾਹਰਨ ਲਈ, ਅਸੀਂ ਕਿਊਬ 'ਤੇ ਲਗਾਏ ਗਏ ਦਾਅ ਬਾਰੇ ਵਿਚਾਰ ਕਰੀਏ। ਜਦੋਂ ਵੀ ਇਸ ਨੂੰ ਸੁੱਟਿਆ ਜਾਂਦਾ ਹੈ, ਤਾਂ ਅਸੀਂ ਇਸ ਗੱਲ 'ਤੇ ਦਾਅ ਲਗਾਉਂਦੇ ਹਾਂ ਕਿ ਕਿਹੜਾ ਹਿੱਸਾ ਸਭ ਤੋਂ ਉੱਪਰ ਆਵੇਗਾ। ਲਾਲ ਹਿੱਸਾ ਆਉਣ 'ਤੇ ਜੂਏ ਘਰ ਦਾ ਮਾਲਕ ਸਾਨੂੰ ਦਾਅ 'ਤੇ ਲੱਗੇ ਪੈਸੇ ਦਾ ਚਾਰ ਗੁਣਾ ਦੇਵੇਗਾ। ਪਰ ਜੇਕਰ ਬਾਕੀ ਪੰਜ ਹਿੱਸਿਆਂ ਵਿੱਚ ਕੋਈ ਵੀ ਹਿੱਸਾ ਉੱਪਰ ਆਉਂਦਾ ਹੈ, ਤਾਂ ਅਸੀਂ ਦਾਅ 'ਤੇ ਜਿਹੜਾ ਧਨ ਲਗਾਇਆ ਹੈ, ਉਹ ਡੁੱਬ ਜਾਵੇਗਾ। ਇਸ ਤਰ੍ਹਾਂ ਹਰ ਦਾਅ 'ਤੇ ਸਾਡੇ ਹਾਰਨ ਦੀ ਸੰਭਾਵਨਾ ਪੰਜ ਗੁਣਾ ਹੈ, ਪਰ ਕਿਉਂਕਿ ਮਾਲਕ ਜਿੱਤਣ 'ਤੇ ਸਿਰਫ ਚਾਰ ਗੁਣਾ ਪੈਸਾ ਦਿੰਦਾ ਹੈ, ਇਸ ਲਈ ਸਾਡੇ ਜਿੱਤਣ ਦੀ ਸੰਭਾਵਨਾ ਚਾਰ ਗੁਣਾ ਹੈ। ਇੱਕ ਰਾਤ ਦੀ ਖੇਡ ਵਿੱਚ ਜੂਏ ਘਰ ਦਾ ਮਾਲਕ ਦਾਅ 'ਤੇ ਲਗਾਏ ਗਏ ਸਾਰੇ ਧਨ ਦਾ ਪੰਜਵਾਂ ਹਿੱਸਾ ਜਾਂ ਵੀਹ ਫੀਸਦੀ ਲਾਭ ਵਿੱਚ ਕਮਾਉਣ ਦੀ ਉਮੀਦ ਕਰ ਸਕਦਾ ਹੈ। ਜਦੋਂ ਹਾਲਤ ਇਸ ਤਰ੍ਹਾਂ ਦੀ ਹੋਵੇ, ਜਿਸ ਵਿੱਚ ਵਿਅਕਤੀ ਆਪਣੇ ਲਗਾਏ ਗਏ ਸਾਰੇ ਦਾਅ 'ਤੇ ਵੀਹ ਫੀਸਦੀ ਧਨ ਗੁਆ ਦੇਵੇ, ਤਾਂ ਉਹ ਸਿਰਫ ਕਦੇ-ਕਦੇ ਹੀ ਜਿੱਤਣ ਦੀ ਉਮੀਦ ਕਰ ਸਕਦਾ ਹੈ।''

ਇੱਕ ਦਰਸ਼ਕ ਨੇ ਕਿਹਾ, ''ਖੈਰ, ਕਈ ਵਾਰ ਕੁਝ ਲੋਕ ਬਹੁਤ ਵੱਡੀ ਰਾਸ਼ੀ ਜਿੱਤ ਲੈਂਦੇ ਹਨ।''

ਅਰਕਾਦ ਨੇ ਕਿਹਾ, ''ਹਾਂ, ਅਜਿਹਾ ਵੀ ਹੁੰਦਾ ਹੈ। ਸਵਾਲ ਇਹ ਹੈ ਕਿ ਕੀ ਉਨ੍ਹਾਂ ਖ਼ੁਸ਼ਕਿਸਮਤ ਲੋਕਾਂ ਲਈ ਇਸ ਤਰ੍ਹਾਂ ਹਾਸਲ ਕੀਤੇ ਪੈਸੇ ਦਾ ਕੋਈ ਸਥਾਈ ਮਹੱਤਵ ਹੁੰਦਾ ਹੈ? ਮੈਂ ਬੇਬੀਲੋਨ ਦੇ ਕਈ ਸਫਲ ਲੋਕਾਂ ਨੂੰ ਜਾਣਦਾ ਹਾਂ, ਪਰ ਉਨ੍ਹਾਂ ਵਿੱਚੋਂ ਇੱਕ ਵੀ ਅਜਿਹਾ ਨਹੀਂ, ਜਿਸ ਨੇ ਆਪਣੀ ਸਫਲਤਾ ਦੀ ਸ਼ੁਰੂਆਤ ਜੂਏ ਘਰ ਦੇ ਟੇਬਲ ਤੋਂ ਕੀਤੀ ਹੋਵੇ।''

''ਤੁਸੀਂ ਵੀ ਕਈ ਅਮੀਰ ਲੋਕਾਂ ਨੂੰ ਜਾਣਦੇ ਹੋਵੇਗੇ। ਮੈਂ ਇਹ ਜਾਣਨਾ ਚਾਹੁੰਦਾ ਹਾਂ ਕਿ ਸਾਡੇ ਸਫਲ ਨਾਗਰਿਕਾਂ ਵਿੱਚੋਂ ਕਿੰਨੇ ਆਪਣੀ ਸਫਲਤਾ ਦੀ ਸ਼ੁਰੂਆਤ ਦਾ ਸਿਹਰਾ ਜੂਏ ਘਰ ਨੂੰ ਦੇ ਸਕਦੇ ਹਨ। ਕੀ ਤੁਸੀਂ ਅਜਿਹੇ ਲੋਕਾਂ ਨੂੰ ਜਾਣਦੇ ਹੋ?''

ਲੰਮੀ ਖਾਮੋਸ਼ੀ ਤੋਂ ਬਾਅਦ ਇੱਕ ਨੌਜਵਾਨ ਨੇ ਪੁੱਛਿਆ, ''ਕੀ ਅਸੀਂ ਜੂਏ ਘਰ ਦੇ ਮਾਲਕਾਂ ਨੂੰ ਇਸ ਜਾਂਚ ਵਿੱਚ ਸ਼ਾਮਿਲ ਕਰ ਸਕਦੇ ਹਾਂ?''

ਅਰਕਾਦ ਨੇ ਕਿਹਾ, ''ਜੇਕਰ ਤੁਸੀਂ ਕਿਸੇ ਹੋਰ ਬਾਰੇ ਨਹੀਂ ਸੋਚ ਸਕਦੇ, ਤਾਂ ਫਿਰ ਆਪਣੇ ਬਾਰੇ ਕਹੋ? ਕੀ ਸਾਡੇ ਵਿਚਕਾਰ ਅਜਿਹੇ ਲੋਕ ਹਨ, ਜੋ ਜੂਏ ਵਿੱਚ ਲਗਾਤਾਰ ਜਿੱਤਦੇ ਹਨ, ਪਰ ਆਪਣੀ ਆਮਦਨੀ ਲਈ ਇਸ ਤਰ੍ਹਾਂ ਦੇ ਸਰੋਤ ਦੀ ਸਲਾਹ ਦੇਣ ਵਿੱਚ ਝਿਜਕ ਰਹੇ ਹਨ?''

ਇਸ ਚੁਭੰਤੀ 'ਤੇ ਪਿੱਛਿਉਂ ਹੁੰਗਾਰਾ ਭਰਨ ਦੀਆਂ ਆਵਾਜ਼ਾਂ ਆਈਆਂ ਅਤੇ ਫਿਰ ਲੋਕ ਹੱਸਣ ਲੱਗੇ।

ਅਰਕਾਦ ਨੇ ਕਿਹਾ, ''ਅਜਿਹਾ ਲਗਦਾ ਹੈ ਕਿ ਸਾਨੂੰ ਖੁਸ਼ਕਿਸਮਤੀ ਉਨ੍ਹਾਂ ਥਾਵਾਂ 'ਤੇ ਨਹੀਂ ਮਿਲਦੀ, ਜਿੱਥੇ ਦੇਵੀ ਜ਼ਿਆਦਾ ਰਹਿੰਦੀ ਹੈ। ਇਸ ਲਈ ਹੁਣ ਅਸੀਂ ਦੂਜੇ ਖੇਤਰਾਂ ਦੀ ਤਲਾਸ਼ ਕਰਦੇ ਹਾਂ। ਸਾਨੂੰ ਪਤਾ ਲੱਗਾ ਹੈ ਕਿ ਖੁਸ਼ਕਿਸਮਤੀ ਦਾ ਗੁੰਮ ਹੋ ਗਏ ਬਟੂਏ ਚੁੱਕਣ ਨਾਲ ਕੋਈ ਸੰਬੰਧ ਨਹੀਂ ਹੈ, ਨਾ ਹੀ ਇਸ ਦਾ ਸੰਬੰਧ ਜੂਏ ਨਾਲ ਹੈ। ਜਿੱਥੋਂ ਤੱਕ ਘੋੜਿਆਂ ਦੀ ਦੌੜ ਦਾ ਸਵਾਲ ਹੈ, ਮੈਂ ਇਹ ਸਵੀਕਾਰ ਕਰਨਾ ਚਾਹੁੰਦਾ ਹਾਂ ਕਿ ਮੈਂ ਇਸ ਵਿੱਚੋਂ ਜਿੰਨਾ ਪੈਸਾ ਜਿੱਤਿਆ ਹੈ, ਉਸ ਨਾਲੋਂ ਬਹੁਤ ਜ਼ਿਆਦਾ ਧਨ ਗੁਆਇਆ ਹੈ।''

''ਹੁਣ ਅਸੀਂ ਆਪਣੇ ਵਪਾਰਾਂ 'ਤੇ ਵਿਚਾਰ ਕਰਦੇ ਹਾਂ। ਜਦੋਂ ਅਸੀਂ ਕੋਈ ਲਾਭਕਾਰੀ ਸੌਦਾ ਕਰਦੇ ਹਾਂ, ਤਾਂ ਕੀ ਇਹ ਸੁਭਾਵਿਕ ਨਹੀਂ ਹੈ ਕਿ ਅਸੀਂ ਇਸ ਨੂੰ ਖੁਸ਼ਕਿਸਮਤੀ ਮੰਨਣ ਦੀ ਬਜਾਏ ਆਪਣੀ ਮਿਹਨਤ ਦਾ ਸਹੀ ਇਨਾਮ ਮੰਨਦੇ ਹਾਂ? ਮੈਂ ਸੋਚਦਾ ਹਾਂ ਕਿ ਅਜਿਹਾ ਕਰਕੇ ਅਸੀਂ ਦੇਵੀ ਦੇ ਤੋਹਫ਼ਿਆਂ ਨੂੰ ਨਜ਼ਰਅੰਦਾਜ਼ ਕਰ ਦਿੰਦੇ ਹਾਂ। ਸ਼ਾਇਦ ਉਹ ਸੱਚਮੁੱਚ ਸਾਡੀ ਮਦਦ ਕਰਦੀ ਹੈ, ਪਰ ਅਸੀਂ ਉਨ੍ਹਾਂ ਦੀ ਉਦਾਰਤਾ ਲਈ ਉਨ੍ਹਾਂ ਦੇ ਧੰਨਵਾਦੀ ਨਹੀਂ ਹੁੰਦੇ। ਤੁਹਾਡੇ ਵਿੱਚੋਂ ਕਿਹੜਾ ਇਸ ਵਿਸ਼ੇ 'ਤੇ ਚਰਚਾ ਅੱਗੇ ਵਧਾ ਸਕਦਾ ਹੈ?''

ਇਸ 'ਤੇ ਇੱਕ ਬਜ਼ੁਰਗ ਵਪਾਰੀ ਉੱਠਿਆ ਅਤੇ ਉਸ ਨੇ ਆਪਣੇ ਸਫ਼ੈਦ ਕੱਪੜਿਆਂ ਦੀਆਂ ਵੱਟਾਂ ਨੂੰ ਠੀਕ ਕਰਦਿਆਂ ਕਿਹਾ, ''ਅਰਕਾਦ, ਤੁਹਾਡੀ ਅਤੇ ਆਪਣੇ ਦੋਸਤਾਂ ਦੀ ਸਹਿਮਤੀ ਨਾਲ ਇੱਕ ਸੁਝਾਅ ਦੇਣਾ ਚਾਹੁੰਦਾ ਹਾਂ। ਜਿਵੇਂ ਤੁਸੀਂ ਕਿਹਾ ਹੈ, ਜੇਕਰ ਅਸੀਂ ਆਪਣੇ ਵਪਾਰ ਦੀ ਸਫਲਤਾ ਲਈ ਆਪਣੀ ਮਿਹਨਤ ਅਤੇ ਯੋਗਤਾ ਨੂੰ ਸਿਹਰਾ ਦਿੰਦੇ ਹਾਂ, ਉਨ੍ਹਾਂ ਸਫਲਤਾਵਾਂ ਅਤੇ ਜ਼ਿਆਦਾ ਲਾਭਦਾਇਕ ਚੀਜ਼ਾਂ ਬਾਰੇ ਕਿਉਂ ਨਾ ਸੋਚੀਏ, ਜੋ ਸਾਨੂੰ ਲਗਭਗ ਮਿਲਣ ਵਾਲੀਆਂ ਸਨ, ਪਰ ਆਖਰੀ ਮਿੰਟ 'ਤੇ ਨਹੀਂ ਮਿਲੀਆਂ। ਜੇਕਰ ਉਹ ਸੱਚਮੁੱਚ ਹੋ ਜਾਂਦੀਆਂ, ਤਾਂ ਉਹ ਖੁਸ਼ਕਿਸਮਤੀ ਦਾ ਦੁਰਲੱਭ ਉਦਾਹਰਨ ਹੁੰਦੀਆਂ। ਕਿਉਂਕਿ ਉਹ ਪੂਰੀਆਂ ਨਹੀਂ ਹੋ ਸਕੀਆਂ, ਇਸ ਲਈ ਅਸੀਂ ਉਨ੍ਹਾਂ ਨੂੰ ਆਪਣਾ ਸਹੀ ਇਨਾਮ ਨਹੀਂ ਮੰਨ ਸਕਦੇ। ਪੱਕੇ ਤੌਰ 'ਤੇ ਇੱਥੇ ਬੈਠੇ ਕਈ ਲੋਕ ਇਸ ਤਰ੍ਹਾਂ ਦੇ ਤਜਰਬੇ ਦੱਸ ਸਕਦੇ ਹੋਣਗੇ।''

ਅਰਕਾਦ ਨੇ ਸਹਿਮਤ ਹੁੰਦਿਆਂ ਕਿਹਾ, ''ਇਹ ਸਮਝਦਾਰੀ ਵਾਲਾ ਸੁਝਾਅ ਹੈ। ਖੁਸ਼ਕਿਸਮਤੀ ਤੁਹਾਡੇ ਵਿੱਚੋਂ ਕਿੰਨਿਆਂ ਦੀ ਮੁੱਠੀ ਵਿੱਚ ਸੀ, ਪਰ ਆਖਰੀ ਮਿੰਟ 'ਤੇ ਹੱਥੋਂ ਨਿਕਲ ਗਈ?''

ਕਈ ਹੱਥ ਉਠੇ, ਜਿਨ੍ਹਾਂ ਵਿੱਚ ਉਸ ਵਪਾਰੀ ਦਾ ਹੱਥ ਵੀ ਸੀ। ਅਰਕਾਦ ਨੇ ਉਸ ਨੂੰ ਬੋਲਣ ਦਾ ਮੌਕਾ ਦਿੱਤਾ, ''ਕਿਉਂਕਿ ਤੁਸੀਂ ਹੀ ਇਹ ਸੁਝਾਅ ਦਿੱਤਾ ਹੈ, ਇਸ ਲਈ ਅਸੀਂ ਸਭ ਤੋਂ ਪਹਿਲਾਂ ਤੁਹਾਡੇ ਮੂੰਹੋਂ ਇਸ ਬਾਰੇ ਸੁਣਨਾ ਚਾਹੁੰਦੇ ਹਾਂ।''

ਵਪਾਰੀ ਨੇ ਕਿਹਾ, ''ਮੈਂ ਖੁਸ਼ੀ-ਖੁਸ਼ੀ ਆਪਣੇ ਜੀਵਨ ਦੀ ਇੱਕ ਘਟਨਾ ਦੱਸਾਂਗਾ। ਇਸ ਨਾਲ ਤੁਸੀਂ ਇਹ ਜਾਣ ਸਕਦੇ ਹੋ ਕਿ ਖੁਸ਼ਕਿਸਮਤੀ ਦੇ ਨੇੜੇ ਆਉਣ 'ਤੇ ਵੀ ਇਨਸਾਨ ਅੰਨ੍ਹਿਆਂ ਵਾਂਗ ਉਸ ਨੂੰ ਆਪਣੇ ਹੱਥਾਂ ਵਿੱਚੋਂ ਨਿਕਲ ਜਾਣ ਦਿੰਦਾ ਹੈ, ਜਿਸ ਨਾਲ ਉਸ ਨੂੰ ਨੁਕਸਾਨ ਹੁੰਦਾ ਹੈ ਅਤੇ ਉਹ ਬਾਅਦ ਵਿੱਚ ਪਛਤਾਉਂਦਾ ਹੈ।''

''ਕਈ ਸਾਲ ਪਹਿਲਾਂ ਮੈਂ ਨੌਜਵਾਨ ਸੀ ਅਤੇ ਮੇਰਾ ਕੁਝ ਸਮਾਂ ਪਹਿਲਾਂ ਹੀ ਵਿਆਹ ਹੋਇਆ ਸੀ। ਉਨ੍ਹਾਂ ਦਿਨਾਂ ਵਿੱਚ ਮੈਂ ਕਮਾਉਣਾ ਸ਼ੁਰੂ ਕਰ ਰਿਹਾ ਸੀ। ਇੱਕ ਦਿਨ ਮੇਰੇ ਪਿਤਾ ਜੀ ਮੇਰੇ ਕੋਲ ਆਏ ਅਤੇ ਉਨ੍ਹਾਂ ਨੇ ਜ਼ੋਰ ਦੇ ਕੇ ਮੈਨੂੰ ਕਿਹਾ ਕਿ ਮੈਂ ਇੱਕ ਯੋਜਨਾ ਵਿੱਚ ਆਪਣੇ ਪੈਸੇ ਦਾ ਨਿਵੇਸ਼ ਕਰ ਦਿਆਂ। ਉਨ੍ਹਾਂ ਦੇ ਇੱਕ ਚੰਗੇ ਦੋਸਤ ਦੇ ਪੁੱਤਰ ਨੇ ਜ਼ਮੀਨ ਦਾ ਇੱਕ ਖਾਲੀ ਟੁੱਕੜਾ ਦੇਖਿਆ ਸੀ, ਜੋ ਸਾਡੇ ਸ਼ਹਿਰ ਦੀਆਂ ਬਾਹਰੀ ਕੰਧਾਂ ਤੋਂ ਜ਼ਿਆਦਾ ਦੂਰ ਨਹੀਂ ਸੀ। ਉਹ ਟੁਕੜਾ ਨਹਿਰ ਦੇ ਕਾਫੀ ਉੱਪਰ ਸੀ ਅਤੇ ਉੱਥੇ ਪਾਣੀ ਨਹੀਂ ਸੀ ਪਹੁੰਚ ਸਕਦਾ।''

''ਰੇ ਪਿਤਾ ਦੇ ਦੋਸਤ ਦੇ ਪੁੱਤਰ ਨੇ ਇੱਕ ਯੋਜਨਾ ਬਣਾਈ ਕਿ ਉਹ ਇਸ ਜ਼ਮੀਨ ਨੂੰ ਖਰੀਦ ਲਵੇਗਾ, ਬਲਦਾਂ ਦੁਆਰਾ ਚੱਲਣ ਵਾਲੇ ਤਿੰਨ ਨਵੇਂ ਹੱਲ ਬਣਾਏਗਾ ਅਤੇ ਇਸ ਤਰ੍ਹਾਂ ਜੀਵਨ ਲਈ ਉਪਯੋਗੀ ਪਾਣੀ ਨੂੰ ਉਪਜਾਊ ਜ਼ਮੀਨ ਤੱਕ ਪਹੁੰਚਾਵੇਗਾ। ਉਸ ਦੀ ਯੋਜਨਾ ਇਹ ਸੀ ਕਿ ਅਜਿਹਾ ਕਰਨ ਤੋਂ ਬਾਅਦ ਇਸ ਜ਼ਮੀਨ ਦੇ ਪਲਾਟ ਕੱਟ ਦੇਵੇਗਾ ਅਤੇ ਸ਼ਹਿਰ ਦੇ ਨਾਗਰਿਕਾਂ ਨੂੰ ਸਬਜ਼ੀ ਉਗਾਉਣ ਲਈ ਵੇਚ ਦੇਵੇਗਾ।''

''ਮੇਰੇ ਪਿਤਾ ਦੇ ਦੋਸਤ ਦੇ ਪੁੱਤਰ ਕੋਲ ਇਸ ਕੰਮ ਲਈ ਲੋੜੀਂਦਾ ਪੈਸਾ ਨਹੀਂ ਸੀ। ਮੇਰੇ ਵਾਂਗ ਉਸ ਦੀ ਆਮਦਨ ਵੀ ਸਧਾਰਨ ਸੀ। ਉਸ ਦੇ ਪਿਤਾ ਵੀ ਮੇਰੇ ਪਿਤਾ ਵਾਂਗ ਵੱਡੇ ਪਰਿਵਾਰ ਅਤੇ ਘੱਟ ਸਾਧਨਾਂ ਵਾਲੇ ਸਨ। ਇਸ ਲਈ ਉਸ ਨੇ ਕੁਝ ਲੋਕਾਂ ਨੂੰ ਆਪਣਾ ਭਾਈਵਾਲ ਬਣਾਉਣ ਦਾ ਫੈਸਲਾ ਕੀਤਾ। ਉਸ ਨੂੰ ਬਾਰਾਂ ਲੋਕਾਂ ਦੀ ਲੋੜ ਸੀ, ਜਿਨ੍ਹਾਂ ਵਿੱਚੋਂ ਹਰ ਇੱਕ ਕਮਾਉਂਦਾ ਹੋਵੇ ਅਤੇ ਉਹ ਆਪਣੀ ਕਮਾਈ ਦਾ ਦਸਵਾਂ ਹਿੱਸਾ ਉਸ ਯੋਜਨਾ ਵਿੱਚ ਉਦੋਂ ਤੱਕ ਦੇਣ ਲਈ ਸਹਿਮਤ ਹੋਵੇ, ਜਦੋਂ ਤੱਕ ਕਿ ਉਹ ਜ਼ਮੀਨ ਵਿਕਣ ਲਈ ਤਿਆਰ ਨਾ ਹੋ ਜਾਵੇ। ਯੋਜਨਾ ਇਹ ਸੀ ਕਿ ਜ਼ਮੀਨ ਵਿਕਣ ਤੋਂ ਬਾਅਦ ਸਾਰੇ ਲੋਕ ਆਪਣੇ ਨਿਵੇਸ਼ ਦੇ ਅਨੁਪਾਤ ਨਾਲ ਲਾਭ ਨੂੰ ਆਪਸ ਵਿੱਚ ਵੰਡ ਲੈਣਗੇ।''

ਮੇਰੇ ਪਿਤਾ ਨੇ ਮੈਨੂੰ ਕਿਹਾ, ''ਪੁੱਤਰ, ਤੁਸੀਂ ਅਜੇ ਜਵਾਨ ਹੋ। ਮੇਰੀ ਇਹ ਤਾਂਘ ਹੈ ਕਿ ਤੁਸੀਂ ਆਪਣੇ ਲਈ ਕੀਮਤੀ ਜਾਇਦਾਦ ਬਣਾ ਲਓ, ਤਾਂ ਕਿ ਲੋਕ ਤੁਹਾਡਾ ਸਨਮਾਨ ਕਰਨ। ਆਪਣੇ ਪਿਤਾ ਦੀ ਨਾਸਮਝੀ ਅਤੇ ਗਲਤੀਆਂ ਦੇ ਗਿਆਨ ਤੋਂ ਲਾਭ ਉਠਾਓ।''

''ਮੈਂ ਜਵਾਬ ਦਿੱਤਾ, 'ਮੇਰੀ ਵੀ ਇਹੀ ਤਾਂਘ ਹੈ।''

''ਤਾਂ ਮੈਂ ਤੁਹਾਨੂੰ ਇਹ ਸਲਾਹ ਦਿੰਦਾ ਹਾਂ। ਉਹ ਕਰੋ, ਜੋ ਮੈਨੂੰ ਤੁਹਾਡੀ ਉਮਰ ਵਿੱਚ ਕਰਨਾ ਚਾਹੀਦਾ ਸੀ। ਆਪਣੀ ਆਮਦਨ ਦੇ ਦਸਵੇਂ ਹਿੱਸੇ ਨੂੰ ਲਾਭਕਾਰੀ ਨਿਵੇਸ਼ਾਂ ਲਈ

ਵੱਖਰਾ ਰੱਖ ਦਿਓ। ਆਪਣੀ ਆਮਦਨ ਦੇ ਇਸ ਦਸਵੇਂ ਹਿੱਸੇ ਅਤੇ ਇਸ ਤੋਂ ਮਿਲਣ ਵਾਲੇ ਵਿਆਜ ਦੀ ਮਦਦ ਨਾਲ ਮੇਰੀ ਉਮਰ ਤੱਕ ਪਹੁੰਚਣ ਤੋਂ ਪਹਿਲਾਂ ਤੁਸੀਂ ਕੀਮਤੀ ਜਾਇਦਾਦ ਬਣਾ ਸਕਦੇ ਹੋ।''

''ਪਿਤਾ ਜੀ, ਤੁਸੀਂ ਬਹੁਤ ਸਮਝਦਾਰੀ ਵਾਲੀ ਗੱਲ ਕੀਤੀ ਹੈ। ਮੈਂ ਅਮੀਰ ਬਣਨਾ ਚਾਹੁੰਦਾ ਹਾਂ। ਪਰ ਮੇਰੀ ਆਮਦਨ ਨਾਲ ਬਹੁਤ ਜ਼ਿਆਦਾ ਖਰਚੇ ਵੀ ਜੁੜੇ ਹੋਏ ਹਨ। ਇਸ ਲਈ ਮੈਂ ਤੁਹਾਡੇ ਸੁਝਾਅ 'ਤੇ ਅਮਲ ਕਰਨ ਤੋਂ ਝਿਜਕ ਰਿਹਾ ਹਾਂ। ਮੈਂ ਅਜੇ ਜਵਾਨ ਹਾਂ। ਅਜੇ ਮੇਰੇ ਕੋਲ ਕਾਫੀ ਸਮਾਂ ਹੈ।''

''ਤੁਹਾਡੀ ਉਮਰ ਵਿੱਚ ਮੈਂ ਵੀ ਇਹੀ ਸੋਚਿਆ ਸੀ, ਪਰ ਦੇਖੋ, ਸਾਲ ਬੀਤਦੇ ਗਏ ਅਤੇ ਮੈਂ ਸ਼ੁਰੂਆਤ ਵੀ ਨਹੀਂ ਕਰ ਸਕਿਆ।''

''ਹੁਣ ਜ਼ਮਾਨਾ ਬਦਲ ਗਿਆ ਹੈ, ਪਿਤਾ ਜੀ, ਮੈਂ ਤੁਹਾਡੀਆਂ ਵਾਲੀਆਂ ਗਲਤੀਆਂ ਕਰਨ ਤੋਂ ਬਚਾਂਗਾ।''

''ਮੌਕਾ ਤੁਹਾਡੇ ਸਾਹਮਣੇ ਖੜ੍ਹਾ ਹੈ, ਪੁੱਤਰ। ਇਹ ਤੁਹਾਨੂੰ ਇੱਕ ਅਜਿਹਾ ਮੌਕਾ ਦੇ ਰਿਹਾ ਹੈ, ਜੋ ਦੌਲਤ ਵੱਲ ਲੈ ਜਾਂਦਾ ਹੈ। ਮੇਰਾ ਤੁਹਾਨੂੰ ਇਹੀ ਕਹਿਣਾ ਹੈ, ਦੇਰ ਨਾ ਕਰੋ। ਕੱਲ੍ਹ ਸਵੇਰੇ ਹੀ ਮੇਰੇ ਦੋਸਤ ਦੇ ਪੁੱਤਰ ਕੋਲ ਜਾਓ ਅਤੇ ਉਸ ਨਾਲ ਇਹ ਸੌਦਾ ਕਰ ਲਓ ਕਿ ਇਸ ਨਿਵੇਸ਼ ਵਿੱਚ ਤੁਸੀਂ ਆਪਣੀ ਦਸ ਫੀਸਦੀ ਆਮਦਨ ਲਗਾਉਗੇ। ਜਲਦੀ ਹੀ ਕੱਲ੍ਹ ਸਵੇਰੇ ਚਲੇ ਜਾਓ। ਮੌਕਾ ਕਿਸੇ ਦੀ ਉਡੀਕ ਨਹੀਂ ਕਰਦਾ। ਅੱਜ ਇਹ ਸਾਹਮਣੇ ਹੁੰਦਾ ਹੈ, ਪਰ ਕੱਲ੍ਹ ਨੂੰ ਦੂਰ ਚਲਾ ਜਾਂਦਾ ਹੈ। ਇਸ ਲਈ ਦੇਰ ਨਾ ਕਰੋ।''

''ਆਪਣੇ ਪਿਤਾ ਦੀ ਸਲਾਹ ਦੇ ਬਾਵਜੂਦ ਮੈਂ ਝਿਜਕਦਾ ਰਿਹਾ। ਪੂਰਬੀ ਦੇਸ਼ਾਂ ਤੋਂ ਵਪਾਰੀ ਨਵੇਂ ਸੋਹਣੇ ਕੱਪੜੇ ਲਿਆਏ ਸਨ, ਜਿਹੜੇ ਏਨੇ ਦਿਲ ਖਿੱਚਵੇਂ ਅਤੇ ਵਧੀਆ ਲੱਗ ਰਹੇ ਸਨ ਕਿ ਮੈਂ ਅਤੇ ਮੇਰੀ ਪਤਨੀ ਨੇ ਮਹਿਸੂਸ ਕੀਤਾ ਕਿ ਸਾਨੂੰ ਉਨ੍ਹਾਂ ਨੂੰ ਖਰੀਦ ਲੈਣਾ ਚਾਹੀਦਾ ਹੈ। ਜੇਕਰ ਮੈਂ ਉਸ ਯੋਜਨਾ ਵਿੱਚ ਆਪਣੀ ਆਮਦਨੀ ਦਾ ਦਸ ਫੀਸਦੀ ਨਿਵੇਸ਼ ਕਰਨ ਲਈ ਤਿਆਰ ਹੋ ਜਾਂਦਾ, ਤਾਂ ਅਸੀਂ ਉਨ੍ਹਾਂ ਕੱਪੜਿਆਂ ਨੂੰ ਨਹੀਂ ਸੀ ਖਰੀਦ ਸਕਦੇ ਅਤੇ ਕਈ ਹੋਰ ਖੁਸ਼ੀਆਂ ਤੋਂ ਵੀ ਵਾਂਝੇ ਰਹਿ ਜਾਂਦੇ, ਜਿਨ੍ਹਾਂ ਨੂੰ ਅਸੀਂ ਬਹੁਤ ਚਾਹੁੰਦੇ ਸੀ। ਮੈਂ ਫੈਸਲਾ ਲੈਣ ਵਿੱਚ ਉਦੋਂ ਤੱਕ ਦੇਰ ਨਹੀਂ ਲਗਾਈ, ਜਦੋਂ ਤੱਕ ਕਿ ਬਹੁਤ ਜ਼ਿਆਦਾ ਦੇਰ ਨਹੀਂ ਹੋ ਗਈ। ਬਾਅਦ ਵਿੱਚ ਮੈਂ ਇਸ 'ਤੇ ਬਹੁਤ ਪਛਤਾਇਆ। ਉਹ ਯੋਜਨਾ ਉਮੀਦ ਨਾਲੋਂ ਜ਼ਿਆਦਾ ਲਾਭਦਾਇਕ ਸਾਬਤ ਹੋਈ। ਮੇਰੀ ਕਹਾਣੀ ਇਹ ਦੱਸਦੀ ਹੈ ਕਿ ਮੈਂ ਕਿਸ ਤਰ੍ਹਾਂ ਖੁਸ਼ਕਿਸਮਤੀ ਨੂੰ ਆਪਣੇ ਨੇੜੇ ਤੋਂ ਨਿਕਲ ਜਾਣ ਦਿੱਤਾ।''

ਰੇਗਿਸਤਾਨ ਤੋਂ ਆਏ ਇੱਕ ਸਾਂਵਲੇ ਆਦਮੀ ਨੇ ਕਿਹਾ, ''ਇਸ ਕਹਾਣੀ ਤੋਂ ਅਸੀਂ ਦੇਖਦੇ ਹਾਂ ਕਿ ਖੁਸ਼ਕਿਸਮਤੀ ਉਸ ਵਿਅਕਤੀ ਕੋਲ ਆਉਂਦੀ ਹੈ, ਜੋ ਮੌਕੇ ਨੂੰ ਸਵੀਕਾਰ ਕਰਦਾ ਹੈ।'' ਜਾਇਦਾਦ ਬਣਾਉਣ ਲਈ ਹਮੇਸ਼ਾ ਇੱਕ ਸ਼ੁਰੂਆਤ ਕਰਨੀ ਪੈਂਦੀ ਹੈ। ਸ਼ੁਰੂ ਵਿੱਚ ਇਹ ਸੋਨੇ ਜਾਂ ਚਾਂਦੀ ਦੇ ਕੁਝ ਸਿੱਕਿਆਂ ਤੱਕ ਸੀਮਤ ਹੁੰਦੀ ਹੈ, ਜਿਨ੍ਹਾਂ ਨੂੰ ਇਨਸਾਨ ਆਪਣੀ ਆਮਦਨ ਵਿੱਚੋਂ ਬਚਾ ਕੇ ਆਪਣਾ ਪਹਿਲਾ ਨਿਵੇਸ਼ ਕਰਦਾ ਹੈ। ਮੈਂ ਖੁਦ ਕਈ

ਪਸ਼ੂਆਂ ਦਾ ਮਾਲਕ ਹਾਂ। ਪਸ਼ੂ ਪਾਲਣ ਦੀ ਸ਼ੁਰੂਆਤ ਮੈਂ ਬਚਪਨ ਵਿਚ ਹੀ ਕਰ ਦਿੱਤੀ ਸੀ, ਜਦੋਂ ਮੈਂ ਚਾਂਦੀ ਦੇ ਇੱਕ ਸਿੱਕੇ ਨਾਲ ਇੱਕ ਵੱਛਾ ਖਰੀਦਿਆ ਸੀ। ਕਿਉਂਕਿ ਇਹ ਮੇਰੀ ਦੌਲਤ ਦੀ ਸ਼ੁਰੂਆਤ ਸੀ, ਇਸ ਲਈ ਮੇਰੇ ਲਈ ਇਹ ਬਹੁਤ ਮਹੱਤਵਪੂਰਨ ਸੀ।

''ਪਹਿਲੀ ਸ਼ੁਰੂਆਤ ਤੋਂ ਬਾਅਦ ਜਾਇਦਾਦ ਬਣਾਉਣਾ ਖੁਸ਼ਕਿਸਮਤੀ ਨਾਲ ਹਰ ਇਨਸਾਨ ਦੇ ਵੱਸ ਦੀ ਗੱਲ ਹੈ। ਪਹਿਲਾ ਕਦਮ ਬਹੁਤ ਮਹੱਤਵਪੂਰਨ ਹੈ। ਇਸ ਕਦਮ ਨੂੰ ਚੁੱਕਣ ਤੋਂ ਬਾਅਦ ਇਨਸਾਨ ਮਿਹਨਤ ਨਾਲ ਪੈਸਾ ਕਮਾਉਣ ਵਾਲੇ ਵਿਅਕਤੀ ਦੀ ਬਜਾਏ ਆਪਣੇ ਨਿਵੇਸ਼ ਨਾਲ ਲਾਭ ਕਮਾਉਣ ਵਾਲੇ ਵਿਅਕਤੀ ਵਿੱਚ ਬਦਲ ਜਾਂਦਾ ਹੈ। ਕਿਸਮਤ ਨਾਲ ਲੋਕ ਘੱਟ ਉਮਰ ਵਿੱਚ ਹੀ ਇਹ ਕਦਮ ਚੁੱਕ ਲੈਂਦੇ ਹਨ। ਇਸੇ ਕਾਰਨ ਉਹ ਆਰਥਿਕ ਖੇਤਰ ਵਿੱਚ ਉਨ੍ਹਾਂ ਲੋਕਾਂ ਤੋਂ ਜ਼ਿਆਦਾ ਸਫਲ ਹੋ ਜਾਂਦੇ ਹਨ, ਜਿਹੜੇ ਇਹ ਕਦਮ ਬਾਅਦ ਵਿੱਚ ਚੁੱਕਦੇ ਹਨ। ਉਹ ਉਨ੍ਹਾਂ ਬਦਕਿਸਮਤ ਲੋਕਾਂ ਤੋਂ ਬਹੁਤ ਜ਼ਿਆਦਾ ਸਫਲ ਹੁੰਦੇ ਹਨ, ਜੋ ਇਹ ਕਦਮ ਕਦੇ ਨਹੀਂ ਚੁੱਕਦੇ, ਜਿਵੇਂ ਇਸ ਵਪਾਰੀ ਦੇ ਪਿਤਾ ਨਾਲ ਹੋਇਆ ਸੀ।''

''ਜੇਕਰ ਮੇਰੇ ਵਪਾਰੀ ਮਿੱਤਰ ਨੇ ਮੌਕਾ ਸਾਹਮਣੇ ਆਉਣ 'ਤੇ ਆਪਣੀ ਜਵਾਨੀ ਵਿੱਚ ਇਹ ਕਦਮ ਚੁੱਕਿਆ ਹੁੰਦਾ, ਤਾਂ ਅੱਜ ਉਸ ਨੇ ਦੁਨੀਆ ਦੀਆਂ ਬਹੁਤ ਸਾਰੀਆਂ ਚੰਗੀਆਂ ਚੀਜ਼ਾਂ ਦਾ ਵਰ ਮਿਲਿਆ ਹੁੰਦਾ। ਜੇਕਰ ਸਾਡੇ ਬੁਣਕਰ ਦੋਸਤ ਨੇ ਉਸ ਸਮੇਂ ਇਹ ਕਦਮ ਚੁੱਕਿਆ ਹੁੰਦਾ, ਤਾਂ ਅੱਜ ਉਸ ਕੋਲ ਕਾਫੀ ਪੈਸਾ ਹੁੰਦਾ।''

ਦੂਜੇ ਦੇਸ਼ ਤੋਂ ਆਏ ਇੱਕ ਅਜਨਬੀ ਨੇ ਖੜ੍ਹੇ ਹੋ ਕੇ ਕਿਹਾ, ''ਧੰਨਵਾਦ! ਮੈਂ ਵੀ ਕੁਝ ਕਹਿਣਾ ਚਾਹੁੰਦਾ ਹਾਂ। ਮੈਂ ਸੀਰੀਆ ਤੋਂ ਹਾਂ। ਮੈਂ ਤੁਹਾਡੀ ਭਾਸ਼ਾ ਚੰਗੀ ਤਰ੍ਹਾਂ ਨਹੀਂ ਬੋਲ ਸਕਦਾ। ਮੈਂ ਇਸ ਵਪਾਰੀ ਦੋਸਤ ਨੂੰ ਇੱਕ ਨਾਂ ਨਾਲ ਬੁਲਾਉਣਾ ਚਾਹੁੰਦਾ ਹਾਂ। ਸ਼ਾਇਦ ਤੁਸੀਂ ਸੋਚੋਗੇ ਕਿ ਇਹ ਚੰਗਾ ਨਾਂ ਨਹੀਂ ਹੈ। ਪਰ ਮੈਂ ਫਿਰ ਵੀ ਉਸ ਨੂੰ ਉਸ ਨਾਂ ਨਾਲ ਬੁਲਾਉਣਾ ਚਾਹੁੰਦਾ ਹਾਂ। ਪਰ ਮੈਨੂੰ ਆਪਣੀ ਭਾਸ਼ਾ ਦਾ ਇਹ ਸ਼ਬਦ ਨਹੀਂ ਪਤਾ। ਜੇਕਰ ਮੈਂ ਇਸ ਨੂੰ ਸੀਰੀਆ ਦੀ ਭਾਸ਼ਾ ਵਿੱਚ ਕਹਾਂ, ਤਾਂ ਤੁਸੀਂ ਇਸ ਨੂੰ ਸਮਝ ਨਹੀਂ ਸਕੋਗੇ। ਇਸ ਲਈ ਮੇਰੇ ਦੋਸਤੋ, ਮੈਨੂੰ ਦੱਸੋ ਕਿ ਤੁਸੀਂ ਉਸ ਆਦਮੀ ਨੂੰ ਕੀ ਕਹਿੰਦੇ ਹੋ, ਜੋ ਆਪਣੇ ਲਈ ਫਾਇਦੇਮੰਦ ਸਾਬਤ ਹੋਣ ਵਾਲੇ ਕੰਮਾਂ ਨੂੰ ਵੀ ਟਾਲਦਾ ਰਹਿੰਦਾ ਹੈ।''

ਇੱਕ ਆਵਾਜ਼ ਆਈ, ''ਟਾਲਮਟੋਲ ਕਰਨ ਵਾਲਾ।''

''ਉਹੀ'', ਸੀਰੀਆ ਦੇ ਨਿਵਾਸੀ ਨੇ ਆਪਣੇ ਹੱਥਾਂ ਨੂੰ ਰੁਮਾਂਚ ਨਾਲ ਲਹਿਰਾਉਂਦੇ ਹੋਏ ਕਿਹਾ, 'ਜਦੋਂ ਮੌਕਾ ਮਿਲਦਾ ਹੈ, ਤਾਂ ਉਹ ਉਸ ਨੂੰ ਸਵੀਕਾਰ ਨਹੀਂ ਕਰਦਾ। ਉਹ ਉਡੀਕ ਕਰਦਾ ਹੈ। ਉਹ ਕਹਿੰਦਾ ਹੈ ਕਿ ਮੇਰੇ ਸਾਹਮਣੇ ਅਜੇ ਕਾਫੀ ਕੰਮ ਪਿਆ ਹੈ। ਮੈਂ ਹੌਲੀ-ਹੌਲੀ ਇਹ ਕੰਮ ਕਰਾਂਗਾ। ਮੌਕਾ ਇਸ ਤਰ੍ਹਾਂ ਢਿੱਲੇ ਵਿਅਕਤੀ ਦੀ ਉਡੀਕ ਨਹੀਂ ਕਰੇਗਾ। ਮੌਕਾ ਸੋਚਦਾ ਹੈ ਕਿ ਜੇਕਰ ਇਨਸਾਨ ਖੁਸ਼ਕਿਸਮਤ ਬਣਨਾ ਚਾਹੁੰਦਾ ਹੈ, ਤਾਂ ਉਸ ਨੂੰ ਫੌਰਨ ਕਦਮ ਚੁੱਕਣਾ ਚਾਹੀਦਾ ਹੈ। ਮੌਕਾ ਸਾਹਮਣੇ ਆਉਣ 'ਤੇ ਜਿਹੜਾ ਵਿਅਕਤੀ ਫੌਰਨ ਕਦਮ ਨਹੀਂ ਚੁੱਕਦਾ, ਉਹ ਸਾਡੇ ਵਪਾਰੀ ਦੋਸਤ ਵਾਂਗ ਟਾਲਮਟੋਲ ਕਰਨਾ ਵਾਲਾ ਹੁੰਦਾ ਹੈ।''

ਵਪਾਰੀ ਉੱਠ ਕੇ ਖੜ੍ਹਾ ਹੋਇਆ ਅਤੇ ਸਿਰ ਝੁਕਾ ਕੇ ਲੋਕਾਂ ਦੇ ਹਾਸੇ 'ਤੇ ਪ੍ਰਤੀਕਰਮ ਦਿੰਦੇ ਹੋਏ ਬੋਲਿਆ, 'ਅਜਨਬੀ, ਤੁਸੀਂ ਸਾਡੇ ਮਹਿਮਾਨ ਹੋ। ਮੈਂ ਤੁਹਾਡੀ ਤਾਰੀਫ਼ ਕਰਦਾ ਹਾਂ, ਕਿ ਤੁਸੀਂ ਸੱਚੀ ਗੱਲ ਦੱਸਣ ਵਿੱਚ ਥੋੜ੍ਹੀ ਜਿਹੀ ਝਿਜਕ ਵੀ ਨਹੀਂ ਦਿਖਾਈ।''

ਅਰਕਾਦ ਨੇ ਕਿਹਾ, ''ਗੁਆਏ ਹੋਏ ਮੌਕੇ ਦੀ ਇੱਕ ਹੋਰ ਕਹਾਣੀ ਸਾਨੂੰ ਕੌਣ ਸੁਣਾਏਗਾ?''

ਲਾਲ ਕੱਪੜੇ ਪਾਈ ਇੱਕ ਵੱਡੀ ਉਮਰ ਦੇ ਵਿਅਕਤੀ ਨੇ ਕਿਹਾ, ''ਮੈਂ ਸੁਣਾਵਾਂਗਾ। ਮੈਂ ਪਸ਼ੂਆਂ ਦਾ ਖਰੀਦਦਾਰ ਹਾਂ, ਖਾਸ ਤੌਰ 'ਤੇ ਉਠਾਂ ਅਤੇ ਘੋੜਿਆਂ ਦਾ। ਕਈ ਵਾਰ ਮੈਂ ਭੇਡ-ਬੱਕਰੀਆਂ ਵੀ ਖਰੀਦ ਲੈਂਦਾ ਹਾਂ। ਇੱਕ ਰਾਤ ਨੂੰ ਮੌਕਾ ਮੇਰੇ ਸਾਹਮਣੇ ਆਇਆ, ਜਦੋਂ ਮੈਂ ਇਸ ਦੀ ਬਿਲਕੁਲ ਵੀ ਉਮੀਦ ਨਹੀਂ ਕਰ ਰਿਹਾ ਸੀ। ਸ਼ਾਇਦ ਇਸੇ ਕਾਰਨ ਮੈਂ ਇਸ ਨੂੰ ਆਪਣੇ ਹੱਥਾਂ ਤੋਂ ਨਿਕਲਣ ਦਿੱਤਾ। ਚੰਗਾ ਹੋਵੇਗਾ ਕਿ ਫ਼ੈਸਲਾ ਤੁਸੀਂ ਆਪ ਹੀ ਕਰੋ।''

ਮੈਂ ਉਠ ਖਰੀਦਣ ਸ਼ਹਿਰ ਤੋਂ ਬਾਹਰ ਗਿਆ ਸੀ। ਦਸ ਦਿਨਾਂ ਦੀ ਨਿਰਾਸ਼ ਯਾਤਰਾ ਤੋਂ ਬਾਅਦ ਜਦੋਂ ਮੈਂ ਵਾਪਸ ਆਇਆ, ਤਾਂ ਮੈਨੂੰ ਇਹ ਦੇਖ ਕੇ ਗੁੱਸਾ ਆਇਆ ਕਿ ਰਾਤ ਹੋਣ ਕਾਰਨ ਸ਼ਹਿਰ ਦਾ ਦਰਵਾਜ਼ਾ ਬੰਦ ਹੋ ਚੁੱਕਾ ਸੀ ਅਤੇ ਉਸ 'ਤੇ ਤਾਲੇ ਵੀ ਲੱਗ ਚੁੱਕੇ ਸਨ। ਮੇਰੇ ਨੌਕਰਾਂ ਨੇ ਰਾਤ ਕੱਟਣ ਲਈ ਤੰਬੂ ਲਗਾਏ। ਖੈਰ, ਅਸੀਂ ਸੋਚ ਰਹੇ ਸੀ ਕਿ ਸਾਡੇ ਕੋਲ ਬਹੁਤ ਘੱਟ ਭੋਜਨ ਹੈ ਅਤੇ ਪਾਣੀ ਤਾਂ ਬਿਲਕੁਲ ਵੀ ਨਹੀਂ, ਇਸ ਲਈ ਇਹ ਰਾਤ ਔਖੀ ਕੱਟੇਗੀ। ਉਸੇ ਸਮੇਂ ਇੱਕ ਬੁੱਢਾ ਕਿਸਾਨ ਮੇਰੇ ਕੋਲ ਆਇਆ, ਜੋ ਸ਼ਹਿਰ ਦਾ ਦਰਵਾਜ਼ਾ ਬੰਦ ਹੋਣ ਕਾਰਨ ਸਾਡੇ ਵਾਂਗ ਹੀ ਬਾਹਰ ਰਹਿ ਗਿਆ ਸੀ।

ਉਸ ਨੇ ਮੈਨੂੰ ਕਿਹਾ, ''ਸਤਿਕਾਰਯੋਗ ਸ੍ਰੀਮਾਨ, ਤੁਹਾਡੇ ਹਾਵ-ਭਾਵ ਤੋਂ ਮੈਨੂੰ ਲਗਦਾ ਹੈ ਕਿ ਤੁਸੀਂ ਪਸ਼ੂਆਂ ਦੇ ਖਰੀਦਦਾਰ ਹੋ। ਜੇਕਰ ਅਜਿਹਾ ਹੈ ਤਾਂ ਮੈਂ ਤੁਹਾਨੂੰ ਆਪਣੀਆਂ ਬਹੁਤ ਚੰਗੀਆਂ ਭੇਡਾਂ ਵੇਚਣਾ ਚਾਹੁੰਦਾ ਹਾਂ, ਜਿਹੜੀਆਂ ਮੈਂ ਹੁਣੇ-ਹੁਣੇ ਲਿਆਂਦੀਆਂ ਹਨ। ਮੇਰੀ ਪਤਨੀ ਬਹੁਤ ਬਿਮਾਰ ਹੈ। ਮੈਨੂੰ ਜਲਦੀ ਵਾਪਸ ਜਾਣਾ ਪਵੇਗਾ। ਤੁਸੀਂ ਮੇਰੀਆਂ ਭੇਡਾਂ ਖਰੀਦ ਲਓ, ਤਾਂ ਕਿ ਮੈਂ ਅਤੇ ਮੇਰੇ ਨੌਕਰ ਉਠਾਂ 'ਤੇ ਸਵਾਰ ਹੋ ਕੇ ਬਿਨਾਂ ਦੇਰ ਕੀਤੇ ਜਲਦੀ ਘਰ ਪਹੁੰਚ ਜਾਣ।''

ਏਨਾ ਹਨੇਰਾ ਸੀ ਕਿ ਮੈਂ ਉਸ ਦੀਆਂ ਭੇਡਾਂ ਨਹੀਂ ਦੇਖ ਸਕਦਾ ਸੀ, ਹਾਲਾਂਕਿ ਉਨ੍ਹਾ ਦੀਆਂ ਆਵਾਜ਼ਾਂ ਤੋਂ ਮੈਂ ਸਮਝ ਗਿਆ ਸੀ ਕਿ ਰੇਵੜ ਬਹੁਤ ਵੱਡਾ ਹੋਵੇਗਾ। ਮੈਂ ਉਠਾਂ ਦੀ ਤਲਾਸ਼ ਵਿੱਚ ਆਪਣੇ ਦਸ ਦਿਨ ਬਰਬਾਦ ਕਰ ਦਿੱਤੇ ਸਨ, ਪਰ ਮੈਨੂੰ ਚੰਗੇ ਉਠ ਨਹੀਂ ਮਿਲ ਸਕੇ, ਇਸ ਲਈ ਮੈਂ ਖੁਸ਼ੀ-ਖੁਸ਼ੀ ਸੌਦੇਬਾਜ਼ੀ ਕਰਨ ਲੱਗਾ। ਉਹ ਔਖ ਵਿੱਚ ਸੀ, ਇਸ ਲਈ ਉਸ ਨੇ ਬਹੁਤ ਸਹੀ ਕੀਮਤ ਮੰਗੀ। ਮੈਂ ਉਹ ਸੌਦਾ ਮਨਜ਼ੂਰ ਕਰ ਲਿਆ, ਕਿਉਂਕਿ ਮੈਂ ਚੰਗੀ ਤਰ੍ਹਾਂ ਜਾਣਦਾ ਸੀ ਕਿ ਮੇਰੇ ਨੌਕਰ ਸਵੇਰੇ ਭੇਡਾਂ ਨੂੰ ਹਾਕ ਕੇ ਲੈ ਜਾਣਗੇ ਅਤੇ ਉਨ੍ਹਾਂ ਨੂੰ ਵੇਚਣ ਨਾਲ ਸਾਨੂੰ ਕਾਫ਼ੀ ਲਾਭ ਹੋਵੇਗਾ।

ਸੌਦਾ ਹੋਣ ਤੋਂ ਬਾਅਦ ਮੈਂ ਆਪਣੇ ਨੌਕਰਾਂ ਨੂੰ ਮਸ਼ਾਲਾਂ ਲਿਆਉਣ ਲਈ ਕਿਹਾ, ਤਾਂ ਕਿ ਅਸੀਂ ਕਿਸਾਨ ਦੀਆਂ ੯੦੦ ਭੇਡਾਂ ਨੂੰ ਗਿਣ ਸਕੀਏ। ਦੋਸਤੋ, ਮੈਂ ਤੁਹਾਨੂੰ ਇਹ ਕਹਾਣੀ

ਸੁਣਾ ਕੇ ਬੋਰ ਨਹੀਂ ਕਰਾਂਗਾ ਕਿ ਏਨੀਆਂ ਸਾਰੀਆਂ ਪਿਆਸੀਆਂ, ਭੁੱਖੀਆਂ ਅਤੇ ਬੇਚੈਨ ਭੇਡਾਂ ਨੂੰ ਗਿਣਨ ਵਿੱਚ ਸਾਨੂੰ ਕਿੰਨੀ ਔਖ ਆਈ। ਇਹ ਇੱਕ ਨਾ ਹੋ ਸਕਣ ਯੋਗ ਕੰਮ ਲੱਗ ਰਿਹਾ ਸੀ। ਇਸ ਲਈ ਮੈਂ ਉਸ ਕਿਸਾਨ ਨੂੰ ਸਾਫ਼-ਸਾਫ਼ ਕਹਿ ਦਿੱਤਾ ਕਿ ਸਵੇਰ ਹੋਣ ਤੋਂ ਬਾਅਦ ਮੈਂ ਭੇਡਾਂ ਗਿਣਾਂਗਾ ਅਤੇ ਉਦੋਂ ਹੀ ਉਨ੍ਹਾਂ ਨੂੰ ਪੈਸੇ ਦਿਆਂਗਾ।

ਉਸ ਨੇ ਬੇਨਤੀ ਕੀਤੀ, ''ਮਿਹਰਬਾਨੀ ਕਰਕੇ ਤੁਸੀਂ ਅੱਜ ਰਾਤ ਨੂੰ ਮੈਨੂੰ ਦੋ-ਤਿਹਾਈ ਕੀਮਤ ਹੀ ਦੇ ਦਿਓ, ਤਾਂ ਕਿ ਮੈਂ ਆਪਣੇ ਘਰ ਪਹੁੰਚ ਸਕਾਂ। ਮੈਂ ਆਪਣੇ ਸਭ ਤੋਂ ਸਮਝਦਾਰ ਅਤੇ ਸਿੱਖਿਅਤ ਸੇਵਕ ਨੂੰ ਤੁਹਾਡੇ ਕੋਲ ਛੱਡ ਜਾਵਾਂਗਾ, ਜੋ ਸਵੇਰੇ ਭੇਡਾਂ ਗਿਣਨ ਵਿੱਚ ਤੁਹਾਡੀ ਮਦਦ ਕਰ ਸਕੇਗਾ। ਇਹ ਭਰੋਸੇਯੋਗ ਹੈ ਅਤੇ ਤੁਸੀਂ ਬਾਕੀ ਦੀ ਇੱਕ-ਤਿਹਾਈ ਕੀਮਤ ਉਸ ਨੂੰ ਦੇ ਸਕਦੇ ਹੋ।''

ਪਰ ਮੈਂ ਜ਼ਿਦ ਫੜ ਲਈ ਅਤੇ ਰਾਤ ਨੂੰ ਪੈਸੇ ਦੇਣ ਤੋਂ ਇਨਕਾਰ ਕਰ ਦਿੱਤਾ। ਅਗਲੀ ਸਵੇਰ ਮੇਰੇ ਉੱਠਣ ਤੋਂ ਪਹਿਲਾਂ ਹੀ ਸ਼ਹਿਰ ਦਾ ਦਰਵਾਜ਼ਾ ਖੁੱਲ੍ਹ ਗਿਆ ਅਤੇ ਚਾਰ ਖਰੀਦਦਾਰ ਭੇਡਾਂ ਦੀ ਤਲਾਸ਼ ਵਿੱਚ ਬਾਹਰ ਭੱਜਦੇ ਹੋਏ ਆਏ। ਉਹ ਬਹੁਤ ਉਤਸੁਕ ਸਨ ਅਤੇ ਵੱਡੀਆਂ ਕੀਮਤਾਂ ਦੇਣ ਨੂੰ ਵੀ ਤਿਆਰ ਸਨ, ਕਿਉਂਕ ਸ਼ਹਿਰ 'ਤੇ ਯੁੱਧ ਦੀ ਘੇਰਾਬੰਦੀ ਦਾ ਖਤਰਾ ਮੰਡਰਾ ਰਿਹਾ ਸੀ ਅਤੇ ਭੋਜਨ ਕਾਫੀ ਨਹੀਂ ਸੀ। ਕਿਸਾਨ ਮੈਨੂੰ ਜਿੰਨੀ ਕੀਮਤ 'ਤੇ ਭੇਡਾਂ ਦੇਣ ਨੂੰ ਤਿਆਰ ਹੋਇਆ ਸੀ, ਉਸ ਨੂੰ ਉਸ ਨਾਲੋਂ ਲਗਭਗ ਤਿੰਨ ਗੁਣਾ ਜ਼ਿਆਦਾ ਮੁੱਲ ਮਿਲਿਆ। ਇਹ ਬਹੁਤ ਹੀ ਚੰਗਾ ਮੌਕਾ ਸੀ, ਜੋ ਮੈਂ ਆਪਣੇ ਹੀ ਹੱਥਾਂ 'ਚੋਂ ਗੁਆ ਦਿੱਤਾ।''

ਅਰਕਾਦ ਨੇ ਟਿੱਪਣੀ ਕੀਤੀ, ''ਇਹ ਬਹੁਤ ਹੀ ਅਸਧਾਰਨ ਕਹਾਣੀ ਹੈ। ਇਸ ਨਾਲ ਸਾਨੂੰ ਕੀ ਸਿੱਖਿਆ ਮਿਲਦੀ ਹੈ?''

ਘੋੜੇ ਦੀ ਜੀਨ ਬਣਾਉਣ ਵਾਲੇ ਨੇ ਕਿਹਾ, ''ਇਸ ਤੋਂ ਸਾਨੂੰ ਇਹ ਸਿੱਖਿਆ ਮਿਲਦੀ ਹੈ ਕਿ ਜਦੋਂ ਸਾਨੂੰ ਵਿਸ਼ਵਾਸ ਹੋਵੇ ਕਿ ਸਾਡਾ ਸੌਦਾ ਸਮਝਦਾਰੀ ਵਾਲਾ ਹੈ, ਤਾਂ ਸਾਨੂੰ ਛੇਤੀ ਹੀ ਪੈਸੇ ਦੇ ਦੇਣੇ ਚਾਹੀਦੇ ਹਨ। ਜੇਕਰ ਸੌਦਾ ਚੰਗਾ ਹੈ, ਤਾਂ ਤੁਹਾਨੂੰ ਦੂਜਿਆਂ ਤੋਂ ਇਲਾਵਾ ਖੁਦ ਦੀਆਂ ਕਮਜ਼ੋਰੀਆਂ ਤੋਂ ਵੀ ਆਪਣੀ ਰੱਖਿਆ ਕਰਨ ਦੀ ਲੋੜ ਹੁੰਦੀ ਹੈ। ਇਨਸਾਨਾਂ ਦੇ ਵਿਚਾਰ ਬਦਲਦੇ ਰਹਿੰਦੇ ਹਨ। ਮੈਂ ਤਾਂ ਇਹ ਕਹਾਂਗਾ ਕਿ ਅਸੀਂ ਆਪਣਾ ਮਨ ਤੇਜ਼ੀ ਨਾਲ ਬਦਲ ਲੈਂਦੇ ਹਾਂ ਅਤੇ ਅਜਿਹਾ ਉਦੋਂ ਬਹੁਤਾ ਹੁੰਦਾ ਹੈ, ਜਦੋਂ ਅਸੀਂ ਗਲਤ ਨਹੀਂ, ਸਗੋਂ ਸਹੀ ਹੁੰਦੇ ਹਾਂ। ਗਲਤ ਫੈਸਲਿਆਂ ਬਾਰੇ ਅਸੀਂ ਜ਼ਿੱਦੀ ਹੁੰਦੇ ਹਾਂ, ਪਰ ਸਹੀ ਫੈਸਲਾ ਲੈਣ ਤੋਂ ਬਾਅਦ ਅਸੀਂ ਝਿਜਕਦੇ ਹਾਂ ਅਤੇ ਮੌਕੇ ਨੂੰ ਆਪਣੇ ਹੱਥੋਂ ਨਿਕਲ ਜਾਣ ਦਿੰਦੇ ਹਾਂ। ਮੇਰਾ ਪਹਿਲਾ ਫੈਸਲਾ ਸਭ ਤੋਂ ਵਧੀਆ ਫੈਸਲਾ ਹੁੰਦਾ ਹੈ। ਪਰ ਮੈਨੂੰ ਹਮੇਸ਼ਾ ਇਹ ਲਗਦਾ ਹੈ ਕਿ ਚੰਗਾ ਸੌਦਾ ਕਰਨ ਤੋਂ ਮੈਂ ਝਿਜਕਦਾ ਹਾਂ ਅਤੇ ਟਾਲਮਟੋਲ ਕਰਦਾ ਹਾਂ। ਇਸ ਲਈ ਆਪਣੀ ਕਮਜ਼ੋਰੀ ਤੋਂ ਬਚਣ ਲਈ ਫੌਰਨ ਉਸ ਸੌਦੇ ਦਾ ਬਿਆਨਾ ਦੇ ਦਿੰਦਾ ਹਾਂ। ਇਸ ਨਾਲ ਮੈਂ ਖੁਸ਼ਕਿਸਮਤੀ ਦੇ ਮੌਕਿਆਂ ਨੂੰ ਗੁਆਉਣ ਦੇ ਪਛਤਾਵੇ ਤੋਂ ਬਚ ਜਾਂਦਾ ਹਾਂ।''

ਸੀਰੀਆ ਦੇ ਨਿਵਾਸੀ ਨੇ ਇੱਕ ਵਾਰ ਫਿਰ ਖੜ੍ਹੇ ਹੋ ਕੇ ਕਿਹਾ, ''ਧੰਨਵਾਦ! ਮੈਂ ਇੱਕ ਵਾਰ ਫਿਰ ਕਹਿਣਾ ਚਾਹੁੰਦਾ ਹਾਂ। ਇਹ ਕਹਾਣੀਆਂ ਲਗਭਗ ਇੱਕੋ ਜਿਹੀਆਂ ਹਨ। ਹਰ ਵਾਰ ਮੌਕਾ ਇੱਕ ਹੀ ਕਾਰਨ ਤੋਂ ਦੂਰ ਭੱਜ ਜਾਂਦਾ ਹੈ। ਹਰ ਵਾਰ ਉਹ ਟਾਲਮਟੋਲ ਕਰਨ ਵਾਲੇ ਕੋਲ ਆਉਂਦਾ ਹੈ ਅਤੇ ਇੱਕ ਚੰਗੀ ਯੋਜਨਾ ਪੇਸ਼ ਕਰਦਾ ਹੈ। ਹਰ ਵਾਰ ਟਾਲਮਟੋਲ ਕਰਨ ਵਾਲਾ ਝਿਜਕਦਾ ਹੈ। ਉਹ ਇਹ ਨਹੀਂ ਕਹਿੰਦਾ ਕਿ ਹੁਣ ਸਭ ਤੋਂ ਚੰਗਾ ਸਮਾਂ ਹੈ, ਮੈਂ ਇਹ ਕੰਮ ਫੌਰਨ ਕਰ ਦਿੰਦਾ ਹਾਂ। ਇਸ ਦੀ ਬਜਾਏ ਉਹ ਟਾਲਮਟੋਲ ਕਰਦਾ ਹੈ। ਆਦਮੀ ਇਸ ਤਰ੍ਹਾਂ ਸਫਲ ਕਿਵੇਂ ਹੋ ਸਕਦਾ ਹੈ?''

ਖਰੀਦਦਾਰ ਨੇ ਕਿਹਾ, ''ਤੁਹਾਡੇ ਸ਼ਬਦਾਂ ਵਿੱਚ ਸਮਝਦਾਰੀ ਹੈ। ਖੁਸ਼ਕਿਸਮਤੀ ਇਨ੍ਹਾਂ ਦੋਵਾਂ ਕਹਾਣੀਆਂ ਵਿੱਚ ਟਾਲਮਟੋਲ ਕਰਨ ਕਾਰਨ ਦੂਰ ਭੱਜ ਗਈ ਸੀ। ਖੈਰ, ਇਹ ਅਸਧਾਰਨ ਨਹੀਂ ਹੈ। ਟਾਲਮਟੋਲ ਕਰਨ ਦੀ ਆਦਤ ਸਭ ਵਿੱਚ ਹੁੰਦੀ ਹੈ। ਅਸੀਂ ਪੈਸਾ ਚਾਹੁੰਦੇ ਹਾਂ, ਪਰ ਜਦੋਂ ਮੌਕਾ ਸਾਡੇ ਸਾਹਮਣੇ ਆਉਂਦਾ ਹੈ, ਤਾਂ ਟਾਲਮਟੋਲ ਦੀ ਆਦਤ ਕਾਰਨ ਅਸੀਂ ਉਸ ਨੂੰ ਫੌਰਨ ਸਵੀਕਾਰ ਨਹੀਂ ਕਰਦੇ ਅਤੇ ਇਸ ਤਰ੍ਹਾਂ ਅਸੀਂ ਆਪਣੇ ਸਭ ਤੋਂ ਵੱਡੇ ਦੁਸ਼ਮਣ ਬਣ ਜਾਂਦੇ ਹਾਂ।''

''ਆਪਣੀ ਜਵਾਨੀ ਵਿੱਚ ਮੈਂ ਟਾਲਮਟੋਲ ਸ਼ਬਦ ਨੂੰ ਨਹੀਂ ਸੀ ਜਾਣਦਾ, ਜੋ ਸਾਡੇ ਸੀਰੀਆਈ ਦੋਸਤ ਨੂੰ ਏਨਾ ਪਸੰਦ ਆਇਆ ਹੈ। ਮੈਂ ਪਹਿਲਾਂ ਤਾਂ ਇਹ ਸੋਚਦਾ ਸੀ ਕਿ ਮੇਰੇ ਗਲਤ ਫੈਸਲਿਆਂ ਕਾਰਨ ਮੇਰੇ ਹੱਥੋਂ ਕਈ ਲਾਭ ਦੇਣ ਵਾਲੇ ਸੌਦੇ ਨਿਕਲ ਗਏ। ਬਾਅਦ ਵਿੱਚ ਮੈਂ ਆਪਣੇ ਜ਼ਿਦੀ ਸੁਭਾਅ ਨੂੰ ਇਸ ਦੇ ਲਈ ਦੋਸ਼ ਦਿੱਤਾ। ਖੈਰ, ਆਖਰ ਵਿੱਚ ਮੈਨੂੰ ਸਚਾਈ ਦਾ ਪਤਾ ਲੱਗ ਗਿਆ। ਮੈਨੂੰ ਪਤਾ ਲੱਗਾ ਕਿ ਜਦੋਂ ਮੈਨੂੰ ਕੰਮ ਕਰਨਾ ਚਾਹੀਦਾ ਸੀ, ਜਦੋਂ ਮੈਨੂੰ ਫੌਰਨ ਅਤੇ ਫੈਸਲਿਆ 'ਤੇ ਕੰਮ ਕਰਨਾ ਚਾਹੀਦਾ ਸੀ, ਉਦੋਂ ਮੈਂ ਗੈਰ-ਜ਼ਰੂਰੀ ਤੌਰ 'ਤੇ ਦੇਰ ਕਰ ਰਿਹਾ ਸੀ। ਜਦੋਂ ਮੈਨੂੰ ਸਚਾਈ ਪਤਾ ਲੱਗੀ, ਤਾਂ ਮੈਨੂੰ ਬਹੁਤ ਖਿਝ ਆਈ। ਜੰਗਲੀ ਖੱਚਰ ਨੂੰ ਕਿਸੇ ਰਥ ਵਿੱਚ ਜੋਤਣ 'ਤੇ ਉਹ ਬਹੁਤ ਭੱਦਾ ਹੋ ਜਾਂਦਾ ਹੈ। ਓਨੀ ਹੀ ਖਿਝ ਨਾਲ ਮੈਂ ਆਪਣੀ ਸਫਲਤਾ ਦੇ ਇਸ ਦੁਸ਼ਮਣ ਤੋਂ ਆਪਣਾ ਪਿੱਛਾ ਛੁਡਾਇਆ।''

''ਧੰਨਵਾਦ! ਮੈਂ ਹੁਣ ਆਪਣੇ ਵਪਾਰੀ ਮਿੱਤਰ ਨੂੰ ਇੱਕ ਹੋਰ ਸਵਾਲ ਪੁੱਛਣਾ ਚਾਹੁੰਦਾ ਹਾਂ। ਤੁਸੀਂ ਚੰਗੇ ਕੱਪੜੇ ਪਾਉਂਦੇ ਹੋ। ਤੁਹਾਡੇ ਕੱਪੜੇ ਗਰੀਬਾਂ ਵਰਗੇ ਨਹੀਂ ਹਨ। ਤੁਸੀਂ ਸਫਲ ਵਿਅਕਤੀ ਵਾਂਗ ਬੋਲਦੇ ਹੋ। ਸਾਨੂੰ ਦੱਸੋ, ਜਦੋਂ ਟਾਲਮਟੋਲ ਤੁਹਾਡੇ ਕੰਮਾਂ ਵਿੱਚ ਕੁਝ ਕਹਿੰਦੀ ਹੈ, ਤਾਂ ਕੀ ਤੁਸੀਂ ਹੁਣ ਵੀ ਉਸ ਦੀ ਗੱਲ ਸੁਣਦੇ ਹੋ?''

ਵਪਾਰੀ ਨੇ ਜਵਾਬ ਦਿੱਤਾ, ''ਖਰੀਦਦਾਰ ਦੋਸਤ ਵਾਂਗ ਮੈਨੂੰ ਵੀ ਟਾਲਮਟੋਲ ਨੂੰ ਪਛਾਣਨਾ ਅਤੇ ਜਿੱਤਣਾ ਪਿਆ। ਇਹ ਮੇਰੀ ਦੁਸ਼ਮਣ ਸੀ, ਜੋ ਹਮੇਸ਼ਾ ਮੇਰੀਆਂ ਸਫਲਤਾਵਾਂ ਵਿੱਚ ਰੁਕਾਵਟ ਪਾਉਣ ਦੀ ਉਡੀਕ ਵਿੱਚ ਰਹਿੰਦੀ ਸੀ। ਮੈਂ ਜਿਹੜੀ ਕਹਾਣੀ ਸੁਣਾਈ ਹੈ, ਉਸ ਤਰ੍ਹਾਂ ਦੀਆਂ ਕਾਫੀ ਉਦਾਹਰਨਾਂ ਹਨ, ਜਿਨ੍ਹਾਂ ਦੁਆਰਾ ਮੈਂ ਦੱਸ ਸਕਦਾ ਹਾਂ ਕਿ ਟਾਲਮਟੋਲ ਕਾਰਨ ਮੇਰੇ ਮੌਕੇ ਕਿਵੇਂ ਦੂਰ ਚਲੇ ਗਏ। ਇੱਕ ਵਾਰ ਸਮਝ ਲੈਣ ਤੋਂ ਬਾਅਦ ਟਾਲਮਟੋਲ ਨੂੰ ਜਿੱਤਣਾ ਔਖਾ ਨਹੀਂ ਹੁੰਦਾ। ਕੋਈ ਵੀ ਵਿਅਕਤੀ ਆਪਣੀ ਇੱਛਾ ਨਾਲ ਆਪਣਾ ਅਨਾਜ ਚੁਰਾਉਣ ਨਹੀਂ ਦਿੰਦਾ। ਨਾ ਹੀ ਕੋਈ ਵਿਅਕਤੀ ਦੁਸ਼ਮਣਾਂ ਨੂੰ ਆਪਣੇ

ਗਾਹਕਾਂ ਨੂੰ ਦੂਰ ਭਜਾਉਣ ਦੀ ਛੋਟ ਦਿੰਦਾ ਹੈ, ਕਿਉਂਕਿ ਇਸ ਨਾਲ ਉਸ ਦਾ ਲਾਭ ਘਟ ਜਾਵੇਗਾ। ਜਦੋਂ ਮੈਂ ਇਹ ਪਛਾਣ ਲਿਆ ਕਿ ਮੇਰਾ ਦੁਸ਼ਮਣ ਇਸ ਤਰਾਂ ਦੇ ਕੰਮ ਕਰ ਰਿਹਾ ਹੈ, ਤਾਂ ਮੈਂ ਸਹੁੰ ਚੁੱਕ ਕੇ ਉਸ 'ਤੇ ਜਿੱਤ ਹਾਸਲ ਕਰ ਲਈ। ਜੇਕਰ ਕੋਈ ਵਿਅਕਤੀ ਬੇਬੀਲੋਨ ਦੀ ਵਿਸ਼ਾਲ ਦੌਲਤ ਵਿੱਚ ਹਿੱਸੇਦਾਰ ਬਣਨਾ ਚਾਹੁੰਦਾ ਹੈ, ਤਾਂ ਸਭ ਤੋਂ ਪਹਿਲਾਂ ਉਸ ਨੂੰ ਆਪਣੀ ਟਾਲਮਟੋਲ ਦੀ ਭਾਵਨਾ 'ਤੇ ਜਿੱਤ ਹਾਸਲ ਕਰਨੀ ਹੋਵੇਗੀ।''

''ਅਰਕਾਦ, ਤੁਸੀਂ ਕੀ ਕਹਿੰਦੇ ਹੋ? ਕਿਉਂਕਿ ਤੁਸੀਂ ਬੇਬੀਲੋਨ ਦੇ ਸਭ ਤੋਂ ਅਮੀਰ ਵਿਅਕਤੀ ਹੋ, ਇਸ ਲਈ ਕਈ ਲੋਕ ਕਹਿੰਦੇ ਹਨ ਕਿ ਤੁਸੀਂ ਸਭ ਤੋਂ ਜ਼ਿਆਦਾ ਖ਼ੁਸ਼ਕਿਸਮਤ ਵਿਅਕਤੀ ਵੀ ਹੋ। ਕੀ ਤੁਸੀਂ ਮੇਰੀ ਇਸ ਗੱਲ ਨਾਲ ਸਹਿਮਤ ਹੋ ਕਿ ਕੋਈ ਵੀ ਵਿਅਕਤੀ ਜਦੋਂ ਤੱਕ ਟਾਲਮਟੋਲ ਦੀ ਭਾਵਨਾ ਨੂੰ ਪੂਰੀ ਤਰਾਂ ਖਤਮ ਨਹੀਂ ਕਰ ਦਿੰਦਾ, ਉਦੋਂ ਤੱਕ ਉਹ ਵੱਡੀ ਸਫਲਤਾ ਨਹੀਂ ਪਾ ਸਕਦਾ?''

ਅਰਕਾਦ ਨੇ ਸਵੀਕਾਰ ਕੀਤਾ, ''ਜਿਵੇਂ ਤੁਸੀਂ ਕਹਿੰਦੇ ਹੋ, ਬਿਲਕੁਲ ਉਵੇਂ ਹੀ ਹੈ। ਮੇਰੇ ਲੰਮੇ ਜੀਵਨ ਵਿੱਚ ਮੈਂ ਕਈ ਪੀੜ੍ਹੀਆਂ ਨੂੰ ਵਪਾਰ, ਵਿਗਿਆਨ ਅਤੇ ਗਿਆਨ ਦੇ ਉਨ੍ਹਾਂ ਖੇਤਰਾਂ ਵਿੱਚ ਅੱਗੇ ਵਧਦੇ ਦੇਖਿਆ ਹੈ, ਜੋ ਜ਼ਿੰਦਗੀ ਵਿੱਚ ਸਫਲਤਾ ਦੀ ਰਾਹ 'ਤੇ ਲੈ ਜਾਂਦੇ ਹਨ। ਮੌਕੇ ਉਨ੍ਹਾਂ ਸਾਰੇ ਲੋਕਾਂ ਕੋਲ ਆਏ ਸਨ। ਖੈਰ, ਕੁਝ ਨੇ ਆਪਣੇ ਸਾਹਮਣੇ ਆਏ ਮੌਕਿਆਂ ਤੋਂ ਲਾਭ ਉਠਾਇਆ ਅਤੇ ਆਪਣੀਆਂ ਡੂੰਘੀਆਂ ਇੱਛਾਵਾਂ ਦੀ ਸੰਤੁਸ਼ਟੀ ਵੱਲ ਅੱਗੇ ਵਧਦੇ ਰਹੇ, ਪਰ ਜ਼ਿਆਦਾਤਰ ਲੋਕ ਝਿਜਕੇ, ਲੜਖੜਾਏ ਅਤੇ ਪਿੱਛੇ ਰਹਿ ਗਏ।''

ਅਰਕਾਦ ਕੱਪੜੇ ਬਣਾਉਣ ਵਾਲੇ ਵੱਲ ਮੁੜਿਆ, ''ਤੁਸੀਂ ਹੀ ਇਹ ਸੁਝਾਅ ਦਿੱਤਾ ਸੀ ਕਿ ਅਸੀਂ ਖ਼ੁਸ਼ਕਿਸਮਤੀ 'ਤੇ ਬਹਿਸ ਕਰੀਏ। ਹੁਣ ਤੁਸੀਂ ਇਸ ਬਾਰੇ ਕੀ ਸੋਚਦੇ ਹੋ?''

''ਹੁਣ ਮੈਂ ਖ਼ੁਸ਼ਕਿਸਮਤੀ ਨੂੰ ਇੱਕ ਵੱਖਰੀ ਰੋਸ਼ਨੀ ਨਾਲ ਦੇਖ ਰਿਹਾ ਹਾਂ। ਮੈਂ ਸੋਚਿਆ ਸੀ ਕਿ ਖ਼ੁਸ਼ਕਿਸਮਤ ਹੋਣ ਲਈ ਇਨਸਾਨ ਨੂੰ ਕੋਈ ਕੋਸ਼ਿਸ਼ ਨਹੀਂ ਕਰਨੀ ਪੈਂਦੀ। ਹੁਣ ਮੈਨੂੰ ਇਹ ਅਹਿਸਾਸ ਹੋ ਗਿਆ ਹੈ ਕਿ ਇਨਸਾਨ ਬਿਨਾਂ ਕੁਝ ਕੀਤੇ ਖ਼ੁਸ਼ਕਿਸਮਤੀ ਨੂੰ ਆਪਣੇ ਵੱਲ ਨਹੀਂ ਖਿੱਚ ਸਕਦਾ। ਇਸ ਚਰਚਾ ਤੋਂ ਮੈਂ ਇਹ ਸਿੱਖਿਆ ਹੈ ਕਿ ਖ਼ੁਸ਼ਕਿਸਮਤੀ ਨੂੰ ਆਪਣੇ ਵੱਲ ਖਿੱਚਣ ਲਈ ਮੌਕਿਆਂ ਦਾ ਲਾਭ ਚੁੱਕਣਾ ਜ਼ਰੂਰੀ ਹੈ। ਮੈਂ ਆਪਣੇ ਸਾਹਮਣੇ ਆਉਣ ਵਾਲੇ ਮੌਕਿਆਂ ਦਾ ਵਧੇਰੇ ਲਾਭ ਚੁੱਕਣ ਦੀ ਕੋਸ਼ਿਸ਼ ਕਰਾਂਗਾ।''

ਅਰਕਾਦ ਨੇ ਜਵਾਬ ਦਿੱਤਾ, ''ਤੁਸੀਂ ਸਾਡੀ ਚਰਚਾ ਦੀ ਸਚਾਈ ਨੂੰ ਬੜੀ ਚੰਗੀ ਤਰਾਂ ਫੜ ਲਿਆ ਹੈ। ਸਾਨੂੰ ਇਹ ਪਤਾ ਲੱਗਾ ਹੈ ਕਿ ਆਮ ਤੌਰ 'ਤੇ ਖ਼ੁਸ਼ਕਿਸਮਤੀ ਮੌਕੇ ਦੇ ਪਿੱਛੇ ਆਉਂਦੀ ਹੈ। ਇਹ ਸ਼ਾਇਦ ਹੀ ਕਦੇ ਕਿਸੇ ਦੂਜੇ ਰੂਪ ਵਿੱਚ ਆਉਂਦੀ ਹੈ। ਸਾਡਾ ਵਪਾਰੀ ਮਿੱਤਰ ਬਹੁਤ ਖ਼ੁਸ਼ਕਿਸਮਤ ਹੁੰਦਾ, ਜੇਕਰ ਆਪਣੀ ਕਿਸਮਤ ਦੀ ਦੇਵੀ ਵੱਲੋਂ ਦਿੱਤੇ ਮੌਕੇ ਨੂੰ ਸਵੀਕਾਰ ਕਰ ਲਿਆ ਹੁੰਦਾ। ਇਸੇ ਤਰਾਂ ਸਾਡਾ ਖਰੀਦਦਾਰ ਦੋਸਤ ਵੀ ਖ਼ੁਸ਼ਕਿਸਮਤ ਹੁੰਦਾ, ਜੇਕਰ ਉਸ ਨੇ ਪਸ਼ੂਆਂ ਨੂੰ ਸਮੇਂ 'ਤੇ ਖਰੀਦ ਲਿਆ ਹੁੰਦਾ ਅਤੇ ਉਨ੍ਹਾਂ ਨੂੰ ਤਿੰਨ ਗੁਣਾ ਲਾਭ 'ਤੇ ਵੇਚ ਦਿੱਤਾ ਹੁੰਦਾ।''

ਅਸੀਂ ਇਹ ਚਰਚਾ ਇਸ ਲਈ ਸ਼ੁਰੂ ਕੀਤੀ ਸੀ, ਤਾਂ ਕਿ ਅਸੀਂ ਖ਼ੁਸ਼ਕਿਸਮਤੀ ਨੂੰ ਆਪਣੇ ਵੱਲ ਖਿੱਚਣ ਦਾ ਢੰਗ ਲੱਭ ਸਕੀਏ। ਮੈਨੂੰ ਲਗਦਾ ਹੈ ਕਿ ਅਸੀਂ ਉਹ ਢੰਗ ਲੱਭ ਲਿਆ ਹੈ। ਦੋਵੇਂ ਹੀ ਕਹਾਣੀਆਂ ਤੋਂ ਇਹ ਨਤੀਜਾ ਨਿਕਲਦਾ ਹੈ ਕਿ ਖ਼ੁਸ਼ਕਿਸਮਤ ਮੌਕੇ ਵਿੱਚ ਲੁਕੀ ਹੁੰਦੀ ਹੈ। ਭਾਵੇਂ ਖ਼ੁਸ਼ਕਿਸਮਤੀ ਦਾ ਲਾਭ ਚੁੱਕਿਆ ਗਿਆ ਹੋਵੇ ਜਾਂ ਨਾ ਚੁੱਕਿਆ ਗਿਆ ਹੋਵੇ, ਇਸ ਸਚਾਈ ਨੂੰ ਬਦਲਿਆ ਨਹੀਂ ਜਾ ਸਕਦਾ : ਮੌਕਿਆਂ ਨੂੰ ਸਵੀਕਾਰ ਕਰਕੇ ਖ਼ੁਸ਼ਕਿਸਮਤੀ ਨੂੰ ਆਪਣੇ ਵੱਲ ਖਿੱਚਿਆ ਜਾ ਸਕਦਾ ਹੈ।

ਜਿਹੜੇ ਲੋਕ ਉੱਨਤੀ ਦੇ ਮੌਕਿਆਂ ਦਾ ਲਾਭ ਲੈਣ ਲਈ ਤਿਆਰ ਰਹਿੰਦੇ ਹਨ, ਉਨ੍ਹਾਂ ਵਿੱਚ ਕਿਸਮਤ ਦੀ ਦੇਵੀ ਰੁਚੀ ਲੈਂਦੀ ਹੈ। ਉਹ ਹਮੇਸ਼ਾ ਉਨ੍ਹਾਂ ਲੋਕਾਂ ਦੀ ਮਦਦ ਦੀ ਇੱਛੁਕ ਹੁੰਦੀ ਹੈ, ਜੋ ਉਸ ਨੂੰ ਖ਼ੁਸ਼ ਕਰਦੇ ਹਨ; ਅਤੇ ਕੰਮ ਕਰਨ ਵਾਲੇ ਵਿਅਕਤੀ ਉਨ੍ਹਾਂ ਨੂੰ ਸਭ ਤੋਂ ਜ਼ਿਆਦਾ ਚੰਗੇ ਲੱਗਦੇ ਹਨ।

'ਕਰਮ ਤੁਹਾਨੂੰ ਸਫਲਤਾ ਵੱਲ ਲਿਜਾਏਗਾ।'

ਕਿਸਮਤ ਦੀ ਦੇਵੀ ਕੰਮ ਕਰਨ ਵਾਲੇ ਵਿਅਕਤੀਆਂ 'ਤੇ ਕਿਰਪਾ ਕਰਦੀ ਹੈ।

***

ਧਨ ਦੇ ਪੰਜ ਨਿਯਮ

'ਜੇਕਰ ਤੁਹਾਡੇ ਸਾਹਮਣੇ ਇੱਕ ਪਾਸੇ ਸੋਨੇ ਦੀਆਂ ਮੋਹਰਾਂ ਨਾਲ ਭਰੀ ਇੱਕ ਥੈਲੀ ਰੱਖ ਦਿੱਤੀ ਜਾਵੇ ਅਤੇ ਦੂਜੇ ਪਾਸੇ ਵਿਵੇਕ ਦੇ ਸ਼ਬਦਾਂ ਨਾਲ ਭਰਿਆ ਮਿੱਟੀ ਦਾ ਭਾਂਡਾ ਰੱਖ ਦਿੱਤਾ ਜਾਵੇ, ਤਾਂ ਤੁਸੀਂ ਦੋਵਾਂ ਵਿੱਚੋਂ ਕਿਸ ਨੂੰ ਚੁਣੋਗੇ?'

ਰੇਗਿਸਤਾਨੀ ਝਾੜੀਆਂ ਦੀ ਅੱਗ ਦੀ ਹਿੱਲਦੀ ਰੋਸ਼ਨੀ ਵਿੱਚ ਲੋਕਾਂ ਦੇ ਝੁਲਸੇ ਚਿਹਰਿਆਂ 'ਤੇ ਦਿਲਚਸਪੀ ਦੀ ਚਮਕ ਸਾਫ਼ ਨਜ਼ਰ ਆ ਰਹੀ ਸੀ।

ਸਤਾਈ ਲੋਕਾਂ ਨੇ ਇਕੱਠਿਆਂ ਕਿਹਾ, 'ਸੋਨੇ ਦੀਆਂ ਮੋਹਰਾਂ ਨਾਲ ਭਰੀ ਥੈਲੀ।'

ਬਜ਼ੁਰਗ ਕਾਲਾਬਾਬ ਸਮਝਦਾਰੀ ਨਾਲ ਮੁਸਕਰਾਇਆ।

ਉਸ ਨੇ ਆਪਣਾ ਹੱਥ ਚੁੱਕ ਕੇ ਉਨ੍ਹਾਂ ਨੂੰ ਚੁੱਪ ਕਰਾਇਆ ਅਤੇ ਕਿਹਾ, ''ਰਾਤ ਨੂੰ ਅਵਾਰਾ ਕੁੱਤਿਆਂ ਦੇ ਭੌਂਕਣ ਦੀ ਆਵਾਜ਼ ਸੁਣੋ। ਉਹ ਇਸ ਲਈ ਚੀਕ ਰਹੇ ਹਨ ਅਤੇ ਰੋ ਰਹੇ ਹਨ, ਕਿਉਂਕਿ ਉਹ ਭੁੱਖ ਤੋਂ ਬੇਚੈਨ ਹਨ। ਪਰ ਜੇਕਰ ਉਨ੍ਹਾਂ ਨੂੰ ਭੋਜਨ ਮਿਲ ਜਾਵੇ, ਤਾਂ ਉਸ ਤੋਂ ਬਾਅਦ ਉਹ ਕੀ ਕਰਨਗੇ? ਉਹ ਲੜਨ ਲੱਗਣਗੇ ਅਤੇ ਘਮੰਡ ਨਾਲ ਤੁਰਨ ਲੱਗਣਗੇ। ਉਹ ਆਉਣ ਵਾਲੇ ਕੱਲ੍ਹ ਵੱਲ ਧਿਆਨ ਨਹੀਂ ਦੇਣਗੇ, ਜੋ ਯਕੀਨੀ ਤੌਰ 'ਤੇ ਆਵੇਗਾ ਹੀ।''

ਇਨਸਾਨ ਵੀ ਇਹੀ ਕਰਦੇ ਹਨ। ਜੇਕਰ ਉਨ੍ਹਾਂ ਨੂੰ ਸੋਨੇ ਅਤੇ ਬੁੱਧੀ ਵਿੱਚੋਂ ਕਿਸੇ ਇੱਕ ਨੂੰ ਚੁਣਨ ਲਈ ਕਿਹਾ ਜਾਂਦਾ ਹੈ, ਤਾਂ ਉਹ ਕੀ ਕਰਦੇ ਹਨ? ਉਹ ਬੁੱਧੀ ਨੂੰ ਨਜ਼ਰਅੰਦਾਜ਼ ਕਰ ਦਿੰਦੇ ਹਨ ਅਤੇ ਸੋਨੇ ਨੂੰ ਬਰਬਾਦ ਕਰ ਦਿੰਦੇ ਹਨ। ਆਉਣ ਵਾਲੇ ਕੱਲ੍ਹ ਵਿੱਚ ਉਹ ਮੁੜ ਰੋਣਗੇ, ਕਿਉਂਕਿ ਉਨ੍ਹਾਂ ਕੋਲ ਹੁਣ ਸੋਨਾ ਨਹੀਂ ਬਚਿਆ।

'ਸੋਨਾ ਅਤੇ ਪੈਸਾ ਉਨ੍ਹਾਂ ਲੋਕਾਂ ਨੂੰ ਹੀ ਮਿਲਦਾ ਹੈ, ਜੋ ਇਸ ਦੇ ਨਿਯਮ ਜਾਣਦੇ ਹਨ ਅਤੇ ਉਨ੍ਹਾਂ ਦੀ ਪਾਲਣਾ ਕਰਦੇ ਹਨ।'

ਕਾਲਾਬਾਬ ਨੇ ਆਪਣੇ ਸਫੇਦ ਦੁਸ਼ਾਲੇ ਨੂੰ ਆਪਣੇ ਕਮਜ਼ੋਰ ਪੈਰਾਂ ਨਾਲ ਸਮੇਟਿਆ, ਕਿਉਂਕਿ ਰਾਤ ਨੂੰ ਠੰਢੀ ਹਵਾ ਚੱਲ ਰਹੀ ਸੀ।

''ਤੁਸੀ ਲੋਕਾਂ ਨੇ ਇਸ ਲੰਮੀ ਯਾਤਰਾ ਵਿੱਚ ਵਫ਼ਾਦਾਰੀ ਨਾਲ ਮੇਰੀ ਸੇਵਾ ਕੀਤੀ ਹੈ। ਤੁਸੀਂ ਮੇਰੇ ਉਠਾਂ ਦੀ ਚੰਗੀ ਦੇਖਭਾਲ ਕੀਤੀ ਹੈ। ਤੁਸੀਂ ਰੇਗਿਸਤਾਨ ਦੀ ਗਰਮ ਰੇਤ 'ਤੇ

ਬਿਨਾਂ ਸ਼ਿਕਾਇਤ ਕੀਤੇ ਮਿਹਨਤ ਕੀਤੀ ਹੈ। ਤੁਸੀਂ ਉਨਾਂ ਡਾਕੂਆਂ ਦਾ ਬਹਾਦਰੀ ਨਾਲ ਮੁਕਾਬਲਾ ਕੀਤਾ ਹੈ, ਜਿਹੜੇ ਮੇਰਾ ਸਾਮਾਨ ਲੁੱਟਣਾ ਚਾਹੁੰਦੇ ਸਨ। ਇਸ ਲਈ ਮੈਂ ਅੱਜ ਰਾਤ ਤੁਹਾਨੂੰ ਪੈਸੇ ਦੇ ਪੰਜ ਨਿਯਮਾਂ ਦੀ ਕਹਾਣੀ ਸੁਣਾਵਾਂਗਾ। ਤੁਸੀਂ ਇਸ ਤਰ੍ਹਾਂ ਦੀ ਕਹਾਣੀ ਪਹਿਲਾਂ ਕਦੇ ਨਹੀਂ ਸੁਣੀ ਹੋਵੇਗੀ।''

''ਧਿਆਨ ਨਾਲ ਸੁਣੋ, ਮੇਰੇ ਸ਼ਬਦਾਂ ਨੂੰ ਬਹੁਤ ਧਿਆਨ ਨਾਲ ਸੁਣੋ, ਕਿਉਂਕਿ ਜੇਕਰ ਤੁਸੀਂ ਉਨਾਂ ਦਾ ਮਤਲਬ ਸਮਝ ਲਵੋਗੇ ਅਤੇ ਉਨਾਂ ਦੀ ਪਾਲਣਾ ਕਰੋਗੇ, ਤਾਂ ਭਵਿੱਖ ਵਿੱਚ ਤੁਸੀਂ ਵੀ ਅਮੀਰ ਬਣ ਸਕਦੇ ਹੋ।''

ਪ੍ਰਭਾਵ ਪਾਉਣ ਲਈ ਉਹ ਥੋੜ੍ਹੀ ਦੇਰ ਰੁਕਿਆ। ਉੱਪਰ ਬੇਬੀਲੋਨ ਦੇ ਨੀਲੇ ਅਸਮਾਨ ਵਿੱਚ ਸਿਤਾਰੇ ਚਮਕ ਰਹੇ ਸਨ। ਉਨਾਂ ਲੋਕਾਂ ਪਿੱਛੇ ਤੰਬੂ ਬੱਝੇ ਸਨ, ਤਾਂ ਕਿ ਰੇਗਿਸਤਾਨ ਦੇ ਸੰਭਾਵਿਤ ਤੂਫਾਨਾਂ ਤੋਂ ਉਨਾਂ ਦੀ ਰਾਖੀ ਹੋ ਸਕੇ। ਤੰਬੂਆਂ ਨੇੜੇ ਵਪਾਰਕ ਸਾਮਾਨ ਸਹੀ ਢੰਗ ਨਾਲ ਰੱਖਿਆ ਹੋਇਆ ਸੀ ਅਤੇ ਜਾਨਵਰਾਂ ਦੀ ਖਲ ਨਾਲ ਢਕਿਆ ਸੀ। ਨੇੜੇ ਹੀ ਉਨਾਂ ਦਾ ਇਕੱਠ ਰੇਤ 'ਤੇ ਬੈਠਾ ਸੀ। ਕੁਝ ਊਠ ਸੰਤੁਸ਼ਟੀ ਨਾਲ ਜੁਗਾਲੀ ਕਰ ਰਹੇ ਸਨ ਅਤੇ ਬਾਕੀ ਖਰਾਟੇ ਲੈ ਰਹੇ ਸਨ।

''ਤੁਸੀਂ ਸਾਨੂੰ ਬਹੁਤ ਹੀ ਚੰਗੀਆਂ ਕਹਾਣੀਆਂ ਸੁਣਾਈਆਂ ਹਨ, 'ਕਾਲਾਬਾਬ,'' ਸਾਮਾਨ ਬੰਨ੍ਹਣ ਵਾਲੇ ਮੁੱਖ ਵਿਅਕਤੀ ਨੇ ਕਿਹਾ, ''ਅਸੀਂ ਚਾਹੁੰਦੇ ਹਾਂ ਕਿ ਕੱਲ੍ਹ ਜਦੋਂ ਤੁਹਾਡੇ ਨਾਲ ਸਾਡੀ ਸੇਵਾ ਖਤਮ ਹੋਵੇ, ਤਾਂ ਉਸ ਤੋਂ ਬਾਅਦ ਤੁਹਾਡੇ ਸ਼ਬਦ ਸਾਨੂੰ ਰਾਹ ਦਿਖਾਉਣ।''

ਕਾਲਾਬਾਬ ਨੇ ਕਿਹਾ, ''ਮੈਂ ਤੁਹਾਨੂੰ ਅਜੀਬ ਅਤੇ ਦੂਰ ਦੇ ਦੇਸ਼ਾਂ ਦੇ ਤਜਰਬੇ ਸੁਣਾਏ ਹਨ, ਪਰ ਅੱਜ ਰਾਤ ਨੂੰ ਮੈਂ ਤੁਹਾਨੂੰ ਸਮਝਦਾਰ ਅਤੇ ਅਮੀਰ ਅਰਕਾਦ ਦੀ ਬੁੱਧੀ ਬਾਰੇ ਦੱਸਣਾ ਚਾਹੁੰਦਾ ਹਾਂ।''

ਸਾਮਾਨ ਬੰਨ੍ਹਣ ਵਾਲੇ ਮੁੱਖ ਵਿਅਕਤੀ ਨੇ ਕਿਹਾ, ''ਅਸੀਂ ਉਨਾਂ ਬਾਰੇ ਕਾਫੀ ਸੁਣਿਆ ਹੈ, ਕਿਉਂਕਿ ਉਹ ਬੇਬੀਲੋਨ ਦੇ ਸਭ ਤੋਂ ਅਮੀਰ ਵਿਅਕਤੀ ਸਨ।''

''ਉਹ ਸਭ ਤੋਂ ਅਮੀਰ ਵਿਅਕਤੀ ਇਸ ਲਈ ਬਣੇ, ਕਿਉਂਕਿ ਉਹ ਪੈਸੇ ਦੇ ਨਿਯਮਾਂ ਨੂੰ ਜਾਣਦੇ ਸਨ। ਪੈਸੇ ਦੇ ਨਿਯਮ ਉਨਾਂ ਤੋਂ ਪਹਿਲਾਂ ਕਿਸੇ ਨੂੰ ਵੀ ਏਨੀ ਚੰਗੀ ਤਰ੍ਹਾਂ ਨਾਲ ਪਤਾ ਨਹੀਂ ਸਨ। ਅੱਜ ਦੀ ਰਾਤ ਮੈਂ ਤੁਹਾਨੂੰ ਬਹੁਤ ਸਮਝਦਾਰੀ ਦੀਆਂ ਗੱਲਾਂ ਦੱਸਾਂਗਾ, ਜੋ ਉਨਾਂ ਦੇ ਪੁੱਤਰ ਨੇਮਾਜ਼ਿਰ ਨੇ ਕਈ ਸਾਲ ਪਹਿਲਾਂ ਨਿਨੇਵੇ ਵਿੱਚ ਮੈਨੂੰ ਦੱਸੀਆਂ ਸਨ, ਜਦੋਂ ਮੈਂ ਛੋਟਾ ਸੀ।''

''ਮੇਰੇ ਮਾਲਕ ਅਤੇ ਮੈਂ ਨੇਮਾਜ਼ਿਰ ਦੇ ਮਹੱਲ ਵਿੱਚ ਦੇਰ ਰਾਤ ਤੱਕ ਰੁਕੇ ਸਾਂ। ਮੈਂ ਸੁੰਦਰ ਕਾਲੀਨਾਂ ਦੇ ਵੱਡੇ ਬੰਡਲ ਲਿਆਉਣ ਵਿੱਚ ਆਪਣੇ ਮਾਲਕ ਦੀ ਮਦਦ ਕਰ ਰਿਹਾ ਸੀ। ਨੇਮਾਜ਼ਿਰ ਨੇ ਹਰ ਕਾਲੀਨ ਨੂੰ ਪਰਖਿਆ, ਜਦੋਂ ਤੱਕ ਕਿ ਉਹ ਰੰਗਾਂ ਦੀ ਚੋਣ ਨਾਲ ਪੂਰੀ ਤਰ੍ਹਾਂ ਸੰਤੁਸ਼ਟ ਨਹੀਂ ਹੋ ਗਿਆ। ਆਖਰਕਾਰ ਉਹ ਬਹੁਤ ਖੁਸ਼ ਹੋਇਆ ਅਤੇ ਉਸ ਨੇ ਸਾਨੂੰ ਆਪਣੇ ਕੋਲ ਬਿਠਾ ਲਿਆ। ਉਸ ਨੇ ਸਾਨੂੰ ਬਹੁਤ ਦੁਰਲੱਭ ਅਤੇ ਖੁਸ਼ਬੂਦਾਰ ਸ਼ਰਾਬ

ਪਿਲਾਈ, ਜਿਸ ਨੂੰ ਪੀਣ ਤੋਂ ਬਾਅਦ ਮੇਰੇ ਢਿੱਡ ਵਿੱਚ ਗਰਮੀ ਹੋ ਗਈ, ਕਿਉਂਕਿ ਮੇਰੇ ਢਿੱਡ ਨੂੰ ਅਜਿਹੇ ਪੀਣ ਵਾਲੇ ਪਦਾਰਥ ਦੀ ਆਦਤ ਨਹੀਂ ਸੀ।''

''ਫਿਰ ਉਸ ਨੇ ਸਾਨੂੰ ਆਪਣੇ ਪਿਤਾ ਅਰਕਾਦ ਦੀ ਸਮਝਦਾਰੀ ਦੀ ਉਹ ਕਹਾਣੀ ਸੁਣਾਈ, ਜੋ ਮੈਂ ਤੁਹਾਨੂੰ ਸੁਣਾਉਣ ਜਾ ਰਿਹਾ ਹਾਂ।''

ਜਿਵੇਂ ਦੀ ਪਰੰਪਰਾ ਹੈ, ਬੇਬੀਲੋਨ ਵਿੱਚ ਦੌਲਤਮੰਦ ਪਿਉ ਦੇ ਪੁੱਤਰ ਹਮੇਸ਼ਾ ਉਨ੍ਹਾਂ ਨਾਲ ਰਹਿੰਦੇ ਹਨ ਅਤੇ ਉਨ੍ਹਾਂ ਦੀ ਜਾਇਦਾਦ ਵਿਰਾਸਤ ਵਿੱਚ ਪਾਉਣ ਦੀ ਉਮੀਦ ਕਰਦੇ ਹਨ। ਅਰਕਾਦ ਨੂੰ ਇਹ ਢੰਗ ਪਸੰਦ ਨਹੀਂ ਸੀ। ਇਸ ਲਈ ਨੋਮਾਜ਼ਿਰ ਦੇ ਜਵਾਨ ਹੋਣ 'ਤੇ ਅਰਕਾਦ ਨੇ ਉਸ ਨੂੰ ਕਿਹਾ :

''ਮੇਰੇ ਪੁੱਤਰ, ਮੇਰੀ ਇਹ ਇੱਛਾ ਹੈ ਕਿ ਤੁਸੀਂ ਮੇਰੀ ਜਾਇਦਾਦ ਦੇ ਵਾਰਸ ਬਣੋ। ਪਰ ਪਹਿਲਾਂ ਤੁਹਾਨੂੰ ਇਹ ਸਾਬਤ ਕਰਨਾ ਹੋਵੇਗਾ ਕਿ ਤੁਸੀਂ ਸਮਝਦਾਰੀ ਨਾਲ ਇਸ ਨੂੰ ਸੰਭਾਲ ਸਕਦੇ ਹੋ। ਇਸ ਲਈ ਮੈਂ ਚਾਹੁੰਦਾ ਹਾਂ ਕਿ ਤੁਸੀਂ ਦੁਨੀਆ ਵਿੱਚ ਬਾਹਰ ਨਿਕਲੋ ਅਤੇ ਪੈਸਾ ਕਮਾਉਣ ਅਤੇ ਲੋਕਾਂ ਵਿਚਕਾਰ ਸਨਮਾਨ ਪਾਉਣ ਦੀ ਆਪਣੀ ਯੋਗਤਾ ਨੂੰ ਸਾਬਤ ਕਰੋ।''

''ਤੁਹਾਨੂੰ ਚੰਗੀ ਸ਼ੁਰੂਆਤ ਕਰਨ ਲਈ ਮੈਂ ਦੋ ਚੀਜ਼ਾਂ ਦਿੰਦਾ ਹਾਂ, ਜੋ ਮੈਨੂੰ ਨਹੀਂ ਸਨ ਮਿਲੀਆਂ। ਜਦੋਂ ਮੈਂ ਪੈਸਾ ਇਕੱਠਾ ਕਰਨਾ ਸ਼ੁਰੂ ਕੀਤਾ ਸੀ, ਉਦੋਂ ਮੈਂ ਬਹੁਤ ਗਰੀਬ ਸੀ।''

''ਸਭ ਤੋਂ ਪਹਿਲਾਂ ਤਾਂ ਮੈਂ ਤੈਨੂੰ ਸੋਨੇ ਦੀਆਂ ਮੋਹਰਾਂ ਨਾਲ ਭਰੀ ਥੈਲੀ ਦਿੰਦਾ ਹਾਂ। ਜੇਕਰ ਤੁਸੀਂ ਇਸ ਦੀ ਸਮਝਦਾਰੀ ਨਾਲ ਵਰਤੋਂ ਕਰੋਗੇ, ਤਾਂ ਇਹ ਤੁਹਾਡੀ ਭਵਿੱਖੀ ਸਫਲਤਾ ਦੀ ਨੀਂਹ ਬਣ ਜਾਵੇਗੀ।''

''ਦੂਜੀ ਗੱਲ, ਮੈਂ ਤੈਨੂੰ ਇਹ ਮਿੱਟੀ ਦੀਆਂ ਤਖ਼ਤੀਆਂ ਦਿੰਦਾ ਹਾਂ, ਜਿਸ ਵਿੱਚ ਪੈਸੇ ਦੇ ਪੰਜ ਨਿਯਮ ਲਿਖੇ ਹਨ। ਜੇਕਰ ਤੁਸੀਂ ਇਨ੍ਹਾਂ ਨਿਯਮਾਂ ਅਨੁਸਾਰ ਚੱਲੋਗੇ, ਤਾਂ ਮੈਂ ਤੈਨੂੰ ਆਪਣੀ ਜਾਇਦਾਦ ਦਾ ਵਾਰਿਸ ਬਣਾ ਦਿਆਂਗਾ। ਨਹੀਂ ਤਾਂ, ਮੈਂ ਇਹ ਜਾਇਦਾਦ ਪੰਡਤਾਂ ਨੂੰ ਦਾਨ ਕਰ ਦਿਆਂਗਾ, ਤਾਂ ਕਿ ਉਹ ਮੇਰੀ ਆਤਮਾ ਦੀ ਸ਼ਾਂਤੀ ਲਈ ਦੇਵੀ-ਦੇਵਤਿਆਂ ਅੱਗੇ ਅਰਜ਼ੀ ਲਗਾਉਣ।''

''ਇਸ ਤਰ੍ਹਾਂ ਨੋਮਾਜ਼ਿਰ ਜ਼ਿੰਦਗੀ ਵਿੱਚ ਕੁਝ ਕਰ ਦਿਖਾਉਣ ਲਈ ਚੱਲ ਪਿਆ। ਉਸ ਨੇ ਪੈਸੇ ਦੀ ਥੈਲੀ ਅਤੇ ਮਿੱਟੀ ਦੀਆਂ ਤਖ਼ਤੀਆਂ ਨੂੰ ਰੇਸ਼ਮੀ ਕੱਪੜੇ ਵਿੱਚ ਲਪੇਟ ਲਿਆ। ਫਿਰ ਉਹ ਘੋੜੇ 'ਤੇ ਬੈਠ ਕੇ ਆਪਣੇ ਨੌਕਰ ਨਾਲ ਯਾਤਰਾ ਲਈ ਤੁਰ ਪਿਆ।''

''ਦਸ ਸਾਲ ਬੀਤ ਗਏ ਅਤੇ ਜਿਵੇਂ ਤੈਅ ਹੋਇਆ ਸੀ, ਨੋਮਾਜ਼ਿਰ ਆਪਣੇ ਪਿਉ ਦੇ ਘਰ ਵਾਪਸ ਆਇਆ। ਉਸ ਦੇ ਆਉਣ ਦੀ ਖੁਸ਼ੀ ਵਿੱਚ ਉਸ ਦੇ ਪਿਤਾ ਨੇ ਵਧੀਆ ਦਾਅਵਤ ਦਿੱਤੀ ਸੀ, ਜਿਸ ਵਿੱਚ ਕਈ ਰਿਸ਼ਤੇਦਾਰਾਂ ਅਤੇ ਦੋਸਤਾਂ ਨੂੰ ਬੁਲਾਇਆ ਗਿਆ ਸੀ। ਜਸ਼ਨ ਖਤਮ ਹੋਣ ਤੋਂ ਬਾਅਦ ਨੋਮਾਜ਼ਿਰ ਦੇ ਮਾਤਾ-ਪਿਤਾ ਵੱਡੇ ਹਾਲ ਵਿੱਚ ਇੱਕ ਪਾਸੇ ਸਿੰਘਾਸਨ ਵਰਗੀ ਕੁਰਸੀ 'ਤੇ ਬੈਠੇ ਅਤੇ ਨੋਮਾਜ਼ਿਰ ਉਨ੍ਹਾਂ ਦੇ ਸਾਹਮਣੇ ਖੜ੍ਹਾ ਹੋ ਕੇ ਆਪਣੇ ਤਜਰਬੇ ਸੁਣਾਉਣ ਲੱਗਾ, ਜਿਵੇਂ ਉਸ ਨੇ ਆਪਣੇ ਪਿਤਾ ਨਾਲ ਵਾਅਦਾ ਕੀਤਾ ਸੀ।''

''ਰਾਤ ਹੋ ਚੁੱਕੀ ਸੀ। ਕਮਰੇ ਵਿੱਚ ਤੇਲ ਦੇ ਦੀਵੇ ਦਾ ਧੁੰਆਂ ਭਰਿਆ ਹੋਇਆ ਸੀ। ਰੋਸ਼ਨੀ ਘੱਟ ਸੀ। ਸਫੈਦ ਜੈਕਟ ਪਾਈ ਨੈਕਰ ਖਜੂਰ ਦੇ ਲੰਮੇ ਪੱਤਿਆਂ ਨਾਲ ਹਵਾ ਝੱਲ ਰਹੇ ਸਨ। ਪੂਰੇ ਨਜ਼ਾਰੇ ਵਿੱਚ ਸ਼ਾਹੀ ਠਾਠ ਸੀ। ਨੈਮਾਜ਼ਿਰ ਦੀ ਪਤਨੀ ਅਤੇ ਉਸ ਦੇ ਦੋ ਛੋਟੇ ਪੁੱਤਰ, ਪਰਿਵਾਰ ਦੇ ਦੋਸਤਾਂ ਅਤੇ ਰਿਸ਼ਤੇਦਾਰਾਂ ਨਾਲ ਕਾਲੀਨਾਂ 'ਤੇ ਬੈਠੇ ਸਨ। ਉਹ ਸਾਰੇ ਨੈਮਾਜ਼ਿਰ ਦੀਆਂ ਗੱਲਾਂ ਸੁਣਨ ਲਈ ਬੇਤਾਬ ਸਨ।''

ਨੈਮਾਜ਼ਿਰ ਨੇ ਕਿਹਾ, ''ਪਿਤਾ ਜੀ, ਮੈਂ ਤੁਹਾਡੀ ਸਮਝ ਅੱਗੇ ਸਿਰ ਝੁਕਾਉਂਦਾ ਹਾਂ। ਦਸ ਸਾਲ ਪਹਿਲਾਂ ਜਦੋਂ ਮੈਂ ਨੈਜਵਾਨੀ ਦੀ ਦਹਿਲੀਜ਼ 'ਤੇ ਖੜ੍ਹਾ ਸੀ, ਤਾਂ ਤੁਸੀਂ ਮੈਨੂੰ ਕਿਹਾ ਸੀ ਕਿ ਮੈਂ ਬਾਹਰ ਨਿਕਲਾਂ ਅਤੇ ਮਰਦ ਬਣ ਕੇ ਦਿਖਾਵਾਂ, ਬਜਾਏ ਇਸ ਦੇ ਕਿ ਮੈਂ ਤੁਹਾਡੀ ਦੌਲਤ ਵਿਰਾਸਤ ਵਿੱਚ ਮਿਲਣ ਦਾ ਇੰਤਜ਼ਾਰ ਕਰਦਾ ਰਹਾਂ।''

''ਤੁਸੀਂ ਮੈਨੂੰ ਕਾਫੀ ਪੈਸਾ ਦਿੱਤਾ ਸੀ। ਤੁਸੀਂ ਮੈਨੂੰ ਕਾਫੀ ਗਿਆਨ ਵੀ ਦਿੱਤਾ ਸੀ। ਜਿੱਥੇ ਤੱਕ ਪੈਸੇ ਦਾ ਸਵਾਲ ਹੈ, ਮੈਂ ਇਹ ਸਵੀਕਾਰ ਕਰਦਾ ਹਾਂ ਕਿ ਮੈਂ ਉਸ ਨੂੰ ਠੀਕ ਤਰ੍ਹਾਂ ਸੰਭਾਲ ਨਹੀਂ ਸਕਿਆ। ਸੱਚ ਤਾਂ ਇਹ ਹੈ ਕਿ ਮੈਨੂੰ ਤਜਰਬਾ ਨਾ ਹੋਣ ਕਰਕੇ ਹੱਥਾਂ ਵਿੱਚੋਂ ਪੈਸਾ ਉਸੇ ਤਰ੍ਹਾਂ ਨਿਕਲ ਗਿਆ, ਜਿਵੇਂ ਜੰਗਲੀ ਖਰਗੋਸ਼ ਪਹਿਲਾ ਮੌਕਾ ਮਿਲਦਿਆਂ ਹੀ ਉਸ ਨੂੰ ਫੜਨ ਵਾਲੇ ਬੱਚੇ ਦੇ ਹੱਥਾਂ ਵਿੱਚੋਂ ਨਿਕਲ ਭੱਜਦਾ ਹੈ।''

ਪਿਉ ਨੇ ਹੱਸਦੇ ਹੋਏ ਕਿਹਾ, 'ਅੱਗੇ ਕਹੋ ਪੁੱਤਰ, ਤੁਡਾਹੀ ਕਹਾਣੀ ਬਹੁਤ ਦਿਲਚਸਪ ਹੈ।'

'ਮੈਂ ਨਿਨੇਵੇ ਜਾਣ ਦਾ ਫੈਸਲਾ ਕੀਤਾ, ਕਿਉਂਕਿ ਉਸ ਸ਼ਹਿਰ ਵਿੱਚ ਤਰੱਕੀ ਦੀਆਂ ਸੰਭਾਵਨਾਵਾਂ ਜ਼ਿਆਦਾ ਦਿਖਾਈ ਦੇ ਰਹੀਆਂ ਸਨ। ਮੈਨੂੰ ਯਕੀਨ ਸੀ ਕਿ ਮੈਨੂੰ ਉੱਥੇ ਬਹੁਤ ਸਾਰੇ ਮੌਕੇ ਮਿਲਣਗੇ। ਮੈਂ ਇੱਕ ਕਾਰਵਾਂ ਵਿੱਚ ਸ਼ਾਮਿਲ ਹੋ ਗਿਆ ਅਤੇ ਉਸ ਵਿੱਚ ਮੇਰੇ ਬਹੁਤ ਸਾਰੇ ਦੋਸਤ ਬਣ ਗਏ। ਉਨ੍ਹਾਂ ਵਿੱਚੋਂ ਦੋ ਮਿੱਠੇ ਬੋਲਣ ਵਾਲੇ ਲੋਕ ਵੀ ਸਨ, ਜਿਨ੍ਹਾਂ ਕੋਲ ਸਫੈਦ ਘੋੜਾ ਸੀ, ਜਿਹੜਾ ਹਵਾ ਦੇ ਨਾਲ ਗੱਲਾਂ ਕਰਦਾ ਸੀ।'

''ਯਾਤਰਾ ਦੌਰਾਨ ਉਨ੍ਹਾਂ ਨੇ ਮੈਨੂੰ ਵਿਸ਼ਵਾਸ ਵਿੱਚ ਲੈ ਕੇ ਦੱਸਿਆ ਕਿ ਨਿਨੇਵੇ ਵਿੱਚ ਇੱਕ ਅਮੀਰ ਆਦਮੀ ਹੈ, ਜਿਸ ਕੋਲ ਏਨਾ ਤੇਜ਼ ਘੋੜਾ ਹੈ ਕਿ ਉਹ ਕਦੇ ਹਾਰਦਾ ਨਹੀਂ ਹੈ। ਉਸ ਦੇ ਮਾਲਕ ਨੂੰ ਯਕੀਨ ਹੈ ਕਿ ਦੁਨੀਆ ਦਾ ਕੋਈ ਘੋੜਾ ਉਸ ਨਾਲੋਂ ਤੇਜ਼ ਨਹੀਂ ਭੱਜ ਸਕਦਾ। ਉਹ ਲੋਕ ਆਪਣੀ ਰਕਮ ਨੂੰ ਦਾਅ 'ਤੇ ਲਗਾਉਣ ਜਾ ਰਹੇ ਹਨ ਕਿ ਉਹ ਘੋੜਾ ਬੇਬੀਲੋਨ ਦੇ ਸਾਰੇ ਘੋੜਿਆਂ ਨਾਲੋਂ ਤੇਜ਼ ਭੱਜ ਸਕਦਾ ਹੈ। ਮੇਰੇ ਦੋਸਤਾਂ ਨੇ ਕਿਹਾ ਕਿ ਉਸ ਘੋੜੇ ਸਾਹਮਣੇ ਉਨ੍ਹਾਂ ਦਾ ਘੋੜਾ ਇੱਕ ਕਮਜ਼ੋਰ ਖੱਚਰ ਹੈ, ਜਿਸ ਨੂੰ ਬਹੁਤ ਆਸਾਨੀ ਨਾਲ ਹਰਾਇਆ ਜਾ ਸਕਦਾ ਹੈ।''

''ਉਨ੍ਹਾਂ ਨੇ ਮੇਰੇ 'ਤੇ ਕਿਰਪਾ ਕਰਦੇ ਹੋਏ ਮੈਨੂੰ ਵੀ ਉਸ ਦਾਅ ਵਿੱਚ ਹਿੱਸੇਦਾਰ ਬਣਾ ਲਿਆ। ਮੈਂ ਇਸ ਯੋਜਨਾ 'ਤੇ ਮੋਹਿਤ ਸੀ।''

''ਸਾਡਾ ਘੋੜਾ ਬੁਰੀ ਤਰ੍ਹਾਂ ਹਾਰ ਗਿਆ ਅਤੇ ਮੈਂ ਆਪਣਾ ਬਹੁਤਾ ਪੈਸਾ ਗੁਆ ਲਿਆ।'' ਇਹ ਸੁਣ ਕੇ ਅਰਕਾਦ ਨੂੰ ਹਾਸਾ ਆ ਗਿਆ। ''ਬਾਅਦ ਵਿੱਚ ਮੈਨੂੰ ਪਤਾ ਲੱਗਾ

ਕਿ ਉਹ ਉਨ੍ਹਾਂ ਧੋਖੇਬਾਜ਼ਾਂ ਦੀ ਚਲਾਕੀ ਵਾਲੀ ਯੋਜਨਾ ਸੀ ਅਤੇ ਉਹ ਲਗਾਤਾਰ ਕਾਰਵਾਂ ਵਿੱਚ ਆਪਣੇ ਸ਼ਿਕਾਰ ਦੀ ਤਲਾਸ਼ ਵਿੱਚ ਯਾਤਰਾ ਕਰਦੇ ਹਨ। ਨਿਨੇਵੇ ਦਾ ਇਹ ਆਦਮੀ ਉਨ੍ਹਾਂ ਦਾ ਭਾਈਵਾਲ ਸੀ ਅਤੇ ਉਹ ਲੋਕ ਦਾਅ 'ਤੇ ਲਗਾਏ ਪੈਸੇ ਨੂੰ ਆਪਸ ਵਿੱਚ ਵੰਡ ਲੈਂਦੇ ਸਨ। ਇਸ ਚਾਲਬਾਜ਼ੀ ਨੇ ਮੈਨੂੰ ਜਾਗਰੂਕ ਰਹਿਣ ਦਾ ਪਹਿਲਾ ਸਬਕ ਸਿਖਾਇਆ।''

''ਛੇਤੀ ਹੀ ਮੈਨੂੰ ਇੱਕ ਹੋਰ ਏਨਾ ਹੀ ਕੌੜਾ ਤਜਰਬਾ ਹੋਣ ਵਾਲਾ ਸੀ। ਕਾਰਵਾਂ ਵਿੱਚ ਇੱਕ ਹੋਰ ਮੇਰਾ ਦੋਸਤ ਬਣ ਗਿਆ ਸੀ। ਉਸ ਦੇ ਮਾਤਾ-ਪਿਤਾ ਅਮੀਰ ਸਨ ਅਤੇ ਉਹ ਵੀ ਮੇਰੇ ਵਾਂਗ ਵਪਾਰ ਕਰਨ ਲਈ ਨਿਨੇਵੇ ਜਾ ਰਿਹਾ ਸੀ। ਸਾਡੇ ਪਹੁੰਚਣ ਤੋਂ ਕੁਝ ਸਮਾਂ ਬਾਅਦ ਹੀ ਉਸ ਨੇ ਮੈਨੂੰ ਦੱਸਿਆ ਕਿ ਇੱਕ ਵਪਾਰੀ ਦੀ ਮੌਤ ਹੋ ਗਈ ਹੈ, ਜਿਸ ਕਾਰਨ ਉਸ ਦੀ ਦੁਕਾਨ ਵਿੱਚ ਭਰਿਆ ਸਾਰਾ ਸਾਮਾਨ ਅਤੇ ਉਸ ਦੀ ਦੁਕਾਨ ਦਾ ਨਾਂਅ ਬਹੁਤ ਘੱਟ ਕੀਮਤ 'ਤੇ ਮਿਲ ਰਿਹਾ ਹੈ। ਉਸ ਨੇ ਕਿਹਾ ਕਿ ਅਸੀਂ ਬਰਾਬਰ ਦੇ ਹਿੱਸੇਦਾਰ ਹੋਵਾਂਗੇ, ਪਰ ਪਹਿਲਾਂ ਉਸ ਨੂੰ ਬੇਬੀਲੋਨ ਜਾ ਕੇ ਪੈਸਾ ਲਿਆਉਣਾ ਪਵੇਗਾ। ਉਸ ਨੇ ਮੈਨੂੰ ਰਾਜ਼ੀ ਕਰ ਲਿਆ ਕਿ ਮੈਂ ਆਪਣੇ ਪੈਸੇ ਨਾਲ ਉਸ ਦੁਕਾਨ ਨੂੰ ਖਰੀਦ ਲਵਾਂ ਅਤੇ ਉਹ ਬਾਅਦ ਵਿੱਚ ਜਾ ਕੇ ਆਪਣੇ ਹਿੱਸੇ ਦਾ ਪੈਸਾ ਲੈ ਆਵੇਗਾ। ਕਿਉਂਕਿ ਦੁਕਾਨ ਵਿੱਚ ਬਾਅਦ ਵਿੱਚ ਵੀ ਪੈਸੇ ਦੀ ਲੋੜ ਪੈਣੀ ਸੀ, ਇਸ ਲਈ ਮੈਂ ਇਸ ਵਾਸਤੇ ਤਿਆਰ ਹੋ ਗਿਆ।''

''ਉਹ ਬੇਬੀਲੋਨ ਜਾਣ ਲਈ ਟਾਲਮਟੋਲ ਕਰਦਾ ਰਿਹਾ। ਕਾਫੀ ਸਮਾਂ ਬੀਤ ਗਿਆ। ਇਸ ਦੌਰਾਨ ਉਸ ਨੇ ਇਹ ਸਾਬਤ ਕਰ ਦਿੱਤਾ ਕਿ ਉਸ ਵਿੱਚ ਖਰੀਦਣ ਅਤੇ ਖਰਚ ਕਰਨ ਦੀ ਸਮਝ ਨਹੀਂ ਸੀ। ਮੈਂ ਉਸ ਨੂੰ ਆਖਰਕਾਰ ਬਾਹਰ ਕੱਢ ਦਿੱਤਾ, ਪਰ ਉਦੋਂ ਤੱਕ ਵਪਾਰ ਦੀ ਹਾਲਤ ਏਨੀ ਖਰਾਬ ਹੋ ਚੁੱਕੀ ਸੀ ਕਿ ਸਾਡੇ ਕੋਲ ਸਿਰਫ ਇਹੀ ਸਾਮਾਨ ਬਚਿਆ ਸੀ, ਜੋ ਵਿਕ ਨਹੀਂ ਸੀ ਸਕਦਾ। ਬਚੇ ਹੋਏ ਸਾਮਾਨ ਨੂੰ ਮੈਂ ਇਜ਼ਰਾਈਲ ਦੇ ਇੱਕ ਵਿਅਕਤੀ ਨੂੰ ਬਹੁਤ ਹੀ ਸਸਤੀ ਮੁੱਲ 'ਤੇ ਵੇਚ ਦਿੱਤਾ।''

''ਪਿਤਾ ਜੀ, ਜਲਦੀ ਹੀ ਮੇਰੇ ਮਾੜੇ ਦਿਨ ਸ਼ੁਰੂ ਹੋ ਗਏ। ਮੈਂ ਨੌਕਰੀ ਦੀ ਤਲਾਸ਼ ਕੀਤੀ, ਜੋ ਮੈਨੂੰ ਨਹੀਂ ਮਿਲੀ, ਕਿਉਂਕਿ ਮੇਰੇ ਕੋਲ ਕੋਈ ਅਜਿਹਾ ਕੋਈ ਗਿਆਨ ਜਾਂ ਸਿਖਲਾਈ ਨਹੀਂ ਸੀ, ਜਿਸ ਦੁਆਰਾ ਮੈਂ ਕਮਾ ਸਕਦਾ। ਮੈਂ ਆਪਣੇ ਘੋੜੇ ਵੇਚ ਦਿੱਤੇ। ਮੈਂ ਆਪਣਾ ਗੁਲਾਮ ਵੇਚ ਦਿੱਤਾ। ਮੈਂ ਆਪਣੇ ਵਾਧੂ ਕੱਪੜਿਆਂ ਨੂੰ ਵੀ ਵੇਚ ਦਿੱਤਾ, ਤਾਂ ਕਿ ਮੈਨੂੰ ਭੋਜਨ ਅਤੇ ਸੌਣ ਦੀ ਥਾਂ ਮਿਲ ਸਕੇ, ਪਰ ਹਰ ਦਿਨ ਗਰੀਬੀ ਮੇਰੇ ਨੇੜੇ ਆਉਂਦੀ ਜਾ ਰਹੀ ਸੀ।''

''ਪਰ ਉਨ੍ਹਾਂ ਦੁੱਖ ਵਾਲੇ ਦਿਨਾਂ ਵਿੱਚ ਵੀ ਮੈਨੂੰ ਯਾਦ ਰਿਹਾ ਕਿ ਤੁਹਾਨੂੰ ਮੇਰੇ 'ਤੇ ਵਿਸ਼ਵਾਸ ਸੀ। ਤੁਸੀਂ ਮੈਨੂੰ ਮਰਦ ਬਣਨ ਲਈ ਭੇਜਿਆ ਸੀ ਅਤੇ ਮੈਂ ਮਰਦ ਬਣਨ ਲਈ ਸੰਕਲਪਵਾਨ ਸੀ।'' ਨੋਮਾਜ਼ਿਰ ਦੀ ਮਾਂ ਨੇ ਦੋਵੇਂ ਹੱਥਾਂ ਨਾਲ ਆਪਣਾ ਚਿਹਰਾ ਲੁਕਾ ਲਿਆ ਅਤੇ ਰੋਣ ਲੱਗੀ।

''ਉਸ ਸਮੇਂ ਮੈਨੂੰ ਤੁਹਾਡਾ ਦਿੱਤਾ ਹੋਇਆ ਮਿੱਟੀ ਦਾ ਭਾਂਡਾ ਯਾਦ ਆਇਆ, ਜਿਸ 'ਤੇ ਧਨ ਦੇ ਪੰਜ ਨਿਜਮ ਲਿਖੇ ਸਨ। ਮੈਂ ਤੁਹਾਡੀ ਸਮਝਦਾਰੀ ਦੇ ਸ਼ਬਦਾਂ ਨੂੰ ਬਹੁਤ ਧਿਆਨ ਨਾਲ ਪੜ੍ਹਿਆ। ਉਨ੍ਹਾਂ ਨੂੰ ਪੜ੍ਹਨ ਤੋਂ ਬਾਅਦ ਮੈਨੂੰ ਅਹਿਸਾਸ ਹੋ ਗਿਆ ਕਿ ਜੇਕਰ ਮੈਂ ਇਨ੍ਹਾਂ

ਸਮਝਦਾਰੀ ਵਾਲੇ ਸ਼ਬਦਾਂ ਨੂੰ ਪਹਿਲਾਂ ਪੜ੍ਹ ਲਿਆ ਹੁੰਦਾ, ਤਾਂ ਮੇਰਾ ਪੈਸਾ ਨਾ ਡੁੱਬਦਾ। ਮੈਂ ਹਰ ਨਿਯਮ ਯਾਦ ਕਰ ਲਿਆ ਅਤੇ ਇਹ ਸੰਕਲਪ ਕੀਤਾ ਕਿ ਜਦੋਂ ਕਿਸਮਤ ਦੀ ਦੇਵੀ ਮੇਰੇ 'ਤੇ ਮਿਹਰਬਾਨ ਹੋਵੇਗੀ, ਤਾਂ ਮੈਂ ਜਵਾਨੀ ਦੇ ਨਾਤਜਰਬੇ ਕਾਰਨ ਨਹੀਂ, ਸਗੋਂ ਉਮਰ ਦੀ ਬੁੱਧੀ ਨਾਲ ਆਪਣੀ ਦਿਸ਼ਾ ਤੈਅ ਕਰਾਂਗਾ।''

ਅੱਜ ਰਾਤ ਜਿਹੜੇ ਲੋਕ ਇੱਥੇ ਬੈਠੇ ਹਨ, ਉਨ੍ਹਾਂ ਦੇ ਲਾਭ ਲਈ ਮੈਂ ਆਪਣੇ ਪਿਤਾ ਦੇ ਸਮਝਦਾਰੀ ਵਾਲੇ ਨਿਯਮਾਂ ਨੂੰ ਪੜ੍ਹਨਾ ਚਾਹਾਂਗਾ, ਜੋ ਉਨ੍ਹਾਂ ਨੇ ਮੈਨੂੰ ਦਸ ਸਾਲ ਪਹਿਲਾਂ ਮਿੱਟੀ ਦੇ ਭਾਂਡੇ ਵਿਚ ਲਿਖੇ ਸਨ :

ਪੈਸੇ ਦੇ ਪੰਜ ਨਿਯਮ

1. ਪੈਸਾ ਉਸ ਵਿਅਕਤੀ ਕੋਲ ਖੁਸ਼ੀ-ਖੁਸ਼ੀ ਆਉਂਦਾ ਹੈ ਅਤੇ ਵੱਡੀ ਮਾਤਰਾ ਵਿੱਚ ਆਉਂਦਾ ਹੈ, ਜੋ ਆਪਣੀ ਆਮਦਨ ਦਾ ਘੱਟੋ-ਘੱਟ ਦਸਵੇਂ ਹਿੱਸੇ ਦੀ ਵਰਤੋਂ ਆਪਣੇ ਅਤੇ ਪਰਿਵਾਰ ਦੇ ਭਵਿੱਖ ਲਈ ਜਾਇਦਾਦ ਬਣਾਉਣ ਵਿੱਚ ਕਰਦਾ ਹੈ।

2. ਪੈਸਾ ਉਸ ਸਮਝਦਾਰ ਮਾਲਕ ਲਈ ਜ਼ਿਆਦਾ ਮਿਹਨਤ ਕਰਦਾ ਹੈ, ਜੋ ਉਸ ਲਈ ਲਾਭਕਾਰੀ ਕੰਮ ਲੱਭਦਾ ਹੈ। ਇਹ ਪਸ਼ੂਆਂ ਵਾਂਗ ਤੇਜ਼ੀ ਨਾਲ ਵਧਦਾ ਹੈ।

3. ਪੈਸਾ ਉਸ ਸਾਵਧਾਨ ਮਾਲਕ ਦੀ ਸੰਭਾਲ ਵਿੱਚ ਰਹਿੰਦਾ ਹੈ, ਜੋ ਇਸ ਦਾ ਨਿਵੇਸ਼ ਸਿਰਫ ਸਮਝਦਾਰ ਲੋਕਾਂ ਦੀ ਸਲਾਹ ਨਾਲ ਕਰਦਾ ਹੈ।

4. ਪੈਸਾ ਉਸ ਵਿਅਕਤੀ ਤੋਂ ਦੂਰ ਚਲਾ ਜਾਂਦਾ ਹੈ, ਜੋ ਇਸ ਦਾ ਨਿਵੇਸ਼ ਉਨ੍ਹਾਂ ਵਪਾਰਾਂ ਜਾਂ ਉਦੇਸ਼ਾਂ ਲਈ ਕਰਦਾ ਹੈ, ਜਿਨ੍ਹਾਂ ਤੋਂ ਉਹ ਜਾਣੂ ਨਹੀਂ ਹਨ ਜਾਂ ਜਿਨ੍ਹਾਂ ਦੀ ਪਾਲਣਾ ਸਮਝਦਾਰ ਲੋਕ ਨਹੀਂ ਕਰਦੇ।

5. ਪੈਸਾ ਉਸ ਵਿਅਕਤੀ ਤੋਂ ਦੂਰ ਚਲਾ ਜਾਂਦਾ ਹੈ, ਜੋ ਇਸ ਰਾਹੀਂ ਅਸੰਭਵ ਆਮਦਨ ਹਾਸਲ ਕਰਨਾ ਚਾਹੁੰਦਾ ਹੈ ਜਾਂ ਜੋ ਚਾਲਬਾਜ਼ ਲੋਕਾਂ ਦੀ ਲੁਭਾਉਣੀ ਸਲਾਹ ਮੰਨਦੇ ਹਨ ਜਾਂ ਜੋ ਇਸ ਨੂੰ ਆਪਣੇ ਤਜਰਬੇ ਦੀ ਘਾਟ ਨਾਲ ਅਤੇ ਰੁਮਾਨੀ ਇੱਛਾਵਾਂ ਅਧੀਨ ਨਿਵੇਸ਼ ਕਰਦਾ ਹੈ।

''ਇਹ ਪੈਸੇ ਦੇ ਪੰਜ ਨਿਯਮ ਹਨ, ਜੋ ਮੇਰੇ ਪਿਤਾ ਜੀ ਨੇ ਲਿਖੇ ਸਨ। ਮੈਂ ਉਨ੍ਹਾਂ ਨੂੰ ਸੋਨੇ ਤੋਂ ਵੀ ਬਹੁਤਾ ਮੁੱਲਵਾਨ ਮੰਨਦਾ ਹਾਂ, ਜਿਵੇਂ ਮੈਂ ਤੁਹਾਨੂੰ ਅੱਗੇ ਦੀ ਕਹਾਣੀ ਵਿੱਚ ਦੱਸਾਂਗਾ।''

ਉਹ ਇੱਕ ਵਾਰ ਫਿਰ ਆਪਣੇ ਪਿਉ ਵੱਲ ਮੁੜਿਆ, ''ਮੈਂ ਤੁਹਾਨੂੰ ਦੱਸਿਆ ਹੈ ਕਿ ਆਪਣੇ ਤਜਰਬੇ ਦੀ ਘਾਟ ਕਾਰਨ ਮੈਂ ਗਰੀਬੀ ਅਤੇ ਨਿਰਾਸ਼ਾ ਦੀ ਡੂੰਘਾਈ ਵਿੱਚ ਪਹੁੰਚ ਗਿਆ ਸੀ।''

''ਖੈਰ, ਮੁਸੀਬਤਾਂ ਦੀ ਕੋਈ ਲੜੀ ਅਜਿਹੀ ਨਹੀਂ ਹੁੰਦੀ, ਜੋ ਕਦੇ ਖਤਮ ਨਾ ਹੋਵੇ। ਮੇਰੀਆਂ ਮੁਸੀਬਤਾਂ ਦਾ ਦੌਰ ਵੀ ਆਖਰਕਾਰ ਉਦੋਂ ਖਤਮ ਹੋਇਆ, ਜਦੋਂ ਮੈਨੂੰ ਇੱਕ ਨੌਕਰੀ ਮਿਲ ਗਈ। ਮੈਨੂੰ ਸ਼ਹਿਰ ਦੀ ਨਵੀਂ ਬਾਹਰੀ ਦੀਵਾਰ 'ਤੇ ਕੰਮ ਕਰਨ ਵਾਲੇ ਗੁਲਾਮਾਂ ਦਾ ਮੈਨੇਜਰ ਬਣਾ ਦਿੱਤਾ ਗਿਆ।''

''ਪੈਸੇ ਦੇ ਪਹਿਲੇ ਨਿਯਮ ਦੇ ਗਿਆਨ ਦਾ ਲਾਭ ਉਠਾਉਂਦੇ ਹੋਏ ਮੈਂ ਆਪਣੀ ਪਹਿਲੀ ਆਮਦਨ ਵਿੱਚੋਂ ਦਸਵਾਂ ਹਿੱਸਾ ਭਾਵ ਤਾਂਬੇ ਦਾ ਇੱਕ ਸਿੱਕਾ ਬਚਾ ਲਿਆ ਅਤੇ ਮੌਕਾ ਮਿਲਦੇ ਹੀ ਇਸ ਵਿੱਚ ਸਿੱਕੇ ਜੋੜਦਾ ਰਿਹਾ, ਜਦੋਂ ਤੱਕ ਕਿ ਇਹ ਚਾਂਦੀ ਦੇ ਸਿੱਕੇ ਵਿੱਚ ਨਹੀਂ ਬਦਲ ਗਏ। ਇਹ ਬਹੁਤ ਹੌਲੀ ਕੰਮ ਸੀ, ਕਿਉਂਕਿ ਇਨਸਾਨ ਨੂੰ ਜਿਉਂਦਾ ਰਹਿਣ ਲਈ ਖਰਚ ਕਰਨਾ ਪੈਂਦਾ ਹੈ। ਮੈਂ ਬਹੁਤ ਕੰਜੂਸੀ ਨਾਲ ਖਰਚ ਕੀਤਾ, ਕਿਉਂਕਿ ਮੈਂ ਇਹ ਵਚਨ ਲੈ ਚੁੱਕਾ ਸੀ ਕਿ ਦਸ ਸਾਲ ਬਾਅਦ ਮੈਂ ਤੁਹਾਨੂੰ ਓਨਾ ਪੈਸਾ ਵਾਪਸ ਕਰ ਦਿਆਂਗਾ, ਜਿੰਨਾ ਤੁਸੀਂ ਮੈਨੂੰ ਦਿੱਤਾ ਸੀ।''

''ਗੁਲਾਮਾਂ ਦੇ ਮਾਲਕ ਨਾਲ ਮੇਰੀ ਦੋਸਤੀ ਹੋ ਗਈ। ਇੱਕ ਦਿਨ ਉਸ ਨੇ ਮੈਨੂੰ ਕਿਹਾ, 'ਤੁਸੀਂ ਇੱਕ ਕਿਫਾਇਤੀ ਨੌਜਵਾਨ ਹੋ, ਆਪਣੀ ਕਮਾਈ ਨੂੰ ਉਡਾਉਂਦੇ ਨਹੀਂ। ਕੀ ਤੁਹਾਡੇ ਕੋਲ ਅਜਿਹਾ ਧਨ ਹੈ, ਜੋ ਕੰਮ ਨਾ ਆ ਰਿਹਾ ਹੋਵੇ?''

ਮੈਂ ਜਵਾਬ ਦਿੱਤਾ, ''ਹਾਂ, ਮੇਰੀ ਸਭ ਤੋਂ ਵੱਡੀ ਇੱਛਾ ਇਹੀ ਹੈ ਕਿ ਮੈਂ ਓਨਾ ਪੈਸਾ ਕਮਾ ਲਵਾਂ, ਜਿੰਨਾ ਮੇਰੇ ਪਿਤਾ ਜੀ ਨੇ ਮੈਨੂੰ ਦਿੱਤਾ ਸੀ, ਪਰ ਜਿਸ ਨੂੰ ਮੈਂ ਆਪਣੀ ਬੇਵਕੂਫੀ ਨਾਲ ਗੁਆ ਦਿੱਤਾ ਹੈ।''

''ਇਹ ਬਹੁਤ ਚੰਗੀ ਇੱਛਾ ਹੈ! ਪਰ ਕੀ ਤੁਸੀਂ ਜਾਣਦੇ ਹੋ ਕਿ ਤੁਸੀਂ ਜਿੰਨਾ ਧਨ ਬਚਾਇਆ ਹੈ, ਉਹ ਤੁਹਾਡੇ ਲਈ ਮਿਹਨਤ ਕਰਕੇ ਹੋਰ ਜ਼ਿਆਦਾ ਪੈਸਾ ਕਮਾ ਸਕਦਾ ਹੈ?''

''ਇਸ ਮਾਮਲੇ ਵਿੱਚ ਮੇਰਾ ਤਜਰਬਾ ਮਾੜਾ ਰਿਹਾ ਹੈ, ਕਿਉਂਕਿ ਮੇਰੇ ਪਿਤਾ ਦਾ ਦਿੱਤਾ ਧਨ ਮੇਰੇ ਤੋਂ ਦੂਰ ਚਲਾ ਗਿਆ ਹੈ ਅਤੇ ਮੈਨੂੰ ਡਰ ਹੈ ਕਿ ਕਿਤੇ ਮੇਰੀ ਬੱਚਤ ਦਾ ਵੀ ਇਹੀ ਹਾਲ ਨਾ ਹੋਵੇ।''

ਉਸ ਨੇ ਜਵਾਬ ਦਿੱਤਾ, ''ਜੇਕਰ ਤੁਹਾਨੂੰ ਮੇਰੇ 'ਤੇ ਭਰੋਸਾ ਹੋਵੇ, ਤਾਂ ਮੈਂ ਤੁਹਾਨੂੰ ਪੈਸੇ ਦੇ ਲਾਭਕਾਰੀ ਪ੍ਰਬੰਧਨ ਬਾਰੇ ਇੱਕ ਸਬਕ ਸਿਖਾਉਣਾ ਚਾਹਾਂਗਾ। ਇੱਕ ਸਾਲ ਵਿੱਚ ਸ਼ਹਿਰ ਦੀ ਬਾਹਰਲੀ ਕੰਧ ਪੂਰੀ ਬਣ ਜਾਵੇਗੀ ਅਤੇ ਸ਼ਹਿਰ ਵਿੱਚ ਦਾਖਲ ਹੋਣ ਵਾਲੇ ਦਰਵਾਜ਼ੇ 'ਤੇ ਲਗਾਉਣ ਲਈ ਕਾਂਸੇ ਦੇ ਵੱਡੇ ਦਰਵਾਜ਼ਿਆਂ ਦੀ ਲੋੜ ਹੋਵੇਗੀ, ਤਾਂ ਕਿ ਸ਼ਹਿਰ ਦੁਸ਼ਮਣਾਂ ਤੋਂ ਸੁਰੱਖਿਅਤ ਰਹੇ। ਇਨ੍ਹਾਂ ਦਰਵਾਜ਼ਿਆਂ ਨੂੰ ਬਣਾਉਣ ਲਈ ਨਿਨੇਵੇ ਵਿੱਚ ਲੋੜੀਂਦੀ ਧਾਤ ਨਹੀਂ ਹੈ ਅਤੇ ਰਾਜਾ ਨੇ ਇਸ ਬਾਰੇ ਵਿੱਚ ਸੋਚਿਆ ਵੀ ਨਹੀਂ। ਮੇਰੀ ਯੋਜਨਾ ਹੈ ਕਿ ਅਸੀਂ ਲੋਕ ਆਪਣਾ ਪੈਸਾ ਇਕੱਠਾ ਕਰਕੇ ਤਾਂਬੇ ਤੇ ਟੀਨ ਦੀਆਂ ਖਦਾਨਾਂ ਤੱਕ ਭੇਜੀਏ, ਜੋ ਬਹੁਤ ਦੂਰ ਹਨ। ਉੱਥੇ ਅਸੀਂ ਨਿਨੇਵੇ ਦੇ ਦਰਵਾਜ਼ਿਆਂ ਲਈ ਧਾਤ ਮੰਗਵਾਈਏ। ਜਦੋਂ ਰਾਜਾ ਕਹੇਗਾ, 'ਵੱਡੇ ਦਰਵਾਜ਼ੇ ਲਗਾਓ', ਤਾਂ ਸਿਰਫ ਸਾਡੇ ਕੋਲ ਹੀ ਓਨੀ ਧਾਤ ਹੋਵੇਗੀ, ਜਿਸ ਨਾਲ

ਦਰਵਾਜ਼ੇ ਬਣ ਸਕਣ। ਇਸ ਦੇ ਬਦਲੇ ਵਿੱਚ ਰਾਜਾ ਸਾਨੂੰ ਉੱਚਾ ਮੁੱਲ ਦੇਵੇਗਾ। ਅਤੇ ਜੇਕਰ ਅਸੀਂ ਇਹ ਮੰਨ ਵੀ ਲਈਏ ਕਿ ਰਾਜਾ ਸਾਡੇ ਕੋਲੋਂ ਧਾਤ ਨਹੀਂ ਖਰੀਦੇਗਾ, ਤਾਂ ਵੀ ਸਾਡੇ ਕੋਲ ਧਾਤ ਤਾਂ ਰਹੇਗੀ ਹੀ, ਜਿਸ ਨੂੰ ਅਸੀਂ ਉੱਚੇ ਮੁੱਲ 'ਤੇ ਵੇਚ ਸਕਦੇ ਹਾਂ।'

ਨੇਮਾਜ਼ਿਰ ਨੇ ਕਿਹਾ, 'ਉਸ ਦੇ ਪ੍ਰਸਤਾਵ ਵਿੱਚ ਮੈਨੂੰ ਤੀਜੇ ਨਿਯਮ ਦੀ ਝਲਕ ਦਿਖਾਈ ਦਿੱਤੀ। ਤੀਜੇ ਨਿਯਮ ਅਨੁਸਾਰ ਆਪਣੀ ਬੱਚਤ ਦਾ ਨਿਵੇਸ਼ ਸਮਝਦਾਰ ਲੋਕਾਂ ਦੇ ਰਾਹ ਦਿਖਾਉਣ ਅਨੁਸਾਰ ਕਰਨਾ ਚਾਹੀਦਾ ਹੈ। ਅਜਿਹਾ ਕਰਨ ਤੋਂ ਬਾਅਦ ਮੈਂ ਨਿਰਾਸ਼ ਨਹੀਂ ਹੋਇਆ। ਸਾਡੀ ਯੋਜਨਾ ਸਫਲ ਹੋਈ ਅਤੇ ਉਸ ਸੌਦੇ ਦੀ ਸਫਲਤਾ ਤੋਂ ਬਾਅਦ ਮੇਰਾ ਛੋਟਾ ਜਿਹਾ ਖਜ਼ਾਨਾ ਵੱਡਾ ਖਜ਼ਾਨਾ ਬਣ ਗਿਆ।'

ਬਾਅਦ ਵਿੱਚ ਇਸ ਸਮੂਹ ਨੇ ਮੈਨੂੰ ਹੋਰ ਨਿਵੇਸ਼ਾਂ ਵਿੱਚ ਵੀ ਭਾਈਵਾਲ ਬਣਾ ਲਿਆ। ਉਹ ਲੋਕ ਧਨ ਦੇ ਲਾਭਕਾਰੀ ਪ੍ਰਬੰਧਨ ਵਿੱਚ ਤੇਜ਼ ਸਨ। ਕੋਈ ਵੀ ਕੰਮ ਕਰਨ ਤੋਂ ਪਹਿਲਾਂ ਉਹ ਬਹੁਤ ਸਾਵਧਾਨੀ ਨਾਲ ਯੋਜਨਾ ਬਣਾਉਂਦੇ ਸਨ। ਉਹ ਇਸ ਗੱਲ ਦਾ ਧਿਆਨ ਰੱਖਦੇ ਸਨ ਕਿ ਉਨ੍ਹਾਂ ਦੇ ਮੂਲਧਨ 'ਤੇ ਥੋੜ੍ਹੀ ਜਿਹੀ ਵੀ ਆਂਚ ਨਾ ਆਵੇ। ਉਹ ਅਜਿਹੇ ਨਿਵੇਸ਼ਾਂ ਵਿੱਚ ਹੱਥ ਨਹੀਂ ਸਨ ਪਾਉਂਦੇ, ਜਿਥੇ ਉਨ੍ਹਾਂ ਦਾ ਪੈਸਾ ਵਾਪਸ ਨਾ ਆ ਸਕੇ। ਘੋੜੇ ਦੀ ਦੌੜ ਜਾਂ ਦੁਕਾਨ ਵਿੱਚ ਭਾਈਵਾਲੀ ਵਰਗੀਆਂ ਮੂਰਖਤਾਪੂਰਨ ਚੀਜ਼ਾਂ 'ਤੇ ਜਿਨ੍ਹਾਂ ਵਿੱਚ ਆਪਣੇ ਤਜਰਬੇ ਦੀ ਘਾਟ ਕਾਰਨ ਹੱਥ ਪਾਇਆ ਸੀ, ਉਹ ਵਿਚਾਰ ਵੀ ਨਹੀਂ ਸੀ ਕਰਦੇ। ਜੇਕਰ ਮੈਂ ਉਨ੍ਹਾਂ ਦੇ ਸੰਪਰਕ ਵਿੱਚ ਆਉਣ ਤੋਂ ਬਾਅਦ ਇਹ ਕੰਮ ਕੀਤੇ ਹੁੰਦੇ, ਤਾਂ ਉਨ੍ਹਾਂ ਨੇ ਮੈਨੂੰ ਫੌਰਨ ਇਨ੍ਹਾਂ ਦੇ ਖਤਰੇ ਦੱਸ ਦਿੱਤੇ ਹੁੰਦੇ।

ਇਨ੍ਹਾਂ ਲੋਕਾਂ ਦੇ ਸੰਪਰਕ ਵਿੱਚ ਆਉਣ ਨਾਲ ਮੈਂ ਪੈਸੇ ਦਾ ਸੁਰੱਖਿਅਤ ਅਤੇ ਲਾਭਕਾਰੀ ਨਿਵੇਸ਼ ਕਰਨਾ ਸਿੱਖ ਲਿਆ। ਸਮਾਂ ਬੀਤਣ ਨਾਲ ਮੇਰਾ ਖਜ਼ਾਨਾ ਵਧਿਆ ਅਤੇ ਤੇਜ਼ੀ ਨਾਲ ਵਧਿਆ। ਮੈਂ ਨਾ ਸਿਰਫ ਆਪਣਾ ਗੁਆਇਆ ਪੈਸਾ ਦੁਬਾਰਾ ਕਮਾ ਲਿਆ, ਸਗੋਂ ਮੈਂ ਉਸ ਤੋਂ ਬਹੁਤ ਜ਼ਿਆਦਾ ਕਮਾਇਆ।

''ਪਿਤਾ ਜੀ, ਮੇਰੀ ਬਦਕਿਸਮਤੀ, ਪਰੇਸ਼ਾਨੀਆਂ ਅਤੇ ਅਸਫਲਤਾਵਾਂ ਦੁਆਰਾ ਮੈਂ ਵਾਰ-ਵਾਰ ਪੈਸੇ ਦੇ ਪੰਜ ਨਿਯਮਾਂ ਦੀ ਸਮਝ ਨੂੰ ਪਰਖਿਆ ਹੈ ਅਤੇ ਉਹ ਹਰ ਇਮਤਿਹਾਨ ਵਿੱਚ ਖਰੇ ਉੱਤਰੇ ਹਨ। ਜਿਨ੍ਹਾਂ ਵਿਅਕਤੀਆਂ ਨੂੰ ਪੈਸੇ ਦੇ ਇਨ੍ਹਾਂ ਪੰਜ ਨਿਯਮਾਂ ਦਾ ਗਿਆਨ ਨਹੀਂ, ਉਨ੍ਹਾਂ ਕੋਲ ਪੈਸਾ ਉਂਝ ਤਾਂ ਆਉਂਦਾ ਹੀ ਨਹੀਂ ਅਤੇ ਆਉਂਦਾ ਵੀ ਹੈ, ਤਾਂ ਛੇਤੀ ਹੀ ਚਲਾ ਜਾਂਦਾ ਹੈ। ਪਰ ਜੋ ਇਨ੍ਹਾਂ ਪੰਜ ਨਿਯਮਾਂ ਦੀ ਪਾਲਣਾ ਕਰਦੇ ਹਨ, ਉਨ੍ਹਾਂ ਕੋਲ ਪੈਸਾ ਆਉਂਦਾ ਹੈ ਅਤੇ ਉਨ੍ਹਾਂ ਦੇ ਵਫ਼ਾਦਾਰ ਗੁਲਾਮਾਂ ਵਾਂਗ ਕੰਮ ਕਰਦਾ ਹੈ।''

ਨੇਮਾਜ਼ਿਰ ਨੇ ਬੋਲਣਾ ਬੰਦ ਕਰ ਦਿੱਤਾ ਅਤੇ ਕਮਰੇ ਪਿੱਛੇ ਖੜ੍ਹੇ ਗੁਲਾਮ ਨੂੰ ਇਸ਼ਾਰਾ ਕੀਤਾ। ਗੁਲਾਮ ਇੱਕ-ਇੱਕ ਕਰਕੇ ਚਮੜੇ ਦੇ ਤਿੰਨ ਥੈਲੇ ਲੈ ਕੇ ਆਇਆ। ਨੇਮਾਜ਼ਿਰ ਨੇ ਉਨ੍ਹਾਂ ਵਿੱਚੋਂ ਇੱਕ ਨੂੰ ਚੁੱਕ ਕੇ ਆਪਣੇ ਪਿਤਾ ਦੇ ਸਾਹਮਣੇ ਰੱਖਿਆ ਅਤੇ ਕਿਹਾ:

''ਤੁਸੀਂ ਮੈਨੂੰ ਸੋਨੇ ਦੀ ਇੱਕ ਥੈਲੀ ਦਿੱਤੀ ਸੀ, ਜਿਸ ਵਿੱਚ ਬੇਬੀਲੋਨ ਦਾ ਸੋਨਾ ਸੀ। ਉਸ ਦੇ ਬਦਲੇ ਵਿੱਚ ਮੈਂ ਤੁਹਾਨੂੰ ਉਨੇ ਹੀ ਭਾਰ ਦੀ ਨਿਨੇਵੇ ਦੇ ਸੋਨੇ ਦੀ ਥੈਲੀ ਵਾਪਸ ਕਰ

ਰਿਹਾ ਹਾਂ। ਸਾਰੇ ਲੋਕ ਇਹ ਗੱਲ ਮੰਨਣਗੇ ਕਿ ਇਹ ਬਿਲਕੁਲ ਬਰਾਬਰੀ ਦਾ ਸੌਦਾ ਹੈ।''

''ਤੁਸੀਂ ਮੈਨੂੰ ਸਮਝਦਾਰੀ ਨਾਲ ਭਰਿਆਂ ਮਿੱਟੀ ਦੀਆਂ ਤਖ਼ਤੀਆਂ ਦਿੱਤੀਆਂ ਸਨ। ਉਸ ਦੇ ਬਦਲੇ ਮੈਂ ਤੁਹਾਨੂੰ ਸੋਨੇ ਦੀਆਂ ਦੋ ਥੈਲੀਆਂ ਵਾਪਸ ਕਰ ਰਿਹਾ ਹਾਂ।'' ਇਹ ਕਹਿੰਦੇ ਹੋਏ ਉਸ ਨੇ ਗੁਲਾਮ ਤੋਂ ਦੋ ਥੈਲੀਆਂ ਲਈਆਂ ਅਤੇ ਉਹ ਵੀ ਆਪਣੇ ਪਿਤਾ ਦੇ ਸਾਹਮਣੇ ਭੁੰਜੇ ਰੱਖ ਦਿੱਤੀਆਂ।

''ਪਿਤਾ ਜੀ, ਇਸ ਤਰ੍ਹਾਂ ਮੈਂ ਤੁਹਾਡੇ ਸਾਹਮਣੇ ਇਹ ਸਾਬਤ ਕਰ ਰਿਹਾ ਹਾਂ ਕਿ ਮੈਂ ਤੁਹਾਡੀ ਸਮਝਦਾਰੀ ਨੂੰ ਆਪਣੇ ਪੈਸੇ ਨਾਲੋਂ ਜ਼ਿਆਦਾ ਮੁੱਲਵਾਨ ਮੰਨਦਾ ਹਾਂ। ਖ਼ੈਰ, ਸਮਝਦਾਰੀ ਦੀ ਕੀਮਤ ਨੂੰ ਸੋਨੇ ਦੀਆਂ ਥੈਲੀਆਂ ਨਾਲ ਨਹੀਂ ਤੋਲਿਆ ਜਾ ਸਕਦਾ। ਬੁੱਧੀ ਨਾ ਹੋਵੇ, ਤਾਂ ਪੈਸਾ ਅਮੀਰ ਵਿਅਕਤੀ ਤੋਂ ਵੀ ਛੇਤੀ ਹੀ ਦੂਰ ਚਲਾ ਜਾਂਦਾ ਹੈ। ਪਰ ਸਮਝਦਾਰੀ ਹੋਣ 'ਤੇ ਗਰੀਬ ਆਦਮੀ ਵੀ ਪੈਸਾ ਹਾਸਲ ਕਰ ਸਕਦਾ ਹੈ, ਜਿਵੇਂ ਸੋਨੇ ਦੀਆਂ ਮੋਹਰਾਂ ਨਾਲ ਭਰੀਆਂ ਇਨ੍ਹਾਂ ਤਿੰਨ ਥੈਲੀਆਂ ਤੋਂ ਸਾਬਤ ਹੁੰਦਾ ਹੈ।''

''ਪਿਤਾ ਜੀ, ਮੈਨੂੰ ਤੁਹਾਡੇ ਸਾਹਮਣੇ ਖੜ੍ਹੇ ਹੋ ਕੇ ਇਹ ਕਹਿਣ ਵਿੱਚ ਬਹੁਤ ਸੰਤੁਸ਼ਟੀ ਹੋ ਰਹੀ ਹੈ ਕਿ ਤੁਹਾਡੀ ਸਮਝਦਾਰੀ ਕਾਰਨ ਮੈਂ ਅਮੀਰ ਅਤੇ ਸਨਮਾਨਿਤ ਬਣਨ ਵਿੱਚ ਸਫਲ ਹੋਇਆ।''

ਪਿਉ ਨੇ ਨੋਮਾਜ਼ਿਰ ਦੇ ਸਿਰ 'ਤੇ ਆਪਣਾ ਹੱਥ ਰੱਖਿਆ ਅਤੇ ਕਿਹਾ, ''ਤੁਸੀਂ ਆਪਣਾ ਸਬਕ ਚੰਗੀ ਤਰ੍ਹਾਂ ਸਿੱਖ ਲਿਆ ਹੈ ਅਤੇ ਮੈਂ ਖ਼ੁਸ਼ਕਿਸਮਤ ਹਾਂ, ਜੋ ਮੈਨੂੰ ਏਨਾ ਕਾਬਲ ਪੁੱਤਰ ਮਿਲਿਆ ਹੈ। ਹੁਣ ਮੈਂ ਤੈਨੂੰ ਆਪਣੇ ਪੈਸੇ ਦੇ ਸਕਦਾ ਹਾਂ।''

ਕਾਲਾਬਾਬ ਨੇ ਆਪਣੀ ਕਹਾਣੀ ਖਤਮ ਕੀਤੀ ਅਤੇ ਲੋਕਾਂ ਵੱਲ ਦੇਖਿਆ।

ਉਸ ਨੇ ਪੁੱਛਿਆ, ''ਨੋਮਾਜ਼ਿਰ ਦੀ ਕਹਾਣੀ ਤੋਂ ਤੁਸੀਂ ਕੀ ਸਿੱਖਿਆ?''

''ਤੁਹਾਡੇ ਵਿੱਚੋਂ ਕਿਹੜਾ ਆਪਣੇ ਪਿਤਾ ਜਾਂ ਸਹੁਰੇ ਕੋਲ ਜਾ ਕੇ ਆਪਣੀ ਆਮਦਨੀ ਦੇ ਬੁੱਧੀ ਨਾਲ ਪ੍ਰਬੰਧਨ ਦਾ ਹਿਸਾਬ ਦੇ ਸਕਦਾ ਹੈ?''

ਇਹ ਸਨਮਾਨਿਤ ਲੋਕ ਕੀ ਸੋਚਣਗੇ, ਜੇਕਰ ਤੁਸੀਂ ਇਹ ਕਹੋਗੇ, ''ਮੈਂ ਕਾਫੀ ਯਾਤਰਾ ਕੀਤੀ ਹੈ, ਕਾਫੀ ਕੁਝ ਸਿੱਖਿਆ ਹੈ, ਕਾਫੀ ਮਿਹਨਤ ਕੀਤੀ ਹੈ ਅਤੇ ਕਾਫੀ ਕਮਾਇਆ ਹੈ, ਪਰ ਮੈਂ ਬਹੁਤਾ ਪੈਸਾ ਬਚਾ ਨਹੀਂ ਸਕਿਆ। ਕੁਝ ਪੈਸਾ ਮੈਂ ਸਮਝਦਾਰੀ ਨਾਲ ਖਰਚ ਕੀਤਾ, ਕੁਝ ਮੂਰਖਤਾ ਨਾਲ ਅਤੇ ਬਾਕੀ ਮੈਂ ਨਾਸਮਝੀ ਵਿੱਚ ਗੁਆ ਦਿੱਤਾ।''

''ਕੀ ਤੁਸੀਂ ਹੁਣ ਵੀ ਸੋਚਦੇ ਹੋ ਕਿ ਇਹ ਕਿਸਮਤ ਦੀ ਖੇਡ ਹੈ ਕਿ ਕੁਝ ਲੋਕਾਂ ਕੋਲ ਬਹੁਤ ਪੈਸਾ ਹੁੰਦਾ ਹੈ, ਜਦੋਂ ਕਿ ਬਾਕੀਆਂ ਕੋਲ ਬਿਲਕੁਲ ਵੀ ਨਹੀਂ ਹੁੰਦਾ? ਜੇਕਰ ਤੁਸੀਂ ਅਜਿਹਾ ਸੋਚਦੇ ਹੋ, ਤਾਂ ਤੁਸੀਂ ਗਲਤ ਸੋਚਦੇ ਹੋ।''

'''ਲੋਕਾਂ ਕੋਲ ਪੈਸਾ ਉਦੋਂ ਆਉਂਦਾ ਹੈ, ਜਦੋਂ ਉਹ ਪੈਸੇ ਦੇ ਇਨ੍ਹਾਂ ਪੰਜ ਨਿਯਮਾਂ ਨੂੰ ਜਾਣਦੇ ਹਨ ਅਤੇ ਉਨ੍ਹਾਂ ਦੀ ਪਾਲਣਾ ਕਰਦੇ ਹਨ।''

''ਕਿਉਂਕਿ ਮੈਂ ਜਵਾਨੀ ਵਿੱਚ ਇਹ ਪੰਜ ਨਿਯਮ ਸਿੱਖ ਲਏ ਸਨ ਅਤੇ ਉਨ੍ਹਾਂ ਦੀ ਪਾਲਣਾ ਕਰਨ ਲੱਗ ਗਿਆ ਸੀ, ਇਸ ਲਈ ਮੈਂ ਪੂਰਾ ਵਪਾਰੀ ਬਣ ਗਿਆ। ਮੈਂ ਆਪਣਾ ਪੈਸਾ ਜਾਦੂ ਨਾਲ ਇਕੱਠਾ ਨਹੀਂ ਕੀਤਾ।''

''ਛੇਤੀ ਆਉਣ ਵਾਲਾ ਪੈਸਾ ਛੇਤੀ ਹੀ ਚਲਾ ਜਾਂਦਾ ਹੈ।''

''ਤੁਹਾਡੇ ਮਾਲਕ ਨੂੰ ਖੁਸ਼ੀ ਅਤੇ ਸੰਤੁਸ਼ਟੀ ਦੇਣ ਵਾਲਾ ਸਥਾਈ ਪੈਸਾ ਹੌਲੀ-ਹੌਲੀ ਆਉਂਦਾ ਹੈ, ਕਿਉਂਕਿ ਇਹ ਗਿਆਨ ਅਤੇ ਪੱਕੇ ਸੰਕਲਪ ਦੀ ਸੰਤਾਨ ਹੁੰਦੀ ਹੈ।''

''ਪੈਸਾ ਕਮਾਉਣਾ ਵਿਚਾਰਸ਼ੀਲ ਵਿਅਕਤੀ ਲਈ ਇੱਕ ਹਲਕਾ ਬੋਝ ਹੁੰਦਾ ਹੈ। ਇਸ ਬੋਝ ਨੂੰ ਲਗਾਤਾਰ ਹਰ ਸਾਲ ਚੁੱਕ ਕੇ ਉਹ ਆਪਣੇ ਆਖਰੀ ਉਦੇਸ਼ ਨੂੰ ਹਾਸਲ ਕਰ ਲੈਂਦਾ ਹੈ।''

''ਮੈਂ ਤੁਹਾਨੂੰ ਇਨਾਮ ਵਿੱਚ ਸੋਨੇ ਦੇ ਪੰਜ ਨਿਯਮ ਦਿੰਦਾ ਹਾਂ, ਜਿਨ੍ਹਾਂ ਦੀ ਤੁਹਾਨੂੰ ਪਾਲਣਾ ਕਰਨਾ ਚਾਹੀਦੀ ਹੈ।''

''ਇਨ੍ਹਾਂ ਪੰਜ ਨਿਯਮਾਂ ਵਿੱਚ ਹਰ ਇੱਕ ਦਾ ਡੂੰਘਾ ਅਰਥ ਹੈ। ਹੋ ਸਕਦਾ ਹੈ ਕਿ ਤੁਸੀਂ ਕਹਾਣੀ ਸੁਣਦੇ ਸਮੇਂ ਇਸ ਦੇ ਡੂੰਘੇ ਅਰਥ ਨੂੰ ਨਜ਼ਰਅੰਦਾਜ਼ ਕਰ ਦਿੱਤਾ ਹੋਵੇ, ਇਸ ਲਈ ਮੈਂ ਸਾਰੇ ਨਿਯਮਾਂ ਨੂੰ ਦੁਹਰਾਵਾਂਗਾ। ਮੈਨੂੰ ਇਹ ਨਿਯਮ ਚੰਗੀ ਤਰ੍ਹਾਂ ਯਾਦ ਹਨ, ਕਿਉਂਕਿ ਮੈਂ ਆਪਣੀ ਜਵਾਨੀ ਵਿੱਚ ਉਨ੍ਹਾਂ ਦਾ ਮਹੱਤਵ ਸਮਝ ਲਿਆ ਸੀ ਅਤੇ ਮੈਂ ਉਦੋਂ ਤੱਕ ਚੈਨ ਨਾਲ ਨਹੀਂ ਬੈਠਿਆ, ਜਦੋਂ ਤੱਕ ਕਿ ਉਹ ਮੈਨੂੰ ਪੂਰੀ ਤਰ੍ਹਾਂ ਯਾਦ ਨਹੀਂ ਹੋ ਗਏ।''

ਪੈਸੇ ਦਾ ਪਹਿਲਾ ਨਿਯਮ

ਪੈਸਾ ਉਸ ਇਨਸਾਨ ਕੋਲ ਖੁਸ਼ੀ-ਖੁਸ਼ੀ ਆਉਂਦਾ ਹੈ ਅਤੇ ਵੱਡੀ ਮਾਤਰਾ ਵਿੱਚ ਆਉਂਦਾ ਹੈ, ਜੋ ਆਪਣੀ ਆਮਦਨ ਦੇ ਘੱਟੋ-ਘੱਟ ਦਸਵੇਂ ਹਿੱਸੇ ਦੀ ਵਰਤੋਂ ਆਪਣੇ ਅਤੇ ਆਪਣੇ ਪਰਿਵਾਰ ਦੇ ਭਵਿੱਖ ਲਈ ਜਾਇਦਾਦ ਬਣਾਉਣ ਲਈ ਕਰਦਾ ਹੈ।

''ਜਿਹੜਾ ਇਨਸਾਨ ਆਪਣੀ ਆਮਦਨ ਦਾ ਦਸਵਾਂ ਹਿੱਸਾ ਲਗਾਤਾਰ ਬਚਾਉਂਦਾ ਹੈ ਅਤੇ ਉਸ ਦਾ ਸਮਝਦਾਰੀ ਨਾਲ ਨਿਵੇਸ਼ ਕਰਦਾ ਹੈ, ਉਹ ਜਲਦੀ ਹੀ ਵੱਡੀ ਜਾਇਦਾਦ ਬਣਾ ਲਵੇਗਾ, ਜਿਸ ਨਾਲ ਭਵਿੱਖ ਵਿੱਚ ਉਸ ਨੂੰ ਆਮਦਨ ਹੁੰਦੀ ਰਹੇਗੀ ਅਤੇ ਜਿਹੜਾ ਉਸ ਦੀ ਮੌਤ ਦੀ ਹਾਲਤ ਵਿੱਚ ਉਸ ਦੇ ਪਰਿਵਾਰ ਦੀ ਸੁਰੱਖਿਆ ਦੀ ਗਾਰੰਟੀ ਹੋਵੇਗੀ। ਇਹ ਨਿਯਮ ਕਹਿੰਦਾ ਹੈ ਕਿ ਪੈਸਾ ਹਮੇਸ਼ਾ ਅਜਿਹੇ ਇਨਸਾਨ ਕੋਲ ਖੁਸ਼ੀ-ਖੁਸ਼ੀ ਆਉਂਦਾ ਹੈ। ਮੈਂ ਆਪਣੀ ਜ਼ਿੰਦਗੀ ਵਿੱਚ ਇਸ ਦਾ ਸਬੂਤ ਕਈ ਵਾਰ ਦੇਖ ਚੁੱਕਾ ਹਾਂ। ਮੈਂ ਜਿੰਨਾ ਜ਼ਿਆਦਾ ਪੈਸਾ ਇਕੱਠਾ ਕਰਦਾ ਹਾਂ, ਇਹ ਮੇਰੇ ਕੋਲ ਓਨੀ ਹੀ ਜ਼ਿਆਦਾ ਮਾਤਰਾ ਵਿੱਚ ਅਤੇ ਜ਼ਿਆਦਾ ਤੇਜ਼ੀ ਨਾਲ ਆਉਂਦਾ ਹੈ। ਜਿਹੜਾ ਪੈਸਾ ਮੈਂ ਬਚਾਉਂਦਾ ਹਾਂ, ਉਹ ਹੋਰ ਜ਼ਿਆਦਾ ਕਮਾਈ ਕਰਦਾ ਹੈ, ਜਿਸ

ਤਰ੍ਹਾਂ ਤੁਹਾਡਾ ਵੀ ਕਰੇਗਾ। ਨਿਵੇਸ਼ ਨਾਲ ਮਿਲਣ ਵਾਲੇ ਵਿਆਜ ਦਾ ਦੁਬਾਰਾ ਨਿਵੇਸ਼ ਕਰਨ 'ਤੇ ਤੁਸੀਂ ਹੋਰ ਜ਼ਿਆਦਾ ਕਮਾਉਗੇ। ਇਹੀ ਪਹਿਲੇ ਨਿਯਮ ਦਾ ਸਾਰ ਹੈ।''

ਪੈਸੇ ਦਾ ਦੂਜਾ ਨਿਯਮ

ਪੈਸਾ ਉਸ ਸਮਝਦਾਰ ਮਾਲਕ ਲਈ ਖੂਬ ਮਿਹਨਤ ਕਰਦਾ ਹੈ, ਜਿਹੜਾ ਇਸ ਲਈ ਲਾਭਕਾਰੀ ਕੰਮ ਲੱਭਦਾ ਹੈ। ਇਹ ਪਸ਼ੂਆਂ ਵਾਂਗ ਤੇਜ਼ੀ ਨਾਲ ਵਧਦਾ ਹੈ।

''ਸੱਚਮੁੱਚ ਪੈਸਾ ਇੱਕ ਇੱਛੁਕ ਸੇਵਕ ਹੈ। ਇਹ ਮੌਕਾ ਮਿਲਦੇ ਹੀ ਕਈ ਗੁਣਾ ਹੋਣ ਲਈ ਹਮੇਸ਼ਾ ਤਿਆਰ ਰਹਿੰਦਾ ਹੈ। ਜਿਹੜਾ ਵੀ ਧਨ ਨੂੰ ਵੱਡੀ ਮਾਤਰਾ ਵਿੱਚ ਇਕੱਠਾ ਕਰ ਲੈਂਦਾ ਹੈ, ਉਸ ਨੂੰ ਇਸ ਦੀ ਸਭ ਤੋਂ ਜ਼ਿਆਦਾ ਲਾਭਕਾਰੀ ਵਰਤੋਂ ਦਾ ਮੌਕਾ ਮਿਲਦਾ ਹੈ। ਸਮਾਂ ਬੀਤਣ ਨਾਲ ਧਨ ਹੈਰਾਨੀਜਨਕ ਤੇਜ਼ੀ ਨਾਲ ਕਈ ਗੁਣਾ ਹੋ ਜਾਂਦਾ ਹੈ।''

ਪੈਸੇ ਦਾ ਤੀਜਾ ਨਿਯਮ

ਪੈਸੇ ਉਸ ਜਾਗਰੂਕ ਮਾਲਕ ਦੇ ਸੰਰੱਖਿਅਣ ਵਿੱਚ ਰਹਿੰਦਾ ਹੈ, ਜਿਹੜਾ ਇਸ ਦਾ ਨਿਵੇਸ਼ ਸਿਰਫ ਸਮਝਦਾਰ ਲੋਕਾਂ ਦੀ ਸਲਾਹ ਨਾਲ ਕਰਦਾ ਹੈ।

''ਪੈਸੇ ਜਾਗਰੂਕ ਮਾਲਕ ਦੇ ਸੰਰੱਖਿਅਣ ਵਿੱਚ ਵਧਦਾ ਹੈ ਅਤੇ ਲਾਪਰਵਾਹ ਮਾਲਕ ਤੋਂ ਦੂਰ ਭੱਜਦਾ ਹੈ। ਜਿਹੜਾ ਇਨਸਾਨ ਪੈਸੇ ਦੇ ਪ੍ਰਬੰਧਨ ਵਿੱਚ ਸਮਝਦਾਰ ਲੋਕਾਂ ਦੀ ਸਲਾਹ ਲੈਂਦਾ ਹੈ, ਉਹ ਜਲਦੀ ਹੀ ਇਹ ਸਿੱਖ ਲੈਂਦਾ ਹੈ ਕਿ ਆਪਣੇ ਪੈਸੇ ਨੂੰ ਜੋਖਮ ਵਿੱਚ ਪਾਉਣ ਦੀ ਥਾਂ ਉਸ ਨੂੰ ਸੁਰੱਖਿਅਤ ਰੱਖਣ ਅਤੇ ਲਗਾਤਾਰ ਵਧਦੇ ਦੇਖਣ ਵਿੱਚ ਹੀ ਸੱਚੀ ਖੁਸ਼ੀ ਹੈ।''

ਪੈਸੇ ਦਾ ਚੌਥਾ ਨਿਯਮ

ਪੈਸੇ ਉਸ ਇਨਸਾਨ ਤੋਂ ਦੂਰ ਚਲਾ ਜਾਂਦਾ ਹੈ, ਜਿਹੜਾ ਇਸ ਦਾ ਨਿਵੇਸ਼ ਉਨ੍ਹਾਂ ਵਪਾਰਾਂ ਜਾਂ ਉਦੇਸ਼ਾਂ ਲਈ ਕਰਦਾ ਹੈ, ਜਿਨ੍ਹਾਂ ਤੋਂ ਉਹ ਜਾਣੂ ਨਹੀਂ ਹੈ ਜਾਂ ਜਿਨ੍ਹਾਂ ਦੀ ਪਾਲਣਾ ਸਮਝਦਾਰ ਲੋਕ ਨਹੀਂ ਕਰਦੇ।

''ਜਿਸ ਇਨਸਾਨ ਕੋਲ ਪੈਸਾ ਤਾਂ ਹੁੰਦਾ ਹੈ, ਪਰ ਉਹ ਇਸ ਨੂੰ ਸੰਭਾਲਣਾ ਨਹੀਂ ਜਾਣਦਾ, ਉਸ ਨੂੰ ਬਹੁਤ ਸਾਰੇ ਲਾਭਕਾਰੀ ਸੌਦੇ ਨਜ਼ਰ ਆਉਂਦੇ ਹਨ। ਆਮ ਤੌਰ 'ਤੇ ਉਨ੍ਹਾਂ ਵਿੱਚ ਪੈਸਾ ਗੁਆਉਣ ਦਾ ਜੋਖਮ ਹੁੰਦਾ ਹੈ। ਸਮਝਦਾਰ ਇਨਸਾਨਾਂ ਅਨੁਸਾਰ ਉਨ੍ਹਾਂ ਵਿੱਚ ਲਾਭ ਦੀ ਬਹੁਤ ਘੱਟ ਮਾਤਰਾ ਹੁੰਦੀ ਹੈ। ਪਰ ਪੈਸੇ ਲਈ ਬੇਵਕੂਫ ਮਾਲਕ ਆਪਣੀ ਬੁੱਧੀ 'ਤੇ ਲੋੜ

ਤੋਂ ਵੱਧ ਭਰੋਸਾ ਕਰਦਾ ਹੈ ਅਤੇ ਉਹ ਆਪਣੇ ਪੈਸੇ ਨੂੰ ਅਜਿਹੇ ਵਪਾਰਾਂ ਅਤੇ ਉਦੇਸ਼ਾਂ ਵਿੱਚ ਲਗਾਉਂਦਾ ਹੈ, ਜਿਨ੍ਹਾਂ ਬਾਰੇ ਉਹ ਕੁਝ ਨਹੀਂ ਜਾਣਦਾ। ਅਕਸਰ ਬਾਅਦ ਵਿੱਚ ਜਾ ਕੇ ਉਸ ਨੂੰ ਪਤਾ ਲਗਦਾ ਹੈ ਕਿ ਉਸ ਦਾ ਫੈਸਲਾ ਗਲਤ ਸੀ। ਇਸ ਤਰ੍ਹਾਂ ਉਹ ਆਪਣੀ ਬੇਵਕੂਫੀ ਕਾਰਨ ਆਪਣਾ ਪੈਸਾ ਗੁਆ ਦਿੰਦਾ ਹੈ। ਸੱਚਮੁੱਚ ਸਮਝਦਾਰ ਇਨਸਾਨ ਉਹ ਹੈ, ਜਿਹੜਾ ਆਪਣੀ ਬੱਚਤ ਦਾ ਨਿਵੇਸ਼ ਉਨ੍ਹਾਂ ਲੋਕਾਂ ਦੀ ਸਲਾਹ ਨਾਲ ਕਰਦਾ ਹੈ, ਜੋ ਪੈਸੇ ਦੇ ਪ੍ਰਬੰਧਨ ਵਿੱਚ ਸਮਝਦਾਰ ਹੁੰਦੇ ਹਨ।''

ਪੈਸੇ ਦਾ ਪੰਜਵਾਂ ਨਿਯਮ

ਪੈਸਾ ਉਸ ਇਨਸਾਨ ਤੋਂ ਦੂਰ ਚਲਾ ਜਾਂਦਾ ਹੈ, ਜਿਹੜਾ ਇਸ ਰਾਹੀਂ ਅਸੰਭਵ ਆਮਦਨ ਹਾਸਲ ਕਰਨਾ ਚਾਹੁੰਦਾ ਹੈ ਜਾਂ ਜਿਹੜਾ ਧੋਖੇਬਾਜ਼ ਲੋਕਾਂ ਦੀ ਲਾਲਚੀ ਸਲਾਹ ਮੰਨਦਾ ਹੈ ਜਾਂ ਜਿਹੜਾ ਇਸ ਨੂੰ ਆਪਣੀ ਬੇਵਕੂਫੀ ਅਤੇ ਰੁਮਾਨੀ ਇੱਛਾ ਦੇ ਅਧੀਨ ਨਿਵੇਸ਼ ਕਰਦਾ ਹੈ।

''ਨਵੇਂ-ਨਵੇਂ ਅਮੀਰ ਬਣੇ ਇਨਸਾਨ ਦੇ ਸਾਹਮਣੇ ਰੁਮਾਂਚਕ ਅਤੇ ਕਲਪਨਾ ਭਰੀਆਂ ਉਡਾਣਾਂ ਵਾਲੀਆਂ ਯੋਜਨਾਵਾਂ ਹਮੇਸ਼ਾ ਆਉਂਦੀਆਂ ਹਨ। ਅਜਿਹਾ ਨਜ਼ਰ ਆਉਂਦਾ ਹੈ ਕਿ ਜਾਦੂਮਈ ਢੰਗ ਨਾਲ ਉਸ ਦਾ ਖਜ਼ਾਨਾ ਵਧ ਜਾਵੇਗਾ ਅਤੇ ਉਸ ਨੂੰ ਅਸੰਭਵ ਆਮਦਨ ਹੋਣ ਲੱਗੇਗੀ। ਖੈਰ, ਸਮਝਦਾਰ ਇਨਸਾਨਾਂ ਦੀਆਂ ਗੱਲਾਂ 'ਤੇ ਧਿਆਨ ਦਿਓ, ਕਿਉਂਕਿ ਉਹ ਫਟਾਫਟ ਪੈਸਾ ਕਮਾਉਣ ਦੀ ਹਰ ਯੋਜਨਾ ਪਿੱਛੇ ਲੁਕੇ ਜੋਖਮਾਂ ਨੂੰ ਜਾਣਦੇ ਹਨ।''

''ਨਿਨੇਵੇ ਦੇ ਅਮੀਰ ਲੋਕਾਂ ਨੂੰ ਨਾ ਭੁੱਲੋ, ਜਿਹੜੇ ਆਪਣੇ ਮੂਲਧਨ ਨੂੰ ਗੁਆਉਣ ਦਾ ਕੋਈ ਖਤਰਾ ਲੈਣਾ ਨਹੀਂ ਸਨ ਚਾਹੁੰਦੇ ਜਾਂ ਇਸ ਨੂੰ ਲਾਭਕਾਰੀ ਨਿਵੇਸ਼ਾਂ ਵਿੱਚ ਫਸਾਉਣਾ ਚਾਹੁੰਦੇ ਸਨ।''

''ਇੱਥੇ ਧਨ ਦੇ ਪੰਜ ਨਿਯਮਾਂ ਦੀ ਮੇਰੀ ਕਹਾਣੀ ਖਤਮ ਹੁੰਦੀ ਹੈ। ਇਸ ਵਿੱਚ ਮੈਂ ਆਪਣੀ ਸਫਲਤਾ ਦੇ ਰਹੱਸ ਵੀ ਦੱਸ ਦਿੱਤੇ ਹਨ।''

''ਖੈਰ, ਇਹ ਰਹੱਸ ਨਹੀਂ, ਸਗੋਂ ਸਚਾਈ ਹੈ, ਜੋ ਹਰ ਇਨਸਾਨ ਨੂੰ ਪਹਿਲਾਂ ਹੀ ਸਿੱਖਣੀ ਪਵੇਗੀ ਅਤੇ ਫਿਰ ਇਨ੍ਹਾਂ 'ਤੇ ਅਮਲ ਵੀ ਕਰਨਾ ਹੋਵੇਗਾ। ਉਦੋਂ ਉਹ ਲਗਾਤਾਰ ਵਧੇਰੇ ਲੋਕਾਂ ਦੇ ਸਮੂਹ ਤੋਂ ਬਾਹਰ ਨਿਕਲ ਸਕਦਾ ਹੈ, ਜਿਹੜਾ ਅਵਾਰਾ ਕੁੱਤਿਆਂ ਵਾਂਗ ਹਰ ਦਿਨ ਆਪਣੇ ਭੋਜਨ ਬਾਰੇ ਹੀ ਚਿੰਤਾ ਕਰਦੇ ਹਨ।''

''ਕੱਲ੍ਹ ਅਸੀਂ ਬੇਬੀਲੋਨ ਵਿੱਚ ਦਾਖਲ ਹੋਵਾਂਗੇ। ਦੇਖੋ! ਬੇਲ ਦੇ ਮੰਦਰ ਉੱਤੇ ਹਮੇਸ਼ਾ ਜਲਣ ਵਾਲੀ ਜੋਤ ਨੂੰ ਦੇਖੋ! ਸੁਨਹਿਰਾ ਸ਼ਹਿਰ ਸਾਡੇ ਸਾਹਮਣੇ ਹੈ। ਕੱਲ੍ਹ ਤੁਹਾਡੇ ਹਰੇਕ ਕੋਲ ਪੈਸਾ ਹੋਵੇਗਾ, ਜਿਸ ਨੂੰ ਤੁਸੀਂ ਆਪਣੀ ਵਫ਼ਾਦਾਰੀ ਵਾਲੀ ਸੇਵਾ ਨਾਲ ਕਮਾਇਆ ਹੈ।''

''ਅੱਜ ਤੋਂ ਦਸ ਸਾਲ ਬਾਅਦ ਤੁਸੀਂ ਇਸ ਪੈਸੇ ਬਾਰੇ ਕੀ ਕਹੋਗੇ?''

''ਜੇਕਰ ਤੁਸੀਂ ਨੇਮਾਜ਼ਿਰ ਵਾਂਗ ਆਪਣੇ ਪੈਸੇ ਦੇ ਇੱਕ ਹਿੱਸੇ ਨਾਲ ਜਾਇਦਾਦ ਬਣਾਉਣੀ ਸ਼ੁਰੂ ਕਰੋਗੇ ਅਤੇ ਅਰਕਾਦ ਦੀ ਬੁੱਧੀ ਨਾਲ ਸਹੀ ਰਾਹ 'ਤੇ ਲਾਉਗੇ ਤਾਂ ਇਹ ਸੱਚ ਹੈ ਕਿ ਦਸ ਸਾਲ ਬਾਅਦ ਅਰਕਾਦ ਦੇ ਪੁੱਤਰ ਵਾਂਗ ਹੀ ਤੁਸੀਂ ਅਮੀਰ ਅਤੇ ਸਨਮਾਨਿਤ ਬਣ ਜਾਉਗੇ।''

''ਸਾਡੇ ਸਮਝਦਾਰੀ ਵਾਲੇ ਕੰਮ ਸਾਨੂੰ ਪੂਰੀ ਜ਼ਿੰਦਗੀ ਖੁਸ਼ੀ ਦਿੰਦੇ ਹਨ ਅਤੇ ਸਾਡੀ ਮਦਦ ਕਰਦੇ ਹਨ। ਇਸੇ ਤਰ੍ਹਾਂ ਸਾਡੇ ਨਾਸਮਝੀ ਵਾਲੇ ਕੰਮ ਪੂਰੀ ਜ਼ਿੰਦਗੀ ਸਾਨੂੰ ਦੁੱਖ ਦਿੰਦੇ ਹਨ ਅਤੇ ਸਤਾਉਂਦੇ ਹਨ। ਅਸੀਂ ਉਨ੍ਹਾਂ ਨੂੰ ਭੁੱਲ ਨਹੀਂ ਪਾਉਂਦੇ। ਸਾਨੂੰ ਜਿਹੜੀਆਂ ਚੀਜ਼ਾਂ ਸਭ ਤੋਂ ਜ਼ਿਆਦਾ ਸਤਾਉਂਦੀਆਂ ਹਨ, ਉਹ ਉਨ੍ਹਾਂ ਚੀਜ਼ਾਂ ਦੀਆਂ ਯਾਦਾਂ ਹਨ, ਜੋ ਸਾਨੂੰ ਕਰਨੀਆਂ ਚਾਹੀਦੀਆਂ ਸਨ, ਉਨ੍ਹਾਂ ਮੌਕਿਆਂ ਦੀਆਂ ਯਾਦਾਂ ਹਨ, ਜੋ ਸਾਡੇ ਸਾਹਮਣੇ ਆਏ, ਪਰ ਅਸੀਂ ਉਨ੍ਹਾਂ ਦਾ ਲਾਭ ਨਹੀਂ ਚੁੱਕ ਸਕੇ।''

''ਬੇਬੀਲੋਨ ਦੇ ਖਜ਼ਾਨੇ ਭਰੇ ਹੋਏ ਹਨ। ਇਨ੍ਹਾਂ ਵਿੱਚ ਏਨੀ ਜ਼ਿਆਦਾ ਦੌਲਤ ਹੈ ਕਿ ਕੋਈ ਵਿਅਕਤੀ ਸੋਨੇ ਦੀਆਂ ਮੋਹਰਾਂ ਵਿੱਚ ਉਨ੍ਹਾਂ ਦੀ ਗਿਣਤੀ ਨਹੀਂ ਕਰ ਸਕਦਾ। ਹਰ ਸਾਲ ਇਹ ਖਜ਼ਾਨੇ ਜ਼ਿਆਦਾ ਭਰ ਜਾਂਦੇ ਹਨ। ਹਰ ਦੇਸ਼ ਦੇ ਖਜ਼ਾਨਿਆਂ ਦੀ ਤਰ੍ਹਾਂ ਇਸ ਸ਼ਹਿਰ ਵਿੱਚ ਵੀ ਇਨਾਮ ਉਨ੍ਹਾਂ ਪੱਕੇ ਨਿਸ਼ਚੈ ਵਾਲੇ ਲੋਕਾਂ ਦੀ ਉਡੀਕ ਕਰ ਰਿਹਾ ਹੈ, ਜੋ ਆਪਣਾ ਸਹੀ ਹਿੱਸਾ ਲੈਣ ਦਾ ਨਿਸ਼ਚੈ ਕਰ ਚੁੱਕੇ ਹਨ।''

''ਤੁਹਾਡੀ ਇੱਛਾ ਸ਼ਕਤੀ ਵਿੱਚ ਜਾਦੂ ਦੀ ਤਾਕਤ ਹੁੰਦੀ ਹੈ। ਜੇਕਰ ਤੁਸੀਂ ਪੈਸੇ ਦੇ ਪੰਜ ਨਿਯਮਾਂ ਦੇ ਗਿਆਨ ਨਾਲ ਇਸ ਤਾਕਤ ਨੂੰ ਰਾਹ ਦਿਖਾਉਗੇ, ਤਾਂ ਤੁਸੀਂ ਵੀ ਬੇਬੀਲੋਨ ਦੇ ਖਜ਼ਾਨੇ ਵਿੱਚ ਭਾਈਵਾਲ ਬਣ ਜਾਉਗੇ।''

***

ਬੇਬੀਲੋਨ ਦਾ ਸ਼ਾਹੂਕਾਰ

ਸੋਨੇ ਦੀਆਂ ਪੰਜਾਹ ਮੋਹਰਾਂ! ਬੇਬੀਲੋਨ ਵਿੱਚ ਭਾਲੇ ਬਣਾਉਣ ਵਾਲੇ ਰੋਡਨ ਦੇ ਚਮੜੇ ਦੇ ਬਟੂਏ ਵਿੱਚ ਇਸ ਤੋਂ ਪਹਿਲਾਂ ਕਦੇ ਵੀ ਏਨੀਆਂ ਮੋਹਰਾਂ ਨਹੀਂ ਸਨ। ਉਹ ਰਾਜਮਹੱਲ ਤੋਂ ਨਿਕਲ ਕੇ ਰਾਜਮਾਰਗਾ 'ਤੇ ਤੁਰਨ ਲੱਗਾ। ਉਸ ਦੇ ਹਰ ਕਦਮ ਨਾਲ ਉਸ ਦੀ ਬੈਲਟ ਵਿੱਚ ਬੱਝੇ ਬਟੂਏ ਵਿੱਚ ਪਈਆਂ ਮੋਹਰਾਂ ਖੜਕ ਰਹੀਆਂ ਸਨ—ਜੋ ਉਸ ਨੂੰ ਦੁਨੀਆ ਦਾ ਸਭ ਤੋਂ ਮਿੱਠਾ ਸੰਗੀਤ ਲੱਗ ਰਹੀਆਂ ਸਨ।

ਸੋਨੇ ਦੀਆਂ ਪੰਜਾਹ ਮੋਹਰਾਂ—ਸਾਰੀਆਂ ਦੀਆਂ ਸਾਰੀਆਂ ਉਸ ਦੀਆਂ! ਉਸ ਨੂੰ ਆਪਣੀ ਖ਼ੁਸ਼ਕਿਸਮਤੀ 'ਤੇ ਭਰੋਸਾ ਹੀ ਨਹੀਂ ਸੀ ਹੋ ਰਿਹਾ। ਸੋਨੇ ਦੀ ਇਨ੍ਹਾਂ ਖੜਕਦੀਆਂ ਮੋਹਰਾਂ ਵਿੱਚ ਕਿੰਨੀ ਤਾਕਤ ਹੈ! ਇਨ੍ਹਾਂ ਨਾਲ ਜੋ ਚਾਹੇ ਖਰੀਦ ਸਕਦਾ ਹੈ—ਵੱਡਾ ਘਰ, ਜ਼ਮੀਨ, ਪਸ਼ੂ, ਊਠ, ਘੋੜੇ, ਰਥ, ਜੋ ਵੀ ਉਹ ਚਾਹੁੰਦਾ ਹੈ।

ਉਹ ਇਨ੍ਹਾਂ ਦੀ ਵਰਤੋਂ ਕਿਵੇਂ ਕਰੇਗਾ? ਉਸ ਸ਼ਾਮ ਨੂੰ ਜਦੋਂ ਉਹ ਆਪਣੀ ਭੈਣ ਦੇ ਘਰ ਵੱਲ ਜਾਣ ਵਾਲੀ ਗਲੀ ਵਿੱਚ ਮੁੜਿਆ, ਤਾਂ ਉਹ ਕਿਸੇ ਹੋਰ ਚੀਜ਼ ਬਾਰੇ ਨਹੀਂ ਸੀ ਸੋਚ ਰਿਹਾ। ਉਸ ਦੇ ਮਨ ਵਿੱਚ ਸਿਰਫ ਇਹੀ ਖਾਹਿਸ਼ ਸੀ ਕਿ ਉਹ ਸੋਨੇ ਦੀਆਂ ਉਨ੍ਹਾਂ ਚਮਕਦੀਆਂ, ਭਾਰੀਆਂ ਮੋਹਰਾਂ ਦਾ ਮਾਲਕ ਬਣਿਆ ਰਹੇ—ਸਦਾ ਲਈ।

ਇਸ ਦੇ ਕੁਝ ਦਿਨਾਂ ਬਾਅਦ ਦੀ ਗੱਲ ਹੈ। ਸ਼ਾਮ ਦੇ ਸਮੇਂ ਪਰੇਸ਼ਾਨ ਰੋਡਨ ਮੈਥਨ ਦੀ ਦੁਕਾਨ ਅੰਦਰ ਗਿਆ। ਮੈਥਨ ਸ਼ਾਹੂਕਾਰ ਸੀ ਅਤੇ ਲੋਕਾਂ ਨੂੰ ਧਨ ਉਧਾਰ ਦਿੰਦਾ ਸੀ। ਉਹ ਹੀਰੇ-ਜਵਾਹਰਾਤ ਅਤੇ ਦੁਰਲੱਭ ਕੱਪੜਿਆਂ ਦਾ ਵਪਾਰੀ ਵੀ ਸੀ। ਰੋਡਨ ਨੇ ਖੱਬੇ-ਸੱਜੇ ਕੁਝ ਨਹੀਂ ਦੇਖਿਆ, ਜਿੱਥੇ ਰੰਗਦਾਰ ਵਸਤੂਆਂ ਖ਼ੂਬਸੂਰਤੀ ਨਾਲ ਸਜੀਆਂ ਹੋਈਆਂ ਸਨ। ਉਹ ਸਿੱਧਾ ਪਿੱਛੇ ਵੱਲ ਬਣੇ ਹੋਏ ਘਰ ਵੱਲ ਗਿਆ। ਉੱਥੇ ਉਸ ਨੂੰ ਮੈਥਨ ਇੱਕ ਕਾਲੀਨ 'ਤੇ ਬੈਠਾ ਦਿਖਾਈ ਦਿੱਤਾ। ਮੈਥਨ ਭੋਜਨ ਕਰ ਰਿਹਾ ਸੀ ਅਤੇ ਇੱਕ ਕਾਲਾ ਗੁਲਾਮ ਉਸ ਨੂੰ ਭੋਜਨ ਪਰੋਸ ਰਿਹਾ ਸੀ।

ਰੋਡਨ ਸਿੱਧੇ ਉਸ ਦੇ ਸਾਹਮਣੇ ਜਾ ਕੇ ਪੈਰ ਫੈਲਾਅ ਕੇ ਖੜ੍ਹਾ ਹੋ ਗਿਆ। ਉਸ ਦੀ ਚਮੜੀ ਦੀ ਜੈਕਟ ਵਿੱਚੋਂ ਵਾਲਾਂ ਨਾਲ ਭਰੀ ਛਾਤੀ ਦਿੱਖ ਰਹੀ ਸੀ। ਉਸ ਨੇ ਕਿਹਾ, ''ਮੈਂ ਤੁਹਾਡੇ ਤੋਂ ਇੱਕ ਚੀਜ਼ ਬਾਰੇ ਸਲਾਹ ਲੈਣਾ ਚਾਹੁੰਦਾ ਹਾਂ। ਮੈਨੂੰ ਸਮਝ ਨਹੀਂ ਆ ਰਹੀ ਕਿ ਇਸ ਮਾਮਲੇ ਵਿੱਚ ਮੈਂ ਕੀ ਕਰਾਂ।''

ਮੈਥਨ ਦੇ ਪਤਲੇ ਅਤੇ ਪੀਲੇ ਚਿਹਰੇ 'ਤੇ ਇੱਕ ਦੋਸਤੀ ਭਰੀ ਮੁਸਕਾਨ ਆ ਗਈ, ''ਤੁਸੀਂ ਕਿਹੜੀ ਗਲਤੀ ਕੀਤੀ ਹੈ, ਜਿਸ ਕਾਰਨ ਤੁਹਾਨੂੰ ਸ਼ਾਹੂਕਾਰ ਕੋਲ ਉਧਾਰ ਲੈਣ ਲਈ ਆਉਣਾ ਪਿਆ? ਕੀ ਜੂਏ ਦੇ ਮੇਜ਼ 'ਤੇ ਤੁਹਾਨੂੰ ਬਦਕਿਸਮਤੀ ਦਾ ਸਾਹਮਣਾ ਕਰਨਾ ਪਿਆ? ਜਾਂ ਫਿਰ ਕਿਸੇ ਜਵਾਨ ਖੁਬਸੂਰਤ ਔਰਤ ਨੇ ਤੁਹਾਨੂੰ ਜਾਲ ਵਿੱਚ ਫਸਾ ਲਿਆ ਹੈ? ਮੈਂ ਤੁਹਾਨੂੰ ਕਈ ਸਾਲਾਂ ਤੋਂ ਜਾਣਦਾ ਹਾਂ, ਪਰ ਤੁਸੀਂ ਮਦਦ ਮੰਗਣ ਲਈ ਮੇਰੇ ਕੋਲ ਪਹਿਲਾਂ ਕਦੇ ਨਹੀਂ ਆਏ।''

''ਨਹੀਂ, ਨਹੀਂ। ਇਹ ਗੱਲ ਨਹੀਂ ਹੈ, ਜੋ ਤੁਸੀਂ ਸੋਚ ਰਹੇ ਹੋ। ਮੈਂ ਤੁਹਾਡੇ ਕੋਲੋਂ ਪੈਸਾ ਨਹੀਂ ਲੈਣਾ ਚਾਹੁੰਦਾ। ਇਸ ਦੀ ਬਜਾਏ ਮੈਂ ਤੁਹਾਡੇ ਤੋਂ ਸਮਝਦਾਰੀ ਭਰੀ ਸਲਾਹ ਲੈਣਾ ਚਾਹੁੰਦਾ ਹਾਂ।''

''ਸੁਣੋ! ਸੁਣੋ! ਇਹ ਆਦਮੀ ਕੀ ਕਹਿ ਰਿਹਾ ਹੈ? ਸ਼ਾਹੂਕਾਰ ਕੋਲ ਸਲਾਹ ਲੈਣ ਕੌਣ ਆਉਂਦਾ ਹੈ? ਸ਼ਾਇਦ ਮੇਰੇ ਕੰਨ ਮੈਨੂੰ ਧੋਖਾ ਦੇ ਰਹੇ ਹਨ।''

''ਨਹੀਂ, ਉਹ ਸੱਚ ਸੁਣ ਰਹੇ ਹਨ।''

''ਕੀ ਅਜਿਹਾ ਹੋ ਸਕਦਾ ਹੈ? ਭਾਲਾ ਬਣਾਉਣ ਵਾਲਾ ਰੋਡਨ ਬਾਕੀ ਸਭ ਲੋਕਾਂ ਤੋਂ ਜ਼ਿਆਦਾ ਚਲਾਕ ਹੈ, ਕਿਉਂਕਿ ਉਹ ਮੈਥਨ ਕੋਲ ਪੈਸਾ ਨਹੀਂ, ਸਗੋਂ ਸਲਾਹ ਲੈਣ ਆਇਆ ਹੈ। ਬਹੁਤ ਸਾਰੇ ਲੋਕ ਮੂਰਖਤਾ ਕਾਰਨ ਖਰਚ ਲਈ ਮੇਰੇ ਤੋਂ ਪੈਸਾ ਉਧਾਰ ਲੈਣ ਆਉਂਦੇ ਹਨ, ਪਰ ਉਹ ਸਲਾਹ ਨਹੀਂ ਚਾਹੁੰਦੇ। ਖੈਰ, ਸ਼ਾਹੂਕਾਰ ਤੋਂ ਵਧੀਆ ਸਲਾਹ ਹੋਰ ਕੌਣ ਦੇ ਸਕਦਾ ਹੈ, ਜਿਸ ਕੋਲ ਲੋਕ ਆਪਣੀ ਔਖੇ ਸਮੇਂ ਵਿੱਚ ਉਧਾਰ ਲੈਣ ਆਉਂਦੇ ਹਨ?''

''ਰੋਡਨ, ਅੱਜ ਤੁਸੀਂ ਮੇਰੇ ਨਾਲ ਭੋਜਨ ਕਰੋ। ਅੱਜ ਸ਼ਾਮ ਨੂੰ ਤੁਸੀਂ ਮੇਰੇ ਮਹਿਮਾਨ ਬਣੋਗੇ। ਐਂਡੋ!'' ਉਸ ਨੇ ਆਪਣੇ ਕਾਲੇ ਗੁਲਾਮ ਨੂੰ ਹੁਕਮ ਦਿੱਤਾ, ''ਮੇਰੇ ਦੋਸਤ ਰੋਡਨ ਲਈ ਇੱਕ ਕਾਲੀਨ ਵਿਛਾਓ। ਉਹ ਮੇਰੇ ਤੋਂ ਸਲਾਹ ਲੈਣ ਆਇਆ ਹੈ। ਉਹ ਮੇਰਾ ਸਨਮਾਨਿਤ ਮਹਿਮਾਨ ਹੈ। ਉਸ ਦੇ ਅੱਗੇ ਬਹੁਤ ਭੋਜਨ ਪਰੋਸਿਆ ਜਾਏ ਅਤੇ ਮੇਰਾ ਸਭ ਤੋਂ ਵੱਡਾ ਗਿਲਾਸ ਲੈ ਕੇ ਆਓ। ਸਭ ਤੋਂ ਚੰਗੀ ਸ਼ਰਾਬ ਚੁਣਨਾ, ਤਾਂ ਕਿ ਰੋਡਨ ਨੂੰ ਉਸ ਨੂੰ ਪੀਣ ਵਿੱਚ ਮਜ਼ਾ ਆ ਜਾਏ।

''ਹੁਣ ਮੈਨੂੰ ਦੱਸੋ, ਤੁਸੀਂ ਕਿਸ ਮੁਸ਼ਕਿਲ ਵਿੱਚ ਹੋ?''

''ਮੈਂ ਮਹਾਰਾਜ ਦੇ ਤੋਹਫ਼ੇ ਦੇ ਕਾਰਨ ਮੁਸ਼ਕਿਲ ਵਿੱਚ ਹਾਂ।''

''ਮਹਾਰਾਜ ਦੇ ਤੋਹਫੇ ਕਾਰਨ? ਮਹਾਰਾਜ ਨੇ ਤੁਹਾਨੂੰ ਇੱਕ ਤੋਹਫਾ ਦਿੱਤਾ ਹੈ ਅਤੇ ਉਸ ਕਾਰਨ ਤੁਸੀਂ ਮੁਸ਼ਕਿਲ ਵਿੱਚ ਹੋ? ਕਿਸ ਤਰ੍ਹਾਂ ਦਾ ਤੋਹਫ਼ਾ?''

''ਮੈਂ ਸ਼ਾਹੀ ਗਾਰਡਾਂ ਦੇ ਭਾਲਿਆਂ 'ਤੇ ਨਵੀਂ ਨੋਕ ਦਾ ਨਮੂਨਾ ਪੇਸ਼ ਕੀਤਾ ਸੀ, ਜਿਸ ਨਾਲ ਮਹਾਰਾਜ ਬਹੁਤ ਖੁਸ਼ ਹੋਇਆ ਅਤੇ ਉਸ ਨੇ ਮੈਨੂੰ ਇਨਾਮ ਵਿੱਚ ਸੋਨੇ ਦੀਆਂ ਪੰਜਾਹ ਮੋਹਰਾਂ ਦਿੱਤੀਆਂ। ਇਸ ਨਾਲ ਮੈਂ ਬਹੁਤ ਮੁਸੀਬਤ ਵਿੱਚ ਹਾਂ।''

''ਸਾਰਾ ਦਿਨ ਅਜਿਹੇ ਲੋਕ ਮੈਨੂੰ ਤੰਗ ਕਰਦੇ ਹਨ, ਜੋ ਮੇਰੇ ਤੋਂ ਇਹ ਦੌਲਤ ਹੜੱਪਣਾ ਚਾਹੁੰਦੇ ਹਨ।''

ਮੈਥਨ ਨੇ ਕਿਹਾ, ''ਇਹ ਸੁਭਾਵਿਕ ਹੈ। ਬਹੁਤੇ ਲੋਕ ਧਨ ਚਾਹੁੰਦੇ ਹਨ, ਜਦੋਂ ਕਿ ਉਹ ਬਹੁਤ ਘੱਟ ਲੋਕਾਂ ਕੋਲ ਹੁੰਦਾ ਹੈ। ਬਹੁਤੇ ਲੋਕ ਉਸ ਦੌਲਤਮੰਦ ਇਨਸਾਨ ਨੂੰ ਲੱਭਦੇ ਹਨ, ਜਿਸ ਨੇ ਆਸਾਨੀ ਨਾਲ ਦੌਲਤ ਕਮਾਈ ਹੋਵੇ, ਤਾਂਕਿ ਉਹ ਉਸ ਦਾ ਧਨ ਹੜੱਪ ਸਕਣ। ਪਰ ਤੁਸੀਂ ਉਨ੍ਹਾਂ ਨੂੰ 'ਨਾਂਹ' ਕਿਉਂ ਨਹੀਂ ਕਹਿੰਦੇ? ਕੀ ਤੁਹਾਡੀ ਇੱਛਾ ਸ਼ਕਤੀ ਤੁਹਾਡੀ ਮੁੱਠੀ ਜਿੰਨੀ ਮਜ਼ਬੂਤ ਨਹੀਂ?''

''ਜ਼ਿਆਦਾਤਰ ਲੋਕਾਂ ਨੂੰ ਮੈਂ 'ਨਾਂਹ' ਕਹਿ ਦਿੰਦਾ ਹਾਂ, ਪਰ ਕਈ ਵਾਰ ਹਾਂ ਕਹਿਣਾ ਬਹੁਤ ਸੌਖਾ ਹੁੰਦਾ ਹੈ। ਕੀ ਕੋਈ ਆਪਣੀ ਬਹੁਤ ਹੀ ਪਿਆਰੀ ਭੈਣ ਨੂੰ ਦੌਲਤ ਦੇਣ ਤੋਂ ਇਨਕਾਰ ਕਰ ਸਕਦਾ ਹੈ?''

''ਯਕੀਨੀ ਤੌਰ 'ਤੇ ਤੁਹਾਡੀ ਭੈਣ ਤੁਹਾਨੂੰ ਇਸ ਇਨਾਮ ਦੇ ਆਨੰਦ ਤੋਂ ਵਾਂਝਾ ਨਹੀਂ ਰੱਖਣਾ ਚਾਹੁੰਦੀ ਹੋਵੇਗੀ।''

''ਪਰ ਉਹ ਇਹ ਧਨ ਆਪਣੇ ਪਤੀ ਅਰਮਾਨ ਲਈ ਚਾਹੁੰਦੀ ਹੈ, ਜਿਸ ਨੂੰ ਉਹ ਇੱਕ ਅਮੀਰ ਵਪਾਰੀ ਵਜੋਂ ਦੇਖਣਾ ਚਾਹੁੰਦੀ ਹੈ। ਉਸ ਨੂੰ ਲਗਦਾ ਹੈ ਕਿ ਅਰਮਾਨ ਨੂੰ ਕਦੇ ਮੌਕਾ ਨਹੀਂ ਮਿਲਿਆ। ਉਸ ਨੇ ਮੈਨੂੰ ਬੇਨਤੀ ਕੀਤੀ ਹੈ ਕਿ ਮੈਂ ਉਸ ਦੇ ਪਤੀ ਨੂੰ ਇਹ ਪੈਸੇ ਦੇ ਦਵਾਂ, ਤਾਂ ਕਿ ਉਹ ਖੁਸ਼ਹਾਲ ਵਪਾਰੀ ਬਣ ਜਾਵੇ। ਉਹ ਇਹ ਵੀ ਕਹਿੰਦੀ ਹੈ ਕਿ ਸਫਲ ਹੋਣ ਤੋਂ ਬਾਅਦ ਉਸ ਦਾ ਪਤੀ ਮੇਰਾ ਸਾਰਾ ਕਰਜ਼ ਚੁਕਾ ਦੇਵੇਗਾ।''

ਮੈਥਨ ਨੇ ਕਿਹਾ, ''ਮੇਰੇ ਦੋਸਤ, ਤੁਸੀਂ ਜਿਸ ਵਿਸ਼ੇ 'ਤੇ ਸਲਾਹ ਲੈਣ ਆਏ ਹੋ, ਉਹ ਬਹੁਤ ਹੀ ਵਧੀਆ ਵਿਸ਼ਾ ਹੈ। ਪੈਸਾ ਆਪਣੇ ਨਾਲ ਜ਼ਿੰਮੇਵਾਰੀ ਵੀ ਲਿਆਉਂਦਾ ਹੈ। ਧਨ ਦੇ ਮਾਲਕ ਦੀ ਜ਼ਿੰਮੇਵਾਰੀ ਵਧ ਜਾਂਦੀ ਹੈ। ਉਸ ਦੇ ਸਾਥੀਆਂ ਦੇ ਸਹਿਯੋਗ ਨਾਲ ਉਸ ਦੇ ਹਾਲਾਤ ਬਦਲ ਜਾਂਦੇ ਹਨ। ਪੈਸੇ ਨਾਲ ਇਹ ਡਰ ਵੀ ਆਉਂਦਾ ਹੈ ਕਿ ਕਿਤੇ ਇਹ ਪੈਸੇ ਚਲਾ ਨਾ ਜਾਵੇ ਜਾਂ ਕੋਈ ਧੋਖੇਬਾਜ਼ੀ ਨਾਲ ਉਸ ਤੋਂ ਲੈ ਨਾ ਜਾਵੇ। ਪੈਸੇ ਨਾਲ ਨੇਕ ਕੰਮ ਕਰਨ ਦੀ ਤਾਕਤ ਅਤੇ ਸਮਰੱਥਾ ਮਿਲਦੀ ਹੈ। ਇਸ ਤਰ੍ਹਾਂ, ਅਮੀਰ ਇਨਸਾਨ ਦੇ ਸਾਹਮਣੇ ਅਜਿਹੇ ਮੌਕੇ ਵੀ ਆਉਂਦੇ ਹਨ, ਜਦੋਂ ਬਹੁਤ ਚੰਗੇ ਇਰਾਦਿਆਂ ਦੇ ਬਾਵਜੂਦ ਉਹ ਮੁਸੀਬਤ ਵਿੱਚ ਪੈ ਜਾਂਦਾ ਹੈ।''

''ਕੀ ਤੁਸੀਂ ਕਦੇ ਨਿਨੇਵੇ ਦੇ ਉਸ ਕਿਸਾਨ ਬਾਰੇ ਸੁਣਿਆ ਹੈ, ਜੋ ਜਾਨਵਰਾਂ ਦੀ ਭਾਸ਼ਾ ਸਮਝ ਸਕਦਾ ਸੀ? ਮੈਨੂੰ ਲਗਦਾ ਹੈ ਤੁਸੀਂ ਨਹੀਂ ਸੁਣਿਆ ਹੋਵੇਗਾ, ਕਿਉਂਕਿ ਕਾਂਗਾ ਢਾਲਣ ਵਾਲੇ ਦੀ ਵਰਕਸ਼ਾਪ ਵਿੱਚ ਲੋਕ ਇਸ ਤਰ੍ਹਾਂ ਦੀ ਕਹਾਣੀ ਨਹੀਂ ਸੁਣਾਉਂਦੇ। ਮੈਂ ਤੁਹਾਨੂੰ ਇਹ ਕਹਾਣੀ ਸੁਣਾਵਾਂਗਾ, ਤਾਂ ਕਿ ਤੁਸੀਂ ਸਮਝ ਸਕੋ ਕਿ ਉਧਾਰ ਲੈਣਾ ਅਤੇ ਦੇਣਾ ਸਿਰਫ ਇੱਕ ਵਿਅਕਤੀ ਦੇ ਹੱਥੋਂ ਪੈਸਾ ਨਿਕਲ ਕੇ ਦੂਜੇ ਵਿਅਕਤੀ ਕੋਲ ਜਾਣ ਤੱਕ ਹੀ ਸੀਮਤ ਨਹੀਂ।''

ਉਹ ਕਿਸਾਨ ਜਾਨਵਰਾਂ ਦੀਆਂ ਗੱਲਾਂ ਸਮਝ ਲੈਂਦਾ ਸੀ। ਉਹ ਹਰ ਸ਼ਾਮ ਜਾਨਵਰਾਂ ਦੀਆਂ ਗੱਲਾਂ ਸੁਣਨ ਲਈ ਉਨ੍ਹਾਂ ਦੇ ਦੜਬੇ ਕੋਲ ਰੁਕ ਜਾਂਦਾ ਸੀ। ਇੱਕ ਸ਼ਾਮ ਨੂੰ ਉਸ ਨੇ ਸੁਣਿਆ ਕਿ ਬਲਦ ਖੱਚਰ ਨਾਲ ਸ਼ਿਕਾਇਤ ਕਰ ਰਿਹਾ ਸੀ ਕਿ ਉਸ ਦੀ ਜ਼ਿੰਦਗੀ ਵਿੱਚ

ਦੁੱਖ ਹੀ ਦੁੱਖ ਹਨ, ''ਮੈਂ ਸਵੇਰ ਤੋਂ ਸ਼ਾਮ ਤੱਕ ਜੁਤਾਈ ਵਿੱਚ ਹੀ ਲੱਗਾ ਰਹਿੰਦਾ ਹਾਂ। ਭਾਵੇਂ ਕਿੰਨੀ ਹੀ ਗਰਮੀ ਹੋਵੇ, ਭਾਵੇਂ ਮੈਂ ਕਿੰਨਾ ਹੀ ਥੱਕ ਜਾਵਾਂ ਜਾਂ ਭਾਵੇਂ ਮੇਰੀ ਗਰਦਨ 'ਚ ਕਿੰਨੀ ਹੀ ਦਰਦ ਹੁੰਦੀ ਹੋਵੇ, ਮੈਨੂੰ ਕੰਮ ਕਰਨਾ ਪੈਂਦਾ ਹੈ। ਦੂਜੇ ਪਾਸੇ, ਤੁਸੀਂ ਹਮੇਸ਼ਾ ਆਰਾਮ ਕਰਦੇ ਰਹਿੰਦੇ ਹੋ। ਤੁਹਾਨੂੰ ਰੰਗੀਨ ਕੰਬਲ ਨਾਲ ਸਜਾਇਆ ਜਾਂਦਾ ਹੈ, ਜਦੋਂ ਕਿ ਤੁਸੀਂ ਮਾਲਕ ਨੂੰ ਮਨਪਸੰਦ ਥਾਂ 'ਤੇ ਲਿਜਾਣ ਤੋਂ ਇਲਾਵਾ ਕੁਝ ਨਹੀਂ ਕਰਦੇ ਹੋ। ਜਦੋਂ ਮਾਲਕ ਨੇ ਕਿਤੇ ਨਹੀਂ ਜਾਣਾ ਹੁੰਦਾ, ਤਾਂ ਤੁਸੀਂ ਆਰਾਮ ਕਰਦੇ ਹੋ ਅਤੇ ਸਾਰਾ ਦਿਨ ਹਰੀ ਘਾਹ ਖਾਂਦੇ ਰਹਿੰਦੇ ਹੋ।''

ਖੱਚਰ ਬਹੁਤ ਦਿਆਲੂ ਸੀ। ਉਸ ਨੇ ਬਲਦ ਨਾਲ ਹਮਦਰਦੀ ਦਿਖਾਉਂਦੇ ਹੋਏ ਕਿਹਾ, ''ਮੇਰੇ ਪਿਆਰੇ ਦੋਸਤ, ਤੁਸੀਂ ਬਹੁਤ ਸਖਤ ਮਿਹਨਤ ਕਰਦੇ ਹੋ ਅਤੇ ਮੈਂ ਤੁਹਾਡਾ ਦੁੱਖ ਦੂਰ ਕਰਨ ਵਿੱਚ ਮਦਦ ਕਰਾਂਗਾ। ਮੈਂ ਤੁਹਾਨੂੰ ਦੱਸਦਾ ਹਾਂ ਕਿ ਤੁਸੀਂ ਕਿਵੇਂ ਆਰਾਮ ਕਰ ਸਕਦੇ ਹੋ। ਸਵੇਰੇ ਜਦੋਂ ਨੈਕਰ ਤੁਹਾਨੂੰ ਜੋਤਣ ਆਏ, ਤਾਂ ਤੁਸੀਂ ਜ਼ਮੀਨ 'ਤੇ ਡਿਗ ਜਾਣਾ ਅਤੇ ਦਰਦ ਨਾਲ ਚੀਕਾਂ ਮਾਰਨ ਲੱਗਣਾ, ਤਾਂ ਕਿ ਉਹ ਮਾਲਕ ਕੋਲ ਜਾ ਕੇ ਕਹੇ ਕਿ ਤੁਸੀਂ ਬਿਮਾਰ ਹੋ ਅਤੇ ਕੰਮ ਨਹੀਂ ਕਰ ਸਕਦੇ।''

ਬਲਦ ਨੇ ਖੱਚਰ ਦੀ ਸਲਾਹ ਮੰਨ ਲਈ। ਅਗਲੀ ਸਵੇਰ ਨੈਕਰ ਨੇ ਕਿਸਾਨ ਨੂੰ ਜਾ ਕੇ ਕਿਹਾ ਕਿ ਬਲਦ ਬਿਮਾਰ ਹੈ ਅਤੇ ਉਹ ਜੁਤਾਈ ਦਾ ਕੰਮ ਨਹੀਂ ਕਰ ਸਕਦਾ।

ਕਿਸਾਨ ਨੇ ਕਿਹਾ, ''ਜੁਤਾਈ ਦਾ ਕੰਮ ਤਾਂ ਹੋਣਾ ਹੀ ਹੈ, ਇਸ ਲਈ ਤੁਸੀਂ ਬਲਦ ਦੀ ਥਾਂ 'ਤੇ ਖੱਚਰ ਨੂੰ ਬੰਨ੍ਹ ਦਿਓ।''

''ਖੱਚਰ ਦੀ ਇੱਛਾ ਸਿਰਫ ਆਪਣੇ ਦੋਸਤ ਦੀ ਮਦਦ ਕਰਨ ਦੀ ਸੀ, ਪਰ ਇਸ ਦਾ ਨਤੀਜਾ ਇਹ ਹੋਇਆ ਕਿ ਸਾਰਾ ਦਿਨ ਉਸ ਨੂੰ ਬਲਦ ਦੇ ਹਿੱਸੇ ਦਾ ਕੰਮ ਕਰਨਾ ਪਿਆ। ਰਾਤ ਹੋਣ 'ਤੇ ਜਦੋਂ ਉਹ ਦੜਬੇ ਵਿੱਚ ਵਾਪਸ ਆਇਆ, ਤਾਂ ਉਸ ਦੇ ਦਿਲ ਵਿਚ ਨਫ਼ਰਤ ਭਰੀ ਸੀ, ਉਸ ਦੇ ਪੈਰ ਥੱਕੇ ਹੋਏ ਸਨ ਅਤੇ ਉਸ ਦੀ ਗਰਦਨ 'ਚ ਦਰਦ ਹੋ ਰਹੀ ਸੀ।''

''ਕਿਸਾਨ ਉਨ੍ਹਾਂ ਦੀਆਂ ਗੱਲਾਂ ਸੁਣਨ ਲਈ ਉੱਥੇ ਠਹਿਰ ਗਿਆ।''

ਬਲਦ ਨੇ ਕਿਹਾ, ''ਤੁਸੀਂ ਮੇਰੇ ਚੰਗੇ ਦੋਸਤ ਹੋ। ਤੁਹਾਡੀ ਸਮਝਦਾਰੀ ਵਾਲੀ ਸਲਾਹ ਕਾਰਨ ਮੈਨੂੰ ਸਾਰਾ ਦਿਨ ਆਰਾਮ ਮਿਲਿਆ।''

ਖੱਚਰ ਨੇ ਜਵਾਬ ਦਿੱਤਾ, ''ਅਤੇ ਮੈਂ ਮੂਰਖ ਹਾਂ, ਕਿਉਂਕਿ ਮੈਂ ਤਾਂ ਸਿਰਫ ਦੋਸਤ ਦੀ ਮਦਦ ਕਰਨਾ ਚਾਹੁੰਦਾ ਸੀ, ਪਰ ਬਦਲੇ ਵਿੱਚ ਮੈਨੂੰ ਹੀ ਉਸ ਦੇ ਹਿੱਸੇ ਦਾ ਸਾਰਾ ਕੰਮ ਕਰਨਾ ਪਿਆ। ਅੱਜ ਤੋਂ ਬਾਅਦ ਤੁਸੀਂ ਆਪਣਾ ਕੰਮ ਖੁਦ ਕਰੋ, ਕਿਉਂਕਿ ਮੈਂ ਮਾਲਕ ਸੇਵਕ ਨਾਲ ਇਹ ਕਹਿੰਦੇ ਸੁਣਿਆ ਸੀ ਕਿ ਜੇਕਰ ਤੁਸੀਂ ਦੁਬਾਰਾ ਬਿਮਾਰ ਹੋਏ, ਤਾਂ ਉਹ ਤੁਹਾਨੂੰ ਕਸਾਈ ਕੋਲ ਭੇਜ ਦੇਵੇਗਾ। ਇਹ ਸਹੀ ਵੀ ਰਹੇਗਾ, ਕਿਉਂਕਿ ਤੁਸੀਂ ਬਹੁਤ ਆਲਸੀ ਹੋ।' ਇਸ ਤੋਂ ਬਾਅਦ ਉਨ੍ਹਾਂ ਨੇ ਇੱਕ-ਦੂਜੇ ਨਾਲ ਕਦੇ ਗੱਲਬਾਤ ਨਹੀਂ ਕੀਤੀ—ਉਨ੍ਹਾਂ ਦੀ ਦੋਸਤੀ ਖਤਮ ਹੋ ਗਈ। ਇਸ ਕਹਾਣੀ ਤੋਂ ਤੁਹਾਨੂੰ ਕੀ ਸਿੱਖਿਆ ਮਿਲਦੀ ਹੈ, ਰੋਡਨ?''

ਰੋਡਨ ਨੇ ਕਿਹਾ, ''ਕਹਾਣੀ ਚੰਗੀ ਸੀ, ਪਰ ਮੈਨੂੰ ਇਸ ਵਿੱਚ ਸਿੱਖਿਆ ਜਾਂ ਸਬਕ ਵਰਗੀ ਕੋਈ ਚੀਜ਼ ਨਹੀਂ ਦਿਖਾਈ ਦਿੱਤੀ।''

''ਮੈਨੂੰ ਲੱਗਾ ਵੀ ਨਹੀਂ ਸੀ ਕਿ ਤੁਹਾਨੂੰ ਦਿਖਾਈ ਦੇਵੇਗੀ। ਪਰ ਸਿੱਖਿਆ ਹੈ ਅਤੇ ਬਹੁਤ ਆਸਾਨ ਹੈ। ਜੇਕਰ ਤੁਸੀਂ ਆਪਣੇ ਦੋਸਤ ਦੀ ਮਦਦ ਕਰਨਾ ਚਾਹੁੰਦੇ ਹੋ, ਤਾਂ ਇਸ ਤਰ੍ਹਾਂ ਕਰੋ, ਤਾਂ ਕਿ ਤੁਹਾਡੇ ਦੋਸਤ ਦਾ ਬੋਝ ਤੁਹਾਡੇ 'ਤੇ ਨਾ ਆਵੇ।''

''ਮੈਂ ਇਸ ਬਾਰੇ ਤਾਂ ਸੋਚਿਆ ਹੀ ਨਹੀਂ ਸੀ। ਇਹ ਬਹੁਤ ਸਮਝਦਾਰੀ ਵਾਲਾ ਸਬਕ ਹੈ। ਮੈਂ ਆਪਣੀ ਭੈਣ ਦੇ ਪਤੀ ਦਾ ਬੋਝ ਆਪਣੇ ਉੱਪਰ ਨਹੀਂ ਲੈਣਾ ਚਾਹੁੰਦਾ। ਪਰ ਮੈਨੂੰ ਇੱਕ ਗੱਲ ਦੱਸੋ। ਤੁਸੀਂ ਬਹੁਤ ਸਾਰੇ ਲੋਕਾਂ ਨੂੰ ਉਧਾਰ ਦਿੰਦੇ ਹੋ। ਕੀ ਉਧਾਰ ਲੈਣ ਵਾਲੇ ਹਮੇਸ਼ਾ ਉਧਾਰ ਚੁਕਾ ਦਿੰਦੇ ਹਨ?'

ਮੈਥਨ ਬਹੁਤ ਤਜਰਬੇਕਾਰ ਇਨਸਾਨ ਵਾਂਗ ਹੱਸਿਆ। ਫਿਰ ਉਸ ਨੇ ਕਿਹਾ, ''ਜੇਕਰ ਕਰਜ਼ਦਾਰ ਕਰਜ਼ ਚੁਕਾ ਨਹੀਂ ਸਕਦਾ, ਤਾਂ ਕੀ ਸ਼ਾਹੂਕਾਰ ਉਸ ਨੂੰ ਕਰਜ਼ ਦੇਵੇਗਾ? ਸ਼ਾਹੂਕਾਰ ਨੇ ਸਾਵਧਾਨੀ ਅਤੇ ਸਮਝਦਾਰੀ ਨਾਲ ਇਹ ਤੈਅ ਕਰਨਾ ਹੁੰਦਾ ਹੈ ਕਿ ਉਸ ਦਾ ਪੈਸਾ ਉਧਾਰ ਲੈਣ ਵਾਲੇ ਦੇ ਕੰਮ ਆਵੇਗਾ ਅਤੇ ਉਸ ਦਾ ਪੈਸਾ ਦੁਬਾਰਾ ਵਾਪਸ ਆਵੇਗਾ। ਜੇਕਰ ਉਸ ਦਾ ਪੈਸਾ ਮੂਰਖਤਾਪੂਰਨ ਕੰਮ ਵਿੱਚ ਲੱਗੇਗਾ, ਤਾਂ ਉਸ ਦਾ ਮੂਲਧਨ ਵੀ ਡੁੱਬ ਜਾਵੇਗਾ, ਕਿਉਂਕਿ ਕਰਜ਼ ਲੈਣ ਵਾਲਾ ਕਰਜ਼ ਨਹੀਂ ਚੁਕਾ ਸਕੇਗਾ। ਮੈਂ ਤੁਹਾਨੂੰ ਆਪਣੀ ਸੰਦੂਕ ਵਿੱਚ ਰੱਖੀਆਂ ਨਿਸ਼ਾਨੀਆਂ ਦੱਸਦਾ ਹਾਂ। ਹਰ ਨਿਸ਼ਾਨੀ ਵਿੱਚ ਇੱਕ ਕਹਾਣੀ ਲੁਕੀ ਹੋਈ ਹੈ।''

ਉਹ ਕਮਰੇ ਵਿੱਚੋਂ ਇੱਕ ਵੱਡਾ ਸੰਦੂਕ ਲੈ ਕੇ ਆਇਆ, ਜਿਸ 'ਤੇ ਸੂਰ ਦੀ ਲਾਲ ਖੱਲ ਚੜ੍ਹੀ ਹੋਈ ਸੀ ਅਤੇ ਉਸ 'ਤੇ ਕਾਂਸੇ ਦਾ ਚਿੱਤਰ ਬਣਿਆ ਸੀ। ਸੰਦੂਕ ਨੂੰ ਫਰਸ਼ 'ਤੇ ਰੱਖ ਕੇ ਉਹ ਉਸ ਦੇ ਸਾਹਮਣੇ ਬੈਠ ਗਿਆ। ਫਿਰ ਉਹ ਆਪਣੇ ਦੋਵੇਂ ਹੱਥਾਂ ਨਾਲ ਉਸ ਨੂੰ ਖੋਲ੍ਹਣ ਲੱਗਾ।

''ਮੈਂ ਜਿਸ ਨੂੰ ਵੀ ਕਰਜ਼ ਦਿੰਦਾ ਹਾਂ, ਉਸ ਤੋਂ ਆਪਣੇ ਇਸ ਸੰਦੂਕ ਲਈ ਕੋਈ ਨਾ ਕੋਈ ਨਿਸ਼ਾਨੀ ਜ਼ਰੂਰ ਲੈ ਲੈਂਦਾ ਹਾਂ। ਉਹ ਨਿਸ਼ਾਨੀ ਉਦੋਂ ਤੱਕ ਇੱਥੇ ਰਹਿੰਦੀ ਹੈ, ਜਦੋਂ ਤੱਕ ਕਿ ਸਾਰਾ ਕਰਜ਼ ਨਹੀਂ ਉਤਾਰ ਦਿੰਦਾ। ਜਦੋਂ ਕਰਜ਼ਦਾਰ ਸਾਰਾ ਕਰਜ਼ ਦੇ ਦਿੰਦਾ ਹੈ, ਤਾਂ ਮੈਂ ਉਸ ਨੂੰ ਉਹ ਨਿਸ਼ਾਨੀ ਵਾਪਸ ਕਰ ਦਿੰਦਾ ਹਾਂ। ਖੈਰ, ਜੇਕਰ ਉਹ ਕਰਜ਼ ਨਹੀਂ ਚੁਕਾ ਪਾਉਂਦਾ, ਤਾਂ ਉਹ ਨਿਸ਼ਾਨੀ ਮੈਨੂੰ ਹਮੇਸ਼ਾ ਇਹ ਯਾਦ ਦਿਵਾਉਂਦੀ ਰਹਿੰਦੀ ਹੈ ਕਿ ਉਹ ਇਨਸਾਨ ਮੇਰੇ ਭਰੋਸੇ 'ਤੇ ਖਰਾ ਨਹੀਂ ਉਤਰਿਆ।''

''ਨਿਸ਼ਾਨੀ ਵਾਲਾ ਸੰਦੂਕ ਮੈਨੂੰ ਦੱਸਦਾ ਹੈ ਕਿ ਸਭ ਤੋਂ ਸੁਰੱਖਿਅਤ ਕਰਜ਼ਦਾਰ ਉਹ ਹੁੰਦੇ ਹਨ, ਜਿਨ੍ਹਾਂ ਕੋਲ ਕਰਜ਼ ਦੀ ਰਕਮ ਤੋਂ ਜ਼ਿਆਦਾ ਸੰਪਤੀ ਹੁੰਦੀ ਹੈ। ਉਨ੍ਹਾਂ ਕੋਲ ਜ਼ਮੀਨ, ਹੀਰੇ-ਜਵਾਹਰਾਤ, ਊਠ ਜਾਂ ਹੋਰ ਚੀਜ਼ਾਂ ਹੁੰਦੀਆਂ ਹਨ, ਜਿਨ੍ਹਾਂ ਨੂੰ ਵੇਚ ਕੇ ਕਰਜ਼ ਚੁਕਾਇਆ ਜਾ ਸਕਦਾ ਹੈ। ਮੈਨੂੰ ਨਿਸ਼ਾਨੀ ਵਜੋਂ ਕਈ ਅਜਿਹੇ ਰਤਨ ਦਿੱਤੇ ਜਾਂਦੇ ਹਨ, ਜਿਨ੍ਹਾਂ ਦਾ ਮੁੱਲ ਕਰਜ਼ੇ ਨਾਲੋਂ ਜ਼ਿਆਦਾ ਹੁੰਦਾ ਹੈ। ਬਾਕੀਆਂ ਵਿੱਚ ਇਸ ਤਰ੍ਹਾਂ ਦੇ ਵਾਅਦੇ

ਹੁੰਦੇ ਹਨ ਕਿ ਜੇਕਰ ਕਰਜ਼ ਨਾ ਚੁਕਾਇਆ ਗਿਆ, ਤਾਂ ਉਹ ਆਪਣੀ ਜਾਇਦਾਦ ਦਾ ਇੱਕ ਹਿੱਸਾ ਮੇਰੇ ਨਾਂ ਕਰ ਦੇਣਗੇ। ਇਸ ਤਰ੍ਹਾਂ ਦੇ ਕਰਜ਼ ਦਿੰਦੇ ਸਮੇਂ ਮੈਨੂੰ ਵਿਸ਼ਵਾਸ ਹੁੰਦਾ ਹੈ ਕਿ ਮੇਰਾ ਪੈਸਾ ਸੂਦ ਸਮੇਤ ਵਾਪਸ ਆ ਜਾਵੇਗਾ, ਕਿਉਂਕਿ ਕਰਜ਼ ਜਾਇਦਾਦ ਦੇ ਆਧਾਰ 'ਤੇ ਦਿੱਤਾ ਗਿਆ ਹੈ।''

''ਦੂਜੇ ਭਾਗ ਵਿੱਚ ਅਜਿਹੇ ਲੋਕ ਆਉਂਦੇ ਹਨ, ਜਿਨ੍ਹਾਂ ਵਿੱਚ ਕਮਾਉਣ ਦੀ ਸਮਰੱਥਾ ਹੁੰਦੀ ਹੈ। ਉਹ ਤੁਹਾਡੇ ਵਾਂਗ ਹੁੰਦੇ ਹਨ, ਜੋ ਮਿਹਨਤ ਜਾਂ ਸੇਵਾ ਕਰਦੇ ਹਨ ਅਤੇ ਉਨ੍ਹਾਂ ਨੂੰ ਬਦਲੇ ਵਿੱਚ ਤਨਖਾਹ ਜਾਂ ਮਿਹਨਤਾਨਾ ਮਿਲਦਾ ਹੈ। ਉਨ੍ਹਾਂ ਕੋਲ ਆਮਦਨ ਦਾ ਨਿਯਮਿਤ ਸਾਧਨ ਹੁੰਦਾ ਹੈ। ਜੇਕਰ ਉਹ ਇਮਾਨਦਾਰ ਹੋਣ ਅਤੇ ਉਨ੍ਹਾਂ 'ਤੇ ਕੋਈ ਮੁਸੀਬਤ ਨਾ ਆਵੇ, ਤਾਂ ਉਹ ਕਰਜ਼ ਅਤੇ ਸੂਦ ਦੋਵੇਂ ਚੁਕਾ ਸਕਦੇ ਹਨ। ਇਸ ਤਰ੍ਹਾਂ ਦੇ ਕਰਜ਼ ਇਨਸਾਨ ਦੀ ਮਿਹਨਤ 'ਤੇ ਆਧਾਰਤ ਹੁੰਦੇ ਹਨ।''

''ਬਾਕੀ ਲੋਕ ਅਜਿਹੇ ਹੁੰਦੇ ਹਨ, ਜਿਨ੍ਹਾਂ ਕੋਲ ਨਾ ਤਾਂ ਜਾਇਦਾਦ ਹੁੰਦੀ ਹੈ, ਨਾ ਹੀ ਕਮਾਉਣ ਦੀ ਭਰੋਸੇਯੋਗ ਸਮਰੱਥਾ। ਜ਼ਿੰਦਗੀ ਔਖੀ ਹੈ ਅਤੇ ਕੁਝ ਲੋਕ ਜ਼ਿੰਦਗੀ ਨਾਲ ਤਾਲਮੇਲ ਨਹੀਂ ਬਿਠਾ ਪਾਉਂਦੇ ਹਨ ਇਨ੍ਹਾਂ ਲੋਕਾਂ ਨੂੰ ਮੈਂ ਜੋ ਕਰਜ਼ ਦਿੰਦਾ ਹਾਂ, ਭਾਵੇਂ ਉਹ ਇੱਕ ਰੁਪਏ ਦਾ ਵੀ ਕਿਉਂ ਨਾ ਹੋਵੇ, ਮੇਰਾ ਨਿਸ਼ਾਨੀ ਵਾਲਾ ਸੰਦੂਕ ਅੱਗੇ ਆਉਣ ਵਾਲੇ ਸਾਲਾਂ ਵਿੱਚ ਮੈਨੂੰ ਚਿੜਾਉਂਦਾ ਰਹੇਗਾ, ਜਦੋਂ ਤੱਕ ਕਿ ਕਰਜ਼ ਲੈਣ ਵਾਲੇ ਨਾਲ ਉਸ ਦੇ ਚੰਗੇ ਦੋਸਤਾਂ ਦੀ ਗਾਰੰਟੀ ਨਾ ਹੋਵੇ, ਜੋ ਉਸ ਨੂੰ ਭਰੋਸੇਯੋਗ ਮੰਨਦੇ ਹੋਣ।''

ਮੈਥਨ ਨੇ ਸੰਦੂਕ ਖੋਲ੍ਹਿਆ। ਰੋਡਨ ਉਤਸੁਕਤਾ ਨਾਲ ਅੱਗੇ ਝੁਕਿਆ।

ਸੰਦੂਕ ਵਿੱਚ ਸਭ ਤੋਂ ਉੱਪਰ ਲਾਲ ਕੱਪੜੇ 'ਤੇ ਕਾਂਸੇ ਦਾ ਨੇਕ-ਪੀਸ ਪਿਆ ਸੀ। ਮੈਥਨ ਨੇ ਉਸ ਨੂੰ ਚੁੱਕ ਕੇ ਪਿਆਰ ਨਾਲ ਥਪਥਪਾਇਆ, ''ਇਹ ਮੇਰੇ ਸੰਦੂਕ ਵਿੱਚ ਹਮੇਸ਼ਾ ਰਹੇਗਾ, ਕਿਉਂਕਿ ਇਸ ਦਾ ਮਾਲਕ ਹੁਣ ਇਸ ਦੁਨੀਆ ਤੋਂ ਜਾ ਚੁੱਕਾ ਹੈ। ਮੈਂ ਇਸ ਨਿਸ਼ਾਨੀ ਨੂੰ ਸੰਭਾਲ ਕੇ ਰੱਖਦਾ ਹਾਂ ਅਤੇ ਮੈਂ ਉਸ ਦੀਆਂ ਯਾਦਾਂ ਨੂੰ ਵੀ ਸੰਭਾਲ ਕੇ ਰੱਖਦਾ ਹਾਂ, ਕਿਉਂਕਿ ਉਹ ਮੇਰਾ ਚੰਗਾ ਦੋਸਤ ਸੀ। ਅਸੀਂ ਨਾਲ-ਨਾਲ ਸਫਲਤਾਪੂਰਵਕ ਵਪਾਰ ਕੀਤਾ ਸੀ, ਜਦੋਂ ਤੱਕ ਕਿ ਉਹ ਪੂਰਬੀ ਦੇਸ਼ ਦੀ ਇੱਕ ਔਰਤ ਨੂੰ ਵਿਆਹ ਕੇ ਨਹੀਂ ਲੈ ਆਇਆ। ਉਹ ਸੋਹਣੀ ਸੀ, ਪਰ ਸਾਡੀਆਂ ਔਰਤਾਂ ਵਰਗੀ ਨਹੀਂ ਸੀ। ਉਹ ਔਰਤ ਨਹੀਂ, ਬਿਜਲੀ ਸੀ। ਮੇਰੇ ਦੋਸਤ ਨੇ ਆਪਣੀ ਪਤਨੀ ਦੀਆਂ ਇੱਛਾਵਾਂ ਨੂੰ ਪੂਰਾ ਕਰਨ ਲਈ ਪਾਣੀ ਵਾਂਗ ਪੈਸਾ ਵਹਾਇਆ। ਜਦੋਂ ਉਸ ਦਾ ਪੈਸਾ ਖਤਮ ਹੋ ਗਿਆ, ਤਾਂ ਉਹ ਔਖੇ ਸਮੇਂ ਵਿੱਚ ਮੇਰੇ ਕੋਲ ਆਇਆ। ਮੈਂ ਉਸ ਨੂੰ ਸਲਾਹ ਦਿੱਤੀ। ਮੈਂ ਉਸ ਨੂੰ ਕਿਹਾ ਕਿ ਮੈਂ ਉਸ ਨੂੰ ਇੱਕ ਵਾਰ ਫਿਰ ਹਾਲਾਤ ਠੀਕ ਕਰਨ ਦਾ ਮੌਕਾ ਦਿਆਂਗਾ। ਉਸ ਨੇ ਨਵੇਂ ਸਿਰੇ ਤੋਂ ਸ਼ੁਰੂ ਕਰਨ ਦੀ ਕਸਮ ਖਾਧੀ। ਪਰ ਅਜਿਹਾ ਹੋ ਨਹੀਂ ਸਕਿਆ। ਇੱਕ ਦਿਨ ਆਪਸੀ ਝਗੜੇ ਵਿੱਚ ਉਸ ਦੀ ਪਤਨੀ ਨੇ ਉਸ ਦੀ ਛਾਤੀ ਵਿੱਚ ਚਾਕੂ ਮਾਰ ਦਿੱਤਾ, ਕਿਉਂਕਿ ਉਸ ਦੇ ਪਤੀ ਨੇ ਉਸ ਨੂੰ ਅਜਿਹਾ ਕਰਨ ਦੀ ਚੁਣੌਤੀ ਦਿੱਤੀ ਸੀ।''

''ਅਤੇ ਉਹ ਔਰਤ?'' ਰੋਡਨ ਨੇ ਸਵਾਲ ਕੀਤਾ।

''ਹਾਂ, ਜ਼ਾਹਰ ਹੈ, ਇਹ ਉਸੇ ਦਾ ਹੈ।'' ਮੈਥਨ ਨੇ ਲਾਲ ਕੱਪੜਾ ਚੁੱਕਦੇ ਹੋਏ ਕਿਹਾ, 'ਪਛਤਾਵੇ ਨਾਲ ਉਹ ਨਦੀ ਵਿੱਚ ਕੁੱਦ ਗਈ। ਇਹ ਦੇ ਕਰਜ਼ ਕਦੇ ਨਹੀਂ ਚੁਕਾਏ ਜਾਣਗੇ। ਰੋਡਨ, ਇਹ ਸੰਦੂਕ ਦੱਸਦਾ ਹੈ ਕਿ ਜੋ ਲੋਕ ਬਹੁਤ ਭਾਵੁਕ ਹੁੰਦੇ ਹਨ ਜਾਂ ਭਾਵਨਾਤਮਕ ਤੂਫ਼ਾਨਾਂ ਵਿੱਚ ਘਿਰੇ ਰਹਿੰਦੇ ਹਨ, ਉਹ ਸ਼ਾਹੂਕਾਰ ਲਈ ਸੁਰੱਖਿਅਤ ਨਹੀਂ ਹੁੰਦੇ।

''ਇਹ! ਇਹ ਵੱਖਰੀ ਚੀਜ਼ ਹੈ।'' ਉਸ ਨੇ ਬਲਦ ਦੀ ਹੱਡੀ ਨਾਲ ਬਣੀ ਅੰਗੂਠੀ ਨੂੰ ਚੁੱਕਦੇ ਹੋਏ ਕਿਹਾ। ''ਇਹ ਇੱਕ ਕਿਸਾਨ ਦੀ ਹੈ। ਮੈਂ ਉਸ ਦੀਆਂ ਔਰਤਾਂ ਤੋਂ ਗਲੀਚੇ ਖਰੀਦਦਾ ਹਾਂ। ਉਸ ਕਿਸਾਨ ਦੇ ਖੇਤ ਵਿੱਚ ਟਿੱਡੀ ਦਲ ਨੇ ਹਮਲਾ ਕਰ ਦਿੱਤਾ। ਉਸ ਦੇ ਘਰ ਵਿੱਚ ਤੰਗੀ ਦੀ ਨੈਬਤ ਆ ਗਈ। ਅਜਿਹੇ ਸਮੇਂ ਵਿੱਚ ਮੈਂ ਉਸ ਦੀ ਮਦਦ ਕੀਤੀ। ਨਵੀਂ ਫਸਲ ਆਉਣ 'ਤੇ ਉਸ ਨੇ ਜਲਦ ਹੀ ਆਪਣਾ ਕਰਜ਼ ਚੁਕਾ ਦਿੱਤਾ। ਇਸ ਤੋਂ ਬਾਅਦ ਇੱਕ ਦਿਨ ਉਹ ਮੇਰੇ ਕੋਲ ਆਇਆ ਅਤੇ ਉਸ ਨੇ ਇੱਕ ਦੂਰ ਦੇਸ਼ ਦੀਆਂ ਬੱਕਰੀਆਂ ਬਾਰੇ ਦੱਸਿਆ, ਜਿਨ੍ਹਾਂ ਦਾ ਵੇਰਵਾ ਉਸ ਨੇ ਇੱਕ ਯਾਤਰੀ ਤੋਂ ਸੁਣਿਆ ਸੀ। ਉਨ੍ਹਾਂ ਬੱਕਰੀਆਂ ਦੇ ਲੰਮੇ ਵਾਲ ਏਨੇ ਸੋਹਣੇ ਅਤੇ ਨਰਮ ਸਨ ਕਿ ਉਹ ਉਨ੍ਹਾਂ ਤੋਂ ਏਨੇ ਵਧੀਆ ਗਲੀਚੇ ਬਣਾ ਸਕਦਾ ਸੀ, ਜਿਵੇਂ ਅੱਜ ਤੱਕ ਬੇਬੀਲੋਨ ਵਿੱਚ ਦੇਖੇ ਨਹੀਂ ਗਏ। ਉਹ ਅਜਿਹੀਆਂ ਬੱਕਰੀਆਂ ਦਾ ਇਕੱਠ ਚਾਹੁੰਦਾ ਸੀ, ਪਰ ਉਨ੍ਹਾਂ ਨੂੰ ਖਰੀਦਣ ਲਈ ਉਸ ਕੋਲ ਪੈਸਾ ਨਹੀਂ ਸੀ। ਇਸ ਲਈ ਮੈਂ ਉਸ ਨੂੰ ਯਾਤਰਾ ਕਰਨ ਅਤੇ ਬੱਕਰੀਆਂ ਲਿਆਉਣ ਲਈ ਪੈਸਾ ਉਧਾਰ ਦਿੱਤਾ। ਉਸ ਨੇ ਰੇਵੜ ਖਰੀਦ ਲਿਆ ਹੈ ਅਤੇ ਉਸ ਨੇ ਕਿਹਾ, ''ਅਗਲੇ ਸਾਲ ਮੈਂ ਬੇਬੀਲੋਨ ਦੇ ਅਮੀਰਾਂ ਨੂੰ ਹੈਰਾਨ ਕਰ ਦਿਆਂਗਾ, ਕਿਉਂਕਿ ਮੈਂ ਉਨ੍ਹਾਂ ਨੂੰ ਬਹੁਤ ਸ਼ਾਨਦਾਰ ਅਤੇ ਮਹਿੰਗੇ ਗਲੀਚੇ ਵੇਚਾਂਗਾ।'' ਜਲਦੀ ਹੀ ਮੈਨੂੰ ਉਸ ਦੀ ਅੰਗੂਠੀ ਵਾਪਸ ਕਰਨੀ ਪਵੇਗੀ ਉਹ ਜਲਦ ਹੀ ਕਰਜ਼ ਚੁਕਾਉਣ 'ਤੇ ਜ਼ੋਰ ਦੇ ਰਿਹਾ ਹੈ।''

ਰੋਡਨ ਨੇ ਪੁੱਛਿਆ, ''ਕੁਝ ਉਧਾਰ ਲੈਣ ਵਾਲੇ ਸਮੇਂ ਤੋਂ ਪਹਿਲਾਂ ਵੀ ਕਰਜ਼ ਚੁਕਾ ਦਿੰਦੇ ਹਨ?''

''ਜੇਕਰ ਉਹ ਕਿਸੇ ਅਜਿਹੇ ਉਦੇਸ਼ ਲਈ ਕਰਜ਼ ਲੈਂਦੇ ਹਨ, ਜਿਸ ਨਾਲ ਉਨ੍ਹਾਂ ਨੂੰ ਪੈਸਾ ਮਿਲ ਜਾਂਦਾ ਹੈ, ਤਾਂ ਉਹ ਅਜਿਹਾ ਕਰਦੇ ਹਨ। ਪਰ ਜੇਕਰ ਉਹ ਆਪਣੀ ਮੂਰਖਤਾ ਕਾਰਨ ਉਧਾਰ ਲੈਂਦੇ ਹਨ, ਤਾਂ ਮੈਂ ਤੁਹਾਨੂੰ ਇਹ ਚਿਤਾਵਨੀ ਦਿੰਦਾ ਹਾਂ ਕਿ ਤੁਹਾਡਾ ਪੈਸਾ ਤੁਹਾਡੇ ਹੱਥ ਵਿੱਚ ਦੁਬਾਰਾ ਵਾਪਸ ਨਹੀਂ ਆਵੇਗਾ।''

ਰੋਡਨ ਨੇ ਦੁਰਲੱਭ ਕਾਰੀਗਰੀ ਵਾਲੇ ਰਤਨਾਂ ਨਾਲ ਜੁੜੇ ਸੋਨੇ ਦੇ ਭਾਰੀ ਕੜੇ ਨੂੰ ਚੁੱਕਦੇ ਹੋਏ ਪੁੱਛਿਆ, ''ਮੈਨੂੰ ਇਸ ਬਾਰੇ ਦੱਸੋ।''

ਮੈਥਨ ਨੇ ਹੱਸਦੇ ਹੋਏ ਕਿਹਾ, ''ਮੇਰੇ ਚੰਗੇ ਦੋਸਤ ਨੂੰ ਔਰਤਾਂ ਕੁਝ ਜ਼ਿਆਦਾ ਹੀ ਪਸੰਦ ਹਨ।''

ਰੋਡਨ ਨੇ ਕਿਹਾ, ''ਆਖਰ ਮੈਂ ਤੁਹਾਡੇ ਨਾਲੋਂ ਜ਼ਿਆਦਾ ਨੌਜਵਾਨ ਹਾਂ।''

''ਮੈਂ ਮੰਨਦਾ ਹਾਂ, ਪਰ ਇਸ ਬਾਰੇ ਤੁਸੀ ਫਜ਼ੂਲ ਰੁਮਾਂਸ ਦਾ ਸ਼ੱਕ ਕਰ ਰਹੇ ਹੋ। ਇਸ ਕੜੇ ਦੀ ਮਾਲਕਣ ਮੋਟੀ ਅਤੇ ਬੁੱਢੀ ਹੈ। ਉਹ ਬਹੁਤ ਜ਼ਿਆਦਾ ਬੋਲਦੀ ਹੈ, ਪਰ ਉਸ ਦੀਆਂ

ਗੱਲਾਂ ਏਨੀਆਂ ਅਰਥਹੀਣ ਹੁੰਦੀਆਂ ਹਨ ਕਿ ਉਹ ਮੈਨੂੰ ਪਾਗਲ ਕਰ ਦਿੰਦੀ ਹੈ। ਕਦੇ ਉਨ੍ਹਾਂ ਲੋਕਾਂ ਕੋਲ ਬਹੁਤ ਪੈਸਾ ਸੀ ਅਤੇ ਉਹ ਚੰਗੇ ਗਾਹਕ ਸਨ, ਪਰ ਫਿਰ ਉਹ ਬਦਕਿਸਮਤੀ ਦੇ ਸ਼ਿਕਾਰ ਹੋ ਗਏ। ਉਸ ਔਰਤ ਦਾ ਇੱਕ ਪੁੱਤਰ ਹੈ, ਜਿਸ ਨੂੰ ਉਹ ਵਪਾਰੀ ਬਣਾਉਣਾ ਚਾਹੁੰਦੀ ਹੈ। ਇਸ ਲਈ ਉਹ ਮੇਰੇ ਕੋਲ ਆਈ ਅਤੇ ਮੇਰੇ ਤੋਂ ਪੈਸਾ ਉਧਾਰ ਲਿਆ, ਤਾਂ ਕਿ ਉਸ ਦਾ ਪੁੱਤਰ ਇੱਕ ਕਾਰਵਾਂ ਦੇ ਮਾਲਕ ਦਾ ਹਿੱਸੇਦਾਰ ਬਣ ਸਕੇ, ਜੋ ਯਾਤਰਾ ਕਰਦੇ ਸਮੇਂ ਇੱਕ ਸ਼ਹਿਰ ਤੋਂ ਉਠ ਖਰੀਦਦਾ ਹੈ ਅਤੇ ਦੂਜੇ ਸ਼ਹਿਰ ਵਿੱਚ ਵੇਚ ਦਿੰਦਾ ਹੈ।''

''ਕਾਰਵਾਂ ਦਾ ਮਾਲਕ ਬਦਮਾਸ਼ ਨਿਕਲਿਆ, ਕਿਉਂਕਿ ਉਸ ਨੇ ਵਿਚਾਰੇ ਲੜਕੇ ਨੂੰ ਦੂਰ ਇੱਕ ਸ਼ਹਿਰ ਵਿੱਚ ਬਿਨਾਂ ਪੈਸੇ ਅਤੇ ਬਿਨਾਂ ਦੋਸਤਾਂ ਦੇ ਛੱਡ ਦਿੱਤਾ। ਉਹ ਉਸ ਨੌਜਵਾਨ ਨੂੰ ਸੁੱਤੇ ਹੋਏ ਨੂੰ ਛੱਡ ਗਏ। ਨੌਜਵਾਨ ਕੁਝ ਸਾਲਾਂ ਬਾਅਦ ਸ਼ਾਇਦ ਇਸ ਕਰਜ਼ ਨੂੰ ਚੁਕਾ ਸਕਦਾ ਹੈ। ਉਦੋਂ ਤੱਕ ਮੈਨੂੰ ਮੇਰਾ ਵਿਆਜ ਨਹੀਂ ਮਿਲੇਗਾ, ਸਿਰਫ ਹਵਾਈ ਗੱਲਾਂ ਹੀ ਸੁਣਨ ਨੂੰ ਮਿਲਦੀਆਂ ਰਹਿਣਗੀਆਂ। ਉਂਝ ਅਸਲੀ ਗੱਲ ਇਹ ਹੈ ਕਿ ਇਹ ਕੰਗਣ ਕਰਜ਼ ਦੀ ਰਕਮ ਨਾਲੋਂ ਜ਼ਿਆਦਾ ਮੁੱਲਵਾਨ ਹਨ।''

''ਕੀ ਇਸ ਔਰਤ ਨੇ ਤੁਹਾਡੇ ਤੋਂ ਕਰਜ਼ ਦੀ ਸਮਝਦਾਰੀ ਬਾਰੇ ਸਲਾਹ ਮੰਗੀ ਸੀ?''

''ਮਾਮਲਾ ਬਿਲਕੁਲ ਹੀ ਉਲਟਾ ਸੀ। ਉਸ ਨੇ ਕਲਪਨਾ ਵਿੱਚ ਆਪਣੇ ਪੁੱਤਰ ਨੂੰ ਬੇਬੀਲੋਨ ਦਾ ਅਮੀਰ ਅਤੇ ਤਾਕਤਵਰ ਇਨਸਾਨ ਮੰਨ ਲਿਆ ਸੀ। ਇਸ ਦਾ ਵਿਰੋਧ ਕਰਨ ਦਾ ਮਤਲਬ ਉਸ ਨੂੰ ਗੁੱਸਾ ਦਿਵਾਉਣਾ ਸੀ। ਉਸ ਨੇ ਮੈਨੂੰ ਚੰਗੀ ਤਰ੍ਹਾਂ ਝਿੜਕਿਆ। ਮੈਂ ਜਾਣਦਾ ਸੀ ਕਿ ਇਸ ਗੈਰ-ਤਜਰਬੇਕਾਰ ਨੌਜਵਾਨ ਨੂੰ ਧਨ ਦੇਣ ਵਿੱਚ ਖਤਰਾ ਹੈ, ਪਰ ਕਿਉਂਕਿ ਉਸ ਨੇ ਇਹ ਕੜਾ ਗਿਰਵੀ ਰੱਖਿਆ ਸੀ, ਇਸ ਲਈ ਮੈਂ ਉਸ ਨੂੰ ਕਰਜ਼ ਦੇਣ ਤੋਂ ਇਨਕਾਰ ਨਹੀਂ ਸੀ ਕਰ ਸਕਦਾ।''

ਮੈਥਨ ਨੇ ਰੱਸੀ ਦੀਆਂ ਗੰਢਾਂ ਨੂੰ ਦਿਖਾਉਂਦੇ ਹੋਏ ਅੱਗੇ ਕਿਹਾ, ''ਇਹ ਉਠਾਂ ਦੇ ਵਪਾਰੀ ਨੇਬਾਟੂਰ ਦੀਆਂ ਹਨ। ਜਦੋਂ ਉਹ ਕੋਈ ਵੱਡਾ ਰੇਵੜ ਖਰੀਦਦਾ ਹੈ ਅਤੇ ਉਸ ਨੂੰ ਇਸ ਵਾਸਤੇ ਪੈਸੇ ਦੀ ਲੋੜ ਹੁੰਦੀ ਹੈ, ਤਾਂ ਉਹ ਮੈਨੂੰ ਇਹ ਰੱਸੀ ਦੇ ਜਾਂਦਾ ਹੈ ਅਤੇ ਮੈਂ ਉਸ ਨੂੰ ਲੋੜ ਅਨੁਸਾਰ ਉਧਾਰ ਦੇ ਦਿੰਦਾ ਹਾਂ। ਉਹ ਇੱਕ ਸਮਝਦਾਰ ਵਪਾਰੀ ਹੈ। ਮੈਨੂੰ ਉਸ ਦੇ ਸਹੀ ਫੈਸਲੇ ਲੈਣ ਦੀ ਯੋਗਤਾ 'ਤੇ ਭਰੋਸਾ ਹੈ ਅਤੇ ਮੈਂ ਉਸ ਨੂੰ ਉਦਾਰਤਾ ਨਾਲ ਉਧਾਰ ਦੇ ਸਕਦਾ ਹਾਂ। ਬੇਬੀਲੋਨ ਦੇ ਕਈ ਹੋਰ ਵਪਾਰੀਆਂ 'ਤੇ ਵੀ ਮੈਨੂੰ ਭਰੋਸਾ ਹੈ, ਕਿਉਂਕਿ ਉਨ੍ਹਾਂ ਦਾ ਸੁਭਾਅ ਭਰੋਸੇਯੋਗ ਹੈ। ਉਨ੍ਹਾਂ ਦੀਆਂ ਨਿਸ਼ਾਨੀਆਂ ਮੇਰੇ ਸੰਦੂਕ ਵਿੱਚ ਆਉਂਦੀਆਂ-ਜਾਂਦੀਆਂ ਰਹਿੰਦੀਆਂ ਹਨ। ਚੰਗੇ ਵਪਾਰੀ ਸਾਡੇ ਸ਼ਹਿਰ ਦੀ ਸ਼ਾਨ ਹਨ। ਵਪਾਰ ਵਿੱਚ ਉਨ੍ਹਾਂ ਦੀ ਮਦਦ ਕਰਨ ਨਾਲ ਮੈਨੂੰ ਤਾਂ ਲਾਭ ਹੁੰਦਾ ਹੀ ਹੈ, ਬੇਬੀਲੋਨ ਵੀ ਖੁਸ਼ਹਾਲ ਹੁੰਦਾ ਹੈ।''

ਮੈਥਨ ਨੇ ਫਿਰੋਜ਼ੇ ਵਿੱਚ ਉੱਕਰੀ ਹੋਈ ਬੀਟਲ ਦੇ ਚਿੱਤਰ ਨੂੰ ਚੁੱਕਿਆ ਅਤੇ ਉਸ ਨੂੰ ਹਿਕਰਤ ਨਾਲ ਫਰਸ਼ 'ਤੇ ਸੁੱਟ ਦਿੱਤਾ। 'ਮਿੱਤਰ ਦਾ ਕੀੜਾ। ਇਹ ਜਿਸ ਮੁੰਡੇ ਦਾ ਹੈ, ਉਸ ਨੂੰ ਮੇਰਾ ਪੈਸਾ ਵਾਪਸ ਕਰਨ ਦੀ ਥੋੜ੍ਹੀ ਜਿਹੀ ਵੀ ਪਰਵਾਹ ਨਹੀਂ ਹੈ। ਜਦੋਂ ਮੈਂ ਉਸ ਨੂੰ ਯਾਦ ਦਿਵਾਉਂਦਾ ਹਾਂ, ਤਾਂ ਉਹ ਜਵਾਬ ਦਿੰਦਾ ਹੈ, ''ਮੈਂ ਤੁਹਾਡਾ ਕਰਜ਼ ਕਿਵੇਂ ਚੁਕਾ ਸਕਦਾ ਹਾਂ,

ਜਦੋਂ ਕਿ ਬਦਕਿਸਮਤੀ ਮੇਰੇ ਪਿੱਛੇ ਹੱਥ ਧੋ ਕੇ ਪਈ ਹੋਈ ਹੈ? ਤੁਹਾਡੇ ਕੋਲ ਬਹੁਤ ਪੈਸਾ ਹੈ।'' ਮੈਂ ਕੀ ਕਰ ਸਕਦਾ ਹਾਂ? ਇਹ ਨਿਸ਼ਾਨੀ ਉਸ ਦੇ ਪਿਤਾ ਦੀ ਹੈ। ਉਨ੍ਹਾਂ ਦੀ ਆਮਦਨ ਘੱਟ ਸੀ, ਪਰ ਉਨ੍ਹਾਂ ਨੇ ਆਪਣੇ ਪੁੱਤਰ ਦੇ ਵਪਾਰ ਲਈ ਆਪਣੀ ਜ਼ਮੀਨ ਅਤੇ ਪਸ਼ੂ ਗਿਰਵੀ ਰੱਖ ਦਿੱਤੇ। ਨੌਜਵਾਨ ਨੂੰ ਪਹਿਲਾਂ ਤਾਂ ਸਫਲਤਾ ਮਿਲੀ, ਪਰ ਬਾਅਦ ਵਿੱਚ ਉਹ ਬਹੁਤ ਜ਼ਿਆਦਾ ਦੌਲਤ ਹਾਸਲ ਕਰਨ ਦੇ ਚੱਕਰ ਵਿੱਚ ਬਹੁਤ ਉਤਸ਼ਾਹੀ ਹੋ ਗਿਆ। ਉਸ ਵਿੱਚ ਤਜਰਬੇ ਦੀ ਘਾਟ ਸੀ, ਇਸ ਲਈ ਉਸ ਦਾ ਧੰਦਾ ਖਤਮ ਹੋ ਗਿਆ।''

''ਨੌਜਵਾਨ ਬਹੁਤ ਕੁਝ ਪਾਉਣ ਦੇ ਇੱਛੁਕ ਹੁੰਦੇ ਹਨ। ਉਹ ਪੈਸੇ ਅਤੇ ਹੋਰ ਮਨਪਸੰਦ ਵਸਤੂਆਂ ਲਈ ਸ਼ਾਰਟਕਟ ਅਪਣਾਉਂਦੇ ਹਨ। ਜਲਦੀ ਦੌਲਤ ਹਾਸਲ ਕਰਨ ਲਈ ਨੌਜਵਾਨ ਬਹੁਤੀ ਵਾਰ ਨਾਸਮਝੀ ਵਾਲੇ ਕਰਜ਼ ਲੈ ਲੈਂਦੇ ਹਨ। ਉਨ੍ਹਾਂ ਕੋਲ ਤਜਰਬਾ ਨਹੀਂ ਹੁੰਦਾ, ਇਸ ਲਈ ਉਨ੍ਹਾਂ ਨੂੰ ਇਹ ਅਹਿਸਾਸ ਹੀ ਨਹੀਂ ਹੁੰਦਾ ਕਿ ਨਿਰਾਸ਼ਾਜਨਕ ਕਰਜ਼ ਇੱਕ ਡੂੰਘੀ ਖਾਈ ਹੈ, ਜਿਸ ਵਿੱਚ ਕੋਈ ਵੀ ਆਸਾਨੀ ਨਾਲ ਉਤਰ ਤਾਂ ਸਕਦਾ ਹੈ, ਪਰ ਉਸ ਵਿੱਚੋਂ ਨਿਕਲਣਾ ਆਸਾਨ ਨਹੀਂ। ਕਰਜ਼ ਤੋਂ ਬਾਹਰ ਆਉਣ ਲਈ ਲੰਮਾ ਸੰਘਰਸ਼ ਕਰਨਾ ਪੈ ਸਕਦਾ ਹੈ। ਇਹ ਦੁੱਖ ਅਤੇ ਪਛਤਾਵੇ ਦੀ ਖਾਈ ਹੈ, ਜਿੱਥੇ ਸੂਰਜ ਦੀ ਰੌਸ਼ਨੀ ਮੱਧਮ ਹੋ ਜਾਂਦੀ ਹੈ ਅਤੇ ਰਾਤਾਂ ਦੀ ਨੀਂਦ ਉੱਡ ਜਾਂਦੀ ਹੈ। ਖੈਰ, ਮੈਂ ਇਹ ਨਹੀਂ ਕਹਿੰਦਾ ਕਿ ਉਧਾਰ ਲੈਣਾ ਹੀ ਨਹੀਂ ਚਾਹੀਦਾ। ਮੈਂ ਕਰਜ਼ ਲੈਣ ਨੂੰ ਉਤਸ਼ਾਹਿਤ ਨਹੀਂ, ਸਗੋਂ ਪ੍ਰੇਰਿਤ ਕਰਦਾ ਹਾਂ। ਜੇਕਰ ਕਰਜ਼ ਸਮਝਦਾਰੀ ਵਾਲੇ ਉਦੇਸ਼ ਲਈ ਲਿਆ ਜਾ ਰਿਹਾ ਹੈ, ਤਾਂ ਮੈਂ ਉਧਾਰ ਲੈਣ ਦੀ ਸਲਾਹ ਦਿੰਦਾ ਹਾਂ। ਮੈਨੂੰ ਵੀ ਵਪਾਰੀ ਦੇ ਤੌਰ 'ਤੇ ਆਪਣੀ ਪਹਿਲੀ ਸਫਲਤਾ ਕਰਜ਼ ਲੈਣ ਤੋਂ ਬਾਅਦ ਮਿਲੀ ਸੀ।''

''ਖੈਰ, ਅਜਿਹੇ ਮਾਮਲੇ ਵਿੱਚ ਕਰਜ਼ ਦੇਣ ਵਾਲਾ ਕੀ ਕਰ ਸਕਦਾ ਹੈ? ਇਹ ਨੌਜਵਾਨ ਨਿਰਾਸ਼ ਹੋ ਚੁੱਕਾ ਹੈ ਅਤੇ ਉਸ ਦੀ ਆਮਦਨ ਸਿਫਰ ਹੈ। ਉਹ ਕਰਜ਼ ਚੁਕਾਉਣ ਦੀ ਕੋਈ ਕੋਸ਼ਿਸ਼ ਨਹੀਂ ਕਰ ਰਿਹਾ। ਮੇਰਾ ਦਿਲ ਨਹੀਂ ਚਾਹੁੰਦਾ ਕਿ ਮੈਂ ਉਸ ਦੇ ਪਿਤਾ ਦੀ ਜ਼ਮੀਨ ਅਤੇ ਪਸ਼ੂ ਖੋਹ ਲਵਾਂ।''

ਰੋਡਨ ਨੇ ਕਿਹਾ, ''ਤੁਸੀਂ ਮੈਨੂੰ ਬਹੁਤ ਕੁਝ ਦੱਸਿਆ ਹੈ ਅਤੇ ਤੁਹਾਡੀਆਂ ਗੱਲਾਂ ਮੈਨੂੰ ਬਹੁਤ ਦਿਲਚਸਪ ਲੱਗੀਆਂ ਹਨ। ਪਰ ਮੈਨੂੰ ਅਜੇ ਵੀ ਮੇਰੇ ਸਵਾਲ ਦਾ ਜਵਾਬ ਨਹੀਂ ਮਿਲਿਆ। ਕੀ ਮੈਨੂੰ ਆਪਣੀ ਭੈਣ ਦੇ ਪਤੀ ਨੂੰ ਆਪਣੀਆਂ ਪੰਜਾਹ ਸੋਨੇ ਦੀਆਂ ਮੋਹਰਾਂ ਉਧਾਰ ਦੇਣੀਆਂ ਚਾਹੀਦੀਆਂ ਹਨ? ਜਦ ਕਿ ਇਹ ਮੋਹਰਾਂ ਮੇਰੇ ਲਈ ਬਹੁਤ ਮਹੱਤਵਪੂਰਨ ਹਨ।''

''ਤੁਹਾਡੀ ਭੈਣ ਬਹੁਤ ਚੰਗੀ ਔਰਤ ਹੈ, ਜਿਸ ਦਾ ਮੈਂ ਕਾਫੀ ਸਨਮਾਨ ਕਰਦਾ ਹਾਂ। ਜੇਕਰ ਉਸ ਦਾ ਪਤੀ ਮੇਰੇ ਕੋਲ ਆਏ ਅਤੇ ਮੇਰੇ ਤੋਂ ਸੋਨੇ ਦੀਆਂ ਪੰਜਾਹ ਮੋਹਰਾਂ ਉਧਾਰ ਮੰਗੇ, ਤਾਂ ਮੈਨੂੰ ਉਸ ਤੋਂ ਇਹ ਪੁੱਛਣਾ ਹੋਵੇਗਾ ਕਿ ਉਹ ਇਸ ਦਾ ਕੀ ਕਰੇਗਾ?''

''ਜੇਕਰ ਉਹ ਜਵਾਬ ਦਿੰਦਾ ਹੈ ਕਿ ਉਹ ਮੇਰੀ ਹੀ ਤਰ੍ਹਾਂ ਵਪਾਰੀ ਬਣਨਾ ਚਾਹੁੰਦਾ ਹੈ ਅਤੇ ਹੀਰੇ-ਜਵਾਹਰਤ ਅਤੇ ਦੁਰਲੱਭ ਸਜਾਵਟੀ ਸਾਮਾਨ ਦਾ ਕਾਰੋਬਾਰ ਕਰਨਾ ਚਾਹੁੰਦਾ

ਹੈ, ਤਾਂ ਮੈਂ ਉਸ ਨੂੰ ਇਹ ਪੁੱਛਾਂਗਾ, 'ਤੁਹਾਨੂੰ ਇਸ ਵਪਾਰ ਦਾ ਕਿੰਨਾ ਗਿਆਨ ਹੈ? ਕੀ ਤੁਸੀਂ ਜਾਣਦੇ ਹੋ ਕਿ ਸਭ ਤੋਂ ਘੱਟ ਕੀਮਤ 'ਤੇ ਇਹ ਸਾਮਾਨ ਕਿੱਥੋਂ ਖਰੀਦਿਆ ਜਾ ਸਕਦਾ ਹੈ? ਕੀ ਤੁਸੀਂ ਜਾਣਦੇ ਹੋ ਕਿ ਚੰਗੀ ਕੀਮਤ 'ਤੇ ਇਹ ਸਾਮਾਨ ਕਿੱਥੇ ਵੇਚਿਆ ਜਾ ਸਕਦਾ ਹੈ?' ਕੀ ਉਹ ਇਨ੍ਹਾਂ ਸਵਾਲਾਂ ਦਾ ਜਵਾਬ 'ਹਾਂ' ਵਿੱਚ ਦੇ ਸਕਦਾ ਹੈ?''

''ਨਹੀਂ, ਉਹ ਨਹੀਂ ਦੇ ਸਕਦਾ,'' ਰੋਡਨ ਨੇ ਸਵੀਕਾਰ ਕੀਤਾ। ''ਹਾਲਾਂਕਿ ਉਸ ਨੇ ਭਾਲਾ ਬਣਾਉਣ ਵਿੱਚ ਮੇਰੀ ਕਾਫੀ ਮਦਦ ਕੀਤੀ ਹੈ ਅਤੇ ਕਈ ਦੁਕਾਨਾਂ ਵਿੱਚ ਵੀ ਮਦਦ ਕੀਤੀ ਹੈ।''

''ਫਿਰ ਮੈਂ ਉਸ ਨੂੰ ਕਹਾਂਗਾ ਕਿ ਉਸ ਦਾ ਉਦੇਸ਼ ਸਮਝਦਾਰੀ ਵਾਲਾ ਨਹੀਂ ਹੈ। ਵਪਾਰੀਆਂ ਨੂੰ ਵਪਾਰ ਕਰਨਾ ਆਉਣਾ ਚਾਹੀਦਾ ਹੈ। ਹਾਲਾਂਕਿ ਉਸ ਦੀ ਇੱਛਾ ਸਹੀ ਹੈ, ਪਰ ਇਹ ਵਿਹਾਰਕ ਨਹੀਂ ਹੈ, ਇਸ ਲਈ ਮੈਂ ਉਸ ਨੂੰ ਪੈਸਾ ਉਧਾਰ ਨਹੀਂ ਦਿਆਂਗਾ।''

ਪਰ ਮੰਨ ਲਓ ਕਿ ਉਹ ਇਹ ਕਹੇ, 'ਹਾਂ', ਮੈਂ ਵਪਾਰੀਆਂ ਦੀ ਬਹੁਤ ਮਦਦ ਕੀਤੀ ਹੈ। ਮੈਂ ਜਾਣਦਾ ਹਾਂ ਕਿ ਸਮਰਨਾ ਤੱਕ ਦੀ ਯਾਤਰਾ ਕਿਵੇਂ ਕੀਤੀ ਜਾਂਦੀ ਹੈ ਅਤੇ ਉੱਥੇ ਜਾ ਕੇ ਘਰ ਦੀਆਂ ਔਰਤਾਂ ਦੇ ਹੱਥ ਨਾਲ ਬੁਣੇ ਗਲੀਚਿਆਂ ਨੂੰ ਘੱਟ ਕੀਮਤ 'ਤੇ ਕਿਵੇਂ ਖਰੀਦਿਆ ਜਾ ਸਕਦਾ ਹੈ। ਮੈਂ ਬੇਬੀਲੋਨ ਦੇ ਕਈ ਅਮੀਰ ਲੋਕਾਂ ਨੂੰ ਵੀ ਜਾਣਦਾ ਹਾਂ, ਜਿਨ੍ਹਾਂ ਨੂੰ ਮੈਂ ਵੱਡੇ ਲਾਭ 'ਤੇ ਇਹ ਗਲੀਚੇ ਵੇਚ ਸਕਦਾ ਹਾਂ।' ਇਸ 'ਤੇ ਮੈਂ ਉਸ ਨੂੰ ਕਹਾਂਗਾ, 'ਤੁਹਾਡਾ ਉਦੇਸ਼ ਸਮਝਦਾਰੀ ਵਾਲਾ ਹੈ ਅਤੇ ਤੁਹਾਡੀ ਇੱਛਾ ਸਨਮਾਨਜਨਕ ਹੈ। ਮੈਂ ਤੁਹਾਨੂੰ ਖੁਸ਼ੀ-ਖੁਸ਼ੀ ਸੋਨੇ ਦੀਆਂ ਪੰਜਾਹ ਮੋਹਰਾਂ ਦੇ ਦਿਆਂਗਾ, ਪਰ ਬਦਲੇ ਵਿੱਚ ਮੈਨੂੰ ਕੋਈ ਅਜਿਹੀ ਚੀਜ਼ ਚਾਹੀਦੀ ਹੈ, ਜੋ ਇਨ੍ਹਾਂ ਮੋਹਰਾਂ ਦੀ ਵਾਪਸੀ ਦੀ ਗਾਰੰਟੀ ਦੇ ਸਕੇ।' ਪਰ ਜੇਕਰ ਉਹ ਕਹੇ, 'ਮੇਰੇ ਕੋਲ ਗਿਰਵੀ ਰੱਖਣ ਲਈ ਕੋਈ ਚੀਜ਼ ਨਹੀਂ ਹੈ। ਮੈਂ ਇੱਕ ਇੱਜ਼ਤਦਾਰ ਇਨਸਾਨ ਹਾਂ ਅਤੇ ਮੈਂ ਤੁਹਾਨੂੰ ਕਰਜ਼ ਦੇ ਬਦਲੇ ਚੰਗਾ ਵਿਆਜ ਦਿਆਂਗਾ।' ਤਾਂ ਮੇਰਾ ਜਵਾਬ ਇਹ ਹੋਵੇਗਾ, 'ਮੈਂ ਸੋਨੇ ਦੀ ਹਰ ਮੋਹਰ ਦਾ ਖਿਆਲ ਰੱਖਦਾ ਹਾਂ। ਜੇਕਰ ਸਮਰਨਾ ਦੀ ਯਾਤਰਾ 'ਤੇ ਜਾਂਦੇ ਸਮੇਂ ਡਾਕੂ ਤੁਹਾਡੇ ਕੋਲੋਂ ਸੋਨੇ ਦੀਆਂ ਮੋਹਰਾਂ ਖੋਹ ਲੈਣ ਜਾਂ ਵਾਪਸ ਆਉਂਦੇ ਸਮੇਂ ਜੇਕਰ ਉਹ ਤੁਹਾਡੇ ਤੋਂ ਗਲੀਚੇ ਖੋਹ ਲੈਣ, ਤਾਂ ਤੁਸੀਂ ਮੇਰਾ ਕਰਜ਼ ਨਹੀਂ ਚੁਕਾ ਸਕੋਗੇ ਅਤੇ ਮੇਰਾ ਸਾਰਾ ਪੈਸਾ ਡੁੱਬ ਜਾਵੇਗਾ।'

ਰੋਡਨ, ਪੈਸੇ ਨਾਲ ਸ਼ਾਹੂਕਾਰ ਦਾ ਵਪਾਰ ਚਲਦਾ ਹੈ। ਇਸ ਨੂੰ ਉਧਾਰ ਦੇਣਾ ਆਸਾਨ ਹੈ। ਜੇਕਰ ਇਸ ਨੂੰ ਨਾਸਮਝੀ ਨਾਲ ਉਧਾਰ ਦਿੱਤਾ ਜਾਂਦਾ ਹੈ, ਤਾਂ ਇਸ ਦਾ ਵਾਪਸ ਆਉਣਾ ਔਖਾ ਹੁੰਦਾ ਹੈ। ਸਮਝਦਾਰ ਸ਼ਾਹੂਕਾਰ ਉਧਾਰ ਦਿੰਦੇ ਸਮੇਂ ਖਤਰਾ ਨਹੀਂ ਲੈਂਦਾ। ਉਹ ਸੁਰੱਖਿਅਤ ਭੁਗਤਾਨ ਦੀ ਗਾਰੰਟੀ ਚਾਹੁੰਦਾ ਹੈ।

ਉਸ ਨੇ ਅੱਗੇ ਕਿਹਾ, ''ਔਕੜ ਵਿੱਚ ਫਸੇ ਲੋਕਾਂ ਦੀ ਮਦਦ ਕਰਨਾ ਚੰਗੀ ਗੱਲ ਹੈ। ਬਦਕਿਸਮਤੀ ਦੇ ਸ਼ਿਕਾਰ ਲੋਕਾਂ ਦੀ ਮਦਦ ਕਰਨਾ ਚੰਗੀ ਗੱਲ ਹੈ। ਉਨ੍ਹਾਂ ਲੋਕਾਂ ਦੀ ਮਦਦ ਕਰਨਾ ਵੀ ਚੰਗੀ ਗੱਲ ਹੈ, ਜੋ ਆਪਣਾ ਵਪਾਰ ਸ਼ੁਰੂ ਕਰ ਰਹੇ ਹਨ, ਤਾਂਕਿ ਉਹ ਤਰੱਕੀ ਕਰ ਸਕਣ ਅਤੇ ਸਨਮਾਨਿਤ ਨਾਗਰਿਕ ਬਣ ਸਕਣ। ਪਰ ਮਦਦ ਸਮਝਦਾਰੀ ਵਾਲੇ ਢੰਗ

ਨਾਲ ਕੀਤੀ ਜਾਣੀ ਚਾਹੀਦੀ ਹੈ, ਨਹੀਂ ਤਾਂ ਮਦਦ ਕਰਦੇ ਸਮੇਂ ਕਿਸਾਨ ਦੀ ਖੱਚਰ ਵਾਂਗ ਅਸੀਂ ਵੀ ਦੂਜਿਆਂ ਦਾ ਬੋਝ ਆਪਣੇ ਉੱਪਰ ਚੁੱਕ ਲਵਾਂਗੇ।''

''ਇੱਕ ਵਾਰ ਫਿਰ ਮੈਂ ਤੁਹਾਡੇ ਮੂਲ ਸਵਾਲ ਤੋਂ ਭਟਕ ਗਿਆ ਹਾਂ ਰੋਡਨ, ਪਰ ਮੇਰਾ ਜਵਾਬ ਸੁਣ ਲਓ : 'ਆਪਣੀਆਂ ਸੋਨੇ ਦੀਆਂ ਪੰਜਾਹ ਮੋਹਰਾਂ ਆਪਣੇ ਕੋਲ ਹੀ ਰੱਖੋ। ਜੋ ਤੁਸੀਂ ਆਪਣੀ ਮਿਹਨਤ ਨਾਲ ਕਮਾਈਆਂ ਹਨ ਅਤੇ ਜੋ ਤੁਹਾਨੂੰ ਇਨਾਮ ਵਿੱਚ ਮਿਲੀਆਂ ਹਨ, ਉਹ ਤੁਹਾਡਾ ਹੈ ਅਤੇ ਕੋਈ ਇਨਸਾਨ ਇਸ 'ਤੇ ਉਦੋਂ ਤੱਕ ਹੱਕ ਨਹੀਂ ਜਮਾ ਸਕਦਾ, ਜਦੋਂ ਤੱਕ ਕਿ ਤੁਸੀਂ ਅਜਿਹਾ ਨਾ ਚਾਹੋ। ਜੇਕਰ ਤੁਸੀਂ ਇਸ ਨੂੰ ਉਧਾਰ ਦਿੰਦੇ ਹੋ, ਤਾਂ ਕਿ ਇਹ ਤੁਹਾਡੇ ਲਈ ਵਿਆਜ ਕਮਾ ਸਕੇ, ਤਾਂ ਇਸ ਕੰਮ ਵਿੱਚ ਜਾਗਰੂਕ ਰਹਿਣਾ ਅਤੇ ਕਈ ਥਾਵਾਂ 'ਤੇ ਇਸ ਦਾ ਨਿਵੇਸ਼ ਕਰਨਾ। ਮੈਨੂੰ ਬਟੂਏ ਵਿੱਚ ਪਿਆ ਰਹਿਣ ਵਾਲਾ ਆਲਸੀ ਸੋਨਾ ਪਸੰਦ ਨਹੀਂ। ਖ਼ੈਰ, ਮੈਨੂੰ ਖਤਰਾ ਤਾਂ ਉਸ ਤੋਂ ਵੀ ਜ਼ਿਆਦਾ ਨਾਪਸੰਦ ਹੈ।''

''ਤੁਹਾਨੂੰ ਭਾਲਾ ਬਣਾਉਣ ਦਾ ਕੰਮ ਕਰਦਿਆਂ ਕਿੰਨੇ ਸਾਲ ਹੋ ਗਏ ਹਨ?''

''ਪੂਰੇ ਤਿੰਨ ਸਾਲ।''

''ਰਾਜਾ ਦੇ ਤੋਹਫ਼ੇ ਤੋਂ ਇਲਾਵਾ ਤੁਸੀਂ ਕਿੰਨਾ ਬਚਾ ਲਿਆ ਹੈ?''

''ਸੋਨੇ ਦੀਆਂ ਤਿੰਨ ਮੋਹਰਾਂ।''

''ਹਰ ਸਾਲ ਤੁਸੀਂ ਮਿਹਨਤ ਕੀਤੀ, ਹਰ ਸਾਲ ਤੁਸੀਂ ਸੋਨੇ ਦੀ ਇੱਕ ਮੋਹਰ ਨੂੰ ਬਚਾਉਣ ਲਈ ਆਪਣੀਆਂ ਇੱਛਾਵਾਂ 'ਤੇ ਕਾਬੂ ਰੱਖਿਆ ਅਤੇ ਚੰਗੀਆਂ-ਚੰਗੀਆਂ ਚੀਜ਼ਾਂ ਖਰੀਦਣ ਦੀ ਬਜਾਏ ਬੱਚਤ ਕੀਤੀ?''

''ਬਿਲਕੁਲ ਸਹੀ ਗੱਲ ਹੈ।''

''ਇਸ ਤਰ੍ਹਾਂ ਤੁਸੀਂ ਆਪਣੇ-ਆਪ ਦੀਆਂ ਇੱਛਾਵਾਂ 'ਤੇ ਕਾਬੂ ਰੱਖ ਕੇ ਪੰਜਾਹ ਸਾਲ ਵਿੱਚ ਸੋਨੇ ਦੀਆਂ ਪੰਜਾਹ ਮੋਹਰਾਂ ਬਚਾ ਸਕਦੇ ਹੋ?'

''ਇਸ ਕੰਮ ਵਿੱਚ ਪੂਰੀ ਜ਼ਿੰਦਗੀ ਦੀ ਮਿਹਨਤ ਲੱਗੇਗੀ।''

''ਜ਼ਰਾ ਸੋਚੋ ਕਿ ਕੀ ਤੁਹਾਡੀ ਭੈਣ ਤੁਹਾਡੀ ਪੰਜਾਹ ਸਾਲ ਦੀ ਮਿਹਨਤ ਦੀ ਬੱਚਤ ਨੂੰ ਖਤਰੇ ਵਿੱਚ ਪਾਉਣਾ ਚਾਹੁੰਦੀ ਹੈ, ਸਿਰਫ਼ ਇਸ ਲਈ ਕਿਉਂਕਿ ਉਸ ਦਾ ਪਤੀ ਵਪਾਰੀ ਬਣਨ ਦਾ ਪ੍ਰਯੋਗ ਕਰਨਾ ਚਾਹੁੰਦਾ ਹੈ?''

''ਜੇਕਰ ਮੈਂ ਤੁਹਾਡੇ ਸ਼ਬਦਾਂ ਵਿੱਚ ਕਹਾਂ, ਤਾਂ ਉਹ ਅਜਿਹਾ ਕਦੇ ਨਹੀਂ ਚਾਹੇਗੀ।''

''ਤਾਂ ਉਸ ਨੂੰ ਜਾ ਕੇ ਕਹਿ ਦਿਓ, 'ਤਿੰਨ ਸਾਲ ਤੱਕ ਮੈਂ ਹਰ ਦਿਨ ਸਵੇਰੇ ਤੋਂ ਰਾਤ ਤੱਕ ਮਿਹਨਤ ਕਰਕੇ ਅਤੇ ਆਪਣੀਆਂ ਇੱਛਾਵਾਂ 'ਤੇ ਕਾਬੂ ਰੱਖ ਕੇ ਬੱਚਤ ਕੀਤੀ ਹੈ। ਪੂਰੇ ਸਾਲ ਦੀ ਮਿਹਨਤ ਅਤੇ ਕੰਜੂਸੀ ਤੋਂ ਬਾਅਦ ਮੈਂ ਸੋਨੇ ਦੀ ਇੱਕ ਮੋਹਰ ਬਚਾ ਸਕਿਆ ਹਾਂ। ਤੁਸੀਂ ਮੇਰੀ ਪਿਆਰੀ ਭੈਣ ਹੋ ਅਤੇ ਮੈਂ ਚਾਹੁੰਦਾ ਹਾਂ ਕਿ ਤੁਹਾਡਾ ਪਤੀ ਕਿਸੇ ਅਜਿਹੇ ਵਪਾਰ ਵਿੱਚ ਲੱਗ ਜਾਵੇ, ਜਿਸ ਵਿੱਚ ਉਹ ਬਹੁਤ ਅਮੀਰ ਬਣ ਸਕੇ। ਜੇਕਰ ਉਹ ਮੇਰੇ ਸਾਹਮਣੇ

ਕੋਈ ਅਜਿਹੀ ਯੋਜਨਾ ਰੱਖਦਾ ਹੈ, ਜੋ ਮੇਰੇ ਦੋਸਤ ਮੈਥਨ ਨੂੰ ਸਮਝਦਾਰੀ ਵਾਲੀ ਅਤੇ ਸੰਭਵ ਲਗਦੀ ਹੈ, ਤਾਂ ਮੈਂ ਖੁਸ਼ੀ-ਖੁਸ਼ੀ ਉਸ ਨੂੰ ਆਪਣੀ ਇੱਕ ਸਾਲ ਦੀ ਬੱਚਤ ਉਧਾਰ ਦੇ ਦਿਆਂਗਾ, ਤਾਂ ਕਿ ਉਸ ਨੂੰ ਇਹ ਸਾਬਤ ਕਰਨ ਦਾ ਮੌਕਾ ਮਿਲੇ ਕਿ ਉਹ ਸਫਲ ਹੋ ਸਕਦਾ ਹੈ।' ਜੇਕਰ ਉਸ ਦੇ ਪਤੀ ਦੇ ਮਨ ਵਿੱਚ ਸਫਲ ਹੋਣ ਦੀ ਤੇਜ਼ ਇੱਛਾ ਹੈ, ਤਾਂ ਉਹ ਸਫਲ ਹੋ ਸਕਦਾ ਹੈ। ਜੇਕਰ ਉਹ ਅਸਫਲ ਵੀ ਹੋ ਜਾਂਦਾ ਹੈ, ਤਾਂ ਵੀ ਉਸ 'ਤੇ ਏਨਾ ਜ਼ਿਆਦਾ ਕਰਜ਼ ਨਹੀਂ ਹੋਵੇਗਾ, ਜਿਸ ਨੂੰ ਉਹ ਕਦੇ ਚੁਕਾ ਨਾ ਸਕੇ।''

''ਮੈਂ ਪੈਸਾ ਇਸ ਲਈ ਉਧਾਰ ਦਿੰਦਾ ਹਾਂ, ਕਿਉਂਕਿ ਮੈਂ ਆਪਣੇ ਵਪਾਰ ਵਿੱਚ ਜਿੰਨੇ ਧਨ ਦਾ ਪ੍ਰਯੋਗ ਕਰ ਸਕਦਾ ਹਾਂ, ਮੇਰੇ ਕੋਲ ਉਸ ਤੋਂ ਜ਼ਿਆਦਾ ਪੈਸਾ ਹੈ। ਮੈਂ ਚਾਹੁੰਦਾ ਹਾਂ ਕਿ ਮੇਰਾ ਵਾਧੂ ਪੈਸਾ ਦੂਜਿਆਂ ਲਈ ਮਿਹਨਤ ਕਰੇ ਅਤੇ ਉਸ ਤੋਂ ਹੋਰ ਪੈਸਾ ਕਮਾਇਆ ਜਾ ਸਕੇ। ਮੈਂ ਪੈਸਾ ਗੁਆਉਣ ਦਾ ਖਤਰਾ ਨਹੀਂ ਲੈਣਾ ਚਾਹੁੰਦਾ ਕਿਉਂਕਿ ਮੈਂ ਇਸ ਨੂੰ ਹਾਸਲ ਕਰਨ ਲਈ ਕਾਫੀ ਮਿਹਨਤ ਕੀਤੀ ਹੈ ਅਤੇ ਬਹੁਤ ਸਾਰੀਆਂ ਇੱਛਾਵਾਂ ਦਾ ਤਿਆਗ ਕੀਤਾ ਹੈ। ਇਸ ਲਈ ਮੈਂ ਇਸ ਨੂੰ ਉੱਥੇ ਉਧਾਰ ਨਹੀਂ ਦਿਆਂਗਾ, ਜਿੱਥੇ ਮੈਨੂੰ ਇਹ ਵਿਸ਼ਵਾਸ ਨਾ ਹੋਵੇ ਕਿ ਇਹ ਸੁਰੱਖਿਅਤ ਰਹੇਗਾ ਅਤੇ ਮੇਰੇ ਕੋਲ ਵਾਪਸ ਆਵੇਗਾ। ਮੈਂ ਇਸ ਨੂੰ ਉੱਥੇ ਵੀ ਉਧਾਰ ਨਹੀਂ ਦਿਆਂਗਾ, ਜਿੱਥੇ ਮੈਨੂੰ ਇਹ ਵਿਸ਼ਵਾਸ ਨਾ ਹੋਵੇ ਕਿ ਇਸ ਦਾ ਵਿਆਜ ਮੈਨੂੰ ਸਮੇਂ 'ਤੇ ਦੇ ਦਿੱਤਾ ਜਾਵੇਗਾ।''

''ਰੋਡਨ, ਮੈਂ ਤੁਹਾਨੂੰ ਆਪਣੀ ਨਿਸ਼ਾਨੀ ਵਾਲੀ ਸੰਦੂਕ ਦੇ ਕੁਝ ਰਹੱਸ ਦੱਸੇ ਹਨ। ਉਨ੍ਹਾਂ ਨਾਲ ਤੁਸੀਂ ਇਨਸਾਨਾਂ ਦੀਆਂ ਕਮਜ਼ੋਰੀਆਂ ਨੂੰ ਸਮਝ ਸਕਦੇ ਹੋ ਅਤੇ ਇਹ ਵੀ ਕਿ ਕਰਜ਼ ਚੁਕਾਉਣ ਦੇ ਸਾਧਨ ਨਾ ਹੋਣ ਦੇ ਬਾਵਜੂਦ ਲੋਕ ਕਰਜ਼ ਲੈਣ ਲਈ ਕਿੰਨੇ ਉਤਸੁਕ ਰਹਿੰਦੇ ਹਨ। ਲੋਕ ਇਹ ਸੋਚਦੇ ਹਨ ਕਿ ਜੇਕਰ ਉਨ੍ਹਾਂ ਕੋਲ ਵਪਾਰ ਸ਼ੁਰੂ ਕਰਨ ਲਈ ਪੈਸਾ ਆ ਜਾਵੇ, ਤਾਂ ਦੌਲਤ ਉਨ੍ਹਾਂ ਦੇ ਘਰ ਵਿੱਚ ਵਰੁਨ ਲੱਗੇਗੀ। ਪਰ ਇਸ ਤਰ੍ਹਾਂ ਦੀ ਉਮੀਦ ਝੂਠੀ ਹੁੰਦੀ ਹੈ, ਕਿਉਂਕਿ ਉਨ੍ਹਾਂ ਕੋਲ ਸਫਲ ਹੋਣ ਦੀ ਯੋਗਤਾ ਜਾਂ ਸਿਖਲਾਈ ਨਹੀਂ ਹੁੰਦੀ।''

''ਰੋਡਨ, ਤੁਹਾਡੇ ਕੋਲ ਅਜੇ ਪੈਸਾ ਹੈ। ਉਸ ਨਾਲ ਤੁਹਾਨੂੰ ਵਿਆਜ ਹਾਸਲ ਕਰਨਾ ਚਾਹੀਦਾ ਹੈ। ਤੁਸੀਂ ਵੀ ਮੇਰੇ ਵਾਂਗ ਪੈਸਾ ਉਧਾਰ ਦੇ ਸਕਦੇ ਹੋ। ਜੇਕਰ ਤੁਸੀਂ ਆਪਣੇ ਖਜ਼ਾਨੇ ਨੂੰ ਸੁਰੱਖਿਅਤ ਰੱਖੋਗੇ, ਤਾਂ ਇਹ ਤੁਹਾਨੂੰ ਬਹੁਤ ਸਾਰਾ ਪੈਸਾ ਕਮਾ ਕੇ ਦੇਵੇਗਾ। ਉਹ ਤੁਹਾਡੇ ਲਈ ਸਾਰੀ ਜ਼ਿੰਦਗੀ ਸੁਖ ਅਤੇ ਲਾਭ ਦਾ ਸਰੋਤ ਹੋਵੇਗਾ। ਪਰ ਜੇਕਰ ਤੁਸੀਂ ਇਸ ਨੂੰ ਗੁਆ ਦਿੰਦੇ ਹੋ, ਤਾਂ ਇਹ ਸਾਰੀ ਜ਼ਿੰਦਗੀ ਰਹਿਣ ਵਾਲੇ ਦੁੱਖ ਅਤੇ ਪਛਤਾਵੇ ਦਾ ਸਰੋਤ ਰਹੇਗਾ।''

''ਆਪਣੇ ਬਟੂਏ ਵਿੱਚ ਰੱਖੇ ਇਸ ਪੈਸੇ ਬਾਰੇ ਤੁਹਾਡੀ ਸਭ ਤੋਂ ਜ਼ਿਆਦਾ ਇੱਛਾ ਕੀ ਹੈ?''

''ਇਸ ਨੂੰ ਸੁਰੱਖਿਅਤ ਰੱਖਣਾ।''

ਮੈਥਨ ਨੇ ਤਾਰੀਫ਼ ਦੇ ਅੰਦਾਜ਼ ਵਿੱਚ ਕਿਹਾ, ''ਬਹੁਤ ਸਮਝਦਾਰੀ ਵਾਲਾ ਜਵਾਬ ਦਿੱਤਾ। ਤੁਹਾਡੀ ਪਹਿਲੀ ਇੱਛਾ ਸੁਰੱਖਿਆ ਦੀ ਹੈ। ਕੀ ਤੁਸੀਂ ਇਹ ਸੋਚਦੇ ਹੋ ਕਿ ਤੁਹਾਡੀ

ਭੈਣ ਦੇ ਪਤੀ ਕੋਲ ਪਹੁੰਚਣ 'ਤੇ ਇਹ ਪੈਸਾ ਸੱਚਮੁੱਚ ਸੰਭਾਵਿਤ ਨੁਕਸਾਨ ਤੋਂ ਸੁਰੱਖਿਅਤ ਰਹੇਗਾ?''

''ਮੈਨੂੰ ਡਰ ਹੈ ਕਿ ਇਹ ਸੁਰੱਖਿਅਤ ਨਹੀਂ ਰਹੇਗਾ। ਉਸ ਵਿੱਚ ਧਨ ਨੂੰ ਸੁਰੱਖਿਅਤ ਰੱਖਣ ਦੀ ਸਮਝਦਾਰੀ ਨਹੀਂ ਹੈ।''

''ਅਜਿਹੇ ਇਨਸਾਨ 'ਤੇ ਪੈਸੇ ਦੇ ਮਾਮਲੇ ਵਿੱਚ ਵਿਸ਼ਵਾਸ ਕਿਉਂ ਕਰਦੇ ਹੋ? ਰਿਸ਼ਤਿਆਂ ਦੀਆਂ ਮੂਰਖਤਾਪੂਰਨ ਭਾਵਨਾਵਾਂ 'ਚ ਵਹਿਣਾ ਸਹੀ ਗੱਲ ਨਹੀਂ। ਜੇਕਰ ਤੁਸੀਂ ਆਪਣੇ ਪਰਿਵਾਰ ਜਾਂ ਦੋਸਤਾਂ ਦੀ ਮਦਦ ਕਰਨਾ ਚਾਹੁੰਦੇ ਹੋ, ਤਾਂ ਪੈਸੇ ਗੁਆਉਣ ਦਾ ਖਤਰਾ ਲੈਣ ਤੋਂ ਇਲਾਵਾ ਦੂਜੇ ਤਰੀਕੇ ਲੱਭੋ। ਇਹ ਨਾ ਭੁੱਲੋ ਕਿ ਜੋ ਲੋਕ ਪੈਸੇ ਦੀ ਸੁਰੱਖਿਆ ਕਰਨ ਦੇ ਮਾਮਲੇ ਵਿੱਚ ਯੋਗ ਨਹੀਂ ਹੁੰਦੇ, ਪੈਸੇ ਉਨ੍ਹਾਂ ਕੋਲੋਂ ਅਚਿੰਮੱਥੇ ਢੰਗ ਨਾਲ ਚਲਾ ਜਾਂਦਾ ਹੈ। ਦੂਜਿਆਂ ਨੂੰ ਦੇ ਕੇ ਪੈਸੇ ਗੁਆਉਣ ਨਾਲੋਂ ਤਾਂ ਚੰਗਾ ਹੈ ਕਿ ਤੁਸੀਂ ਖੁਦ ਹੀ ਖਰਚ ਕਰਕੇ ਇਸ ਨੂੰ ਉਡਾ ਦਿਓ।''

''ਸੁਰੱਖਿਆ ਤੋਂ ਬਾਅਦ ਇਸ ਪੈਸੇ ਬਾਰੇ ਤੁਹਾਡੀ ਕੀ ਇੱਛਾ ਹੈ?''

''ਇਹੀ ਕਿ ਇਸ ਤੋਂ ਹੋਰ ਜ਼ਿਆਦਾ ਪੈਸਾ ਆਏ।''

''ਇਕ ਵਾਰ ਫਿਰ ਤੁਸੀਂ ਸਮਝਦਾਰੀ ਵਾਲਾ ਜਵਾਬ ਦਿੱਤਾ। ਇਸ ਨੂੰ ਵਾਧੂ ਪੈਸਾ ਕਮਾਉਣ ਦੇ ਕੰਮ ਵਿੱਚ ਲਗਾਇਆ ਜਾਣਾ ਚਾਹੀਦਾ ਹੈ, ਤਦੇ ਇਹ ਵਧੇਗਾ। ਸਮਝਦਾਰੀ ਨਾਲ ਉਧਾਰ ਦਿੱਤਾ ਗਿਆ ਪੈਸਾ ਇਨਸਾਨ ਦੇ ਬਜ਼ੁਰਗ ਹੋਣ ਤੋਂ ਪਹਿਲਾਂ ਦੁੱਗਣਾ ਹੋ ਸਕਦਾ ਹੈ। ਜੇਕਰ ਤੁਸੀਂ ਮੂਲਧਨ ਗੁਆਉਣ ਦਾ ਖਤਰਾ ਲੈਂਦੇ ਹੋ, ਤਾਂ ਤੁਸੀਂ ਉਸ ਦੇ ਵਿਆਜ ਨੂੰ ਵੀ ਗੁਆਉਣ ਦਾ ਖਤਰਾ ਲੈਂਦੇ ਹੋ, ਜੋ ਇਹ ਕਮਾ ਸਕਦਾ ਹੈ।''

''ਇਸ ਲਈ ਬੇਵਕੂਫ ਲੋਕਾਂ ਦੀ ਕਾਲਪਨਿਕ ਯੋਜਨਾਵਾਂ ਨਾਲ ਨਾ ਭਟਕੋ, ਜੋ ਸੋਚਦੇ ਹਨ ਕਿ ਉਨ੍ਹਾਂ ਨੂੰ ਤੁਹਾਡੇ ਪੈਸੇ ਨਾਲ ਬਹੁਤ ਵੱਡੀ ਰਕਮ ਕਮਾਉਣ ਦੇ ਢੰਗ ਪਤਾ ਹਨ। ਇਸ ਤਰ੍ਹਾਂ ਦੀਆਂ ਯੋਜਨਾਵਾਂ ਹਵਾਈ ਸੁਫਨੇ ਦੇਖਣ ਵਾਲੇ ਲੋਕ ਬਣਾਉਂਦੇ ਹਨ, ਜਿਨ੍ਹਾਂ ਨੂੰ ਵਪਾਰ ਦੇ ਸੁਰੱਖਿਅਤ ਅਤੇ ਭਰੋਸੇਯੋਗ ਨਿਯਮਾਂ ਦਾ ਗਿਆਨ ਨਹੀਂ ਹੁੰਦਾ ਹੈ। ਆਪਣੇ ਪੈਸੇ 'ਤੇ ਤੁਸੀਂ ਕਿੰਨੇ ਪ੍ਰਤੀਸ਼ਤ ਵਿਆਜ ਚਾਹੁੰਦੇ ਹੋ, ਇਸ ਬਾਰੇ ਤੁਸੀਂ ਜ਼ਮੀਨ 'ਤੇ ਰਹਿਣਾ, ਤਾਂ ਕਿ ਤੁਹਾਡਾ ਮੂਲਧਨ ਸੁਰੱਖਿਅਤ ਰਹਿ ਸਕੇ ਅਤੇ ਤੁਸੀਂ ਉਸ ਦਾ ਆਨੰਦ ਲੈ ਸਕੋ। ਬਹੁਤ ਜ਼ਿਆਦਾ ਲਾਭ ਕਮਾਉਣ ਦੇ ਲਾਲਚ ਵਿੱਚ ਆ ਕੇ ਉਧਾਰ ਦੇਣਾ ਨੁਕਸਾਨ ਨੂੰ ਸੱਦਾ ਦਿੰਦਾ ਹੈ।''

''ਖੁਦ ਨੂੰ ਅਜਿਹੇ ਲੋਕਾਂ ਅਤੇ ਯੋਜਨਾਵਾਂ ਨਾਲ ਜੋੜੋ, ਜਿਨ੍ਹਾਂ ਦੀ ਸਫਲਤਾ ਸਾਬਤ ਹੋ ਚੁੱਕੀ ਹੈ, ਤਾਂ ਕਿ ਤੁਹਾਡਾ ਮੂਲਧਨ ਉਨ੍ਹਾਂ ਦੇ ਕੁਸ਼ਲ ਪ੍ਰਯੋਗ ਨਾਲ ਚੰਗੀ ਕਮਾਈ ਕਰੇ ਅਤੇ ਉਨ੍ਹਾਂ ਦੀ ਸਮਝਦਾਰੀ ਅਤੇ ਤਜਰਬੇ ਨਾਲ ਸੁਰੱਖਿਅਤ ਰਹੇ।''

''ਇਸ ਤਰ੍ਹਾਂ ਤੁਸੀਂ ਉਨ੍ਹਾਂ ਬਦਕਿਸਮਤੀਆਂ ਤੋਂ ਬਚ ਸਕਦੇ ਹੋ, ਜੋ ਜ਼ਿਆਦਾਤਰ ਇਨਸਾਨਾਂ 'ਤੇ ਉਸ ਸਮੇਂ ਆਉਂਦੀਆਂ ਹਨ, ਜਦੋਂ ਪਰਮਾਤਮਾ ਉਨ੍ਹਾਂ ਨੂੰ ਪੈਸਾ ਦਿੰਦਾ ਹੈ।''

ਜਦੋਂ ਰੋਡਨ ਨੇ ਮੈਥਨ ਦੀ ਸਮਝਦਾਰੀ ਵਾਲੀ ਸਲਾਹ ਲਈ ਉਸ ਨੂੰ ਧੰਨਵਾਦ ਕਿਹਾ, ਤਾਂ ਮੈਥਨ ਨੇ ਕਿਹਾ, ''ਮਹਾਰਾਜ ਦਾ ਤੋਹਫ਼ਾ ਤੁਹਾਡਾ ਕਾਫੀ ਗਿਆਨ ਵਧਾਏਗਾ। ਜੇਕਰ ਤੁਸੀਂ ਸੋਨੇ ਦੀਆਂ ਪੰਜਾਹ ਮੋਹਰਾਂ ਨੂੰ ਸੁਰੱਖਿਅਤ ਰੱਖਣਾ ਚਾਹੁੰਦੇ ਹੋ, ਤਾਂ ਤੁਹਾਨੂੰ ਬਹੁਤ ਸਮਝਦਾਰੀ ਨਾਲ ਕੰਮ ਲੈਣਾ ਹੋਵੇਗਾ। ਤੁਹਾਡੇ ਸਾਹਮਣੇ ਕਈ ਲਾਲਚ ਆਉਣਗੇ। ਤੁਹਾਨੂੰ ਬਹੁਤ ਸਾਰੀਆਂ ਸਲਾਹਾਂ ਦਿੱਤੀਆਂ ਜਾਣਗੀਆਂ। ਤੁਹਾਨੂੰ ਸ਼ਾਨਦਾਰ ਲਾਭ ਦੇਣ ਵਾਲੇ ਅਨੇਕ ਮੌਕਿਆਂ ਦੀਆਂ ਯੋਜਨਾਵਾਂ ਦੱਸੀਆਂ ਜਾਣਗੀਆਂ। ਨਿਸ਼ਾਨੀਆਂ ਵਾਲੇ ਸੰਦੂਕ ਦੀਆਂ ਕਹਾਣੀਆਂ ਤੋਂ ਤੁਹਾਨੂੰ ਜਾਗਰੂਕ ਹੋਣਾ ਚਾਹੀਦਾ ਹੈ। ਜਦੋਂ ਤੁਸੀਂ ਆਪਣੇ ਬਟੂਏ ਤੋਂ ਸੋਨੇ ਦੀਆਂ ਮੋਹਰਾਂ ਕੱਢ ਕੇ ਕਿਸੇ ਨੂੰ ਉਧਾਰ ਦਿਓ, ਤਾਂ ਪਹਿਲਾਂ ਇਹ ਪੱਕਾ ਕਰ ਲਓ ਕਿ ਉਹ ਸੁਰੱਖਿਅਤ ਤੌਰ 'ਤੇ ਤੁਹਾਡੇ ਕੋਲ ਵਾਪਸ ਆ ਜਾਣਗੀਆਂ। ਜੇਕਰ ਤੁਹਾਨੂੰ ਅੱਗੇ ਕਦੇ ਮੇਰੀ ਸਲਾਹ ਦੀ ਲੋੜ ਪਵੇ, ਤਾਂ ਬਿਲਕੁਲ ਨਾ ਝਿਜਕਣਾ। ਸਲਾਹ ਦੇਣ ਵਿੱਚ ਮੈਨੂੰ ਖੁਸ਼ੀ ਹੁੰਦੀ ਹੈ।'

ਜਾਣ ਤੋਂ ਪਹਿਲਾਂ ਉਸ ਵਾਕ ਨੂੰ ਪੜ੍ਹਦੇ ਜਾਓ, ਜੋ ਮੈਂ ਆਪਣੇ ਨਿਸ਼ਾਨੀਆਂ ਵਾਲੇ ਸੰਦੂਕ ਦੇ ਹੇਠਾਂ ਲਿਖਿਆ ਹੋਇਆ ਹੈ। ਇਹ ਕਰਜ਼ਦਾਰ ਅਤੇ ਸ਼ਾਹੂਕਾਰ ਦੋਵਾਂ 'ਤੇ ਲਾਗੂ ਹੁੰਦਾ ਹੈ :

ਵੱਡੇ ਪਛਤਾਵੇ ਦੀ ਬਜਾਏ ਥੋੜ੍ਹੀ ਜਿਹੀ ਸਾਵਧਾਨੀ ਚੰਗੀ ਹੈ।

***

ਬੇਬੀਲੋਨ ਦੀਆਂ ਦੀਵਾਰਾਂ

ਬਾਂਜ਼ਰ ਨਾਂ ਦੇ ਬਜ਼ੁਰਗ ਸੈਨਿਕ ਬੇਬੀਲੋਨ ਦੀਆਂ ਦੀਵਾਰਾਂ ਤੱਕ ਉੱਪਰ ਜਾਣ ਵਾਲੀਆਂ ਪੌੜੀਆਂ 'ਤੇ ਪਹਿਰਾ ਦੇ ਰਿਹਾ ਸੀ। ਉੱਪਰ ਬਹਾਦਰ ਰੱਖਿਅਕ ਦੀਵਾਰਾਂ ਦੀ ਰੱਖਿਆ ਕਰਨ ਲਈ ਯੁੱਧ ਕਰ ਰਹੇ ਸਨ। ਉਨ੍ਹਾਂ 'ਤੇ ਇਸ ਮਹਾਨ ਸ਼ਹਿਰ ਅਤੇ ਇਸ ਵਿੱਚ ਰਹਿਣ ਵਾਲੇ ਲੱਖਾਂ ਨਾਗਰਿਕਾਂ ਦਾ ਭਵਿੱਖ ਨਿਰਭਰ ਸੀ।

ਦੀਵਾਰਾਂ ਦੇ ਪਾਰ ਤੋਂ ਹਮਲਾਵਰ ਫੌਜ ਦਾ ਰੌਲਾ ਸੁਣ ਰਿਹਾ ਸੀ। ਬਹੁਤ ਸਾਰੇ ਲੋਕਾਂ ਦੀਆਂ ਚੀਕਾਂ ਮਾਰਨ ਦੀਆਂ ਆਵਾਜ਼ਾਂ ਆ ਰਹੀਆਂ ਸਨ, ਹਜ਼ਾਰਾਂ ਘੋੜਿਆਂ ਦੀਆਂ ਟਾਪਾਂ ਸੁਣਾਈ ਦੇ ਰਹੀਆਂ ਸਨ ਅਤੇ ਮੇੜਾਂ ਦੀਆਂ ਕੰਨ ਪਾੜਵੀਆਂ ਆਵਾਜ਼ਾਂ ਆ ਰਹੀਆਂ ਸਨ, ਜਿਹੜੇ ਆਪਣੇ ਸਿਰ ਨਾਲ ਕਾਂਸੇ ਦੇ ਦਰਵਾਜ਼ੇ 'ਤੇ ਹਮਲਾ ਕਰ ਰਹੇ ਸਨ।

ਨਗਰ ਦੇ ਦਰਵਾਜ਼ੇ ਦੇ ਪਿੱਛੇ ਵਾਲੀ ਸੜਕ 'ਤੇ ਫੌਜੀ ਭਾਲੇ ਲੈ ਕੇ ਤਿਆਰ ਸਨ। ਦਰਵਾਜ਼ਾ ਟੁੱਟਣ ਦੀ ਹਾਲਤ ਵਿੱਚ ਉਹ ਦੁਸ਼ਮਣ ਨਾਲ ਮੁਕਾਬਲਾ ਕਰਨ ਲਈ ਤਿਆਰ ਖੜ੍ਹੇ ਸਨ। ਪਰ ਇਸ ਕੰਮ ਲਈ ਤਿਆਰ ਫੌਜੀਆਂ ਦੀ ਗਿਣਤੀ ਲੋੜ ਤੋਂ ਬਹੁਤ ਘੱਟ ਸੀ। ਬੇਬੀਲੋਨ ਦੀ ਬਹੁਤੇ ਫੌਜੀ ਮਹਾਰਾਜ ਦੇ ਨਾਲ ਇਲੇਮਾਈਟਸ ਦੇ ਵਿਰੁੱਧ ਪੂਰਬ ਦਿਸ਼ਾ ਵਿੱਚ ਲੜਨ ਗਏ ਸੀ। ਉਨ੍ਹਾਂ ਦੀ ਗੈਰ-ਮੌਜੂਦਗੀ ਵਿੱਚ ਸ਼ਹਿਰ 'ਤੇ ਹਮਲੇ ਦੀ ਕੋਈ ਸੰਭਾਵਨਾ ਨਹੀਂ ਸੀ, ਇਸ ਲਈ ਰੱਖਿਆ ਕਰਨ ਵਾਲੇ ਫੌਜੀ ਬਹੁਤ ਘੱਟ ਸੀ। ਅਚਿਮੱਥੇ ਤੌਰ 'ਤੇ ਉੱਤਰ ਦਿਸ਼ਾ ਤੋਂ ਐਸੀਰੀਅਨਸ ਦੀ ਤਾਕਤਵਰ ਫੌਜ ਨੇ ਹਮਲਾ ਕਰ ਦਿੱਤਾ। ਅਤੇ ਹੁਣ ਰੱਖਿਆ ਦੀ ਜ਼ਿੰਮੇਵਾਰੀ ਇਨ੍ਹਾਂ ਦੀਵਾਰਾਂ 'ਤੇ ਆ ਗਈ ਸੀ, ਨਹੀਂ ਤਾਂ ਬੇਬੀਲੋਨ ਤਬਾਹ ਹੋ ਜਾਂਦਾ।

ਬਜ਼ੁਰਗ ਸੈਨਿਕ ਬਾਂਜਰ ਦੇ ਆਲੇ-ਦੁਆਲੇ ਨਾਗਰਿਕਾਂ ਦੀ ਭੀੜ ਲੱਗੀ ਹੋਈ ਸੀ। ਡਰ ਕਾਰਨ ਸਾਰਿਆਂ ਦੇ ਚਿਹਰੇ ਸਫੈਦ ਸਨ ਅਤੇ ਉਹ ਲੜਾਈ ਦੀ ਤਾਜ਼ਾ ਹਾਲਤ ਜਾਣਨਾ ਚਾਹੁੰਦੇ ਸਨ। ਖਾਮੋਸ਼ੀ ਨਾਲ ਉਨ੍ਹਾਂ ਨੇ ਜ਼ਖਮੀ ਅਤੇ ਮਰੇ ਹੋਏ ਸੈਨਿਕਾਂ ਦੀ ਕਤਾਰ ਨੂੰ ਦੇਖਿਆ, ਜਿਨ੍ਹਾਂ ਨੂੰ ਉਸ ਰਾਹ ਤੋਂ ਲਿਆਂਦਾ ਜਾ ਰਿਹਾ ਸੀ।

ਇਹ ਹਮਲੇ ਦਾ ਮਹੱਤਵਪੂਰਨ ਮੋੜ ਸੀ। ਦੀਵਾਰਾਂ ਦੇ ਤਿੰਨ ਦਿਨ ਤੱਕ ਚੱਕਰ ਲਗਾਉਣ ਤੋਂ ਬਾਅਦ ਦੁਸ਼ਮਣ ਨੇ ਅਚਾਨਕ ਆਪਣੀ ਪੂਰੀ ਤਾਕਤ ਇਸ ਹਿੱਸੇ ਅਤੇ ਇਸ ਦਰਵਾਜ਼ੇ 'ਤੇ ਲਗਾ ਦਿੱਤੀ ਸੀ।

ਦੁਸ਼ਮਣ ਮੰਚ ਬਣਾ ਕੇ ਅਤੇ ਪੌੜੀ ਲਗਾ ਕੇ ਉੱਪਰ ਚੜ੍ਹਨ ਦੀ ਕੋਸ਼ਿਸ਼ ਕਰ ਰਹੇ ਸਨ। ਉਧਰ ਦੀਵਾਰ ਦੇ ਉੱਤੇ ਮੌਜੂਦ ਬੇਬੀਲੋਨ ਦੇ ਫ਼ੌਜੀ ਤੀਰਾਂ ਅਤੇ ਉੱਬਲਦੇ ਤੇਲ ਦੀ ਵਰਤੋਂ ਕਰਕੇ ਦੁਸ਼ਮਣਾਂ ਨੂੰ ਉੱਪਰ ਆਉਣ ਤੋਂ ਰੋਕ ਰਹੇ ਸਨ। ਜੇਕਰ ਇਸ ਦੇ ਬਾਵਜੂਦ ਵੀ ਕੋਈ ਫ਼ੌਜੀ ਉੱਪਰ ਪਹੁੰਚ ਜਾਵੇ, ਤਾਂ ਫ਼ੌਜੀ ਭਾਲਾ ਲੈ ਕੇ ਤਿਆਰ ਖੜ੍ਹੇ ਸਨ। ਫ਼ੌਜੀਆਂ 'ਤੇ ਦੁਸ਼ਮਣਾਂ ਦੇ ਹਜ਼ਾਰਾਂ ਤੀਰਅੰਦਾਜ਼ ਤੀਰਾਂ ਦੀ ਘਾਤਕ ਵਾਛੜ ਕਰ ਰਹੇ ਸਨ।

ਬਜ਼ੁਰਗ ਬਾਂਜਰ ਦੀ ਹਾਲਤ ਲੜਾਈ ਦੀ ਖਬਰ ਦੇਣ ਦੇ ਹਿਸਾਬ ਨਾਲ ਬਹੁਤ ਸਹੀ ਸੀ। ਉਹ ਲੜਾਈ ਦੇ ਸਭ ਤੋਂ ਨੇੜੇ ਸੀ ਅਤੇ ਉਤਸ਼ਾਹੀ ਹਮਲਾਵਰਾਂ ਦੇ ਹਰ ਤਾਜ਼ੇ ਹਮਲੇ ਬਾਰੇ ਉਸ ਨੂੰ ਸਭ ਤੋਂ ਪਹਿਲਾਂ ਪਤਾ ਲਗਦਾ ਸੀ।

ਇੱਕ ਬਜ਼ੁਰਗ ਵਪਾਰੀ ਨੇ ਨੇੜੇ ਆ ਕੇ ਆਪਣੇ ਕਮਜ਼ੋਰ ਅਤੇ ਕੰਬਦੇ ਹੱਥਾਂ ਨੂੰ ਹਿਲਾਉਂਦੇ ਹੋਏ ਪੁੱਛਿਆ, ''ਮੈਨੂੰ ਦੱਸੋ! ਮੈਨੂੰ ਦੱਸੋ! ਦੁਸ਼ਮਣ ਅੰਦਰ ਤਾਂ ਨਹੀਂ ਆ ਜਾਣਗੇ। ਮੇਰੇ ਪੁੱਤਰ ਮਹਾਰਾਜ ਦੇ ਨਾਲ ਗਏ ਹਨ। ਮੇਰੀ ਬਜ਼ੁਰਗ ਪਤਨੀ ਦੀ ਰੱਖਿਆ ਕਰਨ ਵਾਲਾ ਕੋਈ ਨਹੀਂ। ਦੁਸ਼ਮਣ ਮੇਰਾ ਸਾਰਾ ਸਾਮਾਨ ਲੁੱਟ ਕੇ ਲੈ ਜਾਣਗੇ। ਮੇਰਾ ਭੋਜਨ ਵੀ ਲੈ ਜਾਣਗੇ। ਸਾਡੇ ਕੋਲ ਕੁਝ ਵੀ ਨਹੀਂ ਬਚੇਗਾ। ਅਸੀਂ ਬਜ਼ੁਰਗ ਹਾਂ, ਏਨੇ ਬਜ਼ੁਰਗ ਕਿ ਅਸੀਂ ਆਪਣੀ ਰੱਖਿਆ ਨਹੀਂ ਕਰ ਸਕਦੇ ਅਤੇ ਸਾਨੂੰ ਗੁਲਾਮ ਦੇ ਤੌਰ 'ਤੇ ਵੇਚਿਆ ਵੀ ਨਹੀਂ ਜਾ ਸਕਦਾ। ਅਸੀਂ ਭੁੱਖੇ ਮਰ ਜਾਵਾਂਗੇ। ਅਸੀਂ ਤਬਾਹ ਹੋ ਜਾਵਾਂਗੇ। ਮੈਨੂੰ ਦੱਸੋ ਕਿ ਕਿਤੇ ਉਹ ਅੰਦਰ ਤਾਂ ਨਹੀਂ ਆ ਜਾਣਗੇ।''

ਸੈਨਿਕ ਨੇ ਜਵਾਬ ਦਿੱਤਾ, ''ਸ਼ਾਂਤ ਰਹੋ, ਚੰਗੇ ਵਪਾਰੀ। ਬੇਬੀਲੋਨ ਦੀਆਂ ਦੀਵਾਰਾਂ ਬਹੁਤ ਮਜ਼ਬੂਤ ਹਨ। ਘਰ ਜਾ ਕੇ ਆਪਣੀ ਪਤਨੀ ਨੂੰ ਹੌਸਲਾ ਦਿਉ ਕਿ ਦੀਵਾਰਾਂ ਤੁਹਾਡੀ ਅਤੇ ਤੁਹਾਡੇ ਸਾਮਾਨ ਦੀ ਰੱਖਿਆ ਉਸੇ ਤਰ੍ਹਾਂ ਕਰਨਗੀਆਂ, ਜਿਵੇਂ ਉਹ ਮਹਾਰਾਜ ਦੇ ਕੀਮਤੀ ਖਜ਼ਾਨਿਆਂ ਦੀ ਰੱਖਿਆ ਕਰਦੀਆਂ ਹਨ। ਦੀਵਾਰ ਦੇ ਕੋਲ ਖੜ੍ਹੇ ਰਹੋ, ਤਾਂ ਕਿ ਕਿਤੇ ਕੋਈ ਉੱਡਦਾ ਹੋਇਆ ਤੀਰ ਤੁਹਾਨੂੰ ਨਾ ਲੱਗ ਜਾਵੇ!''

ਬਜ਼ੁਰਗ ਵਪਾਰੀ ਦੇ ਚਲੇ ਜਾਣ ਤੋਂ ਬਾਅਦ ਗੋਦੀ ਵਿੱਚ ਬੱਚੀ ਚੁੱਕੀ ਇੱਕ ਔਰਤ ਉੱਥੇ ਆ ਕੇ ਖੜ੍ਹੀ ਹੋ ਗਈ। 'ਫ਼ੌਜੀ, ਉੱਤੋਂ ਕੀ ਖਬਰ ਹੈ? ਮੈਨੂੰ ਸੱਚ-ਸੱਚ ਦੱਸੋ, ਤਾਂ ਕਿ ਮੈਂ ਆਪਣੇ ਪਤੀ ਨੂੰ ਹੌਸਲਾ ਦੇ ਸਕਾਂ। ਉਹ ਗੰਭੀਰ ਜ਼ਖਮਾਂ ਕਾਰਨ ਬੁਖਾਰ ਵਿੱਚ ਹੈ, ਪਰ ਉਹ ਮੇਰੀ ਰੱਖਿਆ ਕਰਨ ਲਈ ਜ਼ਿਰਹਬਖਤਰ ਅਤੇ ਭਾਲਾ ਚੁੱਕ ਕੇ ਬਾਹਰ ਨਿਕਲਣ ਲਈ ਤਿਆਰ ਹੈ। ਮੈਨੂੰ ਬੱਚਾ ਹੋਣ ਵਾਲਾ ਹੈ। ਉਹ ਕਹਿੰਦਾ ਹੈ ਕਿ ਜੇਕਰ ਦੁਸ਼ਮਣਾਂ ਦੀ ਫ਼ੌਜ ਅੰਦਰ ਆ ਗਈ, ਤਾਂ ਉਨ੍ਹਾਂ ਦਾ ਬਦਲਾ ਭਿਆਨਕ ਹੋਵੇਗਾ।''

''ਹੌਸਲਾ ਰੱਖੋ, ਇੱਕ ਬੱਚੇ ਦੀ ਮਾਂ ਅਤੇ ਦੂਜੇ ਬੱਚੇ ਦੀ ਹੋਣ ਵਾਲੀ ਮਾਂ, ਕਿਉਂਕਿ ਬੇਬੀਲੋਨ ਦੀਆਂ ਦੀਵਾਰਾਂ ਤੁਹਾਡੇ ਅਤੇ ਤੁਹਾਡੇ ਬੱਚਿਆਂ ਦੀ ਰੱਖਿਆ ਕਰਨਗੀਆਂ। ਉਹ

ਉੱਚੀਆਂ ਅਤੇ ਮਜ਼ਬੂਤ ਹਨ। ਕੀ ਤੁਸੀਂ ਸਾਡੇ ਬਹਾਦਰ ਫ਼ੌਜੀਆਂ ਦੀਆਂ ਆਵਾਜ਼ਾਂ ਨਹੀਂ ਸੁਣੀਆਂ, ਜਦੋਂ ਉਨ੍ਹਾਂ ਨੇ ਪੌੜੀਆਂ 'ਤੇ ਚੜ੍ਹਨ ਵਾਲਿਆਂ 'ਤੇ ਉੱਬਲਦੇ ਤੇਲ ਦੇ ਡਰੰਮ ਸੁੱਟੇ ਸਨ?

''ਹਾਂ, ਮੈਂ ਉਹ ਆਵਾਜ਼ ਸੁਣੀ ਸੀ ਅਤੇ ਮੈਂ ਹਮਲਾ ਕਰਨ ਵਾਲੇ ਮੇੜਿਆਂ ਦੀ ਆਵਾਜ਼ ਵੀ ਸੁਣੀ ਸੀ, ਜੋ ਸਾਡੇ ਦਰਵਾਜ਼ੇ 'ਤੇ ਹਮਲਾ ਕਰ ਰਹੇ ਹਨ।''

''ਆਪਣੇ ਪਤੀ ਕੋਲ ਜਾਓ। ਉਸ ਨੂੰ ਦੱਸ ਦਿਓ ਕਿ ਦਰਵਾਜ਼ੇ ਮਜ਼ਬੂਤ ਹਨ ਅਤੇ ਇਨ੍ਹਾਂ ਮੇੜਿਆਂ ਦੇ ਹਮਲੇ ਨਾਲ ਉਨ੍ਹਾਂ ਦਾ ਵਾਲ ਵੀ ਵਿੰਗਾ ਨਹੀਂ ਹੋਵੇਗਾ। ਇਹ ਵੀ ਦੱਸ ਦਿਓ ਕਿ ਜੇਕਰ ਪੌੜੀ ਲਗਾ ਕੇ ਕੁਝ ਦੁਸ਼ਮਣ ਸੈਨਿਕ ਦੀਵਾਰਾਂ 'ਤੇ ਚੜ੍ਹਨ ਵਿੱਚ ਸਫਲ ਹੋ ਵੀ ਜਾਂਦੇ ਹਨ, ਤਾਂ ਭਾਲਿਆਂ ਦੀ ਨੋਕ ਉੱਪਰ ਉਨ੍ਹਾਂ ਦੀ ਉਡੀਕ ਕਰ ਰਹੀ ਹੈ। ਇਨ੍ਹਾਂ ਇਮਾਰਤਾਂ ਦੇ ਪਿੱਛਿਉਂ ਸੰਭਲ ਕੇ ਜਾਣਾ।''

ਬਾਂਜ਼ਰ ਫ਼ੌਜੀਆਂ ਦੀ ਟੁਕੜੀ ਨੂੰ ਰਾਹ ਦੇਣ ਲਈ ਇੱਕ ਪਾਸੇ ਹਟ ਗਿਆ। ਕਾਂਸੇ ਦੀਆਂ ਆਵਾਜ਼ ਕਰਦੇ ਢਾਲਿਆਂ ਅਤੇ ਭਾਰੀ ਕਦਮਾਂ ਨਾਲ ਜਦੋਂ ਫ਼ੌਜੀਆਂ ਕੋਲੋਂ ਲੰਘੇ, ਤਾਂ ਇੱਕ ਛੋਟੀ ਬੱਚੀ ਨੇ ਬਾਂਜ਼ਰ ਦੇ ਕਮਰਬੰਦ ਤੋਂ ਖਿੱਚਿਆ।

ਉਸ ਨੇ ਬੇਨਤੀ ਕੀਤੀ, ''ਸੈਨਿਕ ਮੈਨੂੰ ਬਚਾਓ, ਅਸੀਂ ਸੁਰੱਖਿਅਤ ਤਾਂ ਹਾਂ? ਮੈਂ ਭਿਆਨਕ ਆਵਾਜ਼ਾਂ ਸੁਣੀਆਂ ਹਨ। ਮੈਂ ਸੈਨਿਕਾਂ ਨੂੰ ਲਹੂ-ਲੁਹਾਨ ਦੇਖਿਆ ਹੈ। ਮੈਂ ਬਹੁਤ ਡਰ ਗਈ ਹਾਂ। ਸਾਡੇ ਪਰਿਵਾਰ, ਮੇਰੀ ਮਾਂ, ਛੋਟੇ ਭਰਾ ਅਤੇ ਬੱਚੇ ਦਾ ਕੀ ਹੋਵੇਗਾ?''

ਬੱਚੀ ਨੂੰ ਦੇਖ ਕੇ ਬਜ਼ੁਰਗਾ ਸੈਨਿਕ ਨੇ ਆਪਣੀਆਂ ਅੱਖਾਂ ਝਪਕੀਆਂ ਅਤੇ ਆਪਣੀ ਠੋਡੀ ਨੂੰ ਅੱਗੇ ਕੱਢ ਲਿਆ।

''ਬੇਟੀ, ਡਰ ਨਾ। ਬੇਬੀਲੋਨ ਦੀਆਂ ਦੀਵਾਰਾਂ ਤੁਹਾਡੀ ਅਤੇ ਤੁਹਾਡੀ ਮਾਂ, ਤੁਹਾਡੇ ਛੋਟੇ ਭਰਾ ਅਤੇ ਬੱਚਿਆਂ ਦੀ ਰੱਖਿਆ ਕਰਨਗੀਆਂ। ਸ਼ਹਿਰ ਨੂੰ ਸੁਰੱਖਿਅਤ ਰੱਖਣ ਲਈ ਮਹਾਰਾਣੀ ਸੈਮੀਰੈਮਿਸ ਨੇ ਸੌ ਸਾਲ ਪਹਿਲਾਂ ਇਹ ਦੀਵਾਰ ਬਣਵਾਈ ਸੀ। ਅੱਜ ਤੱਕ ਦੁਸ਼ਮਣ ਉਸ ਦੇ ਪਾਰ ਨਹੀਂ ਆ ਸਕੇ। ਜਾ ਕੇ ਆਪਣੇ ਪਰਿਵਾਰ ਵਾਲਿਆਂ ਨੂੰ ਕਹਿ ਦਿਓ ਕਿ ਬੇਬੀਲੋਨ ਦੀਆਂ ਦੀਵਾਰਾਂ ਉਨ੍ਹਾਂ ਦੀ ਰੱਖਿਆ ਕਰਨਗੀਆਂ ਅਤੇ ਉਨ੍ਹਾਂ ਨੂੰ ਡਰਨ ਦੀ ਲੋੜ ਨਹੀਂ।''

ਹਰ ਦਿਨ ਬਜ਼ੁਰਗਾ ਬਾਂਜ਼ਰ ਆਪਣੀ ਥਾਂ 'ਤੇ ਖੜ੍ਹਾ ਹੁੰਦਾ ਸੀ ਅਤੇ ਗਲਿਆਰੇ ਵਿੱਚੋਂ ਫ਼ੌਜ ਨੂੰ ਉੱਪਰ ਜਾਂਦੇ ਦੇਖਦਾ ਸੀ, ਜੋ ਉੱਥੇ ਉਦੋਂ ਤੱਕ ਲੜਦੇ ਰਹਿੰਦੇ ਸਨ, ਜਦੋਂ ਤੱਕ ਕਿ ਉਹ ਜ਼ਖਮੀ ਨਾ ਹੋ ਜਾਣ ਜਾਂ ਮਰ ਨਾ ਜਾਣ। ਉਸ ਤੋਂ ਬਾਅਦ ਉਨ੍ਹਾਂ ਨੂੰ ਇੱਕ ਵਾਰ ਫਿਰ ਹੇਠਾਂ ਲਿਆਂਦਾ ਜਾਂਦਾ ਸੀ। ਉਨ੍ਹਾਂ ਦੇ ਚਾਰੇ ਪਾਸੇ ਡਰੇ ਹੋਏ ਨਾਗਰਿਕਾਂ ਦੀ ਭੀੜ ਹਮੇਸ਼ਾ ਲੱਗੀ ਰਹਿੰਦੀ ਸੀ, ਜੋ ਇਹ ਜਾਣਨ ਲਈ ਬੇਤਾਬ ਹੁੰਦੀ ਸੀ ਕਿ ਕੀ ਦੀਵਾਰਾਂ ਹਮਲੇ ਨੂੰ ਸਹਿਣ ਕਰ ਸਕਣਗੀਆਂ। ਉਹ ਬਜ਼ੁਰਗਾ ਫ਼ੌਜੀ ਬੜੇ ਮਾਣ ਨਾਲ ਉਨ੍ਹਾਂ ਸਾਰਿਆਂ ਨੂੰ ਇਹੀ ਕਹਿੰਦਾ ਸੀ, ''ਬੇਬੀਲੋਨ ਦੀਆਂ ਦੀਵਾਰਾਂ ਤੁਹਾਡੀ ਰੱਖਿਆ ਕਰਨਗੀਆਂ।''

ਤਿੰਨ ਹਫ਼ਤੇ ਅਤੇ ਪੰਜ ਦਿਨ ਤੱਕ ਉਸੀ ਜ਼ੋਰ-ਸ਼ੋਰ ਨਾਲ ਲਗਾਤਾਰ ਹਮਲਾ ਹੁੰਦਾ ਰਿਹਾ। ਬਾਂਜ਼ਰ ਦਾ ਚਿਹਰਾ ਸਖਤ ਹੁੰਦਾ ਗਿਆ, ਜਦੋਂ ਉਸ ਨੇ ਆਪਣੇ ਪਿੱਛੇ ਦੇ ਗਲਿਆਰੇ ਨੂੰ ਜ਼ਖਮੀ ਫ਼ੌਜੀਆਂ ਦੇ ਲਹੂ ਨਾਲ ਲਾਲ ਹੁੰਦੇ ਦੇਖਿਆ। ਉਸ ਨੇ ਦੇਖਿਆ ਕਿ ਉੱਪਰ-ਹੇਠਾਂ ਆਉਣ ਵਾਲੇ ਫ਼ੌਜੀਆਂ ਕਾਰਨ ਚਿੱਕੜ ਹੋ ਗਿਆ ਸੀ। ਹਰ ਦਿਨ ਮਰੇ ਹੋਏ ਦੁਸ਼ਮਣਾਂ ਦਾ ਢੇਰ ਦੀਵਾਰਾਂ ਦੇ ਸਾਹਮਣੇ ਲੱਗ ਜਾਂਦਾ ਸੀ। ਹਰ ਰਾਤ ਨੂੰ ਉਨ੍ਹਾਂ ਦੇ ਸਾਥੀ ਉਨ੍ਹਾਂ ਨੂੰ ਲਿਜਾ ਕੇ ਦਫਨਾ ਦਿੰਦੇ ਸਨ।

ਚੌਥੇ ਹਫ਼ਤੇ ਦੀ ਪੰਜਵੀਂ ਰਾਤ ਨੂੰ ਬਾਹਰ ਦਾ ਰੌਲਾ ਬੰਦ ਹੋ ਗਿਆ। ਦਿਨ ਦੀ ਰੋਸ਼ਨੀ ਦੀ ਪਹਿਲੀ ਕਿਰਨ ਵਿੱਚ ਲੋਕਾਂ ਨੇ ਦੇਖਿਆ ਕਿ ਵਾਪਸ ਜਾਂਦੀ ਫ਼ੌਜ ਯੁੱਧ ਦੇ ਵਿਸ਼ਾਲ ਬੱਦਲ ਉਡਾਉਂਦੀ ਜਾ ਰਹੀ ਸੀ।

ਰੱਖਿਆ ਕਰਨ ਵਾਲਿਆਂ ਨੇ ਜਮ ਕੇ ਰੌਲਾ ਪਾਇਆ। ਇਸ ਦਾ ਮਤਲਬ ਸਮਝਣ ਵਿੱਚ ਕੋਈ ਗਲਤੀ ਨਹੀਂ ਸੀ ਹੋ ਸਕਦੀ। ਦੀਵਾਰਾਂ ਦੇ ਪਿੱਛੇ ਉਡੀਕ ਕਰ ਰਹੀਆਂ ਟੁਕੜੀਆਂ ਨੇ ਇਸ ਰੌਲੇ ਨੂੰ ਦੁਹਰਾਇਆ। ਰੌਲੇ ਦੀ ਗੂੰਜ ਸੜਕਾਂ 'ਤੇ ਉਡੀਕ ਕਰ ਰਹੇ ਨਾਗਰਿਕਾਂ ਨੇ ਵੀ ਦੁਹਰਾਈ। ਰੌਲਾ ਕਿਸੇ ਤੂਫਾਨ ਵਾਂਗ ਸਾਰੇ ਸ਼ਹਿਰ ਵਿੱਚ ਫੈਲ ਗਿਆ।

ਲੋਕ ਆਪਣੇ ਘਰਾਂ ਤੋਂ ਨਿਕਲ ਕੇ ਬਾਹਰ ਆ ਗਏ। ਸੜਕਾਂ 'ਤੇ ਭਾਰੀ ਭੀੜ ਇਕੱਠੀ ਹੋ ਗਈ। ਕਈ ਹਫ਼ਤੇ ਦਾ ਡਰ ਖੁਸ਼ੀ ਦੇ ਜ਼ਬਰਦਸਤ ਰੌਲੇ ਵਿੱਚ ਬਦਲ ਗਿਆ। ਬੇਲ ਦੇ ਮੰਦਰ ਦੀ ਉੱਚੀ ਮੀਨਾਰ 'ਤੇ ਜਿੱਤ ਦੀ ਮਸ਼ਾਲ ਜਗਾ ਦਿੱਤੀ ਗਈ। ਨੀਲਾ ਧੂੰਆਂ ਆਕਾਸ਼ ਵਿੱਚ ਉੱਡਣ ਲੱਗਾ, ਤਾਂ ਕਿ ਸੰਦੇਸ਼ ਦੂਰ-ਦੂਰ ਤੱਕ ਪਹੁੰਚ ਸਕੇ।

ਬੇਬੀਲੋਨ ਦੀਆਂ ਦੀਵਾਰਾਂ ਨੇ ਇੱਕ ਵਾਰ ਫਿਰ ਤਾਕਤਵਰ ਅਤੇ ਦੁਸ਼ਟ ਦੁਸ਼ਮਣ ਦੇ ਇਰਾਦਿਆਂ ਨੂੰ ਅਸਫਲ ਕਰ ਦਿੱਤਾ ਸੀ, ਜੋ ਉਸ ਦੇ ਖੁਸ਼ਹਾਲ ਖਜ਼ਾਨੇ ਨੂੰ ਲੁੱਟਣਾ ਚਾਹੁੰਦਾ ਸੀ ਅਤੇ ਇਸ ਦੇ ਨਾਗਰਿਕਾਂ ਨੂੰ ਲੁੱਟਣਾ ਅਤੇ ਗੁਲਾਮ ਬਣਾਉਣ ਚਾਹੁੰਦਾ ਸੀ।

ਬੇਬੀਲੋਨ ਸਦੀਆਂ ਤੱਕ ਇਸ ਲਈ ਸੁਰੱਖਿਅਤ ਰਹਿ ਸਕਿਆ, ਕਿਉਂਕਿ ਉਸ ਦੀਆਂ ਦੀਵਾਰਾਂ ਕਾਰਨ ਇਹ ਪੂਰੀ ਤਰ੍ਹਾਂ ਸੁਰੱਖਿਅਤ ਸੀ। ਇਸ ਤੋਂ ਇਲਾਵਾ ਕੋਈ ਉਪਾਅ ਵੀ ਨਹੀਂ ਸੀ।

ਬੇਬੀਲੋਨ ਦੀਆਂ ਦੀਵਾਰਾਂ ਮਨੁੱਖ ਦੀ ਸੁਰੱਖਿਆ ਦੀ ਲੋੜ ਅਤੇ ਇੱਛਾ ਦੀ ਉੱਤਮ ਉਦਾਹਰਨ ਹੈ। ਇਹ ਇੱਛਾ ਸਮੁੱਚੀ ਮਨੁੱਖ ਜਾਤੀ ਵਿੱਚ ਹੁੰਦੀ ਹੈ। ਇਹ ਹਮੇਸ਼ਾ ਵਾਂਗ ਅੱਜ ਵੀ ਉਨੀ ਹੀ ਸਹੀ ਹੈ, ਪਰ ਅਸੀਂ ਇਸ ਉਦੇਸ਼ ਨੂੰ ਪੂਰਾ ਕਰਨ ਲਈ ਵੱਡੀਆਂ ਅਤੇ ਵਧੀਆ ਯੋਜਨਾਵਾਂ ਬਣਾ ਲਈਆਂ ਹਨ।

ਅੱਜ ਅਸੀਂ ਬੀਮੇ, ਬੱਚਤ ਖਾਤਿਆਂ ਅਤੇ ਭਰੋਸੇਯੋਗ ਨਿਵੇਸ਼ਾਂ ਦੀਆਂ ਅਭੇਦ ਦੀਵਾਰਾਂ ਤੋਂ ਖੁਦ ਨੂੰ ਅਣਕਿਆਸੇ ਦੁਖਾਂਤਾਂ ਤੋਂ ਬਚਾ ਸਕਦੇ ਹਾਂ, ਜੋ ਕਿਸੇ ਵੀ ਦਰਵਾਜ਼ੇ ਰਾਹੀਂ ਅੰਦਰ ਆ ਸਕਦੀ ਹੈ ਅਤੇ ਕਿਸੇ ਵੀ ਘਰ 'ਤੇ ਹਮਲਾ ਕਰ ਸਕਦੀਆਂ ਹਨ

ਲੋੜੀਂਦੀ ਸੁਰੱਖਿਆ ਦੇ ਬਿਨਾਂ ਰਹਿਣਾ ਸਮਝਦਾਰੀ ਨਹੀਂ ਹੁੰਦੀ।

***

ਬੇਬੀਲੋਨ ਦਾ ਉਠਾਂ ਦਾ ਵਪਾਰੀ

ਇਨਸਾਨ ਨੂੰ ਜਿੰਨੀ ਜ਼ਿਆਦਾ ਭੁੱਖ ਲਗਦੀ ਹੈ, ਉਸ ਦਾ ਦਿਮਾਗ ਉਨੇ ਹੀ ਜ਼ਿਆਦਾ ਸਾਫ਼ ਢੰਗ ਨਾਲ ਕੰਮ ਕਰਦਾ ਹੈ—ਇਸ ਤੋਂ ਇਲਾਵਾ ਉਹ ਭੋਜਨ ਦੀ ਖੁਸ਼ਬੂ ਲਈ ਉਨਾ ਹੀ ਜ਼ਿਆਦਾ ਸੰਵੇਦਨਸ਼ੀਲ ਵੀ ਹੋ ਜਾਂਦਾ ਹੈ।

ਅਜ਼ਯੋਰ ਦਾ ਪੁੱਤਰ ਤਰਕਾਦ ਪੱਕੇ ਤੌਰ 'ਤੇ ਅਜਿਹਾ ਹੀ ਮਹਿਸੂਸ ਕਰ ਰਿਹਾ ਸੀ। ਦੋ ਦਿਨ ਤੋਂ ਉਸ ਦੇ ਮੂੰਹ ਵਿੱਚ ਅੰਨ ਦਾ ਦਾਣਾ ਵੀ ਨਹੀਂ ਸੀ ਗਿਆ। ਉਸ ਨੇ ਸਿਰਫ ਦੋ ਛੋਟੇ ਅੰਜੀਰ ਖਾਧੇ ਸਨ, ਜੋ ਉਸ ਨੇ ਇੱਕ ਬਗੀਚੇ ਦੀ ਦੀਵਾਰ ਦੇ ਉੱਪਰੋਂ ਚੋਰੀਂ ਤੋੜੇ ਸਨ। ਉਹ ਇਸ ਤੋਂ ਜ਼ਿਆਦਾ ਇਸ ਲਈ ਨਹੀਂ ਤੋੜ ਸਕਿਆ, ਕਿਉਂਕਿ ਉਦੋਂ ਹੀ ਬਗੀਚੇ ਦੀ ਮਾਲਕਣ ਗੁੱਸੇ ਵਿੱਚ ਬਾਹਰ ਨਿਕਲ ਆਈ ਅਤੇ ਉਸ ਨੂੰ ਫੜਨ ਲਈ ਸੜਕ 'ਤੇ ਭੱਜਣ ਲੱਗੀ। ਉਸ ਦੀ ਤਿੱਖੀ ਚੀਕ ਅਜੇ ਵੀ ਤਰਕਾਦ ਦੇ ਕੰਨਾਂ ਵਿੱਚ ਗੂੰਜ ਰਹੀ ਸੀ, ਹਾਲਾਂਕਿ ਇਸ ਸਮੇਂ ਉਹ ਬਾਜ਼ਾਰ ਵਿੱਚੋਂ ਲੰਘ ਰਿਹਾ ਸੀ। ਇਸੇ ਕਾਰਨ ਉਹ ਖੁਦ 'ਤੇ ਏਨਾ ਸੰਜਮ ਰੱਖ ਸਕਿਆ ਸੀ ਕਿ ਬਾਜ਼ਾਰ ਵਿੱਚ ਫਲ ਵੇਚਣ ਵਾਲੀਆਂ ਔਰਤਾਂ ਦੀਆਂ ਲਲਚਾਉਣ ਵਾਲੀਆਂ ਟੋਕਰੀਆਂ ਤੱਕ ਆਪਣੀਆਂ ਬੇਚੈਨ ਉਂਗਲੀਆਂ ਨੂੰ ਨਾ ਪਹੁੰਚਣ ਦੇਵੇ।

ਇਸ ਤੋਂ ਪਹਿਲਾਂ ਉਸ ਨੂੰ ਕਦੇ ਇਹ ਅਹਿਸਾਸ ਨਹੀਂ ਸੀ ਹੋਇਆ ਕਿ ਬੇਬੀਲੋਨ ਦੇ ਬਾਜ਼ਾਰਾਂ ਵਿੱਚ ਖਾਣ-ਪੀਣ ਦਾ ਏਨਾ ਸਾਮਾਨ ਆਉਂਦਾ ਹੈ ਅਤੇ ਉਸ ਦੀ ਖੁਸ਼ਬੂ ਏਨੀ ਵਧੀਆ ਹੁੰਦੀ ਹੈ। ਬਾਜ਼ਾਰ ਛੱਡ ਕੇ ਉਹ ਸਰਾਂ ਵੱਲ ਤੁਰ ਪਿਆ। ਉਹ ਸਰਾਂ ਦੇ ਅੰਦਰ ਜਾ ਕੇ ਕੁਝ ਖਾਣਾ ਚਾਹੁੰਦਾ ਸੀ ਅਤੇ ਇਸੇ ਉਮੀਦ ਵਿੱਚ ਸਰਾਂ ਦੇ ਸਾਹਮਣੇ ਇੱਧਰ ਉੱਧਰ ਘੁੰਮਣ ਲੱਗਾ। ਕਾਸ਼! ਕੋਈ ਜਾਣ-ਪਛਾਣ ਵਾਲਾ ਮਿਲ ਜਾਵੇ, ਜਿਸ ਕੋਲੋਂ ਉਹ ਤਾਂਬੇ ਦਾ ਇੱਕ ਸਿੱਕਾ ਉੱਧਾਰ ਲੈ ਸਕੇ। ਉਹ ਜਾਣਦਾ ਸੀ ਕਿ ਤਾਂਬੇ ਦਾ ਸਿੱਕਾ ਦੇਖ ਕੇ ਹੀ ਸਰਾਂ ਦਾ ਮਾਲਕ ਖੁਸ਼ ਹੋਵੇਗਾ ਅਤੇ ਉਸ ਨੂੰ ਢਿੱਡ ਭਰ ਕੇ ਭੋਜਨ ਖਵਾਏਗਾ। ਉਹ ਇਹ ਵੀ ਜਾਣਦਾ ਸੀ ਕਿ ਤਾਂਬੇ ਦੇ ਸਿੱਕੇ ਦੇ ਬਿਨਾਂ ਸਰਾਂ ਦਾ ਮਾਲਕ ਉਸ ਨੂੰ ਝਿੜਕ ਕੇ ਭਜਾ ਦੇਵੇਗਾ।

ਇਸ ਸੋਚ-ਵਿਚਾਰ ਵਿੱਚ ਏਨਾ ਲੀਨ ਹੋ ਗਿਆ ਕਿ ਉਸ ਨੂੰ ਆਪਣੇ ਆਲੇ-ਦੁਆਲੇ ਦੀ ਥੋੜ੍ਹੀ ਜਿਹੀ ਵੀ ਖਬਰ ਨਹੀਂ ਸੀ। ਅਚਾਨਕ ਉਸ ਨੇ ਆਪਣੇ ਸਾਹਮਣੇ ਇੱਕ ਅਜਿਹੇ ਇਨਸਾਨ ਨੂੰ ਖੜ੍ਹੇ ਦੇਖਿਆ, ਜਿਸ ਤੋਂ ਉਹ ਸਭ ਤੋਂ ਜ਼ਿਆਦਾ ਬਚਣਾ ਚਾਹੁੰਦਾ ਸੀ। ਉਹ

ਉਹਨਾਂ ਦਾ ਵਪਾਰੀ ਦੇਬੇਜ਼ਿਰ ਸੀ। ਉਸ ਨੇ ਜਿੰਨੇ ਵੀ ਦੋਸਤਾਂ ਅਤੇ ਹੋਰ ਲੋਕਾਂ ਤੋਂ ਉਧਾਰ ਲਿਆ, ਉਨ੍ਹਾਂ ਵਿੱਚ ਦੇਬੇਜ਼ਿਰ ਸਭ ਤੋਂ ਜ਼ਿਆਦਾ ਪਰੇਸ਼ਾਨ ਕਰਦਾ ਸੀ, ਕਿਉਂਕਿ ਤਰਕਾਦ ਛੇਤੀ ਹੀ ਉਧਾਰ ਵਾਪਸ ਕਰਨ ਦੇ ਆਪਣੇ ਵਾਅਦੇ ਨੂੰ ਪੂਰਾ ਨਹੀਂ ਸੀ ਕਰ ਸਕਿਆ।

ਤਰਕਾਦ ਨੂੰ ਦੇਖ ਕੇ ਦੇਬੇਜ਼ਿਰ ਦੇ ਚਿਹਰੇ 'ਤੇ ਚਮਕ ਆ ਗਈ। ''ਬਈ ਵਾਹ! ਇਹ ਤਾਂ ਤਰਕਾਦ ਹੈ। ਮੈਂ ਤੈਨੂੰ ਹੀ ਤਾਂ ਲੱਭ ਰਿਹਾ ਸੀ, ਤਾਂ ਕਿ ਤੂੰ ਮੈਨੂੰ ਤਾਂਬੇ ਦੇ ਦੋ ਸਿੱਕੇ ਵਾਪਸ ਕਰ ਦੇਵੇ, ਜੋ ਮੈਂ ਤੈਨੂੰ ਪੰਦਰਾਂ ਦਿਨ ਪਹਿਲਾਂ ਉਧਾਰ ਦਿੱਤੇ ਸਨ; ਇਸ ਤੋਂ ਇਲਾਵਾ ਚਾਂਦੀ ਦਾ ਉਹ ਸਿੱਕਾ ਵੀ, ਜੋ ਮੈਂ ਤੈਨੂੰ ਇਸ ਤੋਂ ਪਹਿਲਾਂ ਉਧਾਰ ਦਿੱਤਾ ਸੀ। ਚੰਗਾ ਹੋਇਆ ਤੁਸੀਂ ਮਿਲ ਗਏ। ਅੱਜ ਉਹ ਸਿੱਕੇ ਮੇਰੇ ਬਹੁਤ ਕੰਮ ਆ ਸਕਦੇ ਹਨ। ਤੁਸੀਂ ਕੀ ਕਹਿੰਦੇ ਹੋ, ਬੱਚੇ? ਕੀ ਕਹਿੰਦੇ ਹੋ?''

ਤਰਕਾਦ ਹਕਲਾਉਣ ਲੱਗਾ ਅਤੇ ਉਸ ਦਾ ਚਿਹਰਾ ਲਾਲ ਪੈ ਗਿਆ। ਉਸ ਦੇ ਖਾਲੀ ਢਿੱਡ ਵਿੱਚ ਕੁਝ ਵੀ ਨਹੀਂ ਸੀ, ਜਿਸ ਨਾਲ ਉਸ ਨੂੰ ਬੜਬੋਲੇ ਦੇਬੇਜ਼ਿਰ ਨਾਲ ਬਹਿਸ ਕਰਨ ਦੀ ਤਾਕਤ ਮਿਲੇ। ਉਹ ਕਮਜ਼ੋਰ ਆਵਾਜ਼ ਵਿੱਚ ਬੋਲਿਆ, ''ਮੈਨੂੰ ਅਫ਼ਸੋਸ ਹੈ, ਮੈਨੂੰ ਬਹੁਤ ਅਫ਼ਸੋਸ ਹੈ। ਪਰ ਅੱਜ ਮੇਰੇ ਕੋਲ ਤਾਂਬੇ ਜਾਂ ਚਾਂਦੀ ਦਾ ਇੱਕ ਵੀ ਸਿੱਕਾ ਨਹੀਂ ਹੈ, ਜਿਸ ਨਾਲ ਮੈਂ ਤੁਹਾਡਾ ਉਧਾਰ ਚੁਕਾ ਸਕਾਂ।''

''ਦੇਬੇਜ਼ਿਰ ਨੇ ਜ਼ੋਰ ਦੇ ਕੇ ਕਿਹਾ, 'ਤਾਂ ਫਿਰ ਉਨ੍ਹਾਂ ਦਾ ਇੰਤਜ਼ਾਮ ਕਰੋ। ਪੱਕੇ ਤੌਰ 'ਤੇ ਤੁਸੀਂ ਤਾਂਬੇ ਅਤੇ ਚਾਂਦੀ ਦੇ ਕੁਝ ਸਿੱਕਿਆਂ ਦਾ ਇੰਤਜ਼ਾਮ ਤਾਂ ਕਰ ਹੀ ਸਕਦੇ ਹੋ, ਤਾਂ ਕਿ ਆਪਣੇ ਪਿਤਾ ਦੇ ਪੁਰਾਣੇ ਦੋਸਤ ਦਾ ਕਰਜ਼ ਲਾਹ ਸਕੋ, ਜਿਸ ਨੇ ਲੋੜ ਵੇਲੇ ਤੁਹਾਡੀ ਮਦਦ ਕੀਤੀ ਸੀ?''

''ਕਿਉਂਕਿ ਬਦਕਿਸਮਤੀ ਮੇਰਾ ਪਿੱਛਾ ਕਰ ਰਹੀ ਹੈ, ਇਸ ਲਈ ਮੈਂ ਤੁਹਾਡਾ ਕਰਜ਼ ਨਹੀਂ ਚੁਕਾ ਸਕਦਾ।''

''ਬਦਕਿਸਮਤੀ! ਆਪਣੀ ਕਮਜ਼ੋਰੀ ਲਈ ਦੇਵੀ-ਦੇਵਤਿਆਂ ਨੂੰ ਦੋਸ਼ ਕਿਉਂ ਦਿੰਦੇ ਹੋ? ਬਦਕਿਸਮਤੀ ਹਰ ਉਸ ਇਨਸਾਨ ਦਾ ਪਿੱਛਾ ਕਰਦੀ ਹੈ, ਜੋ ਉਧਾਰ ਚੁਕਾਉਣ ਦੀ ਬਜਾਏ ਉਧਾਰ ਲੈਣ ਬਾਰੇ ਜ਼ਿਆਦਾ ਸੋਚਦਾ ਹੈ। ਮੈਂ ਸਰਾਂ ਵਿੱਚ ਭੋਜਨ ਖਾਣ ਜਾ ਰਿਹਾ ਹਾਂ, ਕਿਉਂਕਿ ਮੈਨੂੰ ਬਹੁਤ ਭੁੱਖ ਲੱਗ ਰਹੀ ਹੈ। ਤੁਸੀਂ ਵੀ ਮੇਰੇ ਨਾਲ ਆ ਜਾਓ। ਮੈਂ ਤੁਹਾਨੂੰ ਇੱਕ ਕਹਾਣੀ ਸੁਣਾਉਣੀ ਚਾਹੁੰਦਾ ਹਾਂ।''

ਤਰਕਾਦ ਨੂੰ ਦੇਬੇਜ਼ਿਰ ਦਾ ਬੜਬੋਲਾ ਅੰਦਾਜ਼ ਪਸੰਦ ਨਹੀਂ ਸੀ, ਪਰ ਸਰਾਂ ਦੇ ਅੰਦਰ ਜਾਣ ਦੇ ਵਿਚਾਰ ਨਾਲ ਉਸ ਨੂੰ ਖੁਸ਼ੀ ਹੋਈ, ਕਿਉਂਕਿ ਹੁਣ ਉਸ ਦੇ ਮਨ ਵਿੱਚ ਭੋਜਨ ਮਿਲਣ ਦੀ ਉਮੀਦ ਜਾਗ ਪਈ ਸੀ।

ਦੇਬੇਜ਼ਿਰ ਉਸ ਨੂੰ ਕਮਰੇ ਦੇ ਦੂਰ ਵਾਲੇ ਕੋਨੇ ਵਿੱਚ ਲੈ ਗਿਆ, ਜਿੱਥੇ ਉਹ ਛੋਟੇ ਕਾਲੀਨਾਂ 'ਤੇ ਬੈਠੇ।

ਜਦੋਂ ਸਰਾਂ ਦਾ ਮਾਲਕ ਕਾਸਕੋਰ ਉਨ੍ਹਾਂ ਕੋਲ ਮੁਸਕਰਾਉਂਦੇ ਹੋਏ ਆਇਆ, ਤਾਂ ਦੇਬੇਜ਼ਿਰ ਨੇ ਉਸ ਨੂੰ ਮਜ਼ਾਕ ਵਿੱਚ ਕਿਹਾ, ''ਰੇਗਿਸਤਾਨ ਦੀ ਮੋਟੀ ਛਿਪਕਲੀ, ਮੇਰੇ ਲਈ

ਬੱਕਰੀ ਦੀ ਲੱਤ ਲਿਆਓ, ਜਿਸ ਵਿੱਚ ਬਹੁਤ ਸਾਰਾ ਮਾਸ ਹੋਵੇ ਅਤੇ ਜਿਹੜੀ ਬਿਲਕੁਲ ਭੁੰਨੀ ਹੋਵੇ। ਇਸ ਤੋਂ ਇਲਾਵਾ ਬ੍ਰੈੱਡ ਅਤੇ ਸਬਜ਼ੀਆਂ ਵੀ ਲਿਆਓ, ਕਿਉਂਕਿ ਮੈਂ ਬਹੁਤ ਭੁੱਖਾ ਹਾਂ ਅਤੇ ਡਟ ਕੇ ਭੋਜਨ ਕਰਨਾ ਚਾਹੁੰਦਾ ਹਾਂ। ਮੇਰੇ ਦੋਸਤ ਨੂੰ ਵੀ ਨਾ ਭੁੱਲਿਓ। ਉਸ ਲਈ ਇੱਕ ਜਗ ਭਰ ਕੇ ਪਾਣੀ ਲਿਆਓ। ਪਾਣੀ ਠੰਢਾ ਹੋਣਾ ਚਾਹੀਦਾ ਹੈ, ਕਿਉਂਕਿ ਅੱਜ ਬਹੁਤ ਗਰਮੀ ਹੈ।''

ਤਰਕਾਦ ਨਿਰਾਸ਼ ਹੋ ਗਿਆ। ਕੀ ਇੱਥੇ ਬੈਠ ਕੇ ਸਿਰਫ ਪਾਣੀ ਪੀਣਾ ਹੈ ਅਤੇ ਇਸ ਇਨਸਾਨ ਨੂੰ ਬੱਕਰੀ ਦੀ ਮੋਟੀ ਲੱਤ ਖਾਂਦੇ ਹੋਏ ਦੇਖੇਗਾ? ਉਸ ਨੇ ਕੁਝ ਨਹੀਂ ਕਿਹਾ। ਉਹ ਇਹ ਸੋਚ ਨਹੀਂ ਪਾ ਰਿਹਾ ਸੀ ਕਿ ਉਹ ਕੀ ਕਰੇ।

ਖ਼ੈਰ, ਦੇਬੋਜ਼ਿਰ ਨੇ ਤਾਂ ਚੁੱਪ ਰਹਿਣਾ ਕਦੇ ਸਿੱਖਿਆ ਹੀ ਨਹੀਂ ਸੀ। ਉਹ ਦੂਜੇ ਗਾਹਕਾਂ ਵੱਲ ਦੇਖ ਕੇ ਮੁਸਕਰਾਉਣ ਲੱਗਾ ਅਤੇ ਦੋਸਤੀ ਵਾਲੇ ਅੰਦਾਜ਼ ਵਿੱਚ ਹੱਥ ਹਿਲਾਉਣ ਲੱਗਾ। ਉਹ ਸਾਰੇ ਉਸ ਨੂੰ ਚੰਗੀ ਤਰ੍ਹਾਂ ਜਾਣਦੇ ਸਨ। ਇਸ ਤੋਂ ਬਾਅਦ ਦੇਬੋਜ਼ਿਰ ਨੇ ਅੱਗੇ ਕਿਹਾ :

''ਅਰਛਾ ਤਾਂ ਹੁਣੇ ਹੀ ਇੱਕ ਮੁਸਾਫਿਰ ਵਾਪਸ ਆਇਆ ਹੈ। ਉਸ ਨੇ ਮੈਨੂੰ ਇੱਕ ਅਮੀਰ ਇਨਸਾਨ ਬਾਰੇ ਦੱਸਿਆ, ਜਿਸ ਨੇ ਪੱਥਰ ਦੇ ਇੱਕ ਟੁਕੜੇ ਨੂੰ ਏਨਾ ਬਾਰੀਕ ਤਰਾਸ਼ਿਆ ਹੈ ਕਿ ਇਨਸਾਨ ਉਸ ਦੇ ਆਰ-ਪਾਰ ਦੇਖ ਸਕਦਾ ਹੈ। ਉਸ ਨੇ ਇਸ ਨੂੰ ਆਪਣੇ ਘਰ ਦੀ ਖਿੜਕੀ ਵਿੱਚ ਲਗਾ ਦਿੱਤਾ ਹੈ, ਤਾਂ ਕਿ ਮੀਂਹ ਤੋਂ ਬਚਿਆ ਜਾ ਸਕੇ। ਮੁਸਾਫਿਰ ਦੇ ਅਨੁਸਾਰ ਇਹ ਪੱਥਰ ਪੀਲਾ ਹੈ। ਮੁਸਾਫਿਰ ਨੇ ਜਦੋਂ ਇਸ ਦੇ ਆਰ-ਪਾਰ ਦੇਖਿਆ, ਤਾਂ ਬਾਹਰ ਦੀ ਦੁਨੀਆ ਅਜੀਬ ਦਿਖਾਈ ਦੇ ਰਹੀ ਸੀ ਅਤੇ ਆਪਣੇ ਅਸਲੀ ਰੰਗ-ਰੂਪ ਵਿੱਚ ਨਜ਼ਰ ਨਹੀਂ ਸੀ ਆ ਰਹੀ। ਇਸ ਬਾਰੇ ਤੁਸੀਂ ਕੀ ਕਹਿੰਦੇ ਹੋ, ਤਰਕਾਦ? ਕੀ ਤੁਹਾਨੂੰ ਲਗਦਾ ਹੈ ਕਿ ਇਨਸਾਨ ਨੂੰ ਦੁਨੀਆ ਅਸਲੀਅਤ ਤੋਂ ਅਲੱਗ ਦਿਖ ਸਕਦੀ ਹੈ?''

''ਸ਼ਾਇਦ।'' ਨੌਜਵਾਨ ਨੇ ਕਿਹਾ। ਉਸ ਦੀ ਦਿਲਚਸਪੀ ਕਹਾਣੀ ਤੋਂ ਜ਼ਿਆਦਾ ਬਕਰੀ ਦੀ ਮੋਟੀ ਲੱਤ ਵਿੱਚ ਸੀ, ਜੋ ਦੇਬੋਜ਼ਿਰ ਦੇ ਸਾਹਮਣੇ ਰੱਖੀ ਸੀ।

'''ਮੈਂ ਜਾਣਦਾ ਹਾਂ ਕਿ ਇਹ ਸੱਚ ਹੈ, ਕਿਉਂਕਿ ਮੈਂ ਦੁਨੀਆ ਨੂੰ ਅਸਲੀਅਤ ਤੋਂ ਵੱਖਰੇ ਰੰਗ ਵਿੱਚ ਦੇਖਿਆ ਹੈ। ਮੈਂ ਤੁਹਾਨੂੰ ਇੱਕ ਕਹਾਣੀ ਸੁਣਾਉਣ ਜਾ ਰਿਹਾ ਹਾਂ। ਉਸ ਤੋਂ ਤੁਸੀਂ ਇਹ ਜਾਣ ਜਾਓਗੇ ਕਿ ਮੈਂ ਦੁਨੀਆ ਨੂੰ ਫਿਰ ਤੋਂ ਸਹੀ ਰੰਗਾਂ ਵਿੱਚ ਕਿਵੇਂ ਦੇਖ ਪਾਇਆ।''

ਗੁਆਂਢ ਵਿੱਚ ਭੋਜਨ ਖਾ ਰਹੇ ਇੱਕ ਵਿਅਕਤੀ ਨੇ ਆਪਣੇ ਗੁਆਂਢੀ ਨੂੰ ਹੌਲੀ ਜਿਹੀ ਕਿਹਾ, ''ਦੇਬੋਜ਼ਿਰ ਕਹਾਣੀ ਸੁਣਾ ਰਿਹਾ ਹੈ।'' ਉਹ ਨੇ ਆਪਣੇ ਕਾਲੀਨ ਨੂੰ ਨੇੜੇ ਖਿੱਚ ਲਿਆ। ਭੋਜਨ ਕਰਨ ਵਾਲੇ ਬਾਕੀ ਲੋਕ ਵੀ ਆਪਣਾ ਭੋਜਨ ਲੈ ਕੇ ਉੱਥੇ ਆ ਗਏ ਅਤੇ ਇੱਕ ਅਰਧ-ਗੋਲਾ ਬਣਾ ਲਿਆ। ਉਨ੍ਹਾਂ ਦੇ ਖਾਣ ਦੀਆਂ ਆਵਾਜ਼ਾਂ ਤਰਕਾਦ ਦੇ ਕੰਨਾਂ ਵਿੱਚ ਗੂੰਜ ਰਹੀਆਂ ਸਨ। ਸਿਰਫ ਤਰਕਾਦ ਹੀ ਸੀ, ਜਿਸ ਦੇ ਸਾਹਮਣੇ ਭੋਜਨ ਨਹੀਂ ਸੀ। ਦੇਬੋਜ਼ਿਰ ਨੇ ਉਸ ਲਈ ਭੋਜਨ ਨਹੀਂ ਸੀ ਮੰਗਵਾਇਆ। ਨਾ ਹੀ ਉਸ ਨੇ ਤਰਕਾਦ ਨੂੰ ਬ੍ਰੈੱਡ ਦਾ ਉਹ ਟੁਕੜਾ ਚੁੱਕਣ ਦਾ ਇਸ਼ਾਰਾ ਕੀਤਾ ਸੀ, ਜੋ ਪਲੇਟ ਤੋਂ ਫਰਸ਼ 'ਤੇ ਡਿਗ ਗਿਆ ਸੀ।

ਦੇਬੇਜ਼ਿਰ ਨੇ ਬੱਕਰੇ ਦੀ ਲੱਤ ਦਾ ਇੱਕ ਵੱਡਾ ਹਿੱਸਾ ਕੱਟਣ ਤੋਂ ਬਾਅਦ ਕਿਹਾ, ''ਅੱਜ ਜਿਹੜੀ ਕਹਾਣੀ ਮੈਂ ਸੁਣਾਉਣ ਜਾ ਰਿਹਾ ਹਾਂ, ਉਹ ਮੇਰੇ ਸ਼ੁਰੂਆਤੀ ਜੀਵਨ ਬਾਰੇ ਹੈ। ਇਸ ਕਹਾਣੀ ਵਿੱਚ ਇਹ ਦੱਸਿਆ ਗਿਆ ਹੈ ਕਿ ਮੈਂ ਉਠਾਂ ਦਾ ਵਪਾਰੀ ਕਿਵੇਂ ਬਣਿਆ। ਕੀ ਕਿਸੇ ਨੂੰ ਪਤਾ ਹੈ ਕਿ ਮੈਂ ਕਦੇ ਸੀਰੀਆ ਵਿੱਚ ਗੁਲਾਮ ਸੀ?''

ਲੋਕ ਹੈਰਾਨੀ ਨਾਲ ਬੁੜਬੁੜਾਉਣ ਲੱਗੇ, ਜਿਸ ਨੂੰ ਸੁਣ ਕੇ ਦੇਬੇਜ਼ਿਰ ਸੰਤੁਸ਼ਟ ਹੋਇਆ।

ਦੇਬੇਜ਼ਿਰ ਨੇ ਬੱਕਰੇ ਦੀ ਲੱਤ ਨੂੰ ਇੱਕ ਵਾਰ ਕੁਤਰਦੇ ਹੋਏ ਕਿਹਾ, ''ਜਵਾਨੀ ਵਿੱਚ ਮੈਂ ਆਪਣੇ ਪਿਤਾ ਦਾ ਵਪਾਰ ਭਾਵ ਕਾਠੀ ਬਣਾਉਣਾ ਸਿੱਖਿਆ। ਮੈਂ ਉਨ੍ਹਾਂ ਦੀ ਦੁਕਾਨ ਵਿੱਚ ਉਨ੍ਹਾਂ ਨਾਲ ਕੰਮ ਕਰਦਾ ਸੀ ਅਤੇ ਫਿਰ ਮੇਰਾ ਵਿਆਹ ਹੋ ਗਿਆ। ਮੈਂ ਨੌਜਵਾਨ ਸੀ, ਪਰ ਮੈਨੂੰ ਜ਼ਿਆਦਾ ਗਿਆਨ ਨਹੀਂ ਸੀ, ਇਸ ਲਈ ਮੈਂ ਬਹੁਤ ਘੱਟ ਕਮਾਉਂਦਾ ਸੀ, ਸਿਰਫ ਏਨਾ ਕਿ ਮੈਂ ਜਿਵੇਂ-ਤਿਵੇਂ ਆਪਣੀ ਪਤਨੀ ਦਾ ਖਰਚ ਚੁੱਕ ਸਕਦਾ ਸੀ। ਮੈਂ ਬਹੁਤ ਵਧੀਆਂ ਚੀਜ਼ਾਂ ਦੀ ਲਾਲਸਾ ਕਰਦਾ ਸੀ, ਪਰ ਮੇਰੇ ਕੋਲ ਉਨ੍ਹਾਂ ਨੂੰ ਖਰੀਦਣ ਲਈ ਪੈਸੇ ਨਹੀਂ ਸਨ। ਜਲਦੀ ਹੀ ਮੈਨੂੰ ਮਹਿਸੂਸ ਹੋਇਆ ਕਿ ਪੈਸੇ ਨਾ ਹੋਣ ਦੇ ਬਾਵਜੂਦ ਦੁਕਾਨਦਾਰ ਮੈਨੂੰ ਉਧਾਰ ਸਾਮਾਨ ਦੇਣ ਲਈ ਤਿਆਰ ਸਨ।''

''ਨੌਜਵਾਨ ਅਤੇ ਗੈਰ-ਤਜਰਬੇਕਾਰ ਹੋਣ ਕਾਰਨ ਮੈਂ ਇਹ ਨਹੀਂ ਜਾਣਦਾ ਸੀ ਕਿ ਜਿਹੜਾ ਇਨਸਾਨ ਆਪਣੀ ਕਮਾਈ ਤੋਂ ਵੱਧ ਖਰਚ ਕਰਦਾ ਹੈ, ਉਹ ਗੈਰ-ਜ਼ਰੂਰੀ ਭੋਗ-ਵਿਲਾਸ ਦੇ ਬੀਜ ਬੀਜਦਾ ਹੈ ਅਤੇ ਅੱਗੇ ਚਲ ਕੇ ਉਸ ਮੁਸੀਬਤਾਂ ਅਤੇ ਅਪਮਾਨ ਦੀ ਫਸਲ ਕੱਟਣੀ ਪੈਂਦੀ ਹੈ। ਕਿਉਂਕਿ ਮੈਂ ਇਹ ਨਹੀਂ ਜਾਣਦਾ ਸੀ, ਇਸ ਲਈ ਮੈਂ ਆਪਣੀਆਂ ਇੱਛਾਵਾਂ ਨੂੰ ਪੂਰਾ ਕੀਤਾ ਅਤੇ ਆਪਣੀ ਪਤਨੀ ਅਤੇ ਘਰ ਲਈ ਆਰਾਮ ਦੀਆਂ ਵਸਤੂਆਂ ਉਧਾਰ ਖਰੀਦ ਲਈਆਂ।''

''ਮੈਂ ਜਿੰਨਾ ਉਧਾਰ ਚੁਕਾ ਸਕਦਾ ਸੀ, ਓਨਾ ਚੁਕਾਉਂਦਾ ਰਿਹਾ। ਕੁਝ ਸਮੇਂ ਤੱਕ ਤਾਂ ਸਭ ਕੁਝ ਸਹੀ ਰਿਹਾ। ਪਰ ਬਾਅਦ ਵਿੱਚ ਮੈਂ ਮਹਿਸੂਸ ਕੀਤਾ ਕਿ ਮੈਂ ਆਪਣੀ ਆਮਦਨ ਨਾਲ ਇੱਕੋ ਸਮੇਂ ਦੋਵੇਂ ਕੰਮ ਨਹੀਂ ਸੀ ਕਰ ਸਕਦਾ; ਮੈਂ ਆਪਣੀ ਆਮਦਨ ਵਿੱਚ ਜਾਂ ਤਾਂ ਆਪਣਾ ਖਰਚ ਚਲਾ ਸਕਦਾ ਸੀ ਜਾਂ ਫਿਰ ਆਪਣਾ ਕਰਜ਼ ਚੁਕਾ ਸਕਦਾ ਸੀ। ਕਰਜ਼ਦਾਰ ਅਪਣਾ ਉਧਾਰ ਵਸੂਲ ਕਰਨ ਲਈ ਮੇਰਾ ਪਿੱਛਾ ਕਰਨ ਲੱਗੇ ਅਤੇ ਮੇਰੀ ਜ਼ਿੰਦਗੀ ਦੁੱਖ ਭਰੀ ਹੁੰਦੀ ਗਈ। ਮੈਂ ਆਪਣੇ ਦੋਸਤਾਂ ਤੋਂ ਉਧਾਰ ਲਿਆ, ਪਰ ਉਨ੍ਹਾਂ ਦਾ ਕਰਜ਼ ਵੀ ਨਹੀਂ ਚੁਕਾ ਸਕਿਆ। ਚੀਜ਼ਾਂ ਬਦ ਤੋਂ ਬਦਤਰ ਹੁੰਦੀਆਂ ਗਈਆਂ। ਮੈਂ ਆਪਣੀ ਪਤਨੀ ਨੂੰ ਪੇਕੇ ਭੇਜ ਦਿੱਤਾ ਅਤੇ ਖੁਦ ਬੇਬੀਲੋਨ ਛੱਡ ਕੇ ਦੂਜੇ ਸ਼ਹਿਰ ਵਿੱਚ ਜਾਣ ਦਾ ਫੈਸਲਾ ਕੀਤਾ, ਜਿੱਥੇ ਮੈਨੂੰ ਹੋਰ ਮੌਕੇ ਮਿਲ ਸਕਣ।''

''ਦੋ ਸਾਲ ਤੱਕ ਮੈਂ ਕਾਰਵਾਂ ਦੇ ਵਪਾਰੀਆਂ ਕੋਲ ਕੰਮ ਕੀਤਾ। ਇਸ ਦੌਰਾਨ ਮੈਂ ਬਹੁਤ ਬੇਚੈਨ ਤੇ ਦੁਖੀ ਰਿਹਾ। ਇਸ ਤੋਂ ਬਾਅਦ ਮੈਂ ਡਾਕੂਆਂ ਦੇ ਗਰੋਹ ਵਿੱਚ ਸ਼ਾਮਿਲ ਹੋ ਗਿਆ, ਜੋ ਰੇਗਿਸਤਾਨ ਵਿੱਚ ਨਿਹੱਥੇ ਕਾਰਵਾਂ ਦੀ ਤਲਾਸ਼ ਵਿੱਚ ਭਟਕਦੇ ਹਨ। ਇਸ ਤਰ੍ਹਾਂ ਦੇ ਕੰਮ

ਸਾਡੇ ਖਾਨਦਾਨ ਦੇ ਨਾਂ 'ਤੇ ਕਲੰਕ ਸਨ, ਪਰ ਮੈਂ ਦੁਨੀਆ ਨੂੰ ਰੰਗੀਨ ਪੱਥਰ ਨਾਲ ਦੇਖ ਰਿਹਾ ਸੀ ਅਤੇ ਮੈਨੂੰ ਇਹ ਅਹਿਸਾਸ ਨਹੀਂ ਸੀ ਕਿ ਮੇਰਾ ਕਿੰਨਾ ਨੁਕਸਾਨ ਹੋ ਗਿਆ ਹੈ।''

''ਸਾਨੂੰ ਆਪਣੇ ਪਹਿਲੇ ਅਭਿਆਨ ਵਿੱਚ ਸਫਲਤਾ ਮਿਲੀ। ਅਸੀਂ ਬਹੁਤ ਸਾਰਾ ਸੋਨਾ, ਰੇਸ਼ਮੀ ਕੱਪੜੇ ਅਤੇ ਹੋਰ ਕੀਮਤੀ ਵਸਤੂਆਂ ਲੁੱਟ ਲਈਆਂ। ਅਸੀਂ ਲੁੱਟ ਦੇ ਸਾਮਾਨ ਨੂੰ ਗਿਨਿਰ ਲੈ ਗਏ ਅਤੇ ਖਰਚ ਕਰ ਦਿੱਤਾ।''

''ਦੂਜੀ ਵਾਰ ਸਾਡੀ ਕਿਸਮਤ ਉਨੀ ਚੰਗੀ ਨਹੀਂ ਰਹੀ। ਜਿਵੇਂ ਹੀ ਅਸੀਂ ਸਾਮਾਨ ਲੁੱਟਿਆ, ਕੁਝ ਹਥਿਆਰਬੰਦ ਲੋਕਾਂ ਨੇ ਸਾਡੇ 'ਤੇ ਹਮਲਾ ਕਰ ਦਿੱਤਾ। ਉਹ ਭਾਲੇ ਵਾਲੇ ਉਸ ਕਬੀਲੇ ਦੇ ਮੁਖੀ ਨੇ ਭੇਜੇ ਸਨ, ਜਿਸ ਨੂੰ ਕਾਰਵਾਂ ਰਾਖੀ ਲਈ ਪੈਸੇ ਦਿੰਦੇ ਸਨ। ਸਾਡੇ ਦੇ ਲੀਡਰ ਮਾਰੇ ਗਏ ਅਤੇ ਬਾਕੀ ਸਭ ਲੋਕਾਂ ਨੂੰ ਫੜ ਕੇ ਦਮਿਸ਼ਕ ਲੈ ਗਏ, ਜਿੱਥੇ ਸਾਡੇ ਕੱਪੜੇ ਉਤਾਰ ਕੇ ਸਾਨੂੰ ਗੁਲਾਮਾਂ ਵਜੋਂ ਵੇਚ ਦਿੱਤਾ ਗਿਆ।''

''ਮੈਨੂੰ ਸੀਰੀਆ ਦੇ ਰੇਗਿਸਤਾਨੀ ਕਬੀਲੇ ਦੇ ਮੁਖੀ ਨੇ ਚਾਂਦੀ ਦੇ ਦੋ ਸਿੱਕਿਆਂ ਵਿੱਚ ਖਰੀਦਿਆ। ਮੇਰੇ ਵਾਲ ਲਾਹ ਦਿੱਤੇ ਗਏ ਅਤੇ ਮੇਰੇ ਸਰੀਰ 'ਤੇ ਸਿਰਫ ਇੱਕ ਕੱਪੜਾ ਸੀ, ਜੋ ਕਮਰ 'ਤੇ ਲਿਪਟਿਆ ਹੋਇਆ ਸੀ। ਮੈਂ ਬਾਕੀ ਗੁਲਾਮਾਂ ਤੋਂ ਜ਼ਿਆਦਾ ਅਲੱਗ ਨਹੀਂ ਸੀ। ਲਾਪਰਵਾਹ ਨੌਜਵਾਨ ਵਾਂਗ ਮੈਂ ਸੋਚਿਆ ਕਿ ਇਹ ਤਜਰਬਾ ਵੀ ਰੁਮਾਂਚਕ ਹੋਵੇਗਾ। ਪਰ ਮੈਂ ਉਦੋਂ ਕੰਬ ਗਿਆ, ਜਦੋਂ ਮੇਰੇ ਮਾਲਕ ਨੇ ਮੈਨੂੰ ਆਪਣੀਆਂ ਚਾਰ ਪਤਨੀਆਂ ਦੇ ਸਾਹਮਣੇ ਪੇਸ਼ ਕਰਕੇ ਕਿਹਾ ਕਿ ਉਹ ਮੈਨੂੰ ਆਪਣਾ ਕਿੰਨਰ ਬਣਾ ਸਕਦੀਆਂ ਹਨ।''

''ਦਰਅਸਲ ਉਦੋਂ ਜਾ ਕੇ ਮੈਨੂੰ ਆਪਣੀ ਖਰਾਬ ਹਾਲ ਦਾ ਅਹਿਸਾਸ ਹੋਇਆ। ਰੇਗਿਸਤਾਨ ਦੇ ਇਹ ਲੋਕ ਜੰਗਲੀ ਅਤੇ ਬਹਾਦਰ ਸਨ। ਉਨ੍ਹਾਂ ਦੀਆਂ ਇੱਛਾਵਾਂ ਦਾ ਪਾਲਣਾ ਕਰਨਾ ਮੇਰੀ ਮਜਬੂਰੀ ਸੀ, ਕਿਉਂਕਿ ਮੇਰੇ ਕੋਲ ਨਾ ਤਾਂ ਹਥਿਆਰ ਸਨ, ਨਾ ਹੀ ਬਚਾਅ ਲਈ ਸਾਧਨ।''

''ਜਦੋਂ ਉਨ੍ਹਾਂ ਚਾਰਾਂ ਔਰਤਾਂ ਨੇ ਮੈਨੂੰ ਧਿਆਨ ਨਾਲ ਦੇਖਿਆ, ਤਾਂ ਮੈਂ ਡਰ ਨਾਲ ਖੜ੍ਹਾ ਰਿਹਾ। ਮੈਂ ਸੋਚ ਰਿਹਾ ਸੀ ਕਿ ਕੀ ਮੈਨੂੰ ਉਨ੍ਹਾਂ ਤੋਂ ਤਰਸ ਦੀ ਉਮੀਦ ਕਰਨੀ ਚਾਹੀਦੀ ਹੈ। ਪਹਿਲੀ ਪਤਨੀ ਸੀਰਾ ਬਾਕੀ ਤਿੰਨੇ ਪਤਨੀਆਂ ਨਾਲੋਂ ਵੱਡੀ ਸੀ। ਮੇਰੇ ਵੱਲ ਦੇਖਦੇ ਸਮੇਂ ਉਸ ਦਾ ਚਿਹਰਾ ਭਾਵਨਾਹੀਣ ਸੀ। ਮੈਨੂੰ ਉਸ ਤੋਂ ਤਰਸ ਦੀ ਬਿਲਕੁਲ ਉਮੀਦ ਨਹੀਂ ਸੀ। ਮੈਂ ਦੂਜੀ ਪਤਨੀ ਵੱਲ ਉਮੀਦ ਦੀਆਂ ਨਜ਼ਰਾਂ ਨਾਲ ਦੇਖਿਆ। ਉਹ ਇੱਕ ਘਮੰਡੀ ਸੁੰਦਰੀ ਸੀ, ਜੋ ਮੇਰੇ ਵੱਲ ਏਨੀ ਉਦਾਸੀਨਤਾ ਨਾਲ ਦੇਖ ਰਹੀ ਸੀ, ਜਿਵੇਂ ਜ਼ਮੀਨ 'ਤੇ ਰੇਂਗਣ ਵਾਲੇ ਕਿਸੇ ਕੀੜੇ ਨੂੰ ਦੇਖ ਰਹੀ ਹੋਵੇ। ਬਾਕੀ ਦੋਵੇਂ ਛੋਟੀਆਂ ਪਤਨੀਆਂ ਹੱਸ ਰਹੀਆਂ ਸਨ, ਜਿਵੇਂ ਇਹ ਕੋਈ ਦਿਲਚਸਪ ਮਜ਼ਾਕ ਹੋਵੇ।''

ਸਜ਼ਾ ਦੀ ਉਡੀਕ ਕਰਦੇ ਹੋਏ ਮੈਨੂੰ ਅਜਿਹਾ ਲੱਗਿਆ, ਜਿਵੇਂ ਇੱਕ ਯੁੱਗ ਬੀਤ ਗਿਆ ਹੋਵੇ। ਹਰ ਔਰਤ ਚਾਹੁੰਦੀ ਸੀ ਕਿ ਦੂਜੀ ਔਰਤ ਫੈਸਲਾ ਕਰੇ। ਅੰਤ ਵਿੱਚ ਸੀਰਾ ਨੇ ਠੰਢੀ ਆਵਾਜ਼ ਵਿੱਚ ਕਿਹਾ,

''ਸਾਡੇ ਕੋਲ ਬਹੁਤ ਸਾਰੇ ਕਿਨਰ ਹਨ, ਪਰ ਉਹਨਾਂ ਦੀ ਦੇਖਭਾਲ ਕਰਨ ਵਾਲੇ ਗੁਲਾਮ ਬਹੁਤ ਘੱਟ ਹਨ। ਜਿਹੜੇ ਹਨ, ਉਹ ਕਿਸੇ ਕੰਮ ਦੇ ਨਹੀਂ ਹਨ। ਅੱਜ ਹੀ ਮੈਂ ਆਪਣੀ ਬਿਮਾਰ ਮਾਂ ਨੂੰ ਮਿਲਣ ਜਾਣਾ ਚਾਹੁੰਦੀ ਹਾਂ, ਪਰ ਅਜਿਹਾ ਕੋਈ ਗੁਲਾਮ ਨਹੀਂ ਹੈ, ਜਿਸ 'ਤੇ ਮੈਂ ਭਰੋਸਾ ਕਰ ਸਕਾਂ ਕਿ ਉਹ ਮੇਰੇ ਉਠ ਨੂੰ ਸਹੀ ਢੰਗ ਨਾਲ ਲੈ ਜਾਵੇਗਾ। ਇਸ ਗੁਲਾਮ ਨੂੰ ਪੁੱਛੋ ਕਿ ਕੀ ਉਹ ਉਠਾਂ ਦੀ ਦੇਖਭਾਲ ਕਰ ਸਕਦਾ ਹੈ।''

ਇਸ 'ਤੇ ਮੇਰੇ ਮਾਲਕ ਨੇ ਮੈਨੂੰ ਪੁੱਛਿਆ, ''ਤੁਸੀਂ ਉਠਾਂ ਬਾਰੇ ਕੀ ਜਾਣਦੇ ਹੋ?''

ਆਪਣੀ ਖੁਸ਼ੀ ਨੂੰ ਛੁਪਾਉਣ ਦੀ ਕੋਸ਼ਿਸ਼ ਕਰਦਿਆਂ ਮੈਂ ਜਵਾਬ ਦਿੱਤਾ, ''ਮੈਂ ਉਨ੍ਹਾਂ ਨੂੰ ਬਿਠਾ ਸਕਦਾ ਹਾਂ, ਉਨ੍ਹਾਂ 'ਤੇ ਬੋਝ ਲੱਦ ਸਕਦਾ ਹਾਂ, ਉਨ੍ਹਾਂ ਨੂੰ ਬਿਨਾਂ ਥੱਕੇ ਲੰਮੀ ਯਾਤਰਾ 'ਤੇ ਲਿਜਾ ਸਕਦਾ ਹਾਂ। ਜੇਕਰ ਲੋੜ ਹੋਵੇ, ਤਾਂ ਮੈਂ ਉਨ੍ਹਾਂ ਦੇ ਸਾਜ਼ੋ-ਸਾਮਾਨ ਦੀ ਮੁਰੰਮਤ ਵੀ ਕਰ ਸਕਦਾ ਹਾਂ।''

ਮੇਰੇ ਮਾਲਕ ਨੇ ਕਿਹਾ, ''ਅਜਿਹਾ ਲਗਦਾ ਹੈ ਗੁਲਾਮ ਨੂੰ ਉਠ ਸੰਭਾਲਣ ਦਾ ਤਜਰਬਾ ਹੈ। ਸੀਰਾ, ਜੇਕਰ ਤੁਸੀਂ ਚਾਹੋ ਤਾਂ ਇਸ ਇਨਸਾਨ ਨੂੰ ਆਪਣੇ ਉਠਾਂ ਦੀ ਦੇਖਭਾਲ ਲਈ ਰੱਖ ਸਕਦੀ ਹੋ।''

''ਇਸ ਤਰ੍ਹਾਂ ਮੈਨੂੰ ਸੀਰਾ ਦੇ ਹਵਾਲੇ ਕਰ ਦਿੱਤਾ ਗਿਆ। ਉਸੇ ਦਿਨ ਮੈਂ ਉਸ ਨੂੰ ਉਠ 'ਤੇ ਬਿਠਾ ਕੇ ਉਸ ਦੀ ਬਿਮਾਰ ਮਾਂ ਨਾਲ ਮਿਲਵਾਉਣ ਲੈ ਗਿਆ। ਯਾਤਰਾ ਲੰਮੀ ਸੀ ਅਤੇ ਮੈਨੂੰ ਉਸ ਦੀ ਮਦਦ ਲਈ ਉਸ ਨੂੰ ਧੰਨਵਾਦ ਕਰਨ ਦਾ ਮੌਕਾ ਮਿਲ ਗਿਆ। ਮੈਂ ਉਸ ਨੂੰ ਇਹ ਵੀ ਦੱਸਿਆ ਕਿ ਮੈਂ ਜਨਮ ਤੋਂ ਗੁਲਾਮ ਨਹੀਂ ਸੀ ਅਤੇ ਮੇਰੇ ਪਿਤਾ ਬੇਬੀਲੋਨ ਦੇ ਇੱਕ ਸਨਮਾਨਿਤ ਕਾਠੀ ਬਣਾਉਣ ਵਾਲੇ ਸਨ। ਮੈਂ ਉਸ ਨੂੰ ਆਪਣੇ ਬਾਰੇ ਬਹੁਤ ਕੁਝ ਦੱਸਿਆ। ਪਰ ਉਸ ਦਾ ਜਵਾਬ ਸੁਣ ਕੇ ਮੈਂ ਮੁਸੀਬਤ ਵਿੱਚ ਪੈ ਗਿਆ ਅਤੇ ਬਾਅਦ ਵਿੱਚ ਮੈਂ ਉਸ ਦੀਆਂ ਗੱਲਾਂ 'ਤੇ ਕਾਫੀ ਵਿਚਾਰ ਕੀਤਾ।''

''ਤੁਸੀਂ ਖੁਦ ਨੂੰ ਆਜ਼ਾਦ ਵਿਅਕਤੀ ਕਿਵੇਂ ਕਹਿ ਸਕਦੇ ਹੋ, ਜਦੋਂ ਤੁਹਾਡੀ ਕਮਜ਼ੋਰੀ ਨੇ ਤੁਹਾਡਾ ਇਹ ਹਾਲ ਕਰ ਦਿੱਤਾ ਹੈ? ਜੇਕਰ ਕਿਸੇ ਵਿਅਕਤੀ ਵਿੱਚ ਗੁਲਾਮ ਦੀ ਆਤਮਾ ਹੈ, ਤਾਂ ਭਾਵੇਂ ਉਹ ਜਨਮ ਤੋਂ ਕੁਝ ਵੀ ਹੋਵੇ, ਅਖੀਰ ਉਹ ਗੁਲਾਮ ਹੀ ਬਣ ਜਾਵੇਗਾ। ਇਨਸਾਨ ਵੀ ਪਾਣੀ ਵਾਂਗ ਆਪਣੇ ਪੱਧਰ 'ਤੇ ਪਹੁੰਚ ਹੀ ਜਾਂਦਾ ਹੈ। ਜੇਕਰ ਕਿਸੇ ਇਨਸਾਨ ਵਿੱਚ ਆਜ਼ਾਦ ਨਾਗਰਿਕ ਦੀ ਆਤਮਾ ਹੈ, ਤਾਂ ਉਹ ਆਪਣੀ ਬਦਕਿਸਮਤੀ ਦੇ ਬਾਵਜੂਦ ਅਖੀਰ ਸਨਮਾਨਿਤ ਇਨਸਾਨ ਬਣ ਹੀ ਜਾਵੇਗਾ।''

ਮੈਂ ਇੱਕ ਸਾਲ ਤੋਂ ਵੱਧ ਸਮੇਂ ਤੱਕ ਬਾਕੀ ਗੁਲਾਮਾਂ ਦੇ ਨਾਲ ਰਿਹਾ, ਪਰ ਮੈਂ ਉਨ੍ਹਾਂ ਨਾਲ ਜੁੜ ਨਹੀਂ ਸਕਿਆ। ਇੱਕ ਦਿਨ ਸੀਰਾ ਨੇ ਮੈਨੂੰ ਪੁੱਛਿਆ, ''ਸ਼ਾਮ ਨੂੰ ਬਾਕੀ ਗੁਲਾਮ ਆਪਸ ਵਿੱਚ ਮਿਲਦੇ ਹਨ ਅਤੇ ਇੱਕ-ਦੂਜੇ ਨਾਲ ਹਾਸਾ-ਮਜ਼ਾਕ ਕਰਦੇ ਹਨ। ਪਰ ਤੁਸੀਂ ਆਪਣੇ ਤੰਬੂ ਵਿੱਚ ਇਕੱਲੇ ਬੈਠੇ ਰਹਿੰਦੇ ਹੋ?''

ਇਸ 'ਤੇ ਮੈਂ ਜਵਾਬ ਦਿੱਤਾ, ''ਮੈਂ ਤੁਹਾਡੀਆਂ ਕਹੀਆਂ ਗੱਲਾਂ 'ਤੇ ਵਿਚਾਰ ਕੀਤਾ ਹੈ। ਮੈਨੂੰ ਨਹੀਂ ਲੱਗਦਾ ਕਿ ਮੇਰੇ ਵਿੱਚ ਗੁਲਾਮ ਦੀ ਆਤਮਾ ਹੈ। ਮੈਂ ਉਨ੍ਹਾਂ ਵਿੱਚੋਂ ਇੱਕ ਨਹੀਂ ਬਣ ਸਕਦਾ, ਇਸ ਲਈ ਮੈਂ ਅਲੱਗ ਬੈਠਦਾ ਹਾਂ।''

ਉਸ ਨੇ ਮੈਨੂੰ ਵਿਸ਼ਵਾਸ ਵਿੱਚ ਲੈ ਕੇ ਕਿਹਾ, ''ਮੈਨੂੰ ਵੀ ਅਲੱਗ ਬੈਠਣਾ ਪੈਂਦਾ ਹੈ। ਮੇਰੇ ਮਾਤਾ-ਪਿਤਾ ਨੇ ਬਹੁਤ ਦਾਜ ਦਿੱਤਾ ਸੀ ਅਤੇ ਇਸੇ ਕਾਰਨ ਮੇਰੇ ਪਤੀ ਨੇ ਮੇਰੇ ਨਾਲ ਵਿਆਹ ਕੀਤਾ ਸੀ। ਖੈਰ, ਉਨ੍ਹਾਂ ਨੂੰ ਮੇਰੇ ਨਾਲ ਜ਼ਰਾ ਵੀ ਪਿਆਰ ਨਹੀਂ। ਹਰ ਔਰਤ ਦੀ ਇੱਛਾ ਹੁੰਦੀ ਹੈ ਕਿ ਉਹ ਮਾਂ ਬਣੇ। ਪਰ ਮੇਰੀ ਇਹ ਹਸਰਤ ਅਧੂਰੀ ਹੈ। ਮੈਂ ਬਾਂਝ ਅਤੇ ਬੇਔਲਾਦ ਹਾਂ, ਇਸ ਲਈ ਮੈਨੂੰ ਅਲੱਗ ਬੈਠਣਾ ਪੈਂਦਾ ਹੈ। ਜੇਕਰ ਮੈਂ ''ਮਰਦ'' ਹੁੰਦੀ, ਤਾਂ ਇਸ ਤਰ੍ਹਾਂ ਗੁਲਾਮਾਂ ਵਰਗੀ ਜ਼ਿੰਦਗੀ ਜਿਉਣ ਦੀ ਬਜਾਏ ਆਤਮ ਹੱਤਿਆ ਕਰ ਲੈਂਦੀ, ਪਰ ਸਾਡੇ ਕਬੀਲੇ ਦੀ ਪਰੰਪਰਾ ਵਿੱਚ ਔਰਤ ਅਤੇ ਗੁਲਾਮ ਵਿੱਚ ਕੋਈ ਖਾਸ ਫਰਕ ਨਹੀਂ ਹੁੰਦਾ ਹੈ।''

ਮੈਂ ਸੀਰਾ ਨੂੰ ਅਚਾਨਕ ਪੁੱਛਿਆ, 'ਹੁਣ ਤੁਸੀਂ ਮੇਰੇ ਬਾਰੇ ਕੀ ਸੋਚਦੇ ਹੋ? ਮੇਰੇ ਵਿੱਚ ਮਰਦ ਦੀ ਆਤਮਾ ਹੈ ਜਾਂ ਗੁਲਾਮ ਦੀ?'

ਉਸ ਨੇ ਜਵਾਬ ਦਿੱਤਾ, 'ਤੁਸੀਂ ਬੇਬੀਲੋਨ ਵਿੱਚ ਜੋ ਕਰਜ਼ ਲਏ ਸਨ, ਕੀ ਤੁਸੀਂ ਉਸ ਨੂੰ ਦੇਣਾ ਚਾਹੁੰਦੇ ਹੋ?'

''ਹਾਂ, ਮੈਂ ਚਾਹੁੰਦਾ ਤਾਂ ਹਾਂ, ਪਰ ਮੈਨੂੰ ਅਜਿਹਾ ਕਰਨ ਦਾ ਕੋਈ ਰਾਹ ਦਿਖਾਈ ਨਹੀਂ ਦਿੰਦਾ।''

''ਜੇਕਰ ਤੁਸੀਂ ਸਮਾਂ ਬੀਤ ਜਾਣ ਦਿਉਗੇ ਅਤੇ ਉਨ੍ਹਾਂ ਨੂੰ ਚੁਕਾਉਣ ਦੀ ਕੋਸ਼ਿਸ਼ ਨਹੀਂ ਕਰੋਗੇ, ਤਾਂ ਤੁਹਾਡੇ ਵਿੱਚ ਗੁਲਾਮ ਦੀ ਘਿਨਾਉਣੀ ਆਤਮਾ ਹੈ। ਜਿਹੜਾ ਇਨਸਾਨ ਖੁਦ ਦਾ ਸਨਮਾਨ ਨਹੀਂ ਕਰਦਾ, ਉਹ ਗੁਲਾਮ ਹੀ ਹੁੰਦਾ ਹੈ। ਅਤੇ ਜਿਹੜਾ ਇਨਸਾਨ ਆਪਣੇ ਕਰਜ਼ ਨਹੀਂ ਉਤਾਰਦਾ, ਉਹ ਖੁਦ ਦਾ ਸਨਮਾਨ ਨਹੀਂ ਕਰ ਸਕਦਾ।'

''ਪਰ ਮੈਂ ਕੀ ਕਰ ਸਕਦਾ ਹਾਂ, ਮੈਂ ਤਾਂ ਸੀਰੀਆ ਵਿੱਚ ਗੁਲਾਮ ਹਾਂ?''

''ਕਮਜ਼ੋਰ ਇਨਸਾਨ, ਤੁਸੀਂ ਸਾਰੀ ਜ਼ਿੰਦਗੀ ਸੀਰੀਆ ਵਿੱਚ ਹੀ ਗੁਲਾਮ ਬਣੇ ਰਹੋਗੇ।''

''ਮੈਂ ਕਮਜ਼ੋਰ ਨਹੀਂ ਹਾਂ'', ਮੈਂ ਗੁੱਸੇ ਨਾਲ ਕਿਹਾ।

''ਇਸ ਨੂੰ ਸਾਬਤ ਕਰਕੇ ਦਿਖਾਓ।''

''ਕਿਵੇਂ?''

''ਕੀ ਸਾਡਾ ਮਹਾਨ ਰਾਜਾ ਆਪਣੇ ਦੁਸ਼ਮਣਾਂ ਨਾਲ ਹਰ ਸੰਭਵ ਢੰਗ ਨਾਲ ਅਤੇ ਪੂਰੀ ਤਾਕਤ ਨਹੀਂ ਲੜਦਾ ਹੈ? ਤੁਹਾਡਾ ਕਰਜ਼ ਵੀ ਤੁਹਾਡਾ ਦੁਸ਼ਮਣ ਹੈ। ਉਸ ਨੇ ਹੀ ਤੁਹਾਨੂੰ ਬੇਬੀਲੋਨ ਤੋਂ ਦੌੜਾਇਆ ਹੈ। ਤੁਸੀਂ ਉਸ ਨਾਲ ਲੜਨਾ ਛੱਡ ਦਿੱਤਾ ਹੈ, ਇਸ ਲਈ ਹੁਣ ਉਹ ਤੁਹਾਡੇ ਨਾਲੋਂ ਜ਼ਿਆਦਾ ਤਾਕਤਵਰ ਬਣ ਗਿਆ ਹੈ। ਜੇਕਰ ਤੁਸੀਂ ਮਰਦ ਵਾਂਗ

ਲੜਦੇ, ਤਾਂ ਤੁਸੀਂ ਜਿੱਤ ਸਕਦੇ ਸੀ। ਉਦੋਂ ਸ਼ਹਿਰ ਦੇ ਲੋਕ ਤੁਹਾਡਾ ਸਨਮਾਨ ਕਰਦੇ। ਪਰ ਤੁਹਾਡੇ ਵਿੱਚ ਉਸ ਨਾਲ ਸੰਘਰਸ਼ ਕਰਨ ਦਾ ਹੌਸਲਾ ਨਹੀਂ ਸੀ ਅਤੇ ਦੇਖੋ ਅੱਜ ਤੁਹਾਡਾ ਇਹ ਹਾਲ ਹੈ ਕਿ ਤੁਸੀਂ ਗੁਲਾਮ ਹੋ।''

''ਮੈਂ ਉਸ ਦੇ ਨਿਰਦਈ ਦੋਸ਼ਾਂ ਬਾਰੇ ਬਹੁਤ ਸੋਚਿਆ। ਮੈਂ ਆਪਣੀ ਰੱਖਿਆ ਵਿੱਚ ਕਈ ਗੱਲਾਂ ਸੋਚੀਆਂ, ਜਿਸ ਨਾਲ ਮੈਂ ਸੀਰਾ ਦੇ ਸਾਹਮਣੇ ਇਹ ਸਾਬਤ ਕਰਾਂ ਕਿ ਮੈਂ ਦਿਲ ਤੋਂ ਗੁਲਾਮ ਨਹੀਂ ਸੀ। ਖ਼ੈਰ, ਅਜਿਹਾ ਕਰਨ ਦਾ ਮੌਕਾ ਨਹੀਂ ਮਿਲ ਸਕਿਆ। ਤਿੰਨ ਦਿਨ ਬਾਅਦ ਸੀਰਾ ਦੀ ਦਾਸੀ ਮੈਨੂੰ ਆਪਣੀ ਮਾਲਕਣ ਕੋਲ ਲੈ ਗਈ।''

ਸੀਰਾ ਨੇ ਕਿਹਾ, ''ਮੇਰੀ ਮਾਂ ਬਹੁਤ ਬਿਮਾਰ ਹੈ। ਮੇਰੇ ਪਤੀ ਦੇ ਰੇਵੜ ਦੇ ਦੋ ਸਭ ਤੋਂ ਚੰਗੇ ਊਠਾਂ ਨੂੰ ਤਿਆਰ ਕਰੋ। ਉਨ੍ਹਾਂ 'ਤੇ ਲੰਮੀ ਯਾਤਰਾ ਲਈ ਪਾਣੀ ਦੀਆਂ ਮਸ਼ਕਾਂ ਅਤੇ ਭੋਜਨ ਦਾ ਸਾਮਾਨ ਬੰਨ੍ਹ ਲਓ। ਮੇਰੀ ਦਾਸੀ ਤੁਹਾਨੂੰ ਰਸੋਈ ਵਿੱਚੋਂ ਭੋਜਨ ਦੇਵੇਗੀ।'' ਮੈਂ ਊਠਾਂ ਨੂੰ ਤਿਆਰ ਕੀਤਾ। ਮੈਂ ਇਸ ਗੱਲ 'ਤੇ ਹੈਰਾਨ ਸੀ ਕਿ ਦਾਸੀ ਨੇ ਭੋਜਨ ਦਾ ਏਨਾ ਜ਼ਿਆਦਾ ਸਾਮਾਨ ਕਿਉਂ ਬੰਨਿਆ ਸੀ, ਕਿਉਂਕਿ ਸੀਰਾ ਦੀ ਮਾਂ ਜਿੱਥੇ ਰਹਿੰਦੀ ਸੀ, ਉੱਥੇ ਪਹੁੰਚਣ ਵਿੱਚ ਇੱਕ ਦਿਨ ਤੋਂ ਵੀ ਘੱਟ ਸਮਾਂ ਲਗਦਾ ਸੀ। ਦਾਸੀ ਸਭ ਤੋਂ ਪਿੱਛੇ ਵਾਲੇ ਊਠ 'ਤੇ ਸਵਾਰ ਸੀ ਅਤੇ ਮੈਂ ਆਪਣੀ ਮਾਲਕਣ ਦੇ ਊਠ ਨੂੰ ਰਾਹ ਦਿਖਾ ਰਿਹਾ ਸੀ। ਉਨ੍ਹਾਂ ਦੀ ਮਾਂ ਦੇ ਘਰ ਪਹੁੰਚਦੇ-ਪਹੁੰਚਦੇ ਕਾਫ਼ੀ ਹਨੇਰਾ ਹੋ ਚੁੱਕਾ ਸੀ। ਸੀਰਾ ਨੇ ਦਾਸੀ ਨੂੰ ਅੰਦਰ ਭੇਜਣ ਤੋਂ ਬਾਅਦ ਮੈਨੂੰ ਕਿਹਾ,

''ਦੇਬੇਜ਼ਿਰ, ਤੁਹਾਡੇ ਵਿੱਚ ਆਜ਼ਾਦ ਨਾਗਰਿਕ ਦੀ ਆਤਮਾ ਹੈ ਜਾਂ ਗੁਲਾਮ ਦੀ?''

ਮੈਂ ਜ਼ੋਰ ਦੇ ਕੇ ਕਿਹਾ, ''ਆਜ਼ਾਦ ਨਾਗਰਿਕ ਦੀ।''

''ਹੁਣ ਤੁਹਾਡੇ ਸਾਹਮਣੇ ਇਹ ਸਾਬਤ ਕਰਨ ਦਾ ਮੌਕਾ ਆ ਗਿਆ ਹੈ। ਇਸ ਸਮੇਂ ਤੁਹਾਡੇ ਮਾਲਕ ਸ਼ਰਾਬ ਦੇ ਨਸ਼ੇ ਵਿੱਚ ਹਨ ਅਤੇ ਉਨ੍ਹਾਂ ਦੇ ਸਿਪਾਹੀ ਵੀ ਨਸ਼ੇ ਵਿੱਚ ਹਨ। ਇਨ੍ਹਾਂ ਊਠਾਂ ਨੂੰ ਲੈ ਕੇ ਇੱਥੋਂ ਭੱਜ ਜਾਓ। ਇਸ ਥੈਲੇ ਵਿੱਚ ਤੁਹਾਡੇ ਮਾਲਕ ਦੇ ਕੱਪੜੇ ਹਨ, ਜਿਸ ਨਾਲ ਤੁਹਾਨੂੰ ਭੇਸ ਬਦਲਣ ਵਿੱਚ ਮਦਦ ਮਿਲੇਗੀ। ਮੈਂ ਕਹਾਂਗੀ ਕਿ ਜਦੋਂ ਮੈਂ ਆਪਣੀ ਬਿਮਾਰ ਮਾਂ ਕੋਲ ਸੀ, ਉਦੋਂ ਤੁਸੀਂ ਊਠ ਚੁਰਾ ਕੇ ਭੱਜ ਗਏ।''

ਮੈਂ ਉਸ ਨੂੰ ਕਿਹਾ, ''ਤੁਹਾਡੇ ਵਿੱਚ ਮਹਾਰਾਣੀ ਦੀ ਆਤਮਾ ਹੈ। ਮੇਰੀ ਬਹੁਤ ਇੱਛਾ ਹੁੰਦੀ ਹੈ ਕਿ ਤੁਸੀਂ ਵੀ ਮੇਰੇ ਨਾਲ ਚੱਲੋ, ਤਾਂ ਕਿ ਤੁਹਾਨੂੰ ਖੁਸ਼ੀ ਦੇ ਸਕਾਂ।''

ਉਸ ਨੇ ਜਵਾਬ ਦਿੱਤਾ, ''ਖੁਸ਼ੀ ਉਸ ਭੱਜਣ ਵਾਲੀ ਔਰਤ ਨੂੰ ਨਹੀਂ ਮਿਲਦੀ, ਜੋ ਦੂਰ ਦੇਸ਼ਾਂ ਵਿੱਚ ਅਣਜਾਣ ਲੋਕਾਂ ਵਿੱਚ ਇਸ ਦੀ ਤਲਾਸ਼ ਕਰਦੀ ਹੈ। ਹੁਣ ਤੁਸੀਂ ਆਪਣੇ ਰਾਹ ਜਾਓ। ਰੇਗਿਸਤਾਨ ਦੇ ਦੇਵਤੇ ਤੁਹਾਡੀ ਰਾਖੀ ਕਰਨ, ਕਿਉਂਕਿ ਮੰਜ਼ਿਲ ਦੂਰ ਹੈ ਅਤੇ ਰਾਹ ਵਿੱਚ ਤੁਹਾਨੂੰ ਖਾਣ-ਪੀਣ ਨੂੰ ਕੁਝ ਨਹੀਂ ਮਿਲੇਗਾ।''

''ਭੱਜਣ ਵਿੱਚ ਮੈਨੂੰ ਜ਼ਿਆਦਾ ਉਤਸ਼ਾਹਿਤ ਕਰਨ ਦੀ ਲੋੜ ਨਹੀਂ ਸੀ। ਮੈਂ ਉਸ ਦਾ ਦਿਲੋਂ ਧੰਨਵਾਦ ਕੀਤਾ ਅਤੇ ਰਾਤ ਦੇ ਹਨੇਰੇ ਵਿੱਚ ਦੂਰ ਚਲਾ ਗਿਆ। ਮੈਨੂੰ ਉਸ ਅਜੀਬ

ਸਖਾਨ ਦਾ ਕੋਈ ਗਿਆਨ ਨਹੀਂ ਸੀ ਅਤੇ ਸਿਰਫ ਇੱਕ ਹਲਕਾ ਜਿਹਾ ਆਭਾਸ ਸੀ ਕਿ ਬੇਬੀਲੋਨ ਕਿਸ ਦਿਸ਼ਾ ਵਿੱਚ ਹੈ। ਖੈਰ, ਮੈਂ ਬਹਾਦਰੀ ਨਾਲ ਪਹਾੜੀਆਂ ਦੀ ਦਿਸ਼ਾ ਵਿੱਚ ਰੇਗਿਸਤਾਨ ਦੇ ਪਾਰ ਚਲਾ ਗਿਆ। ਮੈਂ ਇੱਕ ਊਠ 'ਤੇ ਸਵਾਰ ਹੋਇਆ ਅਤੇ ਦੂਜੇ ਨੂੰ ਆਪਣੇ ਪਿੱਛੇ-ਪਿੱਛੇ ਚੱਲਣ ਦਾ ਇਸ਼ਾਰਾ ਕੀਤਾ। ਮੈਂ ਪੂਰੀ ਰਾਤ ਯਾਤਰਾ ਕੀਤੀ ਅਤੇ ਅਗਲੇ ਪੂਰੇ ਦਿਨ ਵੀ। ਮੈਂ ਜਾਣਦਾ ਸੀ ਕਿ ਮਾਲਕ ਦਾ ਸਾਮਾਨ ਚੁਰਾ ਕੇ ਭੱਜਣ ਵਾਲੇ ਗੁਲਾਮਾਂ ਨੂੰ ਬਹੁਤ ਸਖਤ ਸਜ਼ਾ ਦਿੱਤੀ ਜਾਂਦੀ ਹੈ।''

''ਉਸ ਸ਼ਾਮ ਨੂੰ ਮੈਂ ਇੱਕ ਉਜਾੜ ਥਾਂ 'ਤੇ ਪਹੁੰਚਿਆ। ਰੇਗਿਸਤਾਨ ਵਾਂਗ ਇੱਥੇ ਵੀ ਕੋਈ ਨਹੀਂ ਸੀ ਰਹਿੰਦਾ। ਨੁਕੀਲੀਆਂ ਚਟਾਨਾਂ ਨੇ ਮੇਰੇ ਵਫ਼ਾਦਾਰ ਊਠਾਂ ਦੇ ਪੈਰ ਜ਼ਖਮੀ ਕਰ ਦਿੱਤੇ ਸਨ। ਉਹ ਬਹੁਤ ਹੌਲੀ-ਹੌਲੀ ਅਤੇ ਕੁਰਲਾਉਂਦੇ ਹੋਏ ਚੱਲ ਰਹੇ ਸਨ। ਮੈਨੂੰ ਰਸਤੇ ਵਿੱਚ ਇਨਸਾਨ ਤਾਂ ਕੀ, ਜਾਨਵਰ ਤੱਕ ਨਹੀਂ ਮਿਲਿਆ। ਮੈਂ ਚੰਗੀ ਤਰ੍ਹਾਂ ਸਮਝ ਸਕਦਾ ਸੀ ਕਿ ਇਸ ਉਜਾੜ ਥਾਂ 'ਤੇ ਕੋਈ ਕਿਉਂ ਨਹੀਂ ਸੀ ਰਹਿੰਦਾ।''

''ਉਸ ਤੋਂ ਬਾਅਦ ਦੀ ਯਾਤਰਾ ਏਨੀ ਭਿਆਨਕ ਸੀ ਕਿ ਬਹੁਤ ਘੱਟ ਲੋਕ ਉਸ ਨੂੰ ਕਰਨ ਤੋਂ ਬਾਅਦ ਜ਼ਿੰਦਾ ਬਚੇ ਹੋਣਗੇ। ਹਰ ਦਿਨ ਅਸੀਂ ਹੌਲੀ-ਹੌਲੀ ਚਲਦੇ ਰਹੇ। ਸਾਡੇ ਕੋਲ ਜਿੰਨਾ ਭੋਜਨ ਅਤੇ ਪਾਣੀ ਸੀ, ਉਹ ਸਭ ਖਤਮ ਹੋ ਗਿਆ। ਸੂਰਜ ਦੀ ਗਰਮੀ ਬੇਦਰਦੀ ਨਾਲ ਸਾਨੂੰ ਝੁਲਸਾ ਰਹੀ ਸੀ। ਨੈਵੇਂ ਦਿਨ ਸ਼ਾਮ ਨੂੰ ਮੈਂ ਆਪਣੇ ਊਠ ਤੋਂ ਫਿਸਲ ਕੇ ਡਿੱਗ ਪਿਆ। ਮੈਂ ਜਾਣਦਾ ਸੀ ਕਿ ਮੈਂ ਏਨਾ ਕਮਜ਼ੋਰ ਸੀ ਕਿ ਦੁਬਾਰਾ ਊਠ 'ਤੇ ਨਹੀਂ ਚੜ੍ਹ ਸਕਦਾ ਸੀ ਅਤੇ ਇਸੇ ਉਜਾੜ ਥਾਂ 'ਤੇ ਮਰ ਜਾਵਾਂਗਾ।''

''ਮੈਂ ਜ਼ਮੀਨ 'ਤੇ ਲੇਟ ਗਿਆ ਅਤੇ ਸੌਂ ਗਿਆ। ਮੇਰੀ ਅੱਖ ਲੱਗ ਗਈ ਅਤੇ ਸੂਰਜ ਦੀ ਪਹਿਲੀ ਕਿਰਨ ਨਿਕਲਣ 'ਤੇ ਹੀ ਖੁੱਲ੍ਹੀ।''

''ਮੈਂ ਉੱਠ ਕੇ ਆਪਣੇ ਚਾਰੇ ਪਾਸੇ ਦੇਖਿਆ। ਸਵੇਰ ਦੀ ਹਵਾ ਵਿੱਚ ਠੰਢਕ ਸੀ। ਕੋਲ ਹੀ ਮੇਰੇ ਊਠ ਲੇਟੇ ਹੋਏ ਸਨ, ਜੋ ਬਹੁਤ ਉਦਾਸ ਦਿਖਾਈ ਦੇ ਰਹੇ ਸਨ। ਮੇਰੇ ਆਲੇ-ਦੁਆਲੇ ਬਰਬਾਦੀ ਦਾ ਆਲਮ ਸੀ, ਜਿੱਥੇ ਚਟਾਨਾਂ, ਰੇਤ ਅਤੇ ਕੰਡੇਦਾਰ ਚੀਜ਼ਾਂ ਸਨ। ਉੱਥੇ ਪਾਣੀ ਦਾ ਨਾਂ ਤੱਕ ਨਹੀਂ ਸੀ। ਇਸ ਤੋਂ ਇਲਾਵਾ ਉੱਥੇ ਇਨਸਾਨ ਜਾਂ ਊਠ ਦੇ ਖਾਣ ਲਈ ਵੀ ਕੁਝ ਨਹੀਂ ਸੀ।''

''ਕੀ ਇਹ ਹੋ ਸਕਦਾ ਹੈ ਕਿ ਇਸ ਉਜਾੜ ਵਿੱਚ ਹੀ ਮੈਂ ਇਸ ਦੁਨੀਆ ਤੋਂ ਚਲਾ ਜਾਵਾਂਗਾ? ਉਸ ਸਮੇਂ ਮੇਰਾ ਦਿਮਾਗ ਜਿੰਨਾ ਸਾਫ ਤੌਰ 'ਤੇ ਸੋਚ ਰਿਹਾ ਸੀ, ਓਨਾ ਸਾਫ ਢੰਗ ਨਾਲ ਇਸ ਨੇ ਪਹਿਲਾਂ ਕਦੇ ਨਹੀਂ ਸੀ ਸੋਚਿਆ। ਹੁਣ ਮੇਰਾ ਸਰੀਰ ਬਹੁਤ ਘੱਟ ਮਹੱਤਵਪੂਰਨ ਲੱਗ ਰਿਹਾ ਸੀ। ਮੇਰੇ ਬੁੱਲ੍ਹ ਸੁੱਕੇ ਸਨ ਅਤੇ ਉਨ੍ਹਾਂ 'ਚੋਂ ਲਹੂ ਨਿਕਲ ਰਿਹਾ ਸੀ, ਮੇਰੀ ਜੀਭ ਸੁੱਕੀ ਅਤੇ ਸੁੱਜੀ ਹੋਈ ਸੀ, ਮੇਰਾ ਪੇਟ ਖਾਲੀ ਸੀ, ਪਰ ਪਿਛਲੇ ਦਿਨਾਂ ਤੋਂ ਇਨ੍ਹਾਂ ਸਾਰਿਆਂ ਨਾਲ ਮੈਨੂੰ ਜਿੰਨਾ ਗੰਭੀਰ ਦਰਦ ਹੋ ਰਿਹਾ ਸੀ, ਹੁਣ ਉਹ ਗਾਇਬ ਹੋ ਚੁੱਕਾ ਸੀ।''

''ਮੈਂ ਇਕ ਵਾਰ ਫਿਰ ਖੁਦ ਨੂੰ ਇਹ ਸਵਾਲ ਪੁੱਛਿਆ, 'ਮੇਰੇ ਵਿੱਚ ਆਜ਼ਾਦ ਨਾਗਰਿਕ ਦੀ ਆਤਮਾ ਹੈ ਜਾਂ ਗੁਲਾਮ ਦੀ?' ਫਿਰ ਸਾਫ ਢੰਗ ਨਾਲ ਮੈਨੂੰ ਅਹਿਸਾਸ ਹੋਇਆ ਕਿ ਜੇਕਰ ਮੇਰੇ ਵਿੱਚ ਗੁਲਾਮ ਦੀ ਆਤਮਾ ਹੁੰਦੀ, ਤਾਂ ਮੈਂ ਹਾਰ ਮੰਨ ਲਈ ਹੁੰਦੀ, ਰੇਗਿਸਤਾਨ ਵਿੱਚ ਹੀ ਮਰ ਗਿਆ ਹੁੰਦਾ, ਜੋ ਇੱਕ ਭਰੌਂਦੇ ਗੁਲਾਮ ਦਾ ਸਹੀ ਅੰਤ ਹੁੰਦਾ।''

''ਪਰ ਜੇਕਰ ਮੇਰੇ ਵਿੱਚ ਆਜ਼ਾਦ ਨਾਗਰਿਕ ਦੀ ਆਤਮਾ ਹੈ, ਤਾਂ ਫਿਰ? ਪੱਕੇ ਤੌਰ 'ਤੇ ਮੈਂ ਬੇਬੀਲੋਨ ਤੱਕ ਪਹੁੰਚਣ ਦੀ ਕੋਸ਼ਿਸ਼ ਕਰਾਂਗਾ, ਆਪਣੇ 'ਤੇ ਭਰੋਸਾ ਕਰਨ ਵਾਲੇ ਲੋਕਾਂ ਦਾ ਕਰਜ਼ ਚੁਕਾਉਣ ਦੀ ਕੋਸ਼ਿਸ਼ ਕਰਾਂਗਾ, ਆਪਣੀ ਪਿਆਰੀ ਪਤਨੀ ਨੂੰ ਖੁਸ਼ੀ ਦਿਆਂਗਾ ਅਤੇ ਆਪਣੇ ਮਾਤਾ-ਪਿਤਾ ਨੂੰ ਸ਼ਾਂਤੀ ਅਤੇ ਖੁਸ਼ੀ ਦਿਆਂਗਾ।''

ਸੀਰਾ ਨੇ ਕਿਹਾ ਸੀ, ''ਤੁਹਾਡਾ ਕਰਜ਼ ਹੀ ਤੁਹਾਡਾ ਦੁਸ਼ਮਣ ਹੈ। ਉਸੇ ਨੇ ਤੁਹਾਨੂੰ ਬੇਬੀਲੋਨ ਤੋਂ ਖਦੇੜ ਦਿੱਤਾ ਹੈ।'' ਹਾਂ, ਇਹ ਸਹੀ ਸੀ। ਮਰਦ ਵਾਂਗ ਉਸ ਦਾ ਮੁਕਾਬਲਾ ਨਹੀਂ ਕੀਤਾ? ਮੈਂ ਆਪਣੀ ਪਤਨੀ ਨੂੰ ਪੇਕੇ ਕਿਉਂ ਭੇਜ ਦਿੱਤਾ?

''ਫਿਰ ਇੱਕ ਅਜੀਬ ਚੀਜ਼ ਹੋਈ। ਪੂਰੀ ਦੁਨੀਆ ਅਲੱਗ ਨਜ਼ਰ ਆਉਣ ਲੱਗੀ। ਅਜਿਹਾ ਲੱਗ ਰਿਹਾ ਸੀ, ਜਿਵੇਂ ਪਹਿਲਾਂ ਮੈਂ ਦੁਨੀਆ ਨੂੰ ਕਿਸੇ ਰੰਗਦਾਰ ਪੱਥਰ ਨਾਲ ਦੇਖ ਰਿਹਾ ਸੀ, ਜੋ ਹੁਣ ਅਚਾਨਕ ਹਟ ਗਿਆ ਸੀ। ਆਖਰਕਾਰ ਮੈਨੂੰ ਸੱਚੇ ਜੀਵਨ ਦੀਆਂ ਕਦਰਾਂ-ਕੀਮਤਾਂ ਨਜ਼ਰ ਆਉਣ ਲੱਗੀਆਂ।''

''ਮੈਂ ਅਤੇ ਰੇਗਿਸਤਾਨ ਵਿੱਚ ਮਰ ਜਾਵਾਂ! ਹੁਣ ਮੇਰੇ ਮਨ ਵਿੱਚ ਇੱਕ ਨਵਾਂ ਸੁਫਨਾ ਜਾਗ ਚੁੱਕਾ ਸੀ। ਹੁਣ ਮੈਂ ਜਾਣਦਾ ਸੀ ਕਿ ਮੈਂ ਕਿਹੜੇ ਕੰਮ ਕਰਨੇ ਸਨ। ਸਭ ਤੋਂ ਪਹਿਲਾਂ ਤਾਂ ਮੈਂ ਬੇਬੀਲੋਨ ਜਾਵਾਂਗਾ ਅਤੇ ਕਰਜ਼ ਦੇਣ ਵਾਲੇ ਲੋਕਾਂ ਨੂੰ ਮਿਲਾਂਗਾ। ਮੈਂ ਉਨ੍ਹਾਂ ਨੂੰ ਦੱਸਾਂਗਾ ਕਿ ਸਾਲਾਂ ਤੱਕ ਭਟਕਣ ਅਤੇ ਬਦਕਿਸਮਤੀ ਦਾ ਸ਼ਿਕਾਰ ਹੋਣ ਤੋਂ ਬਾਅਦ ਮੈਂ ਉਨ੍ਹਾਂ ਦਾ ਕਰਜ਼ ਉਤਾਰਨ ਲਈ ਆ ਗਿਆ ਹਾਂ। ਜਿੰਨੀ ਛੇਤੀ ਦੇਵਤਾ ਇਜਾਜ਼ਤ ਦੇਣਗੇ, ਮੈਂ ਉਨ੍ਹਾਂ ਦਾ ਕਰਜ਼ ਉਤਾਰ ਦਿਆਂਗਾ। ਫਿਰ ਮੈਨੂੰ ਆਪਣੀ ਪਤਨੀ ਨੂੰ ਖੁਸ਼ੀ ਦੇਣੀ ਚਾਹੀਦੀ ਹੈ ਅਤੇ ਇੱਕ ਅਜਿਹਾ ਨਾਗਰਿਕ ਬਣਨਾ ਚਾਹੀਦਾ ਹੈ, ਤਾਂ ਕਿ ਮੇਰੇ ਮਾਤਾ-ਪਿਤਾ ਮੇਰੇ 'ਤੇ ਮਾਣ ਕਰ ਸਕਣ।''

''ਮੇਰੇ ਕਰਜ਼ ਮੇਰੇ ਦੁਸ਼ਮਣ ਸਨ, ਪਰ ਜਿਨ੍ਹਾਂ ਲੋਕਾਂ ਤੋਂ ਮੈਂ ਕਰਜ਼ ਲਿਆ ਸੀ, ਉਹ ਮੇਰੇ ਦੋਸਤ ਸਨ। ਆਖਰ ਉਨ੍ਹਾਂ ਨੇ ਮੇਰੇ 'ਤੇ ਵਿਸ਼ਵਾਸ ਕੀਤਾ ਸੀ।''

''ਮੈਂ ਲਖਣਖਾਉਂਦੇ ਹੋਏ ਆਪਣੇ ਪੈਰਾਂ 'ਤੇ ਖੜ੍ਹਾ ਹੋਇਆ। ਭੁੱਖ ਨਾਲ ਕੀ ਫਰਕ ਪੈਂਦਾ ਸੀ? ਪਿਆਸ ਨਾਲ ਕੀ ਫਰਕ ਪੈਂਦਾ ਸੀ? ਉਹ ਤਾਂ ਬੇਬੀਲੋਨ ਦੀ ਰਾਹ 'ਤੇ ਹੋਣ ਵਾਲੀਆਂ ਘਟਨਾਵਾਂ ਸਨ। ਮੇਰੇ ਅੰਦਰ ਇੱਕ ਆਜ਼ਾਦ ਇਨਸਾਨ ਦੀ ਆਤਮਾ ਹਿੱਲਣ ਲੱਗੀ, ਜੋ ਆਪਣੇ ਦੁਸ਼ਮਣਾਂ ਨੂੰ ਜਿੱਤਣ ਅਤੇ ਆਪਣੇ ਮਿੱਤਰਾਂ ਨੂੰ ਇਨਮ ਦੇਣ ਲਈ ਜਲਦੀ ਹੀ ਬੇਬੀਲੋਨ ਪਹੁੰਚਣਾ ਚਾਹੁੰਦੀ ਸੀ। ਮੈਂ ਮਹਾਨ ਸੋਚ ਨਾਲ ਰੁਮਾਂਚਿਤ ਹੋ ਗਿਆ।''

''ਮੇਰੀ ਭਾਰੀ ਆਵਾਜ਼ ਵਿੱਚ ਹੁਣ ਇੱਕ ਨਵੀਂ ਖਣਕ ਆ ਗਈ ਸੀ, ਜਿਸ ਨੂੰ ਸੁਣ ਕੇ ਮੇਰੇ ਉਨ੍ਹਾਂ ਦੀਆਂ ਥੱਕੀਆਂ ਅੱਖਾਂ ਵਿੱਚ ਵੀ ਚਮਕ ਆ ਗਈ। ਬਹੁਤ ਕੋਸ਼ਿਸ਼ਾਂ ਤੋਂ ਬਾਅਦ

ਉਹ ਉੱਠ ਖੜ੍ਹੇ ਹੋਏ। ਕੁਰਲਾਉਂਦੇ ਹੋਏ ਲਗਨ ਨਾਲ ਉਹ ਉੱਤਰ ਦਿਸ਼ਾ ਵੱਲ ਵਧਦੇ ਗਏ। ਮੇਰੀ ਅੰਤਰ ਆਤਮਾ ਦੀ ਆਵਾਜ਼ ਇਹ ਕਹਿ ਰਹੀ ਸੀ ਕਿ ਇਸ ਦਿਸ਼ਾ ਵਿੱਚ ਸਾਨੂੰ ਬੇਬੀਲੋਨ ਮਿਲ ਜਾਵੇਗਾ।''

ਜਲਦੀ ਹੀ ਅਸੀਂ ਉਪਜਾਊ ਇਲਾਕੇ ਵਿੱਚ ਪਹੁੰਚ ਗਏ। ਇਥੇ ਪਾਣੀ, ਘਾਹ ਅਤੇ ਫਲ ਮਿਲੇ। ਸਾਨੂੰ ਬੇਬੀਲੋਨ ਦਾ ਰਸਤਾ ਮਿਲ ਗਿਆ। ਉਦੋਂ ਜਾ ਕੇ ਮੈਨੂੰ ਇਹ ਅਹਿਸਾਸ ਹੋਇਆ ਕਿ ਆਜ਼ਾਦ ਇਨਸਾਨ ਦੀ ਆਤਮਾ ਜ਼ਿੰਦਗੀ ਨੂੰ ਅਜਿਹੀਆਂ ਸਮੱਸਿਆਵਾਂ ਦੀ ਲੜੀ ਦੇ ਤੌਰ 'ਤੇ ਦਿਖਦੀ ਹੈ, ਜਿਨ੍ਹਾਂ ਨੂੰ ਸੁਲਝਾਇਆ ਜਾਣਾ ਹੈ ਅਤੇ ਫਿਰ ਉਹ ਉਨ੍ਹਾਂ ਨੂੰ ਸੁਲਝਾ ਦਿੰਦਾ ਹੈ, ਜਦੋਂ ਕਿ ਗੁਲਾਮ ਦੀ ਆਤਮਾ ਰੋਂਦੀ ਹੈ, ''ਮੈਂ ਕੀ ਕਰ ਸਕਦਾ ਹਾਂ, ਮੈਂ ਤਾਂ ਗੁਲਾਮ ਹਾਂ।''

''ਤਰਕਾਦ, ਤੁਸੀਂ ਆਪਣੇ ਬਾਰੇ ਕੁਝ ਕਹੋ? ਕੀ ਤੁਹਾਡੇ ਪੇਟ ਦੀ ਭੁੱਖ ਨੇ ਤੁਹਾਡੇ ਦਿਮਾਗ ਨੂੰ ਬਹੁਤ ਸਾਫ ਕਰ ਦਿੱਤਾ ਹੈ? ਕੀ ਤੁਸੀਂ ਉਸ ਰਾਹ 'ਤੇ ਚੱਲਣ ਲਈ ਤਿਆਰ ਹੋ, ਜੋ ਤੁਹਾਨੂੰ ਦੁਬਾਰਾ ਆਤਮ-ਸਨਮਾਨ ਦਿਵਾ ਸਕੇ? ਕੀ ਤੁਸੀਂ ਦੁਨੀਆ ਨੂੰ ਇਸ ਦੇ ਸੱਚੇ ਰੰਗ ਵਿੱਚ ਦੇਖ ਸਕਦੇ ਹੋ? ਕੀ ਤੁਹਾਡੇ ਵਿੱਚ ਆਪਣੇ ਕਰਜ਼ ਚੁਕਾਉਣ ਦੀ ਇੱਛਾ ਹੈ, ਭਾਵੇਂ ਉਹ ਕਿੰਨੇ ਹੀ ਜ਼ਿਆਦਾ ਕਿਉਂ ਨਾ ਹੋਣ? ਕੀ ਤੁਸੀਂ ਦੁਬਾਰਾ ਬੇਬੀਲੋਨ ਦਾ ਸਨਮਾਨਿਤ ਨਾਗਰਿਕ ਬਣਨਾ ਚਾਹੁੰਦੇ ਹੋ?''

ਤਰਕਾਦ ਦੀਆਂ ਅੱਖਾਂ ਵਿੱਚ ਨਮੀ ਆ ਗਈ। ਉਹ ਆਪਣੇ ਗੋਡਿਆਂ 'ਤੇ ਉਤਸ਼ਾਹ ਨਾਲ ਉੱਠਿਆ। ''ਤੁਸੀਂ ਮੈਨੂੰ ਜ਼ਿੰਦਗੀ ਜਿਊਣ ਦਾ ਇੱਕ ਨਵਾਂ ਰਾਹ ਦਿਖਾਇਆ ਹੈ। ਮੈਨੂੰ ਇਹ ਲੱਗਣ ਲੱਗਾ ਹੈ ਕਿ ਮੇਰੇ ਅੰਦਰ ਆਜ਼ਾਦ ਇਨਸਾਨ ਦੀ ਆਤਮਾ ਹਿਲੋਰੇ ਮਾਰ ਰਹੀ ਹੈ।''

''ਪਰ ਦੇਬੇਜ਼ਿਰ, ਇਹ ਤਾਂ ਦੱਸੋ ਕਿ ਵਾਪਸ ਆਉਣ ਤੋਂ ਬਾਅਦ ਤੁਹਾਡਾ ਕੀ ਹਾਲ ਹੋਇਆ?'' ਇੱਕ ਦਿਲਚਸਪੀ ਲੈਣ ਵਾਲੇ ਨੇ ਪੁੱਛਿਆ।

ਦੇਬੇਜ਼ਿਰ ਨੇ ਜਵਾਬ ਦਿੱਤਾ, 'ਜਿੱਥੇ ਸੰਕਲਪ ਹੁੰਦਾ ਹੈ, ਉਥੇ ਰਾਹ ਨਿਕਲ ਆਉਂਦੇ ਹਨ। ਮੇਰੇ ਵਿੱਚ ਸੰਕਲਪ ਸੀ, ਇਸ ਲਈ ਮੈਂ ਰਾਹ ਲੱਭਣ ਨਿਕਲ ਪਿਆ। ਸਭ ਤੋਂ ਪਹਿਲਾਂ ਤਾਂ ਮੈਂ ਹਰ ਕਰਜ਼ ਦੇਣ ਵਾਲੇ ਨੂੰ ਮਿਲਿਆ। ਮੈਂ ਸਭ ਨੂੰ ਇਹੀ ਬੇਨਤੀ ਕੀਤੀ ਕਿ ਉਹ ਉਦੋਂ ਤੱਕ ਹੋਰ ਹੌਸਲਾ ਰੱਖਣ, ਜਦੋਂ ਤੱਕ ਕਿ ਮੈਂ ਉਨ੍ਹਾਂ ਦਾ ਕਰਜ਼ ਉਤਾਰਨ ਦੇ ਲਾਇਕ ਕਮਾ ਨਾ ਲਵਾਂ। ਉਨ੍ਹਾਂ ਵਿੱਚੋਂ ਬਹੁਤੇ ਮੈਨੂੰ ਦੇਖ ਕੇ ਖੁਸ਼ ਹੋਏ। ਹਾਲਾਂਕਿ ਕੁਝ ਨੇ ਮੈਨੂੰ ਖਰੀਆਂ-ਖਰੀਆਂ ਸੁਣਾਈਆਂ, ਪਰ ਬਾਕੀਆਂ ਨੇ ਮੇਰੀ ਮਦਦ ਕਰਨ ਦਾ ਵਚਨ ਦਿੱਤਾ। ਉਨ੍ਹਾਂ ਵਿੱਚੋਂ ਇੱਕ ਨੇ ਤਾਂ ਮੇਰੀ ਮਦਦ ਕੀਤੀ, ਜਿਸ ਦੀ ਮੈਨੂੰ ਸਖ਼ਤ ਲੋੜ ਸੀ। ਉਹ ਮੈਥਨ ਨਾਮਕ ਸ਼ਾਹੂਕਾਰ ਸੀ। ਜਦੋਂ ਉਸ ਨੂੰ ਇਹ ਪਤਾ ਲੱਗਾ ਕਿ ਮੈਂ ਸੀਰੀਆ ਦੇ ਊਠਾਂ ਦੀ ਦੇਖਭਾਲ ਕਰਦਾ ਸੀ, ਤਾਂ ਉਸ ਨੇ ਮੈਨੂੰ ਊਠਾਂ ਦੇ ਵਪਾਰੀ ਨੇਬਾਟੂਰ ਕੋਲ ਭੇਜ ਦਿੱਤਾ। ਨੇਬਾਟੂਰ ਨੂੰ ਸਾਡੇ ਮਹਾਰਾਜ ਨੇ ਇੱਕ ਮਹਾਨ ਅਭਿਆਨ ਲਈ ਚੰਗੇ ਊਠਾਂ ਦੇ ਬਹੁਤ ਸਾਰੇ ਝੁੰਡ ਖਰੀਦਣ ਦਾ ਠੇਕਾ ਦਿੱਤਾ ਸੀ। ਉਸ ਕੋਲ ਮੈਂ ਆਪਣੇ ਊਠਾਂ ਦੇ ਗਿਆਨ ਦੀ ਬਹੁਤ ਵਧੀਆ ਵਰਤੋਂ ਕੀਤੀ। ਹੌਲੀ-ਹੌਲੀ

ਮੈਂ ਆਪਣੇ 'ਤੇ ਚੜ੍ਹੇ ਤਾਂਬੇ ਅਤੇ ਚਾਂਦੀ ਦੇ ਇੱਕ-ਇੱਕ ਸਿੱਕੇ ਦਾ ਕਰਜ਼ ਉਤਾਰ ਦਿੱਤਾ। ਹੁਣ ਮੈਂ ਇੱਕ ਵਾਰ ਫਿਰ ਆਪਣਾ ਸਿਰ ਚੁੱਕ ਕੇ ਜੀਅ ਸਕਦਾ ਸੀ ਅਤੇ ਇਹ ਮਹਿਸੂਸ ਕਰ ਸਕਦਾ ਸੀ ਕਿ ਮੈਂ ਵੀ ਇੱਕ ਸਨਮਾਨਿਤ ਇਨਸਾਨ ਹਾਂ।''

ਇੱਕ ਵਾਰ ਫਿਰ ਦੇਬੇਜ਼ਿਰ ਆਪਣੇ ਭੋਜਨ ਵੱਲ ਮੁੜਿਆ। ਉਸ ਨੇ ਜ਼ੋਰ ਦੀ ਚੀਕ ਮਾਰ ਕੇ ਕਿਹਾ; ਤਾਂ ਕਿ ਉਸ ਦੀ ਆਵਾਜ਼ ਰਸੋਈ ਤੱਕ ਸੁਣਾਈ ਦੇਵੇ, ''ਕਾਸਕੋਰ, ਤੁਸੀਂ ਬਹੁਤ ਢਿੱਲੇ ਹੋ। ਭੋਜਨ ਠੰਢਾ ਹੋ ਗਿਆ ਹੈ। ਮੇਰੇ ਲਈ ਗਰਮ-ਗਰਮ ਮਾਸ ਲੈ ਕੇ ਆਓ। ਮੇਰੇ ਦੋਸਤ ਦੇ ਪੁੱਤਰ ਤਰਕਾਦ ਲਈ ਵੀ ਇੱਕ ਵੱਡਾ ਟੁਕੜਾ ਲੈ ਕੇ ਆਓ, ਕਿਉਂਕਿ ਉਹ ਭੁੱਖਾ ਹੈ ਅਤੇ ਮੇਰੇ ਨਾਲ ਭੋਜਨ ਕਰੇਗਾ।''

ਇਸ ਤਰ੍ਹਾਂ ਪ੍ਰਾਚੀਨ ਬੇਬੀਲੋਨ ਦੇ ਊਠਾਂ ਦੇ ਵਪਾਰੀ ਦੇਬੇਜ਼ਿਰ ਦੀ ਕਹਾਣੀ ਖਤਮ ਹੋਈ। ਉਸ ਨੂੰ ਆਪਣੀ ਅੰਤਰ ਆਤਮਾ ਦੀ ਆਵਾਜ਼ ਉਸ ਸਮੇਂ ਸੁਣਾਈ ਦਿੱਤੀ, ਜਦੋਂ ਉਸ ਨੂੰ ਇੱਕ ਮਹਾਨ ਸਚਾਈ ਦਾ ਅਹਿਸਾਸ ਹੋਇਆ—ਇੱਕ ਅਜਿਹੀ ਸਚਾਈ ਦਾ, ਜਿਸ ਨੂੰ ਉਸ ਤੋਂ ਪਹਿਲਾਂ ਸਾਰੇ ਸਮਝਦਾਰ ਲੋਕ ਜਾਣਦੇ ਸਨ ਅਤੇ ਉਸ ਦੀ ਵਰਤੋਂ ਕਰਦੇ ਸਨ।

ਇਸ ਨੇ ਹਰ ਯੁੱਗ ਦੇ ਲੋਕਾਂ ਨੂੰ ਮੁਸ਼ਕਿਲ ਤੋਂ ਬਾਹਰ ਕੱਢਿਆ ਹੈ ਅਤੇ ਸਫਲਤਾ ਦਾ ਰਾਹ ਦਿਖਾਇਆ ਹੈ। ਜੋ ਬੁੱਧੀਮਾਨ ਲੋਕ ਇਸ ਦੀ ਜਾਦੂਈ ਤਾਕਤ ਨੂੰ ਸਮਝਦੇ ਹਨ, ਉਨ੍ਹਾਂ ਇਹ ਭਵਿੱਖ ਵਿੱਚ ਸਫਲਤਾ ਦਿਵਾਉਂਦੀ ਰਹੇਗੀ। ਇਸ ਦੀ ਵਰਤੋਂ ਹੇਠਾਂ ਦਿੱਤੇ ਸ਼ਬਦਾਂ ਨੂੰ ਪੜ੍ਹਨ ਵਾਲਾ ਹਰ ਇਨਸਾਨ ਕਰ ਸਕਦਾ ਹੈ :

ਜਿੱਥੇ ਸੰਕਲਪ ਹੁੰਦਾ ਹੈ, ਉੱਥੇ ਰਾਹ ਨਿਕਲ ਆਉਂਦਾ ਹੈ।

✳✳✳

ਬੇਬੀਲੋਨ ਦੀ ਮਿੱਟੀ ਦੀਆਂ ਤਖ਼ਤੀਆਂ

ਸੇਂਟ ਸਵੀਦਿਨਸ ਕਾਲਜ

ਨਾੱਟਿੰਘਮ ਯੂਨੀਵਰਸਿਟੀ

ਨੇਵਾਰਕ-ਆੱਨ-ਟ੍ਰੇਂਟ

ਨਾੱਟਿੰਘਮ

21 ਅਕਤੂਬਰ, 1934

ਪ੍ਰੋਫੈਸਰ ਫ੍ਰੈਂਕਲਿਨ ਕਾਲਡਵੇਲ,

ਕੇਅਰ ਆੱਫ ਬ੍ਰਿਟਿਸ਼ ਸਾਈਂਟੀਫਿਕ ਐਕਸਪੀਡੀਸ਼ਨ,

ਹਿੱਲਾ, ਮੈਸੋਪੋਟਾਮੀਆ।

ਪਿਆਰੇ ਪ੍ਰੋਫੈਸਰ,

ਤਬਾਹ ਹੋਏ ਬੇਬੀਲੋਨ ਦੀ ਰਹਿੰਦ-ਖੂੰਹਦ ਵਿਚ ਹਾਲ ਹੀ ਵਿੱਚ ਹੋਈ ਖੁਦਾਈ ਵਿੱਚ ਮਿਲੇ ਜੋ ਪੰਜ ਮਿੱਟੀ ਦੀਆਂ ਤਖ਼ਤੀਆਂ ਤੁਸੀਂ ਭੇਜੀਆਂ ਹਨ, ਉਹ ਤੁਹਾਡੇ ਪੱਤਰ ਦੇ ਨਾਲ ਹੀ ਮਿਲੇ। ਮੈਂ ਉਨ੍ਹਾਂ ਨੂੰ ਦੇਖ ਕੇ ਮੋਹਿਤ ਰਹਿ ਗਿਆ। ਮੈਂ ਉਨ੍ਹਾਂ ਦੀ ਲਿਪੀ ਦਾ ਆਪਣੀ ਭਾਸ਼ਾ ਵਿੱਚ ਅਨੁਵਾਦ ਕਰਨ ਵਿੱਚ ਕਈ ਸੁਖੀ ਘੰਟੇ ਬਿਤਾਏ। ਮੈਨੂੰ ਤੁਹਾਡੇ ਪੱਤਰ ਦਾ ਤਤਕਾਲ ਜਵਾਬ ਦੇ ਦੇਣਾ ਚਾਹੀਦਾ ਸੀ, ਪਰ ਮੈਂ ਜਾਣਬੁੱਝ ਕੇ ਦੇਰ ਕੀਤੀ, ਕਿਉਂਕਿ ਮੈਂ ਚਾਹੁੰਦਾ ਸੀ ਕਿ ਅਨੁਵਾਦ ਦਾ ਕੰਮ ਪੂਰਾ ਕਰਨ ਤੋਂ ਬਾਅਦ ਹੀ ਤੁਹਾਨੂੰ ਪੱਤਰ ਲਿਖਾਂ।

ਮਿੱਟੀ ਦੀਆਂ ਤਖ਼ਤੀਆਂ ਬਿਨਾਂ ਕਿਸੇ ਨੁਕਸਾਨ ਦੇ ਸੁਰੱਖਿਅਤ ਪਹੁੰਚ ਗਈਆਂ ਸਨ, ਕਿਉਂਕਿ ਤੁਸੀਂ ਉਨ੍ਹਾਂ ਨੂੰ ਬਹੁਤ ਚੰਗੀ ਤਰ੍ਹਾਂ ਪੈਕ ਕੀਤਾ ਸੀ ਅਤੇ ਉਨ੍ਹਾਂ 'ਤੇ ਸੁਰੱਖਿਅਤ ਰੱਖਣ ਵਾਲੇ ਪਦਾਰਥਾਂ ਦਾ ਛਿੜਕਾਅ ਕਰ ਦਿੱਤਾ ਸੀ।

ਇਨ੍ਹਾਂ ਮਿੱਟੀ ਦੀਆਂ ਤਖ਼ਤੀਆਂ ਦੀ ਕਹਾਣੀ ਨਾਲ ਤੁਸੀਂ ਵੀ ਹੈਰਾਨ ਰਹਿ ਜਾਓਗੇ, ਜਿੰਨੇ ਕਿ ਅਸੀਂ ਪ੍ਰਯੋਗਸ਼ਾਲਾ ਵਿੱਚ ਹੋਏ ਸੀ। ਅਤੀਤ ਦੇ ਧੁੰਦਲੇ ਪਰਛਾਵੇਂ ਨਾਲ ਅਸੀਂ

ਰੁਮਾਂਸ ਅਤੇ ਰੁਮਾਂਚ ਦੀ ਉਮੀਦ ਕਰਦੇ ਹਾਂ। 'ਅਰੇਬੀਅਨ ਨਾਈਟਸ' ਦੇ ਨਾਲ ਦੀਆਂ ਚੀਜ਼ਾਂ। ਪਰ ਇਸ ਕਹਾਣੀ ਵਿੱਚ ਦੇਬੋਜ਼ਿਰ ਨਾਮਕ ਵਿਅਕਤੀ ਆਪਣੇ ਕਰਜ਼ ਚੁਕਾਉਣ ਦੀ ਸਮੱਸਿਆ ਬਾਰੇ ਦੱਸਦਾ ਹੈ। ਇਨ੍ਹਾਂ ਮਿੱਟੀ ਦੀਆਂ ਤਖ਼ਤੀਆਂ ਨੂੰ ਪੜ੍ਹ ਕੇ ਸਾਨੂੰ ਇਹ ਅਹਿਸਾਸ ਹੁੰਦਾ ਹੈ ਕਿ ਸਾਡੀ ਦੁਨੀਆ ਦੇ ਹਾਲਾਤ ਪੰਜ ਹਜ਼ਾਰ ਸਾਲ ਵਿੱਚ ਓਨੇ ਜ਼ਿਆਦਾ ਨਹੀਂ ਬਦਲੇ, ਜਿੰਨਾ ਅਸੀਂ ਸੋਚਦੇ ਹਾਂ।

ਇਹ ਅਜੀਬ ਹੈ, ਪਰ ਇਨ੍ਹਾਂ ਪੁਰਾਣੇ ਮਿੱਟੀ ਦੀਆਂ ਤਖ਼ਤੀਆਂ ਕਾਰਨ ਮੈਂ ਮੁਸੀਬਤ ਵਿੱਚ ਪੈ ਗਿਆ ਹਾਂ। ਕਾਲਜ ਦਾ ਪ੍ਰੋਫੈਸਰ ਹੋਣ ਦੇ ਨਾਤੇ ਮੈਨੂੰ ਗਿਆਨੀ ਮੰਨਿਆ ਜਾਂਦਾ ਹੈ, ਜਿਸ ਨੂੰ ਜ਼ਿਆਦਾਤਰ ਵਿਸ਼ਿਆਂ 'ਤੇ ਸਹੀ-ਸਹੀ ਗਿਆਨ ਹੈ। ਖ਼ੈਰ, ਇਨ੍ਹਾਂ ਮਿੱਟੀ ਦੀਆਂ ਤਖ਼ਤੀਆਂ ਵਿੱਚ ਬੇਬੀਲੋਨ ਦੇ ਖੰਡਰਾਂ ਵਿੱਚ ਦਫ਼ਨ ਇੱਕ ਵਿਅਕਤੀ ਦੇ ਕਰਜ਼ ਚੁਕਾਉਣ ਅਤੇ ਪੈਸਾ ਇਕੱਠਾ ਕਰਨ ਦਾ ਅਜਿਹਾ ਤਰੀਕਾ ਸੁਝਾਉਂਦਾ ਹੈ, ਜੋ ਮੈਂ ਪਹਿਲਾਂ ਕਦੇ ਨਹੀਂ ਸੁਣਿਆ।

ਮੈਂ ਕਹਿੰਦਾ ਹਾਂ ਕਿ ਇਹ ਬਹੁਤ ਸੁਹਾਵਣਾ ਵਿਚਾਰ ਹੈ। ਮੇਰੀ ਦਿਲਚਸਪੀ ਇਹ ਸਾਬਤ ਕਰਨ ਵਿੱਚ ਹੈ ਕਿ ਪ੍ਰਾਚੀਨ ਬੇਬੀਲੋਨ ਦਾ ਇਹ ਢੰਗ ਕੀ ਅੱਜ ਵੀ ਓਨੀ ਹੀ ਚੰਗੀ ਤਰ੍ਹਾਂ ਕੰਮ ਕਰ ਸਕਦਾ ਹੈ। ਮਿਸੇਜ਼ ਸ਼ਰੂਜ਼ਬੇਰੀ ਅਤੇ ਮੈਂ ਇਸ ਯੋਜਨਾ 'ਤੇ ਅਮਲ ਕਰਨ ਦੀ ਯੋਜਨਾ ਬਣਾ ਰਹੇ ਹਾਂ, ਤਾਂ ਕਿ ਸਾਡੀਆਂ ਆਰਥਿਕ ਸਥਿਤੀਆਂ ਵਿੱਚ ਸੁਧਾਰ ਹੋ ਸਕੇ।

ਤੁਹਾਡੇ ਸਫਲ ਅਭਿਆਨ 'ਤੇ ਮੈਂ ਤੁਹਾਨੂੰ ਸ਼ੁੱਭਕਾਮਨਾਵਾਂ ਦਿੰਦਾ ਹਾਂ। ਮੈਂ ਤੁਹਾਡੀ ਮਦਦ ਕਰਨ ਲਈ ਕਿਸੇ ਹੋਰ ਮੌਕੇ ਦਾ ਉਤਸੁਕਤਾ ਨਾਲ ਉਡੀਕ ਕਰ ਰਿਹਾ ਹਾਂ।

ਤੁਹਾਡਾ
ਅਲਫ੍ਰੈੱਡ ਐਚ. ਸ਼ਰੂਜ਼ਬੇਰੀ,
ਪੁਰਾਤਤਵ ਵਿਭਾਗਾ।

ਪਹਿਲੀ ਮਿੱਟੀ ਦੀ ਤਖ਼ਤੀ

ਅੱਜ ਪੂਰਨਮਾਸ਼ੀ ਹੈ। ਮੈਂ ਦੇਬੋਜ਼ਿਰ ਹਾਂ। ਸੀਰੀਆ ਵਿੱਚ ਗੁਲਾਮ ਦੀ ਜ਼ਿੰਦਗੀ ਬਿਤਾਉਣ ਤੋਂ ਬਾਅਦ ਮੈਂ ਹਾਲ ਹੀ ਵਿੱਚ ਆਪਣੇ ਸ਼ਹਿਰ ਵਾਪਸ ਆਇਆ ਹਾਂ। ਮੈਂ ਸੰਕਲਪ ਕਰ ਲਿਆ ਹੈ ਕਿ ਮੈਂ ਆਪਣੇ ਸਾਰੇ ਕਰਜ਼ ਉਤਾਰ ਦਿਆਂਗਾ ਅਤੇ ਬੇਬੀਲੋਨ ਦੇ ਆਪਣੇ ਜੱਦੀ ਸ਼ਹਿਰ ਵਿੱਚ ਅਮੀਰ ਬਣ ਕੇ ਦਿਖਾਵਾਂਗਾ। ਮੈਂ ਮਿੱਟੀ ਦੀਆਂ ਤਖ਼ਤੀਆਂ 'ਤੇ ਆਪਣੇ ਹਾਲਾਤ ਦਾ ਸਥਾਈ ਰਿਕਾਰਡ ਲਿਖਣਾ ਚਾਹੁੰਦਾ ਹਾਂ, ਤਾਂ ਕਿ ਮੈਨੂੰ ਆਪਣੀ ਤੇਜ਼ ਇੱਛਾ ਨੂੰ ਪੂਰਾ ਕਰਨ ਵਿੱਚ ਰਾਹ ਦਿਖਾਉਣ ਲਈ ਸਹਿਯੋਗ ਮਿਲ ਸਕੇ।

ਮੇਰੇ ਚੰਗੇ ਦੋਸਤ ਸ਼ਾਹੂਕਾਰ ਮੈਥਨ ਦੀ ਸਮਝਦਾਰੀ ਵਾਲੀ ਸਲਾਹ ਅਨੁਸਾਰ ਮੈਂ ਇੱਕ ਪੱਕੀ ਯੋਜਨਾ 'ਤੇ ਚੱਲਣ ਦਾ ਸੰਕਲਪ ਕਰ ਚੁੱਕਾ ਹਾਂ। ਉਸ ਦਾ ਕਹਿਣਾ ਹੈ ਕਿ ਇਹ

ਯੋਜਨਾ ਕਿਸੇ ਵੀ ਵਿਅਕਤੀ ਨੂੰ ਕਰਜ਼ ਤੋਂ ਮੁਕਤੀ ਦਵਾ ਸਕਦੀ ਹੈ ਅਤੇ ਉਸ ਨੂੰ ਅਮੀਰ ਅਤੇ ਸਨਮਾਨਿਤ ਬਣਾ ਸਕਦੀ ਹੈ।

ਇਸ ਯੋਜਨਾ ਦੇ ਤਿੰਨ ਉਦੇਸ਼ ਹਨ, ਜਿਨ੍ਹਾਂ ਨੂੰ ਮੈਂ ਚਾਹੁੰਦਾ ਹਾਂ ਅਤੇ ਜਿਨ੍ਹਾਂ ਦੀ ਮੈਂ ਉਮੀਦ ਕਰਦਾ ਹਾਂ।

ਪਹਿਲਾ, ਇਹ ਯੋਜਨਾ ਮੇਰੀ ਭਵਿੱਖੀ ਖੁਸ਼ਹਾਲੀ ਨੂੰ ਪੱਕੀ ਕਰਦੀ ਹੈ।

ਇਸ ਲਈ ਮੈਂ ਆਪਣੀ ਆਮਦਨ ਦਾ ਦਸਵਾਂ ਹਿੱਸਾ ਆਪਣੇ ਲਈ ਅਲੱਗ ਰੱਖ ਦਿਆਂਗਾ। ਕਿਉਂਕਿ ਮੈਥਨ ਨੇ ਸਮਝਦਾਰੀ ਨਾਲ ਇਹ ਕਿਹਾ ਸੀ :

''ਜਿਹੜਾ ਵਿਅਕਤੀ ਆਪਣੇ ਬਟੂਏ ਵਿੱਚ ਸੋਨਾ ਅਤੇ ਚਾਂਦੀ ਰੱਖਦਾ ਹੈ, ਜਿਸ ਨੂੰ ਖਰਚ ਕਰਨ ਦੀ ਉਸ ਨੂੰ ਲੋੜ ਹੈ, ਉਹ ਆਪਣੇ ਪਰਿਵਾਰ ਲਈ ਪਿਆਰ ਅਤੇ ਰਾਜੇ ਲਈ ਵਫ਼ਾਦਾਰ ਹੁੰਦਾ ਹੈ।''

''ਜਿਸ ਵਿਅਕਤੀ ਦੇ ਬਟੂਏ ਵਿੱਚ ਤਾਂਬੇ ਦੇ ਕੁਝ ਸਿੱਕੇ ਹੀ ਹੁੰਦੇ ਹਨ, ਉਹ ਆਪਣੇ ਪਰਿਵਾਰ ਅਤੇ ਰਾਜੇ ਲਈ ਉਦਾਸੀਨ ਹੁੰਦਾ ਹੈ।''

''ਪਰ ਜਿਸ ਵਿਅਕਤੀ ਦੇ ਬਟੂਏ ਵਿੱਚ ਕੁਝ ਨਹੀਂ ਹੁੰਦਾ, ਉਹ ਆਪਣੇ ਪਰਿਵਾਰ ਲਈ ਬੇਰਹਿਮ ਅਤੇ ਆਪਣੇ ਸਮਰਾਟ ਲਈ ਧੋਖੇਬਾਜ਼ ਹੁੰਦਾ ਹੈ, ਕਿਉਂਕਿ ਉਸ ਦਾ ਦਿਲ ਕੁੜੱਤਣ ਨਾਲ ਭਰਿਆ ਹੁੰਦਾ ਹੈ।''

''ਇਸ ਲਈ ਜਿਹੜਾ ਵਿਅਕਤੀ ਸਫਲ ਹੋਣਾ ਚਾਹੁੰਦਾ ਹੈ, ਉਸ ਦੇ ਬਟੂਏ ਵਿੱਚ ਪੈਸਾ ਖੜਕਣਾ ਚਾਹੀਦਾ ਹੈ, ਤਾਂ ਕਿ ਉਸ ਦੇ ਦਿਲ ਵਿੱਚ ਆਪਣੇ ਪਰਿਵਾਰ ਲਈ ਪਿਆਰ ਅਤੇ ਆਪਣੇ ਰਾਜੇ ਲਈ ਵਫ਼ਾਦਾਰੀ ਹੋਵੇ।''

ਦੂਜੀ ਗੱਲ, ਇਹ ਯੋਜਨਾ ਪੱਕੀ ਕਰਦੀ ਹੈ ਕਿ ਮੈਂ ਆਪਣੀ ਚੰਗੀ ਪਤਨੀ ਦੇ ਖਰਚ ਪੂਰੇ ਕਰਾਂਗਾ ਅਤੇ ਉਸ ਲਈ ਕੱਪੜੇ ਖਰੀਦਾਂਗਾ, ਕਿਉਂਕਿ ਉਹ ਇਮਾਨਦਾਰੀ ਨਾਲ ਆਪਣੇ ਪਿਤਾ ਦੇ ਘਰ ਤੋਂ ਮੇਰੇ ਕੋਲ ਆਈ ਹੈ। ਮੈਥਨ ਨੇ ਕਿਹਾ ਹੈ ਕਿ ਇਮਾਨਦਾਰ ਪਤਨੀ ਦੀ ਚੰਗੀ ਤਰ੍ਹਾਂ ਦੇਖਭਾਲ ਕਰਨ ਨਾਲ ਮਨੁੱਖ ਦੇ ਮਨ ਵਿੱਚ ਆਤਮ-ਸਨਮਾਨ ਪੈਦਾ ਹੁੰਦਾ ਹੈ, ਉਸ ਦੇ ਉਦੇਸ਼ਾਂ ਵਿੱਚ ਤਾਕਤ ਆਉਂਦੀ ਹੈ ਅਤੇ ਉਸ ਦੇ ਸੰਕਲਪ ਵਿੱਚ ਵਾਧਾ ਹੁੰਦਾ ਹੈ।

ਇਸ ਲਈ ਮੈਂ ਆਪਣੀ ਸੱਤਰ ਪ੍ਰਤੀਸ਼ਤ ਆਮਦਨ ਦੀ ਵਰਤੋਂ ਘਰ, ਕੱਪੜੇ ਅਤੇ ਭੋਜਨ 'ਤੇ ਕਰਾਂਗਾ। ਇਸ ਤੋਂ ਇਲਾਵਾ ਮੈਂ ਇਸੇ ਆਮਦਨ ਨਾਲ ਆਪਣਾ ਸਧਾਰਨ ਖਰਚ ਚਲਾਵਾਂਗਾ, ਤਾਂ ਕਿ ਸਾਡੀ ਜ਼ਿੰਦਗੀ ਵਿੱਚ ਖੁਸ਼ੀਆਂ ਦੀ ਘਾਟ ਨਾ ਰਹੇ। ਪਰ ਮੈਥਨ ਨੇ ਇਸ ਬਾਰੇ ਸਾਵਧਾਨੀ ਵਰਤਣ ਨੂੰ ਕਿਹਾ ਹੈ ਕਿ ਸਾਨੂੰ ਇਨ੍ਹਾਂ ਚੰਗੇ ਉਦੇਸ਼ਾਂ ਲਈ ਆਪਣੀ ਸੱਤਰ ਪ੍ਰਤੀਸ਼ਤ ਆਮਦਨ ਤੋਂ ਵੱਧ ਦੀ ਵਰਤੋਂ ਨਹੀਂ ਕਰਨੀ ਚਾਹੀਦੀ। ਇਸੇ ਵਿੱਚ ਇਸ ਯੋਜਨਾ ਦੀ ਸਫਲਤਾ ਮੌਜੂਦ ਹੈ। ਮੈਨੂੰ ਸੱਤਰ ਪ੍ਰਤੀਸ਼ਤ ਆਮਦਨ ਵਿੱਚ ਹੀ ਗੁਜ਼ਾਰਾ ਕਰਨ ਚਾਹੀਦਾ ਹੈ ਅਤੇ ਕਦੇ ਵੀ ਇਸ ਤੋਂ ਵੱਧ ਦੀ ਵਰਤੋਂ ਨਹੀਂ ਕਰਨੀ ਚਾਹੀਦੀ, ਨਾ ਹੀ ਮੈਨੂੰ

ਕੋਈ ਅਜਿਹੀ ਚੀਜ਼ ਖਰੀਦਣੀ ਚਾਹੀਦੀ ਹੈ, ਜਿਸ ਦਾ ਭੁਗਤਾਨ ਮੈਂ ਆਪਣੀ ਆਮਦਨ ਦੇ ਇਸ ਹਿੱਸੇ ਨਾਲ ਨਾ ਕਰ ਸਕਾਂ।

ਦੂਜੀ ਮਿੱਟੀ ਦੀ ਤਖ਼ਤੀ

ਤੀਜੀ ਗੱਲ, ਇਸ ਯੋਜਨਾ ਵਿੱਚ ਇਹ ਦੱਸਿਆ ਗਿਆ ਹੈ ਕਿ ਆਪਣੀ ਆਮਦਨ ਵਿੱਚ ਮੈਂ ਆਪਣਾ ਕਰਜ਼ ਕਿਵੇਂ ਚੁਕਾਵਾਂ।

ਇਸ ਲਈ ਹਰ ਪੂਰਨਮਾਸ਼ੀ ਦੇ ਦਿਨ ਮੈਂ ਆਪਣੇ ਪੂਰੇ ਮਹੀਨੇ ਦੀ ਕਮਾਈ ਵਿੱਚੋਂ ਵੀਹ ਪ੍ਰਤੀਸ਼ਤ ਕੱਢ ਕੇ ਉਸ ਨਾਲ ਆਪਣਾ ਕਰਜ਼ ਚੁਕਾਉਂਦਾ ਹਾਂ। ਜਿਨ੍ਹਾਂ ਲੋਕਾਂ ਨੇ ਮੈਨੂੰ ਕਰਜ਼ ਦਿੱਤਾ ਹੈ, ਉਨ੍ਹਾਂ ਨੇ ਮੇਰੇ 'ਤੇ ਭਰੋਸਾ ਕੀਤਾ ਹੈ, ਇਸ ਲਈ ਮੈਂ ਸਨਮਾਨ ਨਾਲ ਉਨ੍ਹਾਂ ਵਿੱਚ ਬਰਾਬਰੀ ਨਾਲ ਆਪਣੀ ਵੀਹ ਪ੍ਰਤੀਸ਼ਤ ਆਮਦਨ ਵੰਡ ਦਿੰਦਾ ਹਾਂ। ਇਸ ਤਰ੍ਹਾਂ ਸਮੇਂ ਦੇ ਨਾਲ ਮੇਰਾ ਸਾਰਾ ਕਰਜ਼ ਉਤਰ ਜਾਵੇਗਾ।

ਮੈਂ ਇੱਥੇ ਹਰ ਉਸ ਵਿਅਕਤੀ ਦਾ ਨਾਂ ਲਿਖ ਰਿਹਾ ਹਾਂ, ਜਿਸ ਦਾ ਮੈਂ ਕਰਜ਼ਦਾਰ ਹਾਂ। ਨਾਲ ਹੀ ਮੈਂ ਇਹ ਵੀ ਲਿਖ ਰਿਹਾ ਹਾਂ ਕਿ ਮੈਂ ਕਿਸ ਵਿਅਕਤੀ ਤੋਂ ਕਿੰਨਾ ਕਰਜ਼ ਲਿਆ ਹੈ।

ਫੇਹਰੂ, ਬੁਣਕਰ, ਚਾਂਦੀ ਦੇ 2 ਸਿੱਕੇ, ਤਾਂਬੇ ਦੇ 6 ਸਿੱਕੇ।

ਸਿੰਜ਼ਾਰ, ਫਰਨੀਚਰ ਬਣਾਉਣ ਵਾਲਾ, ਚਾਂਦੀ ਦਾ 1 ਸਿੱਕਾ।

ਅਹਮਰ, ਮੇਰਾ ਦੋਸਤ, ਚਾਂਦੀ ਦੇ 3 ਸਿੱਕੇ, ਤਾਂਬੇ ਦਾ 1 ਸਿੱਕਾ।

ਜੰਕਾਰ, ਮੇਰਾ ਦੋਸਤ, ਚਾਂਦੀ ਦੇ 4 ਸਿੱਕੇ, ਤਾਂਬੇ ਦੇ 7 ਸਿੱਕੇ।

ਅਸਕਾਮੀਰ, ਮੇਰਾ ਦੋਸਤ, ਚਾਂਦੀ ਦਾ 1 ਸਿੱਕਾ, ਤਾਂਬੇ ਦੇ 3 ਸਿੱਕੇ।

ਹੈਰੀਨੇਜ਼ਿਰ, ਗਹਿਣੇ ਬਣਾਉਣ ਵਾਲਾ, ਚਾਂਦੀ ਦੇ 6 ਸਿੱਕੇ, ਤਾਂਬੇ ਦੇ 2 ਸਿੱਕੇ।

ਡਾਇਰਬੇਕਰ, ਮੇਰੇ ਪਿਤਾ ਦੇ ਦੋਸਤ, ਚਾਂਦੀ ਦੇ 4 ਸਿੱਕੇ, ਤਾਂਬੇ ਦਾ 1 ਸਿੱਕਾ।

ਅਲਕਾਹਦ, ਨਕਾਮ ਮਾਲਕ, ਚਾਂਦੀ ਦੇ 14 ਸਿੱਕੇ।

ਮੈਥਨ, ਸ਼ਾਹੂਕਾਰ, ਚਾਂਦੇ ਦੇ 9 ਸਿੱਕੇ।

ਬੀਰੇਜ਼ਿਕ, ਕਿਸਾਨ, ਚਾਂਦੀ ਦਾ 1 ਸਿੱਕਾ, ਤਾਂਬੇ ਦੇ 7 ਸਿੱਕੇ।

(ਇੱਥੇ ਮਿੱਟੀ ਦੀ ਤਖ਼ਤੀ ਖਰਾਬ ਸੀ। ਪੜ੍ਹਿਆ ਨਹੀਂ ਜਾ ਸਕਿਆ।)

ਤੀਜੀ ਮਿੱਟੀ ਦੀ ਤਖ਼ਤੀ

ਇਨ੍ਹਾਂ ਕਰਜ਼ਦਾਰਾਂ ਨੂੰ ਮੈਂ ਕੁੱਲ ਮਿਲਾ ਕੇ ਚਾਂਦੀ ਦੇ 119 ਸਿੱਕੇ ਅਤੇ ਤਾਂਬੇ ਦੇ 141 ਸਿੱਕੇ ਚੁਕਾਉਣੇ ਹਨ। ਕਿਉਂਕਿ ਮੇਰੇ 'ਤੇ ਏਨਾ ਭਾਰੀ ਕਰਜ਼ ਸੀ ਅਤੇ ਉਸ ਨੂੰ ਚੁਕਾਉਣ ਦਾ ਮੈਨੂੰ

ਕੋਈ ਰਾਹ ਨਹੀਂ ਸੀ ਸੁੱਝ ਰਿਹਾ, ਇਸ ਲਈ ਮੂਰਖਤਾ ਕਾਰਨ ਮੈਂ ਆਪਣੀ ਪਤਨੀ ਨੂੰ ਪੇਕੇ ਭੇਜ ਦਿੱਤਾ ਅਤੇ ਆਪਣੇ ਜੱਦੀ ਸ਼ਹਿਰ ਨੂੰ ਛੱਡ ਕੇ ਆਸਾਨ ਦੌਲਤ ਦੀ ਭਾਲ ਵਿੱਚ ਪ੍ਰਦੇਸ਼ ਚਲਾ ਗਿਆ। ਖੈਰ, ਉੱਥੇ ਮੈਂ ਸੰਕਟ ਵਿੱਚ ਫਸ ਗਿਆ ਅਤੇ ਗੁਲਾਮ ਬਣ ਗਿਆ।

ਹੁਣ ਜਦੋਂ ਮੈਥਨ ਨੇ ਮੈਨੂੰ ਦਿਖਾ ਦਿੱਤਾ ਹੈ ਕਿ ਆਪਣੀ ਘੱਟ ਆਮਦਨ ਦੇ ਬਾਵਜੂਦ ਵੀ ਮੈਂ ਆਪਣਾ ਕਰਜ਼ ਕਿਵੇਂ ਚੁਕਾ ਸਕਦਾ ਹਾਂ, ਤਾਂ ਮੈਨੂੰ ਇਹ ਅਹਿਸਾਸ ਹੁੰਦਾ ਹੈ ਕਿ ਆਪਣੀ ਫਜ਼ੂਲਖਰਚੀ ਦੇ ਨਤੀਜਿਆਂ ਤੋਂ ਭੱਜਣਾ ਮੇਰੀ ਬਹੁਤ ਵੱਡੀ ਮੂਰਖਤਾ ਸੀ।

ਇਸ ਲਈ ਮੈਂ ਉਨ੍ਹਾਂ ਲੋਕਾਂ ਕੋਲ ਗਿਆ, ਜਿਨ੍ਹਾਂ ਤੋਂ ਮੈਂ ਕਰਜ਼ ਲਿਆ ਸੀ। ਮੈਂ ਉਨ੍ਹਾਂ ਨੂੰ ਦੱਸਿਆ ਕਿ ਮੇਰੇ ਕੋਲ ਕੋਈ ਸੰਪਤੀ ਜਾਂ ਜਾਇਦਾਦ ਨਹੀਂ, ਜਿਸ ਨਾਲ ਮੈਂ ਉਨ੍ਹਾਂ ਦਾ ਕਰਜ਼ ਚੁਕਾ ਸਕਾਂ। ਮੈਂ ਉਨ੍ਹਾਂ ਨੂੰ ਕਿਹਾ ਕਿ ਮੇਰੇ ਕੋਲ ਸਿਰਫ ਕਮਾਉਣ ਦੀ ਸਮਰੱਥਾ ਹੈ ਅਤੇ ਮੈਂ ਆਪਣੀ ਆਮਦਨ ਦਾ ਵੀਹ ਫੀਸਦੀ ਹਿੱਸਾ ਕਰਜ਼ ਚੁਕਾਉਣ ਵਿੱਚ ਲਗਾਵਾਂਗਾ। ਮੈਂ ਪੂਰੀ ਇਮਾਨਦਾਰੀ ਅਤੇ ਬਰਾਬਰੀ ਨਾਲ ਆਪਣਾ ਕਰਜ਼ ਚੁਕਾਵਾਂਗਾ। ਮੈਂ ਕਰਜ਼ ਚੁਕਾਉਣ ਲਈ ਵੀਹ ਫੀਸਦੀ ਤੋਂ ਵੱਧ ਆਮਦਨ ਦੀ ਵਰਤੋਂ ਨਹੀਂ ਕਰ ਸਕਦਾ। ਇਸ ਲਈ ਜੇਕਰ ਉਹ ਹੌਸਲਾ ਰੱਖਣ, ਤਾਂ ਸਮੇਂ ਦੇ ਨਾਲ ਮੈਂ ਸਾਰਾ ਕਰਜ਼ ਉਤਾਰ ਦਿਆਂਗਾ।

ਅਹਮਰ ਨੂੰ ਮੈਂ ਆਪਣਾ ਸਭ ਤੋਂ ਚੰਗਾ ਦੋਸਤ ਸਮਝਦਾ ਸੀ, ਪਰ ਉਸ ਨੇ ਮੈਨੂੰ ਚੰਗਾ-ਮਾੜਾ ਕਿਹਾ ਅਤੇ ਮੇਰਾ ਅਪਮਾਨ ਕੀਤਾ। ਬੀਰੇਜ਼ਿਕ ਨਾਂਅ ਦੇ ਕਿਸਾਨ ਨੇ ਮੈਨੂੰ ਬੇਨਤੀ ਕੀਤੀ ਕਿ ਮੈਂ ਸਭ ਤੋਂ ਪਹਿਲਾਂ ਉਸ ਦਾ ਕਰਜ਼ ਚੁਕਾਵਾਂ, ਕਿਉਂਕਿ ਉਸ ਨੂੰ ਪੈਸੇ ਦੀ ਬਹੁਤ ਲੋੜ ਸੀ। ਇਹ ਯੋਜਨਾ ਸੁਣ ਕੇ ਮਕਾਨ ਮਾਲਕ ਬਹੁਤ ਗੁੱਸੇ ਹੋ ਗਿਆ ਅਤੇ ਉਸ ਨੇ ਸਾਫ਼ ਕਹਿ ਦਿੱਤਾ ਕਿ ਜੇਕਰ ਮੈਂ ਜਲਦੀ ਹੀ ਉਸ ਦਾ ਕਰਜ਼ ਨਾ ਉਤਾਰਿਆ, ਤਾਂ ਨਤੀਜਾ ਬਹੁਤ ਮਾੜਾ ਹੋਵੇਗਾ।

ਬਾਕੀ ਸਾਰਿਆਂ ਨੇ ਖੁਸ਼ੀ-ਖੁਸ਼ੀ ਮੇਰੇ ਪ੍ਰਸਤਾਵ ਨੂੰ ਮੰਨ ਲਿਆ। ਇਸ ਲਈ ਹੁਣ ਮੈਂ ਇਸ ਯੋਜਨਾ 'ਤੇ ਅਮਲ ਕਰਨ ਲਈ ਪਹਿਲਾਂ ਨਾਲੋਂ ਜ਼ਿਆਦਾ ਪੱਕਾ ਮਨ ਬਣਾ ਲਿਆ ਹੈ। ਹੁਣ ਮੈਨੂੰ ਵਿਸ਼ਵਾਸ ਹੋ ਚੁੱਕਾ ਹੈ ਕਿ ਕਰਜ਼ ਚੁਕਾਉਣ ਤੋਂ ਬਚਣ ਦੀ ਬਜਾਏ ਉਨ੍ਹਾਂ ਨੂੰ ਚੁਕਾਉਣਾ ਕਿਤੇ ਜ਼ਿਆਦਾ ਆਸਾਨ ਹੈ। ਹਾਲਾਂਕਿ ਮੈਂ ਆਪਣੇ ਕੁਝ ਕਰਜ਼ਦਾਤਾਵਾਂ ਦੀਆਂ ਲੋੜਾਂ ਅਤੇ ਮੰਗਾਂ ਨੂੰ ਪੂਰਾ ਨਹੀਂ ਕਰ ਸਕਾਂਗਾ, ਪਰ ਮੈਂ ਉਨ੍ਹਾਂ ਸਾਰਿਆਂ ਨਾਲ ਨਿਰਪੱਖਤਾ ਨਾਲ ਵਿਵਹਾਰ ਕਰਾਂਗਾ।

ਚੌਥੀ ਮਿੱਟੀ ਦੀ ਤਖ਼ਤੀ

ਇੱਕ ਵਾਰ ਫਿਰ ਪੂਰਨਮਾਸ਼ੀ ਹੈ। ਮੈਂ ਸਖ਼ਤ ਮਿਹਨਤ ਕੀਤੀ ਹੈ। ਮੇਰੀ ਚੰਗੀ ਪਤਨੀ ਨੇ ਕਰਜ਼ ਉਤਾਰਨ ਦੇ ਮੇਰੇ ਇਰਾਦਿਆਂ ਵਿੱਚ ਮੇਰਾ ਪੂਰਾ ਸਾਥ ਦਿੱਤਾ ਹੈ। ਸਾਡੇ ਸਮਝਦਾਰੀ ਭਰੇ ਸੰਕਲਪ ਕਾਰਨ ਇਸ ਮਹੀਨੇ ਮੈਂ ਨੇਬਾਟੂਰ ਕੋਲੋਂ ਮਜ਼ਬੂਤ ਸਰੀਰ ਅਤੇ ਚੰਗੇ ਪੈਰਾਂ ਵਾਲੇ ਊਠ ਖਰੀਦੇ, ਜਿਸ ਦੇ ਬਦਲੇ ਮੈਨੂੰ ਚਾਂਦੀ ਦੇ 19 ਸਿੱਕਿਆਂ ਦੀ ਆਮਦਨ ਹੋਈ।

ਇਸ ਆਮਦਨ ਨੂੰ ਮੈਂ ਯੋਜਨਾ ਅਨੁਸਾਰ ਵੰਡ ਦਿੱਤਾ। ਇਸ ਦਾ ਦਸ ਫੀਸਦੀ ਹਿੱਸਾ ਮੈਂ ਆਪਣੇ ਲਈ ਵੱਖਰਾ ਰੱਖ ਲਿਆ। ਇਸ ਦਾ ਸੱਤਰ ਫੀਸਦੀ ਮੈਂ ਰੋਜ਼ੀ-ਰੋਟੀ ਲਈ ਵੱਖਰਾ ਰੱਖ ਲਿਆ ਅਤੇ ਇਸ ਦਾ ਵੀਹ ਪ੍ਰਤੀਸ਼ਤ ਮੈਂ ਆਪਣੇ ਕਰਜ਼ਦਾਤਾਵਾਂ ਵਿੱਚ ਬਰਾਬਰੀ ਨਾਲ ਵੰਡ ਦਿੱਤਾ।

ਮੈਂ ਜਦੋਂ ਅਹਮਰ ਦੇ ਘਰ ਗਿਆ, ਤਾਂ ਉਹ ਨਹੀਂ ਮਿਲਿਆ, ਪਰ ਮੈਂ ਉਹ ਰਕਮ ਉਸ ਦੀ ਪਤਨੀ ਨੂੰ ਦੇ ਆਇਆ। ਬੀਰੋਜ਼ਿਕ ਤਾਂ ਏਨਾ ਖੁਸ਼ ਹੋਇਆ ਕਿ ਉਸ ਨੇ ਮੇਰਾ ਹੱਥ ਚੁੰਮਿਆ। ਸਿਰਫ ਬੁੱਢਾ ਅਲਕਾਹਦ ਹੀ ਬੁੜਬੁੜਾਇਆ ਅਤੇ ਕਿਹਾ ਕਿ ਮੈਨੂੰ ਆਪਣਾ ਕਰਜ਼ ਜ਼ਿਆਦਾ ਜਲਦੀ ਚੁਕਾਉਣਾ ਚਾਹੀਦਾ ਹੈ। ਇਸ 'ਤੇ ਮੈਂ ਜਵਾਬ ਦਿੱਤਾ ਕਿ ਜੇਕਰ ਮੈਂ ਠੀਕ ਤਰ੍ਹਾਂ ਖਾਵਾਂਗਾ ਅਤੇ ਚਿੰਤਾ ਨਹੀਂ ਕਰਾਂਗਾ, ਤਦੇ ਮੈਂ ਜ਼ਿਆਦਾ ਤੇਜ਼ੀ ਨਾਲ ਕਰਜ਼ ਚੁਕਾ ਸਕਾਂਗਾ। ਬਾਕੀ ਸਾਰਿਆਂ ਨੇ ਮੇਰਾ ਧੰਨਵਾਦ ਕੀਤਾ ਅਤੇ ਮੇਰੀਆਂ ਕੋਸ਼ਿਸ਼ਾਂ ਦੀ ਤਾਰੀਫ ਕੀਤੀ।

ਇਸ ਤਰ੍ਹਾਂ ਇੱਕ ਮਹੀਨੇ ਵਿੱਚ ਮੈਂ ਚਾਂਦੀ ਦੇ 4 ਸਿੱਕਿਆਂ ਦਾ ਕਰਜ਼ ਉਤਾਰ ਦਿੱਤਾ। ਇਸ ਤੋਂ ਇਲਾਵਾ ਮੈਂ ਚਾਂਦੀ ਦੇ 2 ਸਿੱਕਿਆਂ ਦਾ ਮਾਲਕ ਵੀ ਬਣ ਗਿਆ ਹਾਂ, ਜਿਨ੍ਹਾਂ 'ਤੇ ਕਿਸੇ ਵਿਅਕਤੀ ਦਾ ਕੋਈ ਹੱਕ ਨਹੀਂ ਹੈ। ਮੈਂ ਖੁਸ਼ ਹਾਂ ਅਤੇ ਮੈਂ ਬਹੁਤ ਲੰਮੇ ਸਮੇਂ ਬਾਅਦ ਖੁਸ਼ ਹੋਇਆ ਹਾਂ।

ਇੱਕ ਵਾਰ ਫਿਰ ਪੂਰਨਮਾਸ਼ੀ ਆ ਗਈ। ਸਖ਼ਤ ਮਿਹਨਤ ਦੇ ਬਾਵਜੂਦ ਇਸ ਮਹੀਨੇ ਮੈਨੂੰ ਜ਼ਿਆਦਾ ਸਫਲਤਾ ਨਹੀਂ ਮਿਲੀ। ਮੈਂ ਬਹੁਤ ਘੱਟ ਊਠ ਖਰੀਦ ਸਕਿਆ। ਮੈਂ ਚਾਂਦੀ ਦੇ ਸਿਰਫ 11 ਸਿੱਕੇ ਹੀ ਕਮਾ ਸਕਿਆ। ਖੈਰ, ਮੇਰੀ ਚੰਗੀ ਪਤਨੀ ਅਤੇ ਮੈਂ ਯੋਜਨਾ ਅਨੁਸਾਰ ਚੱਲੇ। ਅਸੀਂ ਇੱਕ ਵੀ ਨਵਾਂ ਕੱਪੜਾ ਨਹੀਂ ਖਰੀਦਿਆ ਅਤੇ ਸਿਰਫ ਸਬਜ਼ੀਆਂ ਖਾ ਕੇ ਗੁਜ਼ਾਰਾ ਕੀਤਾ। ਇੱਕ ਵਾਰ ਫਿਰ ਮੈਂ ਆਪਣੀ ਆਮਦਨ ਦਾ ਦਸ ਫੀਸਦੀ ਖੁਦ ਲਈ ਵੱਖਰਾ ਰੱਖ ਲਿਆ ਅਤੇ ਸੱਤਰ ਪ੍ਰਤੀਸ਼ਤ ਨਾਲ ਆਪਣਾ ਖਰਚ ਚਲਾਇਆ। ਮੈਂ ਹੈਰਾਨ ਰਹਿ ਗਿਆ, ਜਦੋਂ ਅਹਮਰ ਨੇ ਕਰਜ਼ ਚੁਕਾਉਣ ਲਈ ਮੇਰੀ ਤਾਰੀਫ ਕੀਤੀ, ਹਾਲਾਂਕਿ ਜਿਹੜੀ ਰਕਮ ਮੈਂ ਚੁਕਾ ਰਿਹਾ ਸੀ, ਉਹ ਛੋਟੀ ਸੀ। ਬੀਰੋਜ਼ਿਕ ਨੇ ਵੀ ਅਜਿਹਾ ਹੀ ਕੀਤਾ। ਅਲਕਾਹਦ ਲਾਲ-ਪੀਲਾ ਹੋ ਗਿਆ, ਪਰ ਜਦੋਂ ਮੈਂ ਉਸ ਨੂੰ ਕਿਹਾ ਕਿ ਜੇਕਰ ਉਹ ਇਸ ਰਕਮ ਨੂੰ ਨਹੀਂ ਲੈਣਾ ਚਾਹੁੰਦਾ ਤਾਂ ਵਾਪਸ ਕਰ ਦਿਓ, ਤਾਂ ਉਹ ਠੰਢਾ ਪੈ ਗਿਆ। ਪਹਿਲਾਂ ਵਾਂਗ ਬਾਕੀ ਸਾਰੇ ਲੋਕ ਸੰਤੁਸ਼ਟ ਹੋਏ।

ਇੱਕ ਵਾਰ ਫਿਰ ਪੂਰਨਮਾਸ਼ੀ ਆ ਗਈ ਹੈ ਅਤੇ ਮੈਂ ਬਹੁਤ ਖੁਸ਼ ਹਾਂ। ਇਸ ਵਾਰ ਮੈਨੂੰ ਊਠਾਂ ਦਾ ਬਹੁਤ ਚੰਗਾ ਝੁੰਡ ਮਿਲ ਗਿਆ ਅਤੇ ਮੈਂ ਕਈ ਵਧੀਆ ਊਠ ਖਰੀਦ ਲਏ, ਜਿਸ ਕਾਰਨ ਮੈਨੂੰ ਚਾਂਦੀ ਦੇ 42 ਸਿੱਕਿਆਂ ਦੀ ਆਮਦਨ ਹੋਈ। ਇਸ ਪੂਰਨਮਾਸ਼ੀ ਨੂੰ ਮੇਰੀ ਪਤਨੀ ਅਤੇ ਮੈਂ ਜੁੱਤੀਆਂ ਅਤੇ ਕੱਪੜੇ ਖਰੀਦੇ, ਜਿਨ੍ਹਾਂ ਦੀ ਸਾਨੂੰ ਬਹੁਤ ਲੋੜ ਸੀ। ਇਸ ਤੋਂ ਇਲਾਵਾ, ਅਸੀਂ ਮੀਟ ਅਤੇ ਮੁਰਗਾ ਖਾ ਕੇ ਜਸ਼ਨ ਮਨਾਇਆ।

ਅਸੀਂ ਚਾਂਦੀ ਦੇ 8 ਸਿੱਕਿਆਂ ਤੋਂ ਵੱਧ ਦਾ ਕਰਜ਼ ਉਤਾਰ ਦਿੱਤਾ। ਅਲਕਾਹਦ ਤੱਕ ਨੇ ਕੋਈ ਉਲਟੀ ਗੱਲ ਨਹੀਂ ਕੀਤੀ।

ਇਹ ਯੋਜਨਾ ਮਹਾਨ ਹੈ, ਜੋ ਸਾਨੂੰ ਕਰਜ਼ ਤੋਂ ਬਾਹਰ ਕੱਢਦੀ ਹੈ ਅਤੇ ਬਚਤ ਕਰਵਾਉਂਦੀ ਹੈ।

ਤਿੰਨ ਮਹੀਨੇ ਬਾਅਦ ਮੈਂ ਇੱਕ ਵਾਰ ਫਿਰ ਲਿਖ ਰਿਹਾ ਹਾਂ। ਹਰ ਵਾਰ ਮੈਂ ਆਪਣੀ ਆਮਦਨ ਦਾ ਦਸ ਪ੍ਰਤੀਸ਼ਤ ਹਿੱਸਾ ਵੱਖਰਾ ਬਚਾ ਕੇ ਰੱਖਿਆ। ਮੈਂ ਅਤੇ ਮੇਰੀ ਚੰਗੀ ਪਤਨੀ ਨੇ ਹਰ ਵਾਰ ਸੱਤਰ ਪ੍ਰਤੀਸ਼ਤ ਆਮਦਨ ਵਿੱਚ ਆਪਣਾ ਖਰਚ ਚਲਾਇਆ, ਹਾਲਾਂਕਿ ਕਈ ਵਾਰ ਅਜਿਹਾ ਕਰਨ ਵਿੱਚ ਕਾਫੀ ਮੁਸ਼ਕਿਲਾਂ ਆਈਆਂ। ਹਰ ਵਾਰ ਮੈਂ ਆਪਣੀ ਵੀਹ ਪ੍ਰਤੀਸ਼ਤ ਆਮਦਨ ਨਾਲ ਆਪਣੇ ਕਰਜ਼ਦਾਤਾਵਾਂ ਦਾ ਕਰਜ਼ ਚੁਕਾਇਆ ਹੈ।

ਮੇਰੇ ਬਟੂਏ ਵਿੱਚ ਹੁਣ ਚਾਂਦੀ ਦੇ 21 ਸਿੱਕੇ ਹਨ, ਜੋ ਸਿਰਫ ਮੇਰੇ ਹਨ। ਇਸ ਨਾਲ ਮੇਰਾ ਸਿਰ ਉੱਚਾ ਹੋ ਜਾਂਦਾ ਹੈ ਅਤੇ ਮੈਂ ਆਪਣੇ ਦੋਸਤਾਂ ਵਿਚਕਾਰ ਮਾਣ ਨਾਲ ਉੱਠ-ਬੈਠ ਸਕਦਾ ਹਾਂ।

ਮੇਰੀ ਪਤਨੀ ਘਰ ਨੂੰ ਬਹੁਤ ਚੰਗੀ ਤਰ੍ਹਾਂ ਸੰਭਾਲਦੀ ਹੈ ਅਤੇ ਚੰਗੇ ਕੱਪੜੇ ਪਾਉਂਦੀ ਹੈ। ਅਸੀਂ ਇਕੱਠੇ ਰਹਿ ਕੇ ਖੁਸ਼ ਹਾਂ।

ਇਹ ਯੋਜਨਾ ਅਨਮੋਲ ਹੈ। ਇਸ ਨੇ ਇਕ ਸਾਬਕਾ ਗੁਲਾਮ ਨੂੰ ਸਨਮਾਨਿਤ ਵਿਅਕਤੀ ਵਿੱਚ ਬਦਲ ਦਿੱਤਾ ਹੈ।

ਪੰਜਵੀਂ ਮਿੱਟੀ ਦੀ ਤਖ਼ਤੀ

ਇੱਕ ਵਾਰ ਫਿਰ ਪੂਰਨਮਾਸ਼ੀ ਹੈ। ਮੈਂ ਜਾਣਦਾ ਹਾਂ ਕਿ ਮੈਂ ਬਹੁਤ ਸਮੇਂ ਤੋਂ ਕੁਝ ਨਹੀਂ ਲਿਖਿਆ। ਦਰਅਸਲ, ਬਾਰਾਂ ਮਹੀਨੇ ਬੀਤ ਗਏ ਹਨ। ਖੈਰ, ਅੱਜ ਮੈਂ ਆਪਣਾ ਰਿਕਾਰਡ ਲਿਖਣ ਤੋਂ ਪਿੱਛੇ ਨਹੀਂ ਹਟਾਂਗਾ, ਕਿਉਂਕਿ ਅੱਜ ਮੈਂ ਆਪਣਾ ਆਖਰੀ ਕਰਜ਼ ਚੁਕਾ ਦਿੱਤਾ ਹੈ। ਅੱਜ ਦੇ ਦਿਨ ਮੈਂ ਅਤੇ ਮੇਰੀ ਪਤਨੀ ਨੇ ਜਸ਼ਨ ਮਨਾਇਆ, ਕਿਉਂਕਿ ਸਾਡਾ ਸੰਕਲਪ ਪੂਰਾ ਹੋ ਗਿਆ ਹੈ।

ਜਦੋਂ ਮੈਂ ਆਪਣੇ ਕਰਜ਼ਦਾਤਾਵਾਂ ਨੂੰ ਆਖਰੀ ਵਾਰ ਮਿਲਿਆ, ਤਾਂ ਅਜਿਹੀਆਂ ਕਈ ਗੱਲਾਂ ਹੋਈਆਂ, ਜਿਨ੍ਹਾਂ ਨੂੰ ਮੈਂ ਹਮੇਸ਼ਾ ਯਾਦ ਰੱਖਾਂਗਾ। ਅਹਮਰ ਨੇ ਆਪਣੇ ਕਠੋਰ ਸ਼ਬਦਾਂ ਨਾਲ ਮੇਰੇ ਤੋਂ ਮੁਆਫੀ ਮੰਗੀ ਅਤੇ ਕਿਹਾ ਕਿ ਉਹ ਚਾਹੁੰਦਾ ਹੈ ਕਿ ਸਾਡੀ ਦੋਸਤੀ ਹਮੇਸ਼ਾ ਕਾਇਮ ਰਹੇ।

ਬੁੱਢਾ ਅਲਕਾਹਦ ਵੀ ਆਖਰ ਏਨਾ ਬੁਰਾ ਨਹੀਂ ਸੀ, ਕਿਉਂਕਿ ਉਸ ਨੇ ਕਿਹਾ, ''ਤੂੰ ਕਦੇ ਨਰਮ ਮਿੱਟੀ ਵਾਂਗ ਨਾਜ਼ੁਕ ਸੀ, ਜਿਸ ਨੂੰ ਕੋਈ ਵੀ ਛੂਹ ਕੇ ਦਬਾ ਸਕਦਾ ਸੀ ਅਤੇ ਮਨਪਸੰਦ ਆਕਾਰ ਵਿੱਚ ਬਦਲ ਸਕਦਾ ਸੀ, ਪਰ ਹੁਣ ਤੂੰ ਕਾਂਸੇ ਦੇ ਟੁਕੜੇ ਵਾਂਗ ਹੈ, ਜੋ

ਕਿਸੇ ਦਾ ਵੀ ਮੁਕਾਬਲਾ ਕਰ ਸਕਦਾ ਹੈ। ਜੇਕਰ ਤੁਹਾਨੂੰ ਕਦੇ ਚਾਂਦੀ ਜਾਂ ਸੋਨੇ ਦੀ ਲੋੜ ਪਵੇ, ਤਾਂ ਬੇਝਿਜਕ ਮੇਰੇ ਕੋਲ ਆ ਜਾਣਾ।''

ਬਾਕੀ ਲੋਕਾਂ ਨੇ ਵੀ ਮੇਰੇ ਨਾਲ ਸਨਮਾਨ ਨਾਲ ਗੱਲ ਕੀਤੀ। ਮੇਰੀ ਚੰਗੀ ਪਤਨੀ ਨੇ ਮੈਨੂੰ ਏਨੇ ਮਾਣ ਨਾਲ ਦੇਖਿਆ ਕਿ ਕਿਸੇ ਵੀ ਆਦਮੀ ਵਿੱਚ ਆਤਮ-ਵਿਸ਼ਵਾਸ ਆ ਜਾਵੇਗਾ।

ਖੈਰ, ਮੈਨੂੰ ਸਫਲਤਾ ਆਪਣੀ ਯੋਜਨਾ ਦੀ ਬਦੌਲਤ ਮਿਲੀ। ਇਸ ਯੋਜਨਾ ਨੇ ਹੀ ਮੈਨੂੰ ਇਸ ਕਾਬਲ ਬਣਾਇਆ ਕਿ ਮੈਂ ਆਪਣਾ ਸਾਰਾ ਕਰਜ਼ ਚੁਕਾ ਦਿੱਤਾ ਅਤੇ ਮੇਰੇ ਬਟੂਏ ਵਿੱਚ ਸੋਨਾ-ਚਾਂਦੀ ਜਮ੍ਹਾਂ ਹੁੰਦਾ ਰਹੇ। ਮੈਂ ਸਫਲਤਾ ਚਾਹੁਣ ਵਾਲੇ ਹਰ ਵਿਅਕਤੀ ਨੂੰ ਇਹ ਸਲਾਹ ਦਿਆਂਗਾ ਕਿ ਉਹ ਇਸ ਯੋਜਨਾ 'ਤੇ ਚੱਲੇ। ਜਦੋਂ ਇਸ ਦੀ ਬਦੌਲਤ ਇੱਕ ਸਾਬਕਾ ਗੁਲਾਮ ਆਪਣਾ ਕਰਜ਼ ਚੁਕਾ ਸਕਦਾ ਹੈ ਅਤੇ ਆਪਣੇ ਬਟੂਏ ਵਿੱਚ ਸੋਨਾ ਇਕੱਠਾ ਕਰ ਸਕਦਾ ਹੈ, ਤਾਂ ਇਸ 'ਤੇ ਅਮਲ ਕਰਕੇ ਕੋਈ ਵੀ ਵਿਅਕਤੀ ਅਜਿਹਾ ਕਰ ਸਕਦਾ ਹੈ। ਮੈਂ ਹੁਣ ਵੀ ਇਸ ਯੋਜਨਾ 'ਤੇ ਚੱਲ ਰਿਹਾ ਹਾਂ, ਕਿਉਂਕਿ ਮੈਨੂੰ ਵਿਸ਼ਵਾਸ ਹੈ ਕਿ ਜੇਕਰ ਮੈਂ ਇਸ ਯੋਜਨਾ 'ਤੇ ਅਮਲ ਕਰਦਾ ਰਹਾਂਗਾ, ਤਾਂ ਮੈਂ ਛੇਤੀ ਹੀ ਅਮੀਰ ਬਣ ਜਾਵਾਂਗਾ।

ਸੇਂਟ ਸਵੀਦਿੰਸ ਕਾਲਜ

ਨਾੱਟਿੰਘਮ ਯੂਨੀਵਰਸਿਟੀ

ਨੇਵਾਰਕ-ਆੱਨ-ਟ੍ਰੈਂਟ

ਨਾੱਟਿੰਘਮ

7 ਨਵੰਬਰ, 1936

ਪ੍ਰੋਫੈਸਰ ਫੈਂਕਲਿਨ ਕਾਲਡਵੇਲ,

ਕੇਅਰ ਆੱਫ ਬ੍ਰਿਟਿਸ਼ ਸਾਈਂਟੀਫਿਕ ਐਕਸਪੀਡੀਸ਼ਨ,

ਹਿੱਲਾ, ਮੈਸੋਪੋਟਾਮੀਆ।

ਪਿਆਰੇ ਪ੍ਰੋਫੈਸਰ,

ਜੇਕਰ ਬੇਬੀਲੋਨ ਦੀ ਰਹਿੰਦ-ਖੂੰਹਦ ਵਿੱਚ ਖੁਦਾਈ ਕਰਦੇ ਸਮੇਂ ਤੁਹਾਨੂੰ ਉੱਥੇ ਦੇ ਉੱਥਾਂ ਦੇ ਵਪਾਰੀ ਦੇਬੇਜ਼ਿਰ ਦਾ ਭੂਤ ਮਿਲੇ, ਤਾਂ ਮੇਰੇ 'ਤੇ ਇੱਕ ਮਿਹਰਬਾਨੀ ਕਰੋ। ਉਸ ਨੂੰ ਦੱਸ ਦਿਓ ਕਿ ਉਸ ਨੇ ਮਿੱਟੀ ਦੀਆਂ ਤਖ਼ਤੀਆਂ 'ਤੇ ਬਹੁਤ ਸਮਾਂ ਪਹਿਲਾਂ ਜੋ ਲਿਖਿਆ ਸੀ, ਉਸ ਲਈ ਇੰਗਲੈਂਡ ਦੇ ਦੋ ਪ੍ਰੋਫੈਸਰ ਸਾਰੀ ਉਮਰ ਉਸ ਦੇ ਸ਼ੁਕਰਗੁਜ਼ਾਰ ਰਹਿਣਗੇ।

ਤੁਹਾਨੂੰ ਸ਼ਾਇਦ ਯਾਦ ਹੋਵੇਗਾ, ਇੱਕ ਸਾਲ ਪਹਿਲਾਂ ਮੈਂ ਲਿਖਿਆ ਸੀ ਕਿ ਮਿਸੇਜ਼ ਸ਼ਰੂਜ਼ਬੇਰੀ ਅਤੇ ਮੈਂ ਕਰਜ਼ ਤੋਂ ਬਾਹਰ ਨਿਕਲਣ ਦੀ ਇਸ ਯੋਜਨਾ 'ਤੇ ਅਮਲ ਕਰਨ ਵਾਲੇ ਹਾਂ ਅਤੇ ਨਾਲ ਹੀ ਆਪਣੇ ਬਟੂਏ ਵਿੱਚ ਪੈਸਾ ਖੜਕਣ ਦੀ ਆਵਾਜ਼ ਵੀ ਸੁਣਨਾ ਚਾਹੁੰਦੇ ਹਾਂ।

ਸ਼ਾਇਦ ਤੁਸੀਂ ਅੰਦਾਜ਼ਾ ਲਗਾ ਲਿਆ ਹੋਵੇਗਾ ਕਿ ਸਾਡੀ ਮੰਦੀ ਹਾਲਤ ਖਰਾਬ ਸੀ, ਹਾਲਾਂਕਿ ਅਸੀਂ ਇਸ ਨੂੰ ਆਪਣੇ ਦੋਸਤਾਂ ਤੋਂ ਲੁਕਾਉਣ ਦੀ ਕੋਸ਼ਿਸ਼ ਕਰ ਰਹੇ ਸੀ।

ਅਸੀਂ ਕਈ ਸਾਲਾਂ ਤੋਂ ਅਪਮਾਨ ਵਾਲਾ ਜੀਵਨ ਜੀਅ ਰਹੇ ਸੀ, ਕਿਉਂਕਿ ਸਾਡੇ ਸਿਰ 'ਤੇ ਪੁਰਾਣੇ ਕਰਜ਼ਿਆਂ ਦਾ ਪਹਾੜ ਸੀ ਅਤੇ ਨਵੇਂ ਕਰਜ਼ੇ ਚੜ੍ਹਦੇ ਜਾ ਰਹੇ ਸਨ। ਅਸੀਂ ਡਰ ਗਏ ਸੀ ਕਿ ਕਿਤੇ ਵਪਾਰੀ ਲੋਕ ਕੋਈ ਮੁਸੀਬਤ ਨਾ ਖੜ੍ਹੀ ਕਰ ਦੇਣ, ਜਿਸ ਕਾਰਨ ਮੈਨੂੰ ਕਾਲਜ ਤੋਂ ਕੱਢ ਦਿੱਤਾ ਜਾਵੇ। ਅਜਿਹਾ ਨਹੀਂ ਹੈ ਕਿ ਅਸੀਂ ਕਰਜ਼ ਚੁਕਾਉਣ ਦੀ ਕੋਸ਼ਿਸ਼ ਨਹੀਂ ਕਰ ਰਹੇ ਸੀ। ਆਪਣੀ ਆਮਦਨ ਵਿੱਚੋਂ ਅਸੀਂ ਜਿੰਨਾ ਵੀ ਬਚਾ ਸਕਦੇ ਸੀ, ਉਨਾ ਬਚਾਉਣ ਦੀ ਕੋਸ਼ਿਸ਼ ਕਰਦੇ ਸੀ। ਪਰ ਆਮਦਨ ਵਿੱਚ ਆਪਣਾ ਖਰਚ ਚਲਾਉਣਾ ਵੀ ਮੁਸ਼ਕਿਲ ਹੋ ਰਿਹਾ ਸੀ। ਇਸ ਤੋਂ ਇਲਾਵਾ ਸਾਨੂੰ ਮਜਬੂਰਨ ਉਨ੍ਹਾਂ ਥਾਵਾਂ ਤੋਂ ਸਾਮਾਨ ਖਰੀਦਣਾ ਪੈਂਦਾ ਸੀ, ਜਿੱਥੋਂ ਸਾਨੂੰ ਉਧਾਰ ਮਿਲ ਸਕੇ, ਭਾਵੇਂ ਸਾਨੂੰ ਉੱਥੋਂ ਮਹਿੰਗੀ ਕੀਮਤ 'ਤੇ ਸਾਮਾਨ ਮਿਲਦਾ ਸੀ।

ਇਸ ਨਾਲ ਇੱਕ ਮਾੜਾ ਚੱਕਰ ਸ਼ੁਰੂ ਹੋ ਗਿਆ ਸੀ, ਜਿਸ ਨਾਲ ਚੀਜ਼ਾਂ ਵਧੀਆ ਹੋਣ ਦੀ ਬਜਾਏ ਬਦਤਰ ਬਣਦੀਆਂ ਗਈਆਂ। ਸਾਡੀ ਹਾਲਤ ਨਿਰਾਸ਼ਾਜਨਕ ਹੁੰਦੀ ਜਾ ਰਹੀ ਸੀ। ਅਸੀਂ ਘੱਟ ਕਿਰਾਏ ਵਾਲੇ ਮਕਾਨ ਵਿੱਚ ਨਹੀਂ ਸੀ ਜਾ ਸਕਦੇ, ਕਿਉਂਕਿ ਸਾਡੇ 'ਤੇ ਮਕਾਨ ਮਾਲਕ ਦਾ ਕਰਜ਼ ਚਿੜ੍ਹਿਆ ਹੋਇਆ ਸੀ। ਅਜਿਹਾ ਲਗਦਾ ਸੀ ਕਿ ਅਸੀਂ ਹਾਲਤਾਂ ਨੂੰ ਸੁਧਾਰਨ ਲਈ ਕੁਝ ਨਹੀਂ ਸੀ ਕਰ ਸਕਦੇ।

ਫਿਰ ਤੁਹਾਡੇ ਬੇਬੀਲੋਨ ਦੇ ਉੱਠਾਂ ਦੇ ਵਪਾਰੀ ਨੇ ਸਾਨੂੰ ਇੱਕ ਅਜਿਹੀ ਯੋਜਨਾ ਸੁਝਾਈ, ਜਿਸ 'ਤੇ ਅਮਲ ਕਰਕੇ ਅਸੀਂ ਆਪਣੀ ਮਨਪਸੰਦ ਚੀਜ਼ ਹਾਸਲ ਕਰ ਸਕਦੇ ਸੀ। ਉਸ ਨੇ ਸਾਨੂੰ ਆਪਣੀ ਯੋਜਨਾ 'ਤੇ ਅਮਲ ਕਰਨ ਲਈ ਪ੍ਰੇਰਿਤ ਕੀਤਾ। ਉਸ ਦੇ ਵਾਂਗ ਅਸੀਂ ਆਪਣੇ ਸਾਰੀ ਕਰਜ਼ ਦੀ ਸੂਚੀ ਬਣਾਈ ਅਤੇ ਮੈਂ ਉਹ ਸੂਚੀ ਆਪਣੇ ਸਾਰੇ ਕਰਜ਼ਦਾਰਾਂ ਨੂੰ ਦਿਖਾਈ।

ਮੈਂ ਉਨ੍ਹਾਂ ਨੂੰ ਇਹ ਸਾਫ਼ ਕੀਤਾ ਕਿ ਮੌਜੂਦਾ ਹਾਲਤ ਵਿੱਚ ਮੈਂ ਉਨ੍ਹਾਂ ਦਾ ਕਰਜ਼ ਇਕਦਮ ਨਹੀਂ ਚੁਕਾ ਸਕਦਾ। ਅੰਕੜਿਆਂ ਨੂੰ ਦੇਖ ਕੇ ਉਹ ਇਹ ਗੱਲ ਖੁਦ ਹੀ ਸਮਝ ਸਕਦੇ ਸਨ। ਫਿਰ ਮੈਂ ਉਨ੍ਹਾਂ ਨੂੰ ਦੱਸਿਆ ਕਿ ਸਾਰਾ ਕਰਜ਼ ਚੁਕਾਉਣ ਦਾ ਇੱਕਮਾਤਰ ਰਾਹ ਇਹੀ ਸੀ ਕਿ ਮੈਂ ਹਰ ਮਹੀਨੇ ਆਪਣੀ ਵੀਹ ਫੀਸਦੀ ਆਮਦਨ ਸਾਰੇ ਕਰਜ਼ਦਾਰਾਂ ਵਿੱਚ ਬਰਾਬਰੀ ਨਾਲ ਵੰਡ ਦਿਆਂ। ਇਸ ਤਰ੍ਹਾਂ ਮੈਂ ਲਗਭਗ ਦੋ ਸਾਲਾਂ ਵਿਚ ਸਾਰਾ ਕਰਜ਼ ਉਤਾਰ ਦਿਆਂਗਾ। ਇਸ ਦੌਰਾਨ ਅਸੀਂ ਆਪਣਾ ਸਾਰਾ ਸਾਮਾਨ ਨਕਦ ਖਰੀਦਾਂਗੇ, ਜਿਸ ਨਾਲ ਉਨ੍ਹਾਂ ਨੂੰ ਵਾਧੂ ਲਾਭ ਹੋਵੇਗਾ।

ਕਰਜ਼ਦਾਤਾ ਸੱਚਮੁੱਚ ਹੀ ਬਹੁਤ ਸੱਜਣ ਸਨ। ਸਾਨੂੰ ਸਬਜ਼ੀ ਦੇਣ ਵਾਲਾ ਬਜ਼ੁਰਗ ਵਿਅਕਤੀ ਸਮਝਦਾਰ ਸੀ। ਉਹਨੇ ਇੱਕ ਅਜਿਹੀ ਗੱਲ ਕਹੀ, ਜਿਸ ਨਾਲ ਮੈਨੂੰ ਦੂਜਿਆਂ ਨੂੰ ਸਮਝਾਉਣ ਵਿੱਚ ਆਸਾਨੀ ਹੋਈ। ਉਸ ਨੇ ਕਿਹਾ, ਜੇਕਰ ਤੁਸੀਂ ਅੱਗੇ ਤੋਂ ਸਾਰਾ ਸਾਮਾਨ ਨਕਦ ਖਰੀਦੋਗੇ, ਅਤੇ ਆਪਣੇ ਕਰਜ਼ ਦਾ ਕੁਝ ਹਿੱਸਾ ਵੀ ਚੁਕਾਉਗੀ, ਤਾਂ ਇਹ ਉਸ ਨਾਲੋ

ਚੰਗਾ ਹੋਵੇਗਾ ਜੋ ਤੁਸੀਂ ਅੱਜ ਤੱਕ ਕੀਤਾ ਹੈ। ਤੁਸੀਂ ਤਿੰਨ ਸਾਲਾਂ ਤੋਂ ਮੈਨੂੰ ਇੱਕ ਪੈਸਾ ਵੀ ਨਹੀਂ ਦਿੱਤਾ।

ਅਖੀਰ ਵਿੱਚ ਮੈਂ ਉਨ੍ਹਾਂ ਸਾਰਿਆਂ ਤੋਂ ਇਹ ਇਕਰਾਰਨਾਮਾ ਕਰਵਾ ਲਿਆ ਕਿ ਜਦੋਂ ਤੱਕ ਮੈਂ ਪੱਕੇ ਤੌਰ 'ਤੇ ਆਪਣੀ ਵੀਹ ਫੀਸਦੀ ਆਮਦਨ ਤੋਂ ਉਨ੍ਹਾਂ ਦੇ ਕਰਜ਼ ਚੁਕਾਉਂਦਾ ਰਹਾਂਗਾ, ਉਦੋਂ ਤੱਕ ਉਹ ਮੈਨੂੰ ਕਿਸੇ ਤਰ੍ਹਾਂ ਵੀ ਤੰਗ ਨਹੀਂ ਕਰਨਗੇ। ਫਿਰ ਅਸੀਂ ਸੱਤਰ ਪ੍ਰਤੀਸ਼ਤ ਆਮਦਨ ਨਾਲ ਗੁਜ਼ਾਰਾ ਕਰਨ ਦੀ ਯੋਜਨਾ ਬਣਾਈ। ਅਸੀਂ ਆਪਣੀ ਦਸ ਪ੍ਰਤੀਸ਼ਤ ਆਮਦਨ ਬਚਾਉਣ ਲਈ ਸੰਕਲਪਵਾਨ ਸੀ। ਚਾਂਦੀ ਅਤੇ ਸੰਭਵ ਤੌਰ 'ਤੇ ਸੋਨੇ ਦੇ ਸਿੱਕੇ ਵੀ ਬਚਾਉਣ ਦਾ ਵਿਚਾਰ ਬਹੁਤ ਲੁਭਾਉਣਾ ਸੀ।

ਖੁਦ ਨੂੰ ਬਦਲਣ ਵਿੱਚ ਸਾਨੂੰ ਰੁਮਾਂਚ ਦਾ ਅਹਿਸਾਸ ਹੋਇਆ। ਆਪਣੀ ਸੱਤਰ ਪ੍ਰਤੀਸ਼ਤ ਆਮਦਨ ਵਿੱਚ ਆਰਾਮ ਨਾਲ ਖਰਚ ਚਲਾਉਣ ਦੇ ਤਰੀਕੇ ਖੋਜਣ ਵਿੱਚ ਸਾਨੂੰ ਬਹੁਤ ਮਜ਼ਾ ਆਇਆ। ਅਸੀਂ ਇਹ ਕੰਮ ਮਕਾਨ ਦੇ ਕਿਰਾਏ ਤੋਂ ਸ਼ੁਰੂ ਕੀਤਾ ਅਤੇ ਅਸੀਂ ਮਕਾਨ ਦਾ ਕਿਰਾਇਆ ਘੱਟ ਕਰਵਾਉਣ ਵਿੱਚ ਸਫਲ ਹੋ ਗਏ। ਫਿਰ ਅਸੀਂ ਇਸ ਵੱਲ ਧਿਆਨ ਦਿੱਤਾ ਕਿ ਅਸੀਂ ਕਿੰਨਾ ਮਹਿੰਗਾ ਸਾਮਾਨ ਖਰੀਦਦੇ ਹਾਂ। ਸਾਨੂੰ ਇਹ ਜਾਣ ਕੇ ਖੁਸ਼ੀ ਅਤੇ ਹੈਰਾਨੀ ਹੋਈ ਕਿ ਜ਼ਿਆਦਾਤਰ ਮਾਮਲਿਆਂ ਵਿੱਚ ਸਾਨੂੰ ਚੰਗਾ ਸਾਮਾਨ ਘੱਟ ਕੀਮਤ 'ਤੇ ਮਿਲ ਸਕਦਾ ਹੈ।

ਇਹ ਏਨੀ ਲੰਮੀ ਕਹਾਣੀ ਹੈ ਕਿ ਇੱਕ ਪੱਤਰ ਵਿੱਚ ਪੂਰੀ ਨਹੀਂ ਹੋ ਸਕਦੀ। ਸੰਖੇਪ ਵਿੱਚ, ਇਸ ਵਿੱਚ ਸਾਨੂੰ ਜ਼ਿਆਦਾ ਮੁਸ਼ਕਿਲ ਨਹੀਂ ਹੋਈ ਅਤੇ ਅਸੀਂ ਖੁਸ਼ੀ-ਖੁਸ਼ੀ ਇਹ ਕੰਮ ਕਰ ਦਿੱਤਾ। ਆਪਣੀਆਂ ਆਰਥਿਕ ਸਮੱਸਿਆਵਾਂ ਨੂੰ ਇਸ ਤਰ੍ਹਾਂ ਸੁਲਝਾਉਣ ਨਾਲ ਸਾਨੂੰ ਬਹੁਤ ਰਾਹਤ ਮਿਲੀ ਅਤੇ ਹੁਣ ਅਸੀਂ ਪੁਰਾਣੇ ਕਰਜ਼ ਕਾਰਨ ਦਹਿਸ਼ਤ ਵਿੱਚ ਨਹੀਂ ਹਾਂ।

ਖੈਰ, ਮੈਂ ਤੁਹਾਨੂੰ ਉਸ ਦਸ ਪ੍ਰਤੀਸ਼ਤ ਆਮਦਨ ਬਾਰੇ ਦੱਸਣਾ ਨਹੀਂ ਭੁੱਲਾਂਗਾ, ਜਿਸ ਨੂੰ ਅਸੀਂ ਖਣਖਣ ਲਈ ਅਲੱਗ ਰੱਖਿਆ ਸੀ। ਅਸੀਂ ਕੁਝ ਸਮੇਂ ਤੱਕ ਤਾਂ ਆਪਣੀ ਜਮ੍ਹਾਂ ਪੂੰਜੀ ਨੂੰ ਦੇਖਣ ਦਾ ਆਨੰਦ ਲਿਆ। ਕਿਰਪਾ ਕਰਕੇ ਇਹ ਸੁਣ ਕੇ ਹੱਸਣ ਨਾ ਲੱਗਿਓ। ਦੇਖੋ, ਇਹੀ ਅਸਲੀ ਗੱਲ ਹੈ। ਅਸਲੀ ਆਨੰਦ ਇਸੇ ਵਿੱਚ ਹੈ ਕਿ ਤੁਸੀਂ ਪੈਸਾ ਬਚਾਉਣਾ ਸ਼ੁਰੂ ਕਰ ਦਿਓ, ਜਿਸ ਨੂੰ ਤੁਸੀਂ ਖਰਚ ਨਹੀਂ ਕਰਨਾ ਚਾਹੁੰਦੇ। ਪੈਸਾ ਖਰਚ ਕਰਨ ਦੀ ਬਜਾਏ ਉਸ ਨੂੰ ਇਕੱਠਾ ਕਰਨ ਵਿੱਚ ਜ਼ਿਆਦਾ ਆਨੰਦ ਮਿਲਦਾ ਹੈ।

ਜਦੋਂ ਅਸੀਂ ਪੂਰੇ ਮਨ ਨਾਲ ਪੈਸਾ ਖਣਕਣ ਦਾ ਆਨੰਦ ਲੈ ਲਿਆ, ਤਾਂ ਅਸੀਂ ਇਸ ਦਾ ਇੱਕ ਜ਼ਿਆਦਾ ਲਾਭਕਾਰੀ ਪ੍ਰਯੋਗ ਲੱਭ ਲਿਆ। ਅਸੀਂ ਇੱਕ ਅਜਿਹੀ ਥਾਂ 'ਤੇ ਇਸ ਦਾ ਨਿਵੇਸ਼ ਕੀਤਾ, ਜਿੱਥੇ ਸਾਨੂੰ ਇਸ ਨਾਲ ਹਰ ਮਹੀਨੇ ਦਸ ਪ੍ਰਤੀਸ਼ਤ ਵਿਆਜ ਮਿਲਣ ਲੱਗਿਆ। ਇਹ ਸਾਡੇ ਬਦਲਾਅ ਦਾ ਸਭ ਤੋਂ ਸੰਤੁਸ਼ਟੀਜਨਕ ਹਿੱਸਾ ਸਾਬਤ ਹੋ ਰਿਹਾ ਸੀ। ਆਪਣੀ ਆਮਦਨ ਵਿੱਚੋਂ ਅਸੀਂ ਸਭ ਤੋਂ ਪਹਿਲਾਂ ਇਸੇ ਦਸ ਪ੍ਰਤੀਸ਼ਤ ਹਿੱਸੇ ਦਾ ਭੁਗਤਾਨ ਕਰਦੇ ਹਾਂ।

ਸਾਨੂੰ ਇਹ ਜਾਣ ਕੇ ਸੁਰੱਖਿਆ ਦਾ ਬਹੁਤ ਹੀ ਸੰਤੁਸ਼ਟੀ ਵਾਲਾ ਅਹਿਸਾਸ ਹੁੰਦਾ ਹੈ ਕਿ ਸਾਡਾ ਨਿਵੇਸ਼ ਨਿਯਮਿਤ ਤੌਰ 'ਤੇ ਵਧ ਰਿਹਾ ਹੈ। ਸਾਡੇ ਰਿਟਾਇਰਮੈਂਟ ਤੱਕ ਸਾਡੇ ਬੱਚਤ ਖਾਤੇ ਵਿੱਚ ਕਾਫੀ ਪੈਸਾ ਇਕੱਠਾ ਹੋ ਜਾਵੇਗਾ। ਇਹ ਪੈਸਾ ਏਨਾ ਜ਼ਿਆਦਾ ਹੋਵੇਗਾ ਕਿ ਇਸ ਨਾਲ ਬਾਅਦ ਵਿੱਚ ਸਾਡੇ ਖਰਚ ਪੂਰੇ ਹੁੰਦੇ ਰਹਿਣਗੇ।

ਮਜ਼ੇ ਦੀ ਗੱਲ ਇਹ ਹੈ ਕਿ ਇਹ ਸਭ ਮੇਰੀ ਪੁਰਾਣੀ ਆਮਦਨ ਵਿੱਚ ਹੀ ਸੰਭਵ ਹੋਇਆ ਹੈ। ਹਾਲਾਂਕਿ ਇਸ ਗੱਲ 'ਤੇ ਯਕੀਨ ਕਰਨਾ ਮੁਸ਼ਕਿਲ ਹੈ, ਪਰ ਇਹ ਬਿਲਕੁਲ ਸੱਚ ਹੈ। ਅਸੀਂ ਹੌਲੀ-ਹੌਲੀ ਆਪਣੇ ਸਾਰੇ ਕਰਜ਼ ਚੁਕਾ ਰਹੇ ਹਾਂ। ਇਸ ਤੋਂ ਇਲਾਵਾ ਸਾਡਾ ਨਿਵੇਸ਼ ਵਧ ਰਿਹਾ ਹੈ ਅਤੇ ਸਾਡੀ ਮੰਦੀ ਹਾਲਤ ਪਹਿਲਾਂ ਨਾਲੋਂ ਵਧੀਆ ਹੀ ਰਹੀ ਹੈ। ਕਿਹੜਾ ਵਿਸ਼ਵਾਸ ਕਰ ਸਕਦਾ ਹੈ ਕਿ ਬਿਨਾਂ ਯੋਜਨਾ ਦੇ ਖਰਚ ਕਰਨ ਦੀ ਬਜਾਏ ਕਿਸੇ ਆਰਥਿਕ ਯੋਜਨਾ 'ਤੇ ਚੱਲਣ ਕਾਰਨ ਨਤੀਜਿਆਂ ਵਿੱਚ ਏਨਾ ਅੰਤਰ ਆ ਸਕਦਾ ਹੈ?

ਅਗਲੇ ਸਾਲ ਦੇ ਅਖੀਰ ਵਿੱਚ ਸਾਡੇ ਸਾਰੇ ਕਰਜ਼ ਉਤਰ ਜਾਣਗੇ। ਉਦੋਂ ਅਸੀਂ ਜ਼ਿਆਦਾ ਪੈਸੇ ਨਿਵੇਸ਼ ਕਰਨ ਦੀ ਹਾਲਤ ਵਿੱਚ ਹੋਵਾਂਗੇ। ਇਸ ਤੋਂ ਇਲਾਵਾ ਸਾਡੇ ਕੋਲ ਏਨਾ ਪੈਸਾ ਹੋਵੇਗਾ ਕਿ ਅਸੀਂ ਬਾਹਰ ਘੁੰਮਣ-ਫਿਰਨ ਜਾ ਸਕੀਏ। ਖੈਰ, ਅਸੀਂ ਸੰਕਲਪ ਕਰ ਲਿਆ ਹੈ ਕਿ ਅਸੀਂ ਕਿਸੇ ਵੀ ਹਾਲਤ ਵਿੱਚ ਆਪਣੀ ਰੋਜ਼ੀ-ਰੋਟੀ ਦੇ ਖਰਚ ਨੂੰ ਆਪਣੀ ਸੱਤਰ ਪ੍ਰਤੀਸ਼ਤ ਆਮਦਨ ਤੋਂ ਜ਼ਿਆਦਾ ਨਹੀਂ ਹੋਣ ਦਿਆਂਗੇ।

ਹੁਣ ਤੁਸੀਂ ਸਮਝ ਸਕਦੇ ਹੋ ਕਿ ਅਸੀਂ ਬੇਬੀਲੋਨ ਦੇ ਉਸ ਵਿਅਕਤੀ ਨੂੰ ਨਿੱਜੀ ਤੌਰ 'ਤੇ ਧੰਨਵਾਦ ਕਿਉਂ ਦੇਣਾ ਚਾਹੁੰਦੇ ਹਾਂ, ਜਿਸ ਦੀ ਯੋਜਨਾ ਨੇ ਸਾਨੂੰ 'ਧਰਤੀ ਦੇ ਨਰਕੀ ਜੀਵਨ' ਤੋਂ ਬਚਾਇਆ ਹੈ। ਉਸ ਕੋਲ ਗਿਆਨ ਸੀ, ਕਿਉਂਕਿ ਉਹ ਇਨ੍ਹਾਂ ਹਾਲਾਤਾਂ 'ਚੋਂ ਲੰਘਿਆ ਸੀ। ਉਹ ਚਾਹੁੰਦਾ ਸੀ ਕਿ ਉਸ ਦੇ ਕੌੜੇ ਤਜਰਬਿਆਂ ਨਾਲ ਦੂਜਿਆਂ ਨੂੰ ਲਾਭ ਮਿਲੇ। ਇਸ ਲਈ ਉਸ ਨੇ ਆਪਣਾ ਸੰਦੇਸ਼ ਲਿਖਣ ਵਿੱਚ ਏਨੇ ਘੰਟਿਆਂ ਦੀ ਮਿਹਨਤ ਕੀਤੀ।

ਆਪਣੀ ਤਰ੍ਹਾਂ ਦੇ ਦੁੱਖ ਝੱਲਣ ਵਾਲੇ ਲੋਕਾਂ ਲਈ ਉਸ ਕੋਲ ਇੱਕ ਸੱਚਾ ਸੰਦੇਸ਼ ਸੀ। ਇਹ ਸੰਦੇਸ਼ ਏਨਾ ਮਹੱਤਵਪੂਰਨ ਸੀ ਕਿ ਪੰਜ ਹਜ਼ਾਰ ਸਾਲ ਬਾਅਦ ਇਹ ਬੇਬੀਲੋਨ ਦੇ ਰਹਿੰਦ-ਖੂੰਹਦ ਤੋਂ ਬਾਹਰ ਨਿਕਲਿਆ ਅਤੇ ਅੱਜ ਵੀ ਇਹ ਓਨਾ ਹੀ ਸੱਚਾ ਅਤੇ ਪ੍ਰਭਾਵੀ ਹੈ, ਜਿੰਨਾ ਇਹ ਪ੍ਰਾਚੀਨ ਬੇਬੀਲੋਨ ਵਿੱਚ ਸੀ।

ਤੁਹਾਡਾ

ਅਲਫ੍ਰੈਡ ਐੱਚ. ਸ਼ਰੂਜ਼ਬੇਰੀ,

ਪੁਰਾਤਤਵ ਵਿਭਾਗ

***

ਬੇਬੀਲੋਨ ਦਾ ਸਭ ਤੋਂ ਖ਼ੁਸ਼ਕਿਸਮਤ ਵਿਅਕਤੀ

ਬੇਬੀਲੋਨ ਦਾ ਖ਼ੁਸ਼ਹਾਲ ਵਪਾਰੀ ਸ਼ਾਰੂ ਨਾਦਾ ਆਪਣੇ ਕਾਰਵਾਂ ਵਿੱਚ ਸਭ ਤੋਂ ਅੱਗੇ ਚੱਲ ਰਿਹਾ ਸੀ। ਉਸ ਨੂੰ ਚੰਗੇ ਕੱਪੜੇ ਪਸੰਦ ਸਨ, ਇਸ ਲਈ ਉਹ ਵਧੀਆ ਕੱਪੜੇ ਪਾਉਂਦਾ ਸੀ। ਉਸ ਨੂੰ ਚੰਗੇ ਜਾਨਵਰ ਪਸੰਦ ਸਨ ਅਤੇ ਉਹ ਬਹੁਤ ਤੇਜ਼ ਦੌੜਨ ਵਾਲੇ ਅਰਬੀ ਘੋੜੇ 'ਤੇ ਸਵਾਰੀ ਕਰਦਾ ਸੀ। ਉਸ ਨੂੰ ਦੇਖ ਕੇ ਕੋਈ ਉਸ ਦੇ ਬੁਢਾਪੇ ਦਾ ਅੰਦਾਜ਼ਾ ਨਹੀਂ ਲਗਾ ਲਗਦਾ ਸੀ। ਪੱਕੇ ਤੌਰ 'ਤੇ ਲੋਕਾਂ ਨੂੰ ਇਹ ਸ਼ੱਕ ਨਹੀਂ ਹੁੰਦਾ ਕਿ ਅੰਦਰੋਂ ਉਹ ਪਰੇਸ਼ਾਨ ਹੈ।

ਦਮਿਸ਼ਕ ਤੋਂ ਵਾਪਸ ਆਉਣ ਦੀ ਯਾਤਰਾ ਲੰਮੀ ਹੈ ਅਤੇ ਇਸ ਵਿੱਚ ਰੇਗਿਸਤਾਨਾਂ ਦੀਆਂ ਕਈ ਔਕੜਾਂ ਦਾ ਸਾਹਮਣਾ ਕਰਨਾ ਪੈਂਦਾ ਹੈ। ਖ਼ੈਰ, ਸ਼ਾਰੂ ਨਾਦਾ ਨੂੰ ਖਾਸ ਔਕੜਾਂ ਦਾ ਸਾਹਮਣਾ ਨਹੀਂ ਕਰਨਾ ਪੈਂਦਾ। ਖੂੰਖਾਰ ਅਰਬ ਜਨਜਾਤੀਆਂ ਕਾਰਵਾਂ ਨੂੰ ਲੁੱਟਣ ਦੀ ਫ਼ਿਰਾਕ ਵਿੱਚ ਰਹਿੰਦੀਆਂ ਹਨ, ਪਰ ਉਸ ਨੂੰ ਇਸ ਗੱਲ ਦਾ ਕੋਈ ਡਰ ਨਹੀਂ ਸੀ, ਕਿਉਂਕਿ ਉਸ ਕੋਲ ਘੋੜ ਸਵਾਰ ਰੱਖਿਅਕਾਂ ਦਾ ਸਮੂਹ ਸੀ, ਜੋ ਕਾਰਵਾਂ ਦੀ ਰੱਖਿਆ ਕਰਨ ਲਈ ਕਾਫੀ ਸੀ।

ਸ਼ਾਰੂ ਨਾਦਾ ਨਾਲ ਇੱਕ ਨੈਜਵਾਨ ਚੱਲ ਰਿਹਾ ਸੀ, ਜਿਸ ਨੂੰ ਉਹ ਦਮਿਸ਼ਕ ਤੋਂ ਲਿਆ ਰਿਹਾ ਸੀ। ਉਸੇ ਕਾਰਨ ਸ਼ਾਰੂ ਨਾਦਾ ਪਰੇਸ਼ਾਨ ਸੀ। ਉਸ ਨੈਜਵਾਨ ਦਾ ਨਾਂਅ ਹਾਦਾਨ ਗੁਲਾ ਸੀ, ਜੋ ਉਸ ਦੇ ਪੁਰਾਣੇ ਭਾਈਵਾਲ ਅਰਦ ਗੁਲਾ ਦਾ ਪੋਤਾ ਸੀ। ਉਹ ਅਰਦ ਗੁਲਾ ਦਾ ਏਨਾ ਸ਼ੁਕਰਗੁਜ਼ਾਰ ਸੀ ਕਿ ਉਸ ਦੇ ਕਰਜ਼ ਨੂੰ ਕਦੇ ਨਹੀਂ ਸੀ ਉਤਾਰ ਸਕਿਆ। ਉਹ ਅਰਦ ਗੁਲਾ ਦੇ ਪੋਤੇ ਲਈ ਕੁਝ ਕਰਨਾ ਚਾਹੁੰਦਾ ਸੀ, ਪਰ ਉਸ ਨੇ ਇਸ ਬਾਰੇ ਜਿੰਨਾ ਸੋਚਿਆ, ਉਹ ਕੰਮ ਉਸ ਨੂੰ ਉਨਾ ਹੀ ਔਖਾ ਲੱਗਾ। ਸਭ ਤੋਂ ਵੱਡੀ ਔਕੜ ਉਹ ਨੈਜਵਾਨ ਖੁਦ ਸੀ।

ਉਸ ਨੈਜਵਾਨ ਨੇ ਹੱਥਾਂ ਵਿੱਚ ਅੰਗੂਠੀਆਂ ਅਤੇ ਕੰਨ ਵਿੱਚ ਛੱਲੇ ਪਾਏ ਹੋਏ ਸਨ। ਇਹ ਦੇਖ ਕੇ ਸ਼ਾਰੂ ਨਾਦਾ ਨੇ ਸੋਚਿਆ, ''ਉਹ ਸੋਚਦਾ ਹੈ ਕਿ ਗਹਿਣੇ ਮਰਦਾਂ ਲਈ ਹੁੰਦੇ ਹਨ, ਪਰ ਉਸ ਕੋਲ ਆਪਣੇ ਦਾਦਾ ਦਾ ਸੰਕਲਪਵਾਨ ਚਿਹਰਾ ਵੀ ਹੈ। ਉਸ ਦੇ ਦਾਦਾ ਨੇ ਇਸ ਤਰ੍ਹਾਂ ਦੇ ਭੜਕੀਲੇ ਕੱਪੜੇ ਕਦੇ ਨਹੀਂ ਪਾਏ। ਖ਼ੈਰ, ਮੈਂ ਚਾਹੁੰਦਾ ਸੀ ਕਿ ਉਹ ਮੇਰੇ ਨਾਲ ਆਏ, ਕਿਉਂਕਿ ਮੈਨੂੰ ਉਮੀਦ ਸੀ ਕਿ ਉਹ ਕੋਈ ਢੰਗ ਦਾ ਕੰਮ ਸ਼ੁਰੂ ਕਰੇ ਅਤੇ ਆਪਣੇ ਪਿਤਾ ਤੋਂ ਦੂਰ ਰਹੇ, ਜਿਨ੍ਹਾਂ ਨੇ ਵਿਰਾਸਤ ਵਿੱਚ ਮਿਲੇ ਪੈਸੇ ਨੂੰ ਗੁਆ ਦਿੱਤਾ ਸੀ।''

ਹਾਦਾਨ ਗੁਲਾ ਨੇ ਉਸ ਦੇ ਵਿਚਾਰਾਂ ਵਿੱਚ ਰੁਕਾਵਟ ਪਾਈ, ''ਤੁਸੀਂ ਏਨੀ ਸਖ਼ਤ ਮਿਹਨਤ ਕਿਉਂ ਕਰਦੇ ਹੋ? ਆਪਣੇ ਕਾਰਵਾਂ ਨਾਲ ਲੰਬੀ ਯਾਤਰਾ 'ਤੇ ਕਿਉਂ ਜਾਂਦੇ ਹੋ? ਤੁਸੀਂ ਕਦੇ ਜ਼ਿੰਦਗੀ ਦਾ ਆਨੰਦ ਲੈਣ ਲਈ ਸਮਾਂ ਕਿਉਂ ਨਹੀਂ ਕੱਢਦੇ?''

ਸ਼ਾਰੂ ਨਾਦਾ ਮੁਸਕਰਾਇਆ, ''ਜ਼ਿੰਦਗੀ ਦਾ ਆਨੰਦ? ...ਜੇਕਰ ਤੁਸੀਂ ਸ਼ਾਰੂ ਨਾਦਾ ਦੀ ਥਾਂ ਹੁੰਦੇ, ਤਾਂ ਤੁਸੀਂ ਜ਼ਿੰਦਗੀ ਦਾ ਆਨੰਦ ਲੈਣ ਲਈ ਕੀ ਕਰਦੇ?''

''ਜੇਕਰ ਮੇਰੇ ਕੋਲ ਤੁਹਾਡੇ ਜਿੰਨੀ ਦੌਲਤ ਹੁੰਦੀ, ਤਾਂ ਮੈਂ ਰਾਜਕੁਮਾਰ ਵਾਂਗ ਰਹਿੰਦਾ। ਮੈਂ ਕਦੇ ਗਰਮ ਰੇਗਿਸਤਾਨਾਂ ਦੀ ਯਾਤਰਾ ਨਾ ਕਰਦਾ। ਪੈਸਾ ਮੇਰੇ ਬਟੂਏ ਵਿੱਚ ਜਿੰਨੀ ਤੇਜ਼ੀ ਨਾਲ ਆਉਂਦਾ, ਮੈਂ ਉਸ ਨੂੰ ਓਨੀ ਤੇਜ਼ੀ ਨਾਲ ਉੜਾ ਦਿੰਦਾ। ਮੈਂ ਸਭ ਤੋਂ ਮਹਿੰਗੇ ਕੱਪੜੇ ਅਤੇ ਸਭ ਤੋਂ ਦੁਰਲੱਭ ਰਤਨ ਪਾਉਂਦਾ। ਮੈਂ ਇਸ ਤਰ੍ਹਾਂ ਦੀ ਜ਼ਿੰਦਗੀ ਜਿਉਂਦਾ, ਕਿਉਂਕਿ ਇਸ ਤਰ੍ਹਾਂ ਜਿਉਣ ਵਿੱਚ ਤਾਂ ਆਨੰਦ ਹੈ।'' ਦੋਵੇਂ ਹੀ ਹੱਸੇ।

ਸ਼ਾਰੂ ਨਾਦਾ ਦੇ ਮੂੰਹੋਂ ਅਚਾਨਕ ਨਿਕਲ ਪਿਆ, ''ਤੁਹਾਡੇ ਦਾਦਾ ਜੀ ਗਹਿਣੇ ਨਹੀਂ ਸਨ ਪਾਉਂਦੇ।'' ਫਿਰ ਉਸ ਨੇ ਕੁਝ ਸੋਚ ਕੇ ਮਜ਼ਾਕ ਵਿੱਚ ਕਿਹਾ, ''ਕੀ ਤੁਸੀਂ ਕਦੇ ਕੰਮ ਨਹੀਂ ਕਰਦੇ?''

ਹਾਦਾਨ ਗੁਲਾ ਨੇ ਜਵਾਬ ਦਿੱਤਾ, ''ਕੰਮ ਤਾਂ ਨੌਕਰ ਕਰਦੇ ਹਨ।''

ਸ਼ਾਰੂ ਨਾਦਾ ਨੇ ਆਪਣੇ ਬੁੱਲ੍ਹ ਕੱਟ ਲਏ, ਪਰ ਕੋਈ ਜਵਾਬ ਨਹੀਂ ਦਿੱਤਾ। ਉਹ ਖਾਮੋਸ਼ੀ ਨਾਲ ਸਵਾਰੀ ਕਰਦੇ ਰਹੇ, ਜਦੋਂ ਤੱਕ ਕਿ ਪਗਡੰਡੀ ਉਨ੍ਹਾਂ ਨੂੰ ਢਲਾਣ 'ਤੇ ਨਹੀਂ ਲੈ ਆਈ। ਇੱਥੇ ਉਸ ਨੇ ਆਪਣੇ ਘੋੜੇ ਦੀ ਲਗਾਮ ਖਿੱਚੀ ਅਤੇ ਦੂਰ ਦਿਖਾਈ ਦੇਣ ਵਾਲੀ ਹਰੀ ਘਾਟੀ ਵੱਲ ਇਸ਼ਾਰਾ ਕਰਦੇ ਹੋਏ ਕਿਹਾ, ''ਉਹ ਹੈ ਘਾਟੀ। ਅਤੇ ਹੇਠਾਂ ਦੇਖੋ, ਉੱਥੇ ਤੁਹਾਨੂੰ ਬੇਬੀਲੋਨ ਦੀਆਂ ਦੀਵਾਰਾਂ ਧੁੰਦਲੀਆਂ-ਧੁੰਦਲੀਆਂ ਦਿਖਾਈ ਦੇ ਸਕਦੀਆਂ ਹਨ। ਉਹ ਮੀਨਾਰ ਬੇਲ ਦਾ ਮੰਦਰ ਹੈ। ਜੇਕਰ ਤੁਹਾਡੀਆਂ ਅੱਖਾਂ ਤੇਜ਼ ਹਨ, ਤਾਂ ਤੁਸੀਂ ਇਸ ਦੇ ਉੱਪਰ ਅਮਰ ਜੋਤੀ ਦਾ ਧੂੰਆਂ ਵੀ ਦੇਖ ਸਕਦੇ ਹੋ।''

ਹਾਦਾਨ ਗੁਲਾ ਬੋਲਿਆ, ''ਤਾਂ ਬੇਬੀਲੋਨ ਇਹ ਹੈ? ਮੈਂ ਹਮੇਸ਼ਾ ਦੁਨੀਆ ਦੇ ਸਭ ਤੋਂ ਦੌਲਤਮੰਦ ਸ਼ਹਿਰ ਨੂੰ ਦੇਖਣਾ ਚਾਹੁੰਦਾ ਸੀ। ਬੇਬੀਲੋਨ, ਜਿੱਥੇ ਮੇਰੇ ਦਾਦਾ ਜੀ ਨੇ ਦੌਲਤ ਕਮਾਈ ਸੀ। ਕਾਸ਼! ਉਹ ਹੁਣ ਵੀ ਜ਼ਿੰਦਾ ਹੁੰਦੇ! ਜੇਕਰ ਉਹ ਜ਼ਿੰਦਾ ਹੁੰਦੇ, ਤਾਂ ਸਾਡੀ ਆਰਥਿਕ ਹਾਲਤ ਏਨੀ ਖਰਾਬ ਨਾ ਹੁੰਦੀ।''

''ਤੁਸੀਂ ਇਹ ਕਿਉਂ ਚਾਹੁੰਦੇ ਹੋ ਕਿ ਉਹ ਇਸ ਧਰਤੀ 'ਤੇ ਆਪਣੇ ਮਿੱਥੇ ਹੋਏ ਸਮੇਂ ਤੋਂ ਜ਼ਿਆਦਾ ਰਹਿੰਦੇ? ਤੁਸੀਂ ਅਤੇ ਤੁਹਾਡੇ ਪਿਤਾ ਵੀ ਤਾਂ ਉਨ੍ਹਾਂ ਦੇ ਕਦਮਾਂ 'ਤੇ ਚੱਲ ਸਕਦੇ ਹੋ।''

''ਪਰ ਸਾਡੇ ਦੋਵਾਂ ਵਿੱਚ ਉਨ੍ਹਾਂ ਜਿੰਨੀ ਸਮਝ ਨਹੀਂ ਹੈ। ਪਿਤਾ ਜੀ ਅਤੇ ਮੈਂ ਦੋਵੇਂ ਹੀ ਪੈਸੇ ਨੂੰ ਖਿੱਚਣ ਦਾ ਰਹੱਸ ਨਹੀਂ ਜਾਣਦੇ ਹਾਂ।''

ਸ਼ਾਰੂ ਨਾਦਾ ਨੇ ਕੋਈ ਜਵਾਬ ਨਹੀਂ ਦਿੱਤਾ, ਪਰ ਆਪਣੇ ਘੋੜੇ ਦੀ ਲਗਾਮ ਢਿੱਲੀ ਛੱਡ ਦਿੱਤੀ। ਫਿਰ ਉਹ ਕੁਝ ਸੋਚਦਾ ਹੋਇਆ ਘਾਟੀ ਦੀ ਪਗਡੰਡੀ ਤੋਂ ਉਤਰਨ ਲੱਗਾ। ਉਨ੍ਹਾਂ ਪਿੱਛੇ ਕਾਰਵਾਂ ਲਾਲ ਧੂੜ ਦਾ ਬੱਦਲ ਉਡਾਉਂਦਾ ਆ ਰਿਹਾ ਸੀ। ਕੁਝ ਸਮੇਂ ਬਾਅਦ ਉਹ ਰਾਜਮਾਰਗ 'ਤੇ ਪਹੁੰਚ ਗਏ ਅਤੇ ਸਿੰਚਾਈ ਵਾਲੇ ਖੇਤ ਵਿੱਚੋਂ ਹੁੰਦੇ ਹੋਏ ਦੱਖਣ ਦਿਸ਼ਾ ਵੱਲ ਮੁੜ ਗਏ।

ਤਿੰਨ ਬਜ਼ੁਰਗ ਕਿਸਾਨ ਇੱਕ ਖੇਤ ਨੂੰ ਵਾਹ ਰਹੇ ਸਨ। ਸ਼ਾਰੂ ਨਾਦਾ ਦਾ ਧਿਆਨ ਉਨ੍ਹਾਂ ਵੱਲ ਗਿਆ। ਉਹ ਉਨ੍ਹਾਂ ਨੂੰ ਜਾਣ-ਪਛਾਣ ਵਾਲੇ ਲੱਗੇ। ਕਿੰਨੀ ਅਜੀਬ ਗੱਲ ਹੈ ਕਿ ਚਾਲੀ ਸਾਲ ਬਾਅਦ ਤੁਸੀਂ ਕਿਸੇ ਖੇਤ 'ਚੋਂ ਲੰਘੋ, ਅਤੇ ਤੁਹਾਨੂੰ ਉਹੀ ਲੋਕ ਉਥੇ ਹੀ ਖੁਦਾਈ ਕਰਦੇ ਮਿਲਣ। ਖੈਰ, ਉਸ ਦੇ ਦਿਲ ਨੇ ਕਿਹਾ ਕਿ ਉਹ ਉਹੀ ਸਨ। ਉਨ੍ਹਾਂ ਵਿੱਚੋਂ ਇਕ ਨੇ ਹਲ ਨੂੰ ਕਮਜ਼ੋਰੀ ਨਾਲ ਫੜਿਆ ਸੀ। ਬਾਕੀ ਬਲਦ ਨਾਲ ਚੱਲ ਰਹੇ ਸਨ ਅਤੇ ਉਨ੍ਹਾਂ ਨੂੰ ਕੋਚ ਰਹੇ ਸਨ, ਤਾਂ ਕਿ ਉਹ ਢੰਗ ਨਾਲ ਕੰਮ ਕਰਨ।

ਚਾਲੀ ਸਾਲ ਪਹਿਲਾਂ ਉਸ ਨੂੰ ਇਨ੍ਹਾਂ ਲੋਕਾਂ ਨਾਲ ਈਰਖਾ ਹੁੰਦੀ ਸੀ। ਉਸ ਸਮੇਂ ਇਨ੍ਹਾਂ ਦੀ ਜ਼ਿੰਦਗੀ ਨਾਲ ਆਪਣੀ ਜ਼ਿੰਦਗੀ ਦੀ ਅਦਲਾ-ਬਦਲੀ ਕਰਨ ਵਿੱਚ ਉਸ ਨੂੰ ਕਿੰਨੀ ਖੁਸ਼ੀ ਹੋਈ ਹੁੰਦੀ! ਪਰ ਹੁਣ ਕਿੰਨਾ ਫਰਕ ਸੀ! ਉਸ ਨੇ ਮਾਣ ਨਾਲ ਆਪਣੇ ਪਿੱਛੇ ਆਉਂਦੇ ਕਾਰਵਾਂ, ਵਧੀਆ ਊਠਾਂ ਅਤੇ ਖੋਤਿਆਂ ਨੂੰ ਦੇਖਿਆ, ਜਿਨ੍ਹਾਂ 'ਤੇ ਦਮਿਸ਼ਕ ਦਾ ਮੁੱਲਵਾਨ ਸਾਮਾਨ ਦਾ ਉੱਚਾ ਢੇਰ ਲੱਦਿਆ ਹੋਇਆ ਸੀ। ਇਹ ਸਭ ਉਸ ਦਾ ਸੀ ਅਤੇ ਇਹ ਉਸ ਦੀ ਦੌਲਤ ਦਾ ਇੱਕ ਹਿੱਸਾ ਸੀ।

ਉਸ ਨੇ ਵਾਹੀ ਕਰਨ ਵਾਲਿਆਂ ਵੱਲ ਇਸ਼ਾਰਾ ਕਰਦੇ ਹੋਏ ਕਿਹਾ, ''ਇਹ ਲੋਕ ਚਾਲੀ ਸਾਲ ਪਹਿਲਾਂ ਜਿੱਥੇ ਸਨ, ਹੁਣ ਵੀ ਉਥੇ ਹੀ ਹਨ। ਉਹ ਹੁਣ ਵੀ ਉਸੇ ਖੇਤ ਨੂੰ ਵਾਹ ਰਹੇ ਹਨ।''

''ਅਜਿਹਾ ਲਗਦਾ ਤਾਂ ਹੈ, ਪਰ ਤੁਸੀਂ ਅਜਿਹਾ ਕਿਉਂ ਸੋਚਦੇ ਹੋ ਕਿ ਇਹ ਉਹੀ ਲੋਕ ਹਨ?''

ਸ਼ਾਰੂ ਨਾਦਾ ਨੇ ਜਵਾਬ ਦਿੱਤਾ, ''ਮੈਂ ਉਨ੍ਹਾਂ ਨੂੰ ਪਹਿਲਾਂ ਵੀ ਇੱਥੇ ਹੀ ਦੇਖਿਆ ਹੈ।''

ਉਸ ਦੇ ਦਿਮਾਗ ਵਿੱਚ ਯਾਦਾਂ ਤੇਜ਼ੀ ਨਾਲ ਦੌੜ ਰਹੀਆਂ ਸਨ। ਉਹ ਅਤੀਤ ਨੂੰ ਦਫਨ ਕਿਉਂ ਨਹੀਂ ਕਰ ਸਕਦਾ? ਉਹ ਵਰਤਮਾਨ ਵਿੱਚ ਕਿਉਂ ਨਹੀਂ ਰਹਿ ਸਕਦਾ? ਫਿਰ ਉਸ ਦੇ ਦਿਮਾਗ ਵਿੱਚ ਅਰਦ ਗੁਲਾ ਦੇ ਮੁਸਕਰਾਉਂਦੇ ਚਿਹਰੇ ਦੀ ਤਸਵੀਰ ਚਮਕ ਉੱਠੀ। ਉਸ ਅਤੇ ਨੈਜਵਾਨ ਵਿਚਕਾਰਲੀ ਰੁਕਾਵਟ ਇੱਕਦਮ ਖਤਮ ਹੋ ਗਈ।

ਪਰ ਉਹ ਇਸ ਹੰਕਾਰੀ ਨੈਜਵਾਨ ਦੀ ਮਦਦ ਕਿਵੇਂ ਕਰ ਸਕਦਾ ਹੈ, ਜਿਸ ਦੇ ਦਿਮਾਗ ਵਿੱਚ ਫਜ਼ੂਲਖਰਚੀ ਦੇ ਵਿਚਾਰ ਭਰੇ ਪਏ ਸਨ ਅਤੇ ਜਿਸ ਦੇ ਹੱਥਾਂ ਵਿੱਚ ਰਤਨ ਸਨ? ਕੰਮ ਕਰਨ ਦੇ ਇੱਛੁਕ ਲੋਕਾਂ ਲਈ ਉਸ ਕੋਲ ਬਹੁਤ ਕੰਮ ਸੀ, ਪਰ ਉਨ੍ਹਾਂ ਲੋਕਾਂ ਲਈ ਉਸ ਕੋਲ ਕੋਈ ਕੰਮ ਨਹੀਂ ਸੀ, ਜੋ ਕੰਮ ਕਰਨ ਨੂੰ ਨਫਰਤ ਦੀ ਨਿਗਾਹ ਨਾਲ ਦੇਖਦੇ ਹੋਣ ਅਤੇ ਖੁਦ ਨੂੰ ਉੱਤਮ ਮੰਨਦੇ ਹੋਣ। ਖੈਰ, ਉਹ ਅਰਦ ਗੁਲਾ ਦਾ ਏਨਾ ਸ਼ੁਕਰਗੁਜ਼ਾਰ

ਸੀ ਕਿ ਉਸ ਨੂੰ ਕੁਝ ਨਾ ਕੁਝ ਤਾਂ ਕਰਨਾ ਹੀ ਪੈਣਾ ਸੀ। ਉਸ ਨੂੰ ਪੂਰੀ ਕੋਸ਼ਿਸ਼ ਕਰਨੀ ਹੀ ਪੈਣੀ ਸੀ। ਉਸ ਨੇ ਅਤੇ ਅਰਦ ਗੁਲਾ ਨੇ ਕਦੇ ਅੱਧੀ-ਅਧੂਰੀ ਕੋਸ਼ਿਸ਼ ਨਹੀਂ ਸੀ ਕੀਤੀ। ਉਹ ਅਜਿਹੇ ਲੋਕ ਨਹੀਂ ਸਨ।

ਉਸ ਦੇ ਦਿਮਾਗ ਵਿੱਚ ਤਤਕਾਲ ਇੱਕ ਯੋਜਨਾ ਆਈ। ਫਿਰ ਇਤਰਾਜ਼ ਆਏ। ਉਸ ਨੂੰ ਆਪਣੇ ਪਰਿਵਾਰ ਅਤੇ ਆਪਣੇ ਸਨਮਾਨ ਦਾ ਧਿਆਨ ਆਇਆ। ਉਸ ਨੇ ਸੋਚਿਆ ਕਿ ਇਸ ਯੋਜਨਾ 'ਤੇ ਅਮਲ ਕਰਨ ਨਾਲ ਉਸ ਦੇ ਸਨਮਾਨ 'ਤੇ ਕੋਈ ਆਂਚ ਆ ਸਕਦੀ ਹੈ। ਪਰ ਤਤਕਾਲ ਫੈਸਲੇ ਲੈਣ ਦੀ ਆਦਤ ਕਾਰਨ ਉਸ ਨੇ ਇਸ ਇਤਰਾਜ਼ ਨੂੰ ਇੱਕ ਪਾਸੇ ਕਰ ਦਿੱਤਾ ਅਤੇ ਕੰਮ ਕਰਨ ਦਾ ਫੈਸਲਾ ਕੀਤਾ।

ਉਸ ਨੇ ਸਵਾਲ ਪੁੱਛਿਆ, ''ਕੀ ਤੁਸੀਂ ਇਹ ਜਾਣਦੇ ਹੋ ਕਿ ਤੁਹਾਡੇ ਕਾਬਲ ਦਾਦਾ ਜੀ ਅਤੇ ਮੈਂ ਭਾਈਵਾਲ ਕਿਵੇਂ ਬਣੇ, ਜਿਸ ਕਾਰਨ ਅਸੀਂ ਦੋਵੇਂ ਦੌਲਤਮੰਦ ਬਣ ਗਏ?''

ਨੌਜਵਾਨ ਨੇ ਉਤਾਵਲੇਪਣ ਵਿੱਚ ਕਿਹਾ, ''ਇਸ ਦੀ ਬਜਾਏ ਤੁਸੀਂ ਮੈਨੂੰ ਸਿੱਧੇ-ਸਿੱਧੇ ਇਹ ਕਿਉਂ ਨਹੀਂ ਦੱਸ ਦਿੰਦੇ ਕਿ ਤੁਸੀਂ ਪੈਸਾ ਕਿਵੇਂ ਕਮਾਇਆ? ਮੈਂ ਬਸ ਏਨਾ ਹੀ ਜਾਨਣਾ ਚਾਹੁੰਦਾ ਹਾਂ।''

ਸ਼ਾਰੂ ਨਾਦਾ ਨੇ ਉਸ ਦੀ ਗੱਲ ਨੂੰ ਨਜ਼ਰਅੰਦਾਜ਼ ਕਰਦੇ ਹੋਏ ਅੱਗੇ ਕਿਹਾ, ''ਅਸੀਂ ਇਨ੍ਹਾਂ ਵਹੀ ਕਰਨ ਵਾਲੇ ਲੋਕਾਂ ਤੋਂ ਸ਼ੁਰੂ ਕਰਦੇ ਹਾਂ। ਉਦੋਂ ਮੈਂ ਤੁਹਾਡੀ ਉਮਰ ਦਾ ਸੀ। ਮੇਰੇ ਨਾਲ ਮੇਗੀਡੋ ਨਾਂ ਦਾ ਕਿਸਾਨ ਸੀ। ਇਨ੍ਹਾਂ ਲੋਕਾਂ ਨੂੰ ਵਹੀ ਕਰਦੇ ਦੇਖ ਕੇ ਉਸ ਨੇ ਨੱਕ ਬੰਦ ਕਰ ਲਿਆ ਸੀ ਅਤੇ ਕਿਹਾ ਸੀ ਕਿ ਉਹ ਲਾਪਰਵਾਹੀ ਨਾਲ ਖੇਤ ਵਾਹ ਰਹੇ ਹਨ। ਮੇਗੀਡੋ ਮੇਰੇ ਕੋਲ ਹੀ ਜ਼ੰਜੀਰ ਵਿੱਚ ਬੰਨਿਆ ਹੋਇਆ ਸੀ। ਉਸ ਨੇ ਕਿਹਾ, ''ਇਨ੍ਹਾਂ ਆਲਸੀ ਲੋਕਾਂ ਨੂੰ ਦੇਖੋ। ਹਲ ਫੜਨ ਵਾਲਾ ਗਹਿਰਾਈ ਨਾਲ ਵਾਹੁਣ ਦੀ ਕੋਸ਼ਿਸ਼ ਨਹੀਂ ਕਰ ਰਿਹਾ। ਬਲਦਾਂ ਨੂੰ ਸਾਧਣ ਵਾਲੇ ਬਲਦਾਂ ਨੂੰ ਸਹੀ ਰਾਹ 'ਤੇ ਨਹੀਂ ਰੱਖ ਰਿਹਾ। ਏਨੀ ਖਰਾਬ ਵਾਹੀ ਤੋਂ ਬਾਅਦ ਉਹ ਚੰਗੀ ਫਸਲ ਬੀਜਣ ਦੀ ਉਮੀਦ ਕਿਵੇਂ ਕਰ ਸਕਦੇ ਹਨ?''

ਹਾਦਾਨ ਗੁਲਾ ਨੇ ਹੈਰਾਨੀ ਨਾਲ ਪੁੱਛਿਆ, ''ਤੁਸੀਂ ਅਤੇ ਮੇਗੀਡੋ ਜ਼ੰਜੀਰ ਨਾਲ ਬੰਨ੍ਹੇ ਸਨ?''

''ਹਾਂ, ਸਾਡੀ ਧੌਣ ਵਿੱਚ ਕਾਂਸੇ ਦੇ ਪੱਟੇ ਸਨ ਅਤੇ ਸਾਡੇ ਵਿਚਕਾਰ ਭਾਰੀ ਜ਼ੰਜੀਰ ਸੀ। ਉਸ ਦੇ ਨਾਲ ਹੀ ਭੇਡਾਂ ਦਾ ਚੋਰ ਜ਼ੈਬੇਦੋ ਸੀ, ਜਿਸ ਨਾਲ ਮੈਂ ਪਹਿਲਾਂ ਹਾਰੂਨ ਵਿੱਚ ਮਿਲਿਆ ਸੀ। ਸਭ ਤੋਂ ਅਖੀਰ ਵਿੱਚ ਜਿਹੜਾ ਵਿਅਕਤੀ ਸੀ, ਉਸ ਨੂੰ ਅਸੀਂ ਸਮੁੰਦਰੀ ਡਾਕੂ ਕਹਿੰਦੇ ਸੀ, ਕਿਉਂਕਿ ਉਸ ਨੇ ਸਾਨੂੰ ਆਪਣਾ ਨਾਂ ਨਹੀਂ ਸੀ ਦੱਸਿਆ। ਸਾਡੇ ਖਿਆਲ ਨਾਲ ਉਹ ਜਹਾਜ਼ੀ ਸੀ, ਕਿਉਂਕਿ ਜਹਾਜ਼ੀਆਂ ਵਾਂਗ ਹੀ ਉਸ ਦੀ ਛਾਤੀ 'ਤੇ ਵੀ ਦੋ ਸੱਪ ਉਕੇਰੇ ਹੋਏ ਸਨ। ਜ਼ੰਜੀਰਾਂ ਇਸ ਤਰ੍ਹਾਂ ਬੰਨ੍ਹੀਆਂ ਸਨ, ਤਾਂ ਕਿ ਚਾਰ ਲੋਕ ਇਕੱਠੇ ਤੁਰ ਸਕਣ।''

''ਤੁਸੀਂ ਗੁਲਾਮਾਂ ਵਾਂਗ ਜ਼ੰਜੀਰਾਂ ਵਿੱਚ ਜਕੜੇ ਸੀ?'' ਹਾਦਾਨ ਗੁਲਾ ਨੇ ਹੈਰਾਨੀ ਨਾਲ ਪੁੱਛਿਆ।

''ਕੀ ਤੁਹਾਡੇ ਦਾਦਾ ਜੀ ਨੇ ਤੁਹਾਨੂੰ ਕਦੇ ਨਹੀਂ ਦੱਸਿਆ ਕਿ ਮੈਂ ਕਦੇ ਗੁਲਾਮ ਸੀ?''

''ਉਹ ਅਕਸਰ ਤੁਹਾਡੇ ਬਾਰੇ ਗੱਲ ਕਰਦੇ ਸਨ, ਪਰ ਉਨ੍ਹਾਂ ਨੇ ਕਦੇ ਇਸ ਗੱਲ ਵੱਲ ਸੰਕੇਤ ਨਹੀਂ ਕੀਤਾ।''

''ਉਹ ਅਜਿਹੇ ਇਨਸਾਨ ਸਨ, ਜਿਨ੍ਹਾਂ ਨੂੰ ਸਭ ਤੋਂ ਡੂੰਘੇ ਰਹੱਸ ਪੂਰੇ ਵਿਸ਼ਵਾਸ ਨਾਲ ਦੱਸੇ ਜਾ ਸਕਦੇ ਸਨ। ਮੈਂ ਤੁਹਾਡੇ 'ਤੇ ਵੀ ਭਰੋਸਾ ਕਰ ਸਕਦਾ ਹਾਂ, ਹੈ ਨਾ?'' ਸ਼ਾਰੂ ਨਾਦਾ ਨੇ ਉਸ ਦੀਆਂ ਅੱਖਾਂ ਵੱਲ ਝਾਕਦੇ ਹੋਏ ਕਿਹਾ।

''ਤੁਸੀਂ ਮੇਰੇ 'ਤੇ ਭਰੋਸਾ ਕਰ ਸਕਦੇ ਹੋ ਕਿ ਮੈਂ ਚੁੱਪ ਰਹਾਂਗਾ। ਪਰ ਮੈਂ ਹੈਰਾਨ ਹਾਂ। ਮੈਨੂੰ ਦੱਸੋ ਕਿ ਤੁਸੀਂ ਗੁਲਾਮ ਕਿਵੇਂ ਬਣੇ?''

ਸ਼ਾਰੂ ਨਾਦਾ ਨੇ ਆਪਣੇ ਮੋਢੇ ਉੱਪਰ ਨੂੰ ਚੁੱਕੇ, ''ਕੋਈ ਵੀ ਇਨਸਾਨ ਕਦੇ ਵੀ ਗੁਲਾਮ ਬਣ ਸਕਦਾ ਹੈ। ਜੂਏ ਅਤੇ ਸ਼ਰਾਬ ਕਾਰਨ ਮੇਰੇ 'ਤੇ ਇਹ ਸੰਕਟ ਆਇਆ। ਮੈਂ ਆਪਣੇ ਭਰਾ ਦੀਆਂ ਗਲਤੀਆਂ ਦਾ ਸ਼ਿਕਾਰ ਹੋਇਆ ਸੀ। ਇੱਕ ਝਗੜੇ ਵਿੱਚ ਉਸ ਨੇ ਆਪਣੇ ਦੋਸਤ ਨੂੰ ਮਾਰ ਦਿੱਤਾ। ਮੇਰੇ ਪਿਤਾ ਇਹ ਨਹੀਂ ਚਾਹੁੰਦੇ ਸਨ ਕਿ ਮੇਰੇ ਭਰਾ 'ਤੇ ਕਾਨੂੰਨ ਅਨੁਸਾਰ ਮੁਕੱਦਮਾ ਚੱਲੇ, ਇਸ ਲਈ ਉਨ੍ਹਾਂ ਨੇ ਮੈਨੂੰ ਬੰਧਕ ਬਣਾ ਕੇ ਮਰੇ ਹੋਏ ਵਿਅਕਤੀ ਦੀ ਵਿਧਵਾ ਦੇ ਹਵਾਲੇ ਕਰ ਦਿੱਤਾ। ਜਦੋਂ ਮੇਰੇ ਪਿਤਾ ਮੈਨੂੰ ਆਜ਼ਾਦ ਕਰਾਉਣ ਲਈ ਲੋੜੀਂਦਾ ਪੈਸਾ ਇਕੱਠਾ ਨਹੀਂ ਕਰ ਸਕੇ, ਤਾਂ ਉਸ ਵਿਧਵਾ ਨੇ ਗੁੱਸੇ ਵਿੱਚ ਆ ਕੇ ਮੈਨੂੰ ਗੁਲਾਮਾਂ ਦੇ ਵਪਾਰੀ ਦੇ ਹੱਥਾਂ ਵਿੱਚ ਵੇਚ ਦਿੱਤਾ।''

ਹਾਦਾਨ ਗੁਲਾ ਨੇ ਕਿਹਾ, ''ਕਿੰਨੀ ਸ਼ਰਮ ਅਤੇ ਨਾਇਨਸਾਫ਼ੀ ਦੀ ਗੱਲ ਹੈ। ਪਰ ਮੈਨੂੰ ਦੱਸੋ, ਤੁਸੀਂ ਦੁਬਾਰਾ ਕਿਵੇਂ ਆਜ਼ਾਦ ਹੋਏ?''

ਅਸੀਂ ਉਸ ਮੁੱਦੇ 'ਤੇ ਬਾਅਦ ਵਿੱਚ ਆਵਾਂਗੇ। ਅਜੇ ਅਸੀਂ ਇਸ ਕਹਾਣੀ ਨੂੰ ਅੱਗੇ ਵਧਾਉਂਦੇ ਹਾਂ। ਸਾਡੇ ਉੱਥੋਂ ਨਿਕਲਦੇ ਸਮੇਂ ਖੇਤ ਵਾਹੁਣ ਵਾਲਿਆਂ ਨੇ ਸਾਡਾ ਮਜ਼ਾਕ ਉਡਾਇਆ। ਇੱਕ ਨੇ ਆਪਣਾ ਫਟਿਆ ਟੋਪ ਚੁੱਕ ਕੇ ਅਤੇ ਸਿਰ ਝੁਕਾ ਕੇ ਸਾਨੂੰ ਨਮਸਕਾਰ ਕੀਤਾ ਅਤੇ ਕਿਹਾ, ''ਮਹਾਰਾਜ ਦੇ ਮਹਿਮਾਨੋ, ਬੇਬੀਲੋਨ ਵਿੱਚ ਤੁਹਾਡਾ ਸਵਾਗਤ ਹੈ। ਉਹ ਸ਼ਹਿਰ ਦੀਆਂ ਦੀਵਾਰਾਂ 'ਤੇ ਤੁਹਾਡਾ ਇੰਤਜ਼ਾਰ ਕਰ ਰਹੇ ਹਨ, ਜਿੱਥੇ ਦਾਅਵਤ ਰੱਖੀ ਗਈ ਹੈ। ਦਾਅਵਤ ਵਿੱਚ ਮਿੱਟੀ ਦੀਆਂ ਇੱਟਾਂ ਅਤੇ ਪਿਆਜ਼ ਦਾ ਸੂਪ ਹੈ।'' ਇਸੇ ਦੇ ਨਾਲ ਉਹ ਜ਼ੋਰ ਦੀ ਹੱਸ ਪਏ।

''ਸਮੁੰਦਰੀ ਡਾਕੂ ਇਹ ਸੁਣਦੇ ਹੀ ਆਪੇ ਤੋਂ ਬਾਹਰ ਹੋ ਗਿਆ ਅਤੇ ਉਨ੍ਹਾਂ ਨੂੰ ਗਾਲ੍ਹਾਂ ਕੱਢਣ ਲੱਗਾ। ਮੈਂ ਉਨ੍ਹਾਂ ਨੂੰ ਪੁੱਛਿਆ, 'ਇਨ੍ਹਾਂ ਲੋਕਾਂ ਨੇ ਇਹ ਕਿਉਂ ਕਿਹਾ ਕਿ ਸਮਰਾਟ ਦੀਵਾਰਾਂ 'ਤੇ ਸਾਡਾ ਇੰਤਜ਼ਾਰ ਕਰ ਰਹੇ ਹਨ?''

ਉਹ ਬੋਲਿਆ, ''ਸ਼ਹਿਰ ਦੀਆਂ ਦੀਵਾਰਾਂ ਤੱਕ ਇੱਟਾਂ ਢੋਣ ਵਾਲੇ ਆਪਣੀ ਕਮਰ ਟੁੱਟਣ ਤੱਕ ਇੱਟਾਂ ਢੋਂਦੇ ਰਹਿੰਦੇ ਹਨ। ਇਹ ਵੀ ਸੰਭਵ ਹੈ ਕਿ ਕਮਰ ਟੁੱਟਣ ਤੋਂ ਪਹਿਲਾਂ ਹੀ ਸੈਨਿਕ ਪਿਟਾਈ ਕਰਕੇ ਉਨ੍ਹਾਂ ਦੀ ਜਾਨ ਲੈ ਲੈਣ। ਪਰ ਉਹ ਮੈਨੂੰ ਨਹੀਂ ਕੁੱਟ ਸਕਣਗੇ। ਮੈਂ ਉਨ੍ਹਾਂ ਨੂੰ ਜਾਨ ਤੋਂ ਮਾਰ ਦਿਆਂਗਾ।''

ਫਿਰ ਮੇਗੀਡੋ ਬੋਲਿਆ, ''ਮਾਲਕ ਆਪਣੇ ਇੱਛੁਕ ਅਤੇ ਮਿਹਨਤੀ ਲੋਕਾਂ ਦੀ ਪਿਟਾਈ ਕਰਕੇ ਉਨ੍ਹਾਂ ਦੀ ਜਾਨ ਕਿਉਂ ਲੈਣਗੇ? ਮਾਲਕ ਚੰਗੇ ਗੁਲਾਮਾਂ ਨੂੰ ਪਸੰਦ ਕਰਦੇ ਹਨ ਅਤੇ ਉਨ੍ਹਾਂ ਨਾਲ ਚੰਗਾ ਵਿਵਹਾਰ ਕਰਦੇ ਹਨ।''

ਜ਼ੈਬੇਦੋ ਨੇ ਟਿੱਪਣੀ ਕੀਤੀ, ''ਮਿਹਨਤ ਕੌਣ ਕਰਨਾ ਚਾਹੁੰਦਾ ਹੈ? ਇਹ ਖੇਤ ਵਾਹੁਣ ਵਾਲੇ ਸਮਝਦਾਰ ਹਨ। ਉਹ ਆਪਣੀ ਕਮਰ ਨਹੀਂ ਤੋੜ ਰਹੇ। ਇਹ ਸਿਰਫ ਕੰਮ ਚਲਾ ਰਹੇ ਹਨ।''

ਮੇਗੀਡੋ ਨੇ ਵਿਰੋਧ ਕਰਦਿਆਂ ਕਿਹਾ, ''ਤੁਸੀਂ ਕੰਮ ਨੂੰ ਟਾਲ ਕੇ ਤਰੱਕੀ ਨਹੀਂ ਕਰ ਸਕਦੇ। ਜੇਕਰ ਤੁਸੀਂ ਦਿਨ ਵਿੱਚ ਇੱਕ ਹੈਕਟੇਅਰ ਖੇਤ ਵਾਹੁੰਦੇ ਹੋ, ਤਾਂ ਇਹ ਬਹੁਤ ਚੰਗਾ ਕੰਮ ਹੈ ਅਤੇ ਹਰ ਮਾਲਕ ਇਹ ਗੱਲ ਜਾਣਦਾ ਹੈ। ਪਰ ਜੇਕਰ ਤੁਸੀਂ ਇੱਕ ਦਿਨ ਵਿੱਚ ਸਿਰਫ ਅੱਧਾ ਹੈਕਟੇਅਰ ਵਾਹੁੰਦੇ ਹੋ, ਤਾਂ ਇਹ ਕੰਮ ਨੂੰ ਟਾਲਣਾ ਹੈ। ਮੈਂ ਕੰਮ ਨਹੀਂ ਟਾਲਦਾ। ਮੈਨੂੰ ਕੰਮ ਕਰਨਾ ਪਸੰਦ ਹੈ ਅਤੇ ਮੈਨੂੰ ਚੰਗੀ ਤਰ੍ਹਾਂ ਕੰਮ ਕਰਨਾ ਪਸੰਦ ਹੈ, ਕਿਉਂਕਿ ਮੈਂ ਮਹਿਸੂਸ ਕੀਤਾ ਹੈ ਕਿ ਕੰਮ ਇਨਸਾਨ ਦਾ ਸਭ ਤੋਂ ਚੰਗਾ ਦੋਸਤ ਹੁੰਦਾ ਹੈ। ਇਸੇ ਦੀ ਬਦੌਲਤ ਮੈਨੂੰ ਆਪਣੀਆਂ ਸਾਰੀਆਂ ਚੰਗੀਆਂ ਚੀਜ਼ਾਂ ਮਿਲੀਆਂ ਹਨ—ਮੇਰਾ ਖੇਤ, ਪਸ਼ੂ, ਫਸਲ ਅਤੇ ਸਭ ਕੁਝ।''

ਜ਼ੈਬੇਦੋ ਨੇ ਤਾਹਨਾ ਮਾਰਦਿਆਂ ਕਿਹਾ, ''ਚੰਗਾ! ਅਤੇ ਹੁਣ ਉਹ ਸਾਰੀਆਂ ਚੀਜ਼ਾਂ ਕਿੱਥੇ ਹਨ? ਮੈਨੂੰ ਲਗਦਾ ਹੈ ਕਿ ਆਦਮੀ ਨੂੰ ਚਲਾਕ ਬਣਨਾ ਚਾਹੀਦਾ ਹੈ ਅਤੇ ਬਿਨਾਂ ਮਿਹਨਤ ਕੀਤੇ ਅੱਗੇ ਵਧਣਾ ਚਾਹੀਦਾ ਹੈ। ਇਹੀ ਵਧੀਆ ਨੀਤੀ ਹੈ। ਤੁਸੀਂ ਦੇਖਣਾ, ਜੇਕਰ ਸਾਨੂੰ ਦੀਵਾਰਾਂ 'ਤੇ ਕੰਮ ਕਰਨ ਲਈ ਵੇਚ ਦਿੱਤਾ ਜਾਵੇਗਾ, ਤਾਂ ਮੈਂ ਪਾਣੀ ਦਾ ਥੈਲਾ ਚੁੱਕਾਂਗਾ ਜਾਂ ਅਜਿਹਾ ਹੀ ਕੋਈ ਕੰਮ ਕਰਾਂਗਾ, ਜਦੋਂ ਕਿ ਤੁਸੀਂ, ਜੋ ਕੰਮ ਕਰਨਾ ਪਸੰਦ ਕਰਦੇ ਹੋ, ਇੱਟਾਂ ਢੋਹ ਕੇ ਆਪਣੀ ਕਮਰ ਤੋੜ ਲਵੋਗੇ।'' ਉਹ ਮੂਰਖਤਾ ਵਾਲੇ ਅੰਦਾਜ਼ ਵਿੱਚ ਹੱਸਿਆ।

ਉਸ ਸਾਰੀ ਰਾਤ ਮੈਂ ਦਹਿਸ਼ਤ ਵਿੱਚ ਰਿਹਾ। ਮੈਂ ਸੌਂ ਨਹੀਂ ਸਕਿਆ। ਮੈਂ ਗਾਰਡ ਦੀ ਰੱਸੀ ਦੇ ਨੇੜੇ ਖਿਸਕ ਗਿਆ। ਜਦੋਂ ਬਾਕੀ ਲੋਕ ਸੌਂ ਗਏ, ਤਾਂ ਮੈਂ ਪਹਿਰਾ ਦੇਣ ਵਾਲੇ ਗਾਰਡ ਗੋਡ਼ੋਸੇ ਦਾ ਧਿਆਨ ਆਪਣੇ ਵੱਲ ਖਿੱਚਿਆ। ਉਹ ਉਨ੍ਹਾਂ ਲੁਟੇਰੇ ਅਰਬ ਵਾਸੀਆਂ ਵਿੱਚੋਂ ਸੀ, ਜੋ ਤੁਹਾਡਾ ਬਟੂਆ ਲੁੱਟਣ ਸਮੇਂ ਇਹ ਸੋਚਦੇ ਸਨ ਕਿ ਉਨ੍ਹਾਂ ਨੂੰ ਤੁਹਾਡਾ ਗਲਾ ਵੀ ਕੱਟ ਦੇਣਾ ਚਾਹੀਦਾ ਹੈ।

ਮੈਂ ਹੌਲੀ ਜਿਹੀ ਪੁੱਛਿਆ, ''ਗੋਡ਼ੋਸੇ, ਮੈਨੂੰ ਦੱਸੋ, ਜਦੋਂ ਅਸੀਂ ਬੇਬੀਲੋਨ ਪਹੁੰਚਾਂਗੇ, ਤਾਂ ਕੀ ਸਾਨੂੰ ਦੀਵਾਰਾਂ ਦੇ ਕੰਮ ਵਿੱਚ ਲਗਾਉਣ ਲਈ ਵੇਚਿਆ ਜਾਵੇਗਾ?''

ਉਸ ਨੇ ਸਾਵਧਾਨੀ ਨਾਲ ਪੁੱਛਿਆ, ''ਤੁਸੀਂ ਕਿਉਂ ਜਾਣਨਾ ਚਾਹੁੰਦੇ ਹੋ?''

ਮੈਂ ਗਿੜਗਿੜਾਇਆ, ''ਕੀ ਤੁਹਾਨੂੰ ਸਮਝ ਨਹੀਂ ਆਉਂਦਾ? ਮੈਂ ਜਵਾਨ ਹਾਂ। ਮੈਂ ਜ਼ਿੰਦਾ ਰਹਿਣਾ ਚਾਹੁੰਦਾ ਹਾਂ। ਮੈਂ ਦੀਵਾਰਾਂ 'ਤੇ ਕੰਮ ਕਰਦੇ ਹੋਏ ਨਹੀਂ ਮਰਨਾ ਚਾਹੁੰਦਾ। ਮੈਂ ਮਾਰ ਖਾ ਕੇ ਨਹੀਂ ਮਰਨਾ ਚਾਹੁੰਦਾ। ਕੀ ਚੰਗਾ ਮਾਲਕ ਮਿਲਣ ਦੀ ਕੋਈ ਸੰਭਾਵਨਾ ਹੈ?''

ਉਸ ਨੇ ਹੌਲੀ ਜਿਹੀ ਕਿਹਾ, ''ਮੈਂ ਦੱਸਦਾ ਹਾਂ। ਗੋਡੋਸੇ ਨੂੰ ਕੋਈ ਐਖ ਨਾ ਦਿਓ। ਅਕਸਰ ਅਸੀਂ ਸਭ ਤੋਂ ਪਹਿਲਾਂ ਗੁਲਾਮਾਂ ਦੇ ਬਾਜ਼ਾਰ ਵਿੱਚ ਜਾਂਦੇ ਹਾਂ। ਹੁਣ ਧਿਆਨ ਨਾਲ ਸੁਣੋ। ਜਦੋਂ ਖਰੀਦਦਾਰ ਆਏ, ਤਾਂ ਉਸ ਨੂੰ ਕਹੋ ਕਿ ਤੁਸੀਂ ਚੰਗੇ ਮਿਹਨਤੀ ਆਦਮੀ ਹੋ ਅਤੇ ਤੁਸੀਂ ਚੰਗੇ ਮਾਲਕ ਲਈ ਸਖ਼ਤ ਮਿਹਨਤ ਕਰੋਗੇ। ਪੂਰੀ ਕੋਸ਼ਿਸ ਕਰੋ, ਤਾਂ ਕਿ ਖਰੀਦਦਾਰ ਤੁਹਾਨੂੰ ਖਰੀਦ ਲਵੇ। ਜੇਕਰ ਤੁਸੀਂ ਇਸ ਵਿੱਚ ਸਫਲ ਨਹੀਂ ਹੋ ਸਕੇ, ਤਾਂ ਅਗਲੇ ਦਿਨ ਤੁਸੀਂ ਇੱਟਾਂ ਚੁੱਕੋਗੇ, ਜੋ ਬਹੁਤ ਸਖਤ ਕੰਮ ਹੈ।''

ਉਸ ਦੇ ਜਾਣ ਤੋਂ ਬਾਅਦ ਮੈਂ ਗਰਮ ਰੇਤ ਵਿੱਚ ਲੇਟ ਗਿਆ ਅਤੇ ਸਿਤਾਰਿਆਂ ਵੱਲ ਦੇਖਦੇ ਹੋਏ ਕੰਮ ਬਾਰੇ ਸੋਚਣ ਲੱਗਾ। ਮੇਗੀਡੋ ਨੇ ਕਿਹਾ ਸੀ ਕਿ ਕੰਮ ਉਸ ਦਾ ਸਭ ਤੋਂ ਚੰਗਾ ਦੋਸਤ ਹੈ। ਮੈਂ ਸੋਚ ਰਿਹਾ ਸੀ, ਕੀ ਉਹ ਮੇਰਾ ਵੀ ਸਭ ਤੋਂ ਚੰਗਾ ਦੋਸਤ ਹੋਵੇਗਾ। ਪੱਕੇ ਤੌਰ 'ਤੇ ਹੋਵੇਗਾ, ਜੇਕਰ ਉਹ ਮੈਨੂੰ ਇਸ ਮੁਸੀਬਤ 'ਚੋਂ ਕੱਢ ਲਵੇ।

ਜਦੋਂ ਮੇਗੀਡੋ ਜਾਗਿਆ, ਤਾਂ ਮੈਂ ਉਸ ਦੇ ਕੰਨ ਵਿੱਚ ਹੌਲੀ ਜਿਹੀ ਇਹ ਚੰਗੀ ਖਬਰ ਦਿੱਤੀ। ਜਦੋਂ ਅਸੀਂ ਬੇਬੀਲੋਨ ਵੱਲ ਵਧ ਰਹੇ ਸਾਂ, ਤਾਂ ਸਾਡੇ ਲਈ ਇਹ ਉਮੀਦ ਦੀ ਇਕੱਲੀ ਕਿਰਨ ਸੀ। ਸ਼ਾਮ ਨੂੰ ਅਸੀਂ ਦੀਵਾਰਾਂ ਕੋਲ ਪਹੁੰਚੇ। ਸਾਨੂੰ ਨਜ਼ਰ ਆ ਰਿਹਾ ਸੀ ਕਿ ਲੋਕਾਂ ਦੀਆਂ ਲੰਮੀਆਂ ਕਤਾਰਾਂ ਕਾਲੀਆਂ ਕੀੜੀਆਂ ਵਾਂਗ ਉੱਚੇ ਰਾਹਾਂ 'ਤੇ ਉੱਪਰ-ਹੇਠਾਂ ਆ-ਜਾ ਰਹੀਆਂ ਸਨ। ਕੁਝ ਖਾਈ ਵਿੱਚ ਪੁਟਾਈ ਕਰ ਰਹੇ ਸਨ, ਕੁਝ ਮਿੱਟੀ ਦੀਆਂ ਇੱਟਾਂ ਵਿੱਚ ਮਿੱਟੀ ਮਿਲਾ ਰਹੇ ਸਨ। ਵੱਡੀ ਗਿਣਤੀ ਵਿੱਚ ਲੋਕ ਇੱਟਾਂ ਨੂੰ ਵੱਡੀਆਂ ਟੋਕਰੀਆਂ ਵਿੱਚ ਲੈ ਕੇ ਮੈਸਨਸ ਤੱਕ ਲਿਜਾਣ ਵਾਲੀਆਂ ਉੱਚੀਆਂ ਪਗਡੰਡੀਆਂ 'ਤੇ ਚੱਲ ਰਹੇ ਸਨ।*

ਠੇਕੇਦਾਰ ਢਿੱਲੇ ਮਜ਼ਦੂਰਾਂ ਨੂੰ ਗਾਲ੍ਹਾਂ ਕੱਢ ਰਿਹਾ ਸੀ ਅਤੇ ਕਤਾਰ ਵਿੱਚ ਨਾ ਚੱਲਣ ਵਾਲੇ ਲੋਕਾਂ ਦੀ ਪਿੱਠ 'ਤੇ ਚਾਬਕ ਮਾਰ ਰਿਹਾ ਸੀ। ਥੱਕੇ ਹੋਏ ਕਮਜ਼ੋਰ ਲੋਕ ਆਪਣੀ ਭਾਰੀ ਟੋਕਰੀ ਦੇ ਬੋਝ ਨਾਲ ਲੜਖੜਾ ਕੇ ਡਿਗ ਜਾਂਦੇ ਸਨ ਅਤੇ ਦੁਬਾਰਾ ਉੱਠ ਨਹੀਂ ਪਾਉਂਦੇ ਸਨ। ਜੇਕਰ ਚਾਬਕ ਦੇ ਬਾਵਜੂਦ ਉਹ ਉੱਠ ਕੇ ਖੜ੍ਹੇ ਨਹੀਂ ਹੁੰਦੇ ਸੀ, ਤਾਂ ਉਨ੍ਹਾਂ ਨੂੰ ਰਾਹ ਤੋਂ ਇੱਕ ਪਾਸੇ ਧੱਕ ਦਿੱਤਾ ਜਾਂਦਾ ਸੀ ਅਤੇ ਉੱਥੇ ਹੀ ਤੜਫਦੇ ਛੱਡ ਦਿੱਤਾ ਜਾਂਦਾ ਸੀ, ਜਿੱਥੇ ਕਬਰ ਉਨ੍ਹਾਂ ਦਾ ਇੰਤਜ਼ਾਰ ਕਰ ਰਹੀ ਹੁੰਦੀ ਸੀ। ਮੈਂ ਸੋਚਿਆ, ਜੇਕਰ ਮੈਂ ਗੁਲਾਮਾਂ ਦੇ ਬਾਜ਼ਾਰਾਂ ਵਿੱਚ ਨਹੀਂ ਵਿਕਾਂਗਾ, ਤਾਂ ਮੇਰਾ ਵੀ ਇਹੀ ਹਾਲ ਹੋਵੇਗਾ।

---

*('ਪ੍ਰਾਚੀਨ ਬੇਬੀਲੋਨ ਦੇ ਪ੍ਰਸਿੱਧ ਕੰਮ ਗੁਲਾਮਾਂ ਦੀ ਮਿਹਨਤ ਨਾਲ ਹੋਏ ਸਨ, ਜਿਨ੍ਹਾਂ ਵਿੱਚ ਇਸ ਦੀਆਂ ਦੀਵਾਰਾਂ, ਮੰਦਰ, ਹੈਂਗਿੰਗ ਗਾਰਡਨ ਅਤੇ ਵੱਡੀਆਂ ਨਹਿਰਾਂ ਸ਼ਾਮਿਲ ਹਨ। ਜ਼ਿਆਦਾਤਰ ਗੁਲਾਮ ਯੁੱਧਬੰਦੀ ਸਨ, ਇਸ ਤੋਂ ਇਹ ਸਮਝਣਾ ਆਸਾਨ ਹੈ ਕਿ ਉਨ੍ਹਾਂ ਨਾਲ ਅਮਨੁੱਖੀ ਵਿਵਹਾਰ ਕਿਉਂ ਕੀਤਾ ਜਾਂਦਾ ਸੀ। ਇਨ੍ਹਾਂ ਮਜ਼ਦੂਰਾਂ ਵਿੱਚ ਬੇਬੀਲੋਨ ਅਤੇ ਇਸ ਦੇ ਪ੍ਰਾਂਤਾਂ ਦੇ ਕਈ ਨਾਗਰਿਕ ਵੀ ਸ਼ਾਮਿਲ ਸਨ, ਜਿਨ੍ਹਾਂ ਅਪਰਾਧਾਂ ਜਾਂ ਆਰਥਿਕ ਮੁਸ਼ਕਲਾਂ ਕਾਰਨ ਗੁਲਾਮ ਵਜੋਂ ਵੇਚ ਦਿੱਤਾ ਗਿਆ ਸੀ। ਇਹ ਇੱਕ ਆਮ ਪਰੰਪਰਾ ਸੀ, ਜਿਸ ਵਿੱਚ ਲੋਕ ਆਪਣੀਆਂ ਪਤਨੀਆਂ ਜਾਂ ਬੱਚਿਆਂ ਨੂੰ ਕਰਜ਼, ਕਾਨੂੰਨੀ ਫੈਸਲੇ ਜਾਂ ਹੋਰ ਅਹਿਸਾਨਾਂ ਦੇ ਬਦਲੇ ਬੰਦੀ ਬਣਾ ਦਿੰਦੇ ਸੀ। ਜਦੋਂ ਵਾਅਦਾ ਪੂਰਾ ਨਹੀਂ ਸੀ ਹੁੰਦਾ, ਤਾਂ ਬੰਦੀ ਬਣੇ ਲੋਕਾਂ ਨੂੰ ਗੁਲਾਮਾਂ ਵਾਂਗ ਵੇਚ ਦਿੱਤਾ ਜਾਂਦਾ ਸੀ।)

ਗੋਡੋਸੇ ਨੇ ਸਹੀ ਕਿਹਾ ਸੀ। ਸਾਨੂੰ ਸ਼ਹਿਰ ਦੇ ਦਰਵਾਜ਼ੇ ਤੋਂ ਗੁਲਾਮਾਂ ਦੀ ਜੇਲ੍ਹ ਤੱਕ ਲਿਜਾਇਆ ਗਿਆ ਅਤੇ ਅਗਲੀ ਸਵੇਰ ਸਾਨੂੰ ਬਾਜ਼ਾਰ ਵਿੱਚ ਖੜ੍ਹਾ ਕਰ ਦਿੱਤਾ ਗਿਆ। ਮੇਰੇ ਬਾਕੀ ਸਾਥੀ ਡਰੇ ਹੋਏ ਸਨ। ਉਹ ਸਿਰਫ ਗਾਰਡ ਦੇ ਚਾਬਕ ਕਰਕੇ ਹੀ ਹਿਲ-ਜੁਲ ਰਹੇ ਸਨ, ਤਾਂ ਕਿ ਖਰੀਦਦਾਰ ਉਨ੍ਹਾਂ ਦੀ ਪਰਖ ਕਰ ਸਕੇ। ਮੇਗੀਡੋ ਅਤੇ ਮੈਂ ਉਤਸੁਕਤਾ ਨਾਲ ਹਰ ਖਰੀਦਦਾਰ ਨਾਲ ਗੱਲ ਕਰ ਰਹੇ ਸੀ, ਬਸ਼ਰਤੇ ਉਹ ਸਾਨੂੰ ਅਜਿਹਾ ਕਰਨ ਦੀ ਆਗਿਆ ਦੇਣ।

ਗੁਲਾਮਾਂ ਦੇ ਵਪਾਰੀ ਨੇ ਰਾਜਾ ਦੇ ਸੈਨਿਕ ਬੁਲਾਏ, ਜਿਨ੍ਹਾਂ ਨੇ ਸਮੁੰਦਰੀ ਡਾਕੂ ਨੂੰ ਜ਼ੰਜੀਰਾਂ ਨਾਲ ਬੰਨ੍ਹਿਆ ਅਤੇ ਜਦੋਂ ਉਸ ਨੇ ਵਿਰੋਧ ਕੀਤਾ, ਤਾਂ ਉਸ ਦੀ ਬੇਦਰਦੀ ਨਾਲ ਪਿਟਾਈ ਕੀਤੀ। ਜਦੋਂ ਉਹ ਉਸ ਨੂੰ ਫੜ ਕੇ ਲੈ ਗਏ, ਤਾਂ ਉਸ 'ਤੇ ਤਰਸ ਆਇਆ।

ਮੇਗੀਡੋ ਨੂੰ ਮਹਿਸੂਸ ਹੋਇਆ ਕਿ ਅਸੀਂ ਛੇਤੀ ਹੀ ਇੱਕ-ਦੂਜੇ ਤੋਂ ਵੱਖ ਹੋ ਜਾਵਾਂਗੇ। ਜਦੋਂ ਆਲੇ-ਦੁਆਲੇ ਕੋਈ ਖਰੀਦਦਾਰ ਨਹੀਂ ਸੀ, ਤਾਂ ਉਸ ਨੇ ਮੇਰੇ ਨਾਲ ਗੰਭੀਰਤਾ ਨਾਲ ਗੱਲਾਂ ਕੀਤੀਆਂ ਅਤੇ ਮੈਨੂੰ ਦੱਸਿਆ ਕਿ ਇਹ ਕੰਮ ਭਵਿੱਖ ਵਿੱਚ ਮੇਰੇ ਲਈ ਕਿੰਨਾ ਮੁੱਲਵਾਨ ਸਾਬਤ ਹੋਵੇਗਾ। ''ਕੁਝ ਲੋਕ ਕੰਮ ਤੋਂ ਨਫ਼ਰਤ ਕਰਦੇ ਹਨ ਅਤੇ ਇਸ ਨੂੰ ਆਪਣਾ ਦੁਸ਼ਮਣ ਬਣਾ ਲੈਂਦੇ ਹਨ। ਚੰਗਾ ਹੋਵੇਗਾ ਕਿ ਇਸ ਦੇ ਨਾਲ ਦੋਸਤ ਵਾਂਗ ਵਿਵਹਾਰ ਕਰੋ ਅਤੇ ਇਸ ਨੂੰ ਪਸੰਦ ਕਰੋ। ਇਸ ਗੱਲ ਦੀ ਪਰਵਾਹ ਨਾ ਕਰੋ ਕਿ ਇਹ ਔਖਾ ਹੈ। ਜੇਕਰ ਤੁਸੀਂ ਕੋਈ ਚੰਗਾ ਮਕਾਨ ਬਣਾ ਰਹੇ ਹੋ, ਤਾਂ ਤੁਹਾਨੂੰ ਇਹ ਪਰਵਾਹ ਨਹੀਂ ਹੁੰਦੀ ਕਿ ਲੱਠੇ ਭਾਰੀ ਹਨ ਅਤੇ ਖੂਹ ਦੂਰ ਹੈ, ਜਿੱਥੋਂ ਪਾਣੀ ਲਿਆਉਣਾ ਪੈਂਦਾ ਹੈ। ਮੇਰੇ ਨਾਲ ਇਹ ਵਾਅਦਾ ਕਰੋ ਕਿ ਜੇਕਰ ਤੁਹਾਨੂੰ ਕੋਈ ਖਰੀਦ ਲਵੇ, ਤਾਂ ਤੁਸੀਂ ਉਸ ਲਈ ਆਪਣੀ ਪੂਰੀ ਮਿਹਨਤ ਨਾਲ ਕੰਮ ਕਰੋਗੇ। ਜੇਕਰ ਉਹ ਤੁਹਾਡੇ ਕੰਮ ਤੋਂ ਪ੍ਰਭਾਵਿਤ ਨਾ ਹੋਵੇ, ਤਾਂ ਵੀ ਪਰਵਾਹ ਨਾ ਕਰਨਾ। ਯਾਦ ਰੱਖੋ, ਜੇਕਰ ਕੰਮ ਚੰਗੀ ਤਰ੍ਹਾਂ ਕੀਤਾ ਜਾਵੇ, ਤਾਂ ਕੰਮ ਕਰਨ ਵਾਲੇ ਨੂੰ ਇਸ ਤੋਂ ਹਮੇਸ਼ਾ ਲਾਭ ਹੁੰਦਾ ਹੈ। ਇਸ ਨਾਲ ਉਹ ਵਧੀਆ ਇਨਸਾਨ ਬਣ ਜਾਂਦਾ ਹੈ।'' ਉਸੇ ਸਮੇਂ ਉੱਥੇ ਇੱਕ ਤਕੜਾ ਕਿਸਾਨ ਆ ਕੇ ਸਾਡੀ ਪਰਖ ਕਰਨ ਲੱਗਾ, ਇਸ ਲਈ ਮੇਗੀਡੋ ਨੇ ਆਪਣੀ ਗੱਲ ਇਥੇ ਹੀ ਖਤਮ ਕਰ ਦਿੱਤੀ।

ਮੇਗੀਡੋ ਨੇ ਉਸ ਦੇ ਖੇਤ ਅਤੇ ਫਸਲਾਂ ਬਾਰੇ ਪੁੱਛਿਆ ਅਤੇ ਉਸ ਨੂੰ ਛੇਤੀ ਹੀ ਇਹ ਵਿਸ਼ਵਾਸ ਦਿਵਾ ਦਿੱਤਾ ਕਿ ਉਹ ਬਹੁਤ ਹੀ ਵਧੀਆ ਗੁਲਾਮ ਸਾਬਤ ਹੋਵੇਗਾ। ਕਾਫੀ ਦੇਰ ਤੱਕ ਗੁਲਾਮਾਂ ਦੇ ਵਪਾਰੀ ਨਾਲ ਕੀਮਤ ਤੈਅ ਕਰਨ ਤੋਂ ਬਾਅਦ ਆਪਣੇ ਕੱਪੜਿਆਂ ਹੇਠੋਂ ਇੱਕ ਮੋਟਾ ਬਟੂਆ ਕੱਢਿਆ ਅਤੇ ਛੇਤੀ ਹੀ ਮੇਗੀਡੋ ਆਪਣੇ ਨਵੇਂ ਮਾਲਕ ਨਾਲ ਅੱਖਾਂ ਤੋਂ ਦੂਰ ਚਲਾ ਗਿਆ।

ਕੁਝ ਹੋਰ ਲੋਕ ਵੀ ਸਵੇਰੇ ਹੀ ਵਿਕ ਗਏ। ਦੁਪਹਿਰ ਵਿੱਚ ਗੋਡੋਸੇ ਨੇ ਮੈਨੂੰ ਵਿਸ਼ਵਾਸ ਵਿੱਚ ਲੈ ਕੇ ਦੱਸਿਆ ਕਿ ਗੁਲਾਮਾਂ ਦਾ ਵਪਾਰੀ ਅੱਕ ਗਿਆ ਸੀ। ਇਸ ਹਾਲਤ ਵਿੱਚ ਉਹ ਸਾਰੀ ਰਾਤ ਇੰਤਜ਼ਾਰ ਨਹੀਂ ਕਰੇਗਾ, ਸਗੋਂ ਸ਼ਾਮ ਹੁੰਦੇ ਹੀ ਬਚੇ ਹੋਏ ਗੁਲਾਮਾਂ ਨੂੰ ਰਾਜਾ ਦੇ ਆਦਮੀਆਂ ਨੂੰ ਵੇਚ ਦੇਵੇਗਾ। ਇਹ ਸੁਣ ਕੇ ਮੈਂ ਬਹੁਤ ਛਟਪਟਾਉਣ ਲੱਗਾ। ਉਸੇ ਸਮੇਂ ਇੱਕ

ਮੋਟਾ ਅਤੇ ਚੰਗੇ ਸੁਭਾਅ ਵਾਲਾ ਵਿਅਕਤੀ ਦੀਵਾਰ ਕੋਲ ਆਇਆ। ਉਸ ਨੇ ਪੁੱਛਿਆ ਕਿ ਕੀ ਸਾਡੇ ਵਿੱਚੋਂ ਕੋਈ ਬੇਕਰ (ਨਾਨਬਾਈ) ਹੈ।

ਮੈਂ ਉਸ ਨੂੰ ਪੁੱਛਿਆ, ''ਤੁਹਾਡੇ ਵਰਗਾ ਚੰਗਾ ਬੇਕਰ ਕਿਸੇ ਦੂਜੇ ਘਟੀਆ ਬੇਕਰ ਨੂੰ ਕਿਉਂ ਲੱਭ ਰਿਹਾ ਹੈ? ਕੀ ਮੇਰੀ ਵਰਗੇ ਕਿਸੇ ਇੱਛੁਕ ਨੈਜਵਾਨ ਨੂੰ ਆਪਣੀ ਕਲਾ ਸਿਖਾਉਣਾ ਜ਼ਿਆਦਾ ਆਸਾਨ ਨਹੀਂ ਹੋਵੇਗਾ? ਮੇਰੇ ਵੱਲ ਦੇਖੋ, ਮੈਂ ਨੈਜਵਾਨ ਹਾਂ, ਤਾਕਤਵਰ ਹਾਂ ਅਤੇ ਮੈਨੂੰ ਕੰਮ ਕਰਨਾ ਪਸੰਦ ਹੈ। ਮੈਨੂੰ ਕੋਈ ਮੌਕਾ ਤਾਂ ਦਿਓ, ਮੈਂ ਤੁਹਾਡੇ ਲਈ ਪੈਸਾ ਕਮਾਉਣ ਦੀ ਵਧੀਆ ਕੋਸ਼ਿਸ਼ ਕਰਾਂਗਾ।''

ਉਹ ਮੇਰੀ ਇੱਛਾ ਤੋਂ ਬਹੁਤ ਪ੍ਰਭਾਵਿਤ ਹੋਇਆ ਅਤੇ ਗੁਲਾਮਾਂ ਦੇ ਵਪਾਰੀ ਨਾਲ ਸੌਦੇਬਾਜ਼ੀ ਕਰਨ ਲੱਗਾ। ਹਾਲਾਂਕਿ ਵਪਾਰੀ ਨੇ ਮੇਰੇ ਵੱਲ ਪਹਿਲਾਂ ਕਦੇ ਧਿਆਨ ਨਹੀਂ ਸੀ ਦਿੱਤਾ, ਪਰ ਇਸ ਸਮੇਂ ਉਹ ਮੇਰੀਆਂ ਯੋਗਤਾਵਾਂ, ਚੰਗੀ ਸਿਹਤ ਅਤੇ ਮੇਰੇ ਚੰਗੇ ਸੁਭਾਅ ਦੀਆਂ ਤਾਰੀਫ਼ਾਂ ਦੇ ਪੁਲ ਬੰਨ੍ਹ ਰਿਹਾ ਸੀ। ਮੈਨੂੰ ਲੱਗਿਆ, ਜਿਵੇਂ ਮੈਂ ਕੋਈ ਮੋਟਾ ਬਲਦ ਹਾਂ, ਜਿਸ ਨੂੰ ਕੋਈ ਕਸਾਈ ਦੇ ਹੱਥ ਵੇਚਿਆ ਜਾ ਰਿਹਾ ਹੋਵੇ। ਆਖਰਕਾਰ ਜਦੋਂ ਸੌਦਾ ਪੂਰਾ ਹੋ ਗਿਆ, ਤਾਂ ਮੈਨੂੰ ਬਹੁਤ ਖੁਸ਼ੀ ਹੋਈ। ਮੈਂ ਆਪਣੇ ਨਵੇਂ ਮਾਲਕ ਨਾਲ ਤੁਰ ਪਿਆ ਅਤੇ ਇਹ ਸੋਚਣ ਲੱਗਾ ਕਿ ਮੈਂ ਬੇਬੀਲੋਨ ਦਾ ਸਭ ਤੋਂ ਖੁਸ਼ਕਿਸਮਤ ਵਿਅਕਤੀ ਹਾਂ।

ਮੇਰਾ ਨਵਾਂ ਘਰ ਮੈਨੂੰ ਕਾਫੀ ਪਸੰਦ ਆਇਆ। ਮੇਰੇ ਮਾਲਕ ਨਾਨਾਨੇਦ ਨੇ ਮੈਨੂੰ ਸਿਖਾਇਆ ਕਿ ਵਿਹੜੇ ਵਿੱਚ ਰੱਖੇ ਜੌਂ ਨੂੰ ਪੱਥਰ ਦੀ ਸਿੱਲ ’ਤੇ ਕਿਵੇਂ ਪੀਸਣਾ ਹੈ, ਓਵਨ ਵਿੱਚ ਅੱਗ ਕਿਵੇਂ ਬਾਲਣੀ ਹੈ ਅਤੇ ਫਿਰ ਸ਼ਹਿਦ ਵਾਲੇ ਕੇਕ ਲਈ ਤਿਲ ਨੂੰ ਬਹੁਤ ਬਾਰੀਕ ਕਿਵੇਂ ਪੀਸਣਾ ਹੈ। ਮੇਰਾ ਬਿਸਤਰ ਅਨਾਜ ਦੇ ਭੰਡਾਰ ਵਾਲੇ ਸ਼ੈੱਡ ਵਿੱਚ ਲੱਗਾ ਸੀ। ਇੱਥੇ ਇੱਕ ਬਜ਼ੁਰਗ ਗੁਲਾਮ ਔਰਤ ਹਾਊਸਕੀਪਰ ਸੀ। ਸਵਾਸਤੀ ਨਾਂ ਦੀ ਇਸ ਔਰਤ ਨੇ ਮੈਨੂੰ ਚੰਗੀ ਤਰ੍ਹਾਂ ਭੋਜਨ ਖਵਾਇਆ ਅਤੇ ਜਦੋਂ ਮੈਂ ਭਾਰੀ ਕੰਮਾਂ ਵਿੱਚ ਉਸ ਦੀ ਮਦਦ ਕੀਤੀ, ਤਾਂ ਉਹ ਖੁਸ਼ ਹੋ ਗਈ।

ਮੈਂ ਇਹੀ ਮੌਕਾ ਤਾਂ ਚਾਹੁੰਦਾ ਸੀ, ਤਾਂ ਕਿ ਮੈਂ ਆਪਣੇ ਮਾਲਕ ਦੀਆਂ ਨਜ਼ਰਾਂ ਵਿੱਚ ਮੁੱਲਵਾਨ ਬਣ ਸਕਾਂ। ਮੈਂ ਉਮੀਦ ਕਰ ਰਿਹਾ ਸੀ ਕਿ ਆਜ਼ਾਦੀ ਹਾਸਲ ਕਰਨ ਦਾ ਕੋਈ ਨਾ ਕੋਈ ਰਸਤਾ ਨਿਕਲ ਆਵੇਗਾ।

ਮੈਂ ਨਾਨਾਨੇਦ ਨੂੰ ਕਿਹਾ ਕਿ ਉਹ ਮੈਨੂੰ ਸਿਖਾਏ ਕਿ ਆਟੇ ਨੂੰ ਕਿਵੇਂ ਗੁੰਨਿਆ ਜਾਂਦਾ ਹੈ ਅਤੇ ਬੇਕਿੰਗ ਕਿਵੇਂ ਕੀਤੀ ਜਾਂਦੀ ਹੈ। ਉਸ ਨੇ ਮੈਨੂੰ ਇਹ ਸਿਖਾ ਦਿੱਤਾ ਅਤੇ ਉਹ ਮੇਰੇ ਸਿੱਖਣ ਦੀ ਇੱਛਾ ਨਾਲ ਬਹੁਤ ਖੁਸ਼ ਹੋਇਆ। ਬਾਅਦ ਵਿੱਚ ਮੈਂ ਇਸ ਕੰਮ ਨੂੰ ਚੰਗੀ ਤਰ੍ਹਾਂ ਕਰਨ ਲੱਗਾ, ਤਾਂ ਮੈਂ ਉਸ ਨੂੰ ਕਿਹਾ ਕਿ ਉਹ ਮੈਨੂੰ ਸ਼ਹਿਦ ਦੇ ਕੇਕ ਬਣਾਉਣਾ ਵੀ ਸਿਖਾ ਦੇਵੇ। ਛੇਤੀ ਹੀ ਮੈਂ ਬੇਕਿੰਗ ਦਾ ਸਾਰਾ ਕੰਮ ਕਰਨ ਲੱਗਾ। ਮੇਰੇ ਮਾਲਕ ਨੂੰ ਹੁਣ ਪੂਰਾ ਆਰਾਮ ਮਿਲ ਗਿਆ ਸੀ। ਉਹ ਆਲਸ ਦੀ ਜ਼ਿੰਦਗੀ ਨਾਲ ਬਹੁਤ ਖੁਸ਼ ਸੀ, ਪਰ ਸਵਾਸਤੀ ਨੇ ਨਾਰਾਜ਼ਗੀ ਵਿੱਚ ਆਪਣਾ ਸਿਰ ਹਿਲਾਇਆ, ''ਇਨਸਾਨ ਕੋਲ ਕੋਈ ਕੰਮ ਨਾ ਹੋਣਾ ਮਾੜੀ ਗੱਲ ਹੈ।''

ਮੈਂ ਮਹਿਸੂਸ ਕੀਤਾ ਕਿ ਹੁਣ ਮੈਂ ਕੋਈ ਅਜਿਹਾ ਰਾਹ ਲੱਭਣਾ ਹੈ, ਜਿਸ ਨਾਲ ਮੈਂ ਆਪਣੀ ਆਜ਼ਾਦੀ ਖਰੀਦਣ ਲਈ ਕੁਝ ਸਿੱਕੇ ਕਮਾ ਸਕਾਂ। ਬੇਕਿੰਗ ਦਾ ਕੰਮ ਦੁਪਹਿਰ ਤੱਕ ਖਤਮ ਹੋ ਜਾਂਦਾ ਸੀ। ਮੈਂ ਸੋਚਿਆ ਕਿ ਜੇਕਰ ਮੈਂ ਦੁਪਹਿਰ ਤੋਂ ਬਾਅਦ ਕੁਝ ਕਮਾਈ ਕਰਾਂ ਅਤੇ ਉਸ ਨੂੰ ਆਪਣੇ ਮਾਲਕ ਨਾਲ ਵੰਡ ਲਵਾਂ, ਤਾਂ ਨਾਨਾਨੇਦ ਰਾਜ਼ੀ ਹੋ ਜਾਣਗੇ। ਫਿਰ ਮੇਰੇ ਮਨ ਵਿੱਚ ਇਹ ਵਿਚਾਰ ਆਇਆ, ਕਿਉਂ ਨਾ ਸ਼ਹਿਦ ਦੇ ਕੇਕ ਜ਼ਿਆਦਾ ਬਣਾ ਲਵਾਂ ਅਤੇ ਉਨ੍ਹਾਂ ਨੂੰ ਸ਼ਹਿਰ ਦੀਆਂ ਸੜਕਾਂ 'ਤੇ ਭੁੱਖੇ ਲੋਕਾਂ ਨੂੰ ਵੇਚ ਦਿਆਂ?

''ਮੈਂ ਨਾਨਾਨੇਦ ਨੂੰ ਇਹ ਵਿਚਾਰ ਇਸ ਤਰੀਕੇ ਨਾਲ ਦੱਸਿਆ, ''ਦੁਪਹਿਰ ਤੱਕ ਮੇਰਾ ਬੇਕਿੰਗ ਦਾ ਕੰਮ ਖਤਮ ਹੋ ਜਾਂਦਾ ਹੈ। ਜੇਕਰ ਮੈਂ ਉਸ ਤੋਂ ਬਾਅਦ ਤੁਹਾਡੇ ਲਈ ਧਨ ਕਮਾ ਸਕਾਂ, ਤਾਂ ਕੀ ਤੁਸੀਂ ਮੇਰੀ ਆਮਦਨ ਦਾ ਕੁਝ ਹਿੱਸਾ ਮੈਨੂੰ ਦੇ ਦਿਉਗੇ? ਮੈਂ ਚਾਹੁੰਦਾ ਹਾਂ ਕਿ ਮੇਰੇ ਕੋਲ ਵੀ ਕੁਝ ਪੈਸਾ ਰਹੇ, ਜਿਸ ਦੀ ਲੋੜ ਹਰ ਇਨਸਾਨ ਨੂੰ ਆਪਣੀਆਂ ਇੱਛਾਵਾਂ ਅਤੇ ਲੋੜਾਂ ਲਈ ਹੁੰਦੀ ਹੈ?''

''ਕਿਉਂ ਨਹੀਂ, ਕਿਉਂ ਨਹੀਂ,'' ਉਸ ਨੇ ਸਵੀਕਾਰ ਕੀਤਾ। ਜਦੋਂ ਮੈਂ ਉਸ ਨੂੰ ਆਪਣੀ ਯੋਜਨਾ ਦੱਸੀ ਕਿ ਮੈਂ ਬਾਜ਼ਾਰ ਵਿੱਚ ਸ਼ਹਿਦ ਦੇ ਕੇਕ ਵੇਚਣ ਬਾਰੇ ਸੋਚ ਰਿਹਾ ਹਾਂ, ਤਾਂ ਉਹ ਬਹੁਤ ਖੁਸ਼ ਹੋਇਆ। ਉਸ ਨੇ ਸੁਝਾਅ ਦਿੱਤਾ, ''ਅਸੀਂ ਇਹ ਕਰ ਸਕਦੇ ਹਾਂ। ਤੁਸੀਂ ਇੱਕ ਪੇਨੀ ਵਿੱਚ ਦੋ ਕੇਕ ਵੇਚਣਾ। ਜਿੰਨੀ ਕਮਾਈ ਹੋਵੇਗੀ, ਉਸ ਵਿੱਚੋਂ ਅੱਧੀ ਤਾਂ ਆਟੇ, ਸ਼ਹਿਦ ਅਤੇ ਬਾਲਣ ਦੀ ਲੱਕੜੀ ਦੇ ਖਰਚ ਵਜੋਂ ਮੈਂ ਲੈ ਲਵਾਂਗਾ। ਬਾਕੀ ਵੇਚੀ ਅੱਧੀ ਕਮਾਈ ਵਿੱਚ ਅੱਧਾ ਮੇਰਾ ਅਤੇ ਅੱਧਾ ਤੁਹਾਡਾ ਹੋਵੇਗਾ।''

ਮੈਂ ਉਸ ਦੇ ਇਸ ਵੱਡੇ ਦਿਲ ਵਾਲੇ ਸੁਝਾਅ ਨਾਲ ਬਹੁਤ ਖੁਸ਼ ਹੋਇਆ ਕਿ ਮੈਨੂੰ ਵਿਕਰੀ ਦਾ ਚੌਥਾ ਹਿੱਸਾ ਮਿਲੇਗਾ। ਉਸ ਰਾਤ ਮੈਂ ਦੇਰ ਤੱਕ ਕੰਮ ਕਰਕੇ ਇੱਕ ਟਰੇਅ ਬਣਾਈ, ਤਾਂ ਕਿ ਮੈਂ ਉਸ 'ਤੇ ਕੇਕ ਰੱਖ ਸਕਾਂ। ਨਾਨਾਨੇਦ ਨੇ ਮੈਨੂੰ ਆਪਣੇ ਪੁਰਾਣੇ ਕੱਪੜੇ ਦੇ ਦਿੱਤੇ, ਤਾਂ ਕਿ ਮੇਰੀ ਹਾਲਤ ਸਹੀ ਨਜ਼ਰ ਆਵੇ। ਸਵਾਸਤੀ ਨੇ ਮਾਲਕ ਦੇ ਕੱਪੜਿਆਂ 'ਤੇ ਪੈਚ ਲਗਾ ਕੇ ਉਨ੍ਹਾਂ ਨੂੰ ਧੋ ਕੇ ਸਾਫ਼ ਕਰ ਦਿੱਤਾ।

ਅਗਲੇ ਦਿਨ ਮੈਂ ਸ਼ਹਿਦ ਦੇ ਜ਼ਿਆਦਾ ਕੇਕ ਬਣਾਏ। ਮੈਂ ਸੋਚਿਆ, ਟਰੇਅ 'ਤੇ ਰੱਖੇ ਹੋਏ ਭੂਰੇ ਕੇਕ ਦੇਖ ਕੇ ਲੋਕਾਂ ਦਾ ਮਨ ਲਲਚਾ ਜਾਵੇਗਾ। ਮੈਂ ਸੜਕ 'ਤੇ ਜਾ ਕੇ ਜ਼ੋਰ-ਜ਼ੋਰ ਨਾਲ ਆਪਣੇ ਕੇਕਾਂ ਬਾਰੇ ਚੀਕਾਂ ਮਾਰਨ ਲੱਗਾ। ਪਹਿਲਾਂ ਤਾਂ ਕਿਸੇ ਨੇ ਵੀ ਰੁਚੀ ਨਹੀਂ ਦਿਖਾਈ ਅਤੇ ਮੈਂ ਹਤਾਸ਼ ਹੋ ਗਿਆ। ਪਰ, ਮੈਂ ਲੱਗਾ ਰਿਹਾ। ਬਾਅਦ ਵਿੱਚ ਜਦੋਂ ਦੁਪਹਿਰ ਨੂੰ ਲੋਕਾਂ ਨੂੰ ਭੁੱਖ ਲੱਗੀ, ਤਾਂ ਕੇਕ ਫਟਾਫਟ ਵਿਕਣ ਲੱਗੇ ਅਤੇ ਛੇਤੀ ਹੀ ਮੇਰੀ ਟਰੇਅ ਖਾਲੀ ਹੋ ਗਈ।

ਨਾਨਾਨੇਦ ਮੇਰੀ ਸਫਲਤਾ 'ਤੋਂ ਬਹੁਤ ਖੁਸ਼ ਹੋਇਆ ਅਤੇ ਉਸ ਨੇ ਖੁਸ਼ੀ-ਖੁਸ਼ੀ ਮੈਨੂੰ ਮੇਰੀ ਕਮਾਈ ਦਾ ਚੌਥਾ ਹਿੱਸਾ ਦੇ ਦਿੱਤਾ। ਮੈਂ ਪੈਸੇ ਦਾ ਸਵਾਮੀ ਬਣ ਕੇ ਖੁਸ਼ ਸੀ। ਮੇਗੀਡੋ ਸਹੀ ਸੀ, ਜਿਸ ਨੇ ਕਿਹਾ ਸੀ ਕਿ ਮਾਲਕ ਆਪਣੇ ਗੁਲਾਮਾਂ ਦੇ ਚੰਗੇ ਕੰਮ ਦੀ ਤਾਰੀਫ਼ ਕਰਦੇ ਹਨ। ਮੈਂ ਆਪਣੀ ਸਫਲਤਾ ਤੋਂ ਏਨਾ ਖੁਸ਼ ਸੀ ਕਿ ਉਸ ਰਾਤ ਮੈਨੂੰ ਨੀਂਦ ਨਹੀਂ ਆਈ। ਮੈਂ ਇਹ ਅੰਦਾਜ਼ਾ ਲਗਾ ਰਿਹਾ ਸੀ ਕਿ ਮੈਂ ਇੱਕ ਸਾਲ ਵਿੱਚ ਕਿੰਨਾ ਕਮਾ ਸਕਦਾ ਹਾਂ ਅਤੇ ਆਪਣੀ ਆਜ਼ਾਦੀ ਖਰੀਦਣ ਵਿੱਚ ਮੈਨੂੰ ਕਿੰਨੇ ਸਾਲ ਲੱਗਣਗੇ।

ਜਦੋਂ ਮੈਂ ਹਰ ਦਿਨ ਆਪਣੀ ਟਰੇਅ ਵਿੱਚ ਕੇਕ ਰੱਖ ਕੇ ਵੇਚਣ ਲੱਗਾ, ਤਾਂ ਛੇਤੀ ਹੀ ਮੇਰੇ ਪੱਕੇ ਗਾਹਕ ਬਣ ਗਏ। ਉਨ੍ਹਾਂ ਵਿੱਚ ਇੱਕ ਤੁਹਾਡੇ ਦਾਦਾ ਅਰਦ ਗੁਲਾ ਸਨ। ਉਹ ਕਾਲੀਨਾਂ ਦੇ ਵਪਾਰੀ ਸਨ, ਜਿਨ੍ਹਾਂ ਨੂੰ ਉਹ ਘਰ ਦੀਆਂ ਔਰਤਾਂ ਨੂੰ ਵੇਚਦੇ ਸਨ। ਉਹ ਸ਼ਹਿਰ ਦੇ ਇੱਕ ਕੋਨੇ ਤੋਂ ਦੂਜੇ ਕੋਨੇ ਤੱਕ ਜਾਂਦੇ ਸਨ। ਉਨ੍ਹਾਂ ਦੇ ਨਾਲ-ਨਾਲ ਇੱਕ ਖੋਤਾ ਚਲਦਾ ਸੀ, ਜਿਸ 'ਤੇ ਕਾਲੀਨਾਂ ਦਾ ਉੱਚਾ ਢੇਰ ਰੱਖਿਆ ਹੁੰਦਾ ਸੀ। ਇਸ ਦੀ ਦੇਖਭਾਲ ਲਈ ਉਨ੍ਹਾਂ ਕੋਲ ਇੱਕ ਕਾਲਾ ਗੁਲਾਮ ਵੀ ਰਹਿੰਦਾ ਸੀ। ਉਹ ਦੋ ਕੇਕ ਆਪਣੇ ਲਈ ਖਰੀਦਦੇ ਸਨ ਅਤੇ ਦੋ ਆਪਣੇ ਗੁਲਾਮ ਲਈ। ਉਨ੍ਹਾਂ ਨੂੰ ਖਾਂਦੇ ਸਮੇਂ ਉਹ ਮੇਰੇ ਨਾਲ ਗੱਲਾਂ ਕਰਨ ਲਈ ਹਮੇਸ਼ਾ ਠਹਿਰ ਜਾਂਦੇ ਸਨ।

ਤੁਹਾਡੇ ਦਾਦਾ ਜੀ ਨੇ ਇੱਕ ਦਿਨ ਮੈਨੂੰ ਇੱਕ ਅਜਿਹੀ ਗੱਲ ਕਹੀ, ਜੋ ਮੈਨੂੰ ਹਮੇਸ਼ਾ ਯਾਦ ਰਹੇਗੀ। ''ਮੈਨੂੰ ਤੁਹਾਡੇ ਕੇਕ ਪਸੰਦ ਹਨ, ਪਰ ਮੈਨੂੰ ਤੁਹਾਡੀ ਮਿਹਨਤ ਇਸ ਤੋਂ ਵੀ ਜ਼ਿਆਦਾ ਪਸੰਦ ਹੈ, ਜਿਸ ਨਾਲ ਤੁਸੀਂ ਇਨ੍ਹਾਂ ਨੂੰ ਵੇਚਦੇ ਹੋ। ਜੇਕਰ ਤੁਸੀਂ ਇਸੇ ਤਰ੍ਹਾਂ ਕੰਮ ਕਰਦੇ ਰਹੋਗੇ, ਤਾਂ ਤੁਸੀਂ ਸਫਲਤਾ ਦੇ ਰਾਹ 'ਤੇ ਬਹੁਤ ਅੱਗੇ ਵਧ ਜਾਉਗੇ।''

''ਹਾਦਾਨ ਗੁਲਾ, ਤੁਸੀਂ ਇਹ ਗੱਲ ਨਹੀਂ ਸਮਝ ਸਕਦੇ ਕਿ ਉਤਸ਼ਾਹ ਦੇ ਇਹ ਸ਼ਬਦ ਉਸ ਗੁਲਾਮ ਲੜਕੇ ਲਈ ਕੀ ਮਹੱਤਵ ਰੱਖਦੇ ਹੋਣਗੇ, ਜੋ ਇੱਕ ਵੱਡੇ ਸ਼ਹਿਰ ਵਿੱਚ ਆਪਣੀ ਪੂਰੀ ਤਾਕਤ ਨਾਲ ਇਕੱਲਾ ਸੰਘਰਸ਼ ਕਰ ਰਿਹਾ ਸੀ, ਤਾਂ ਕਿ ਆਪਣੀ ਆਪਣੀ ਗੁਲਾਮੀ ਤੋਂ ਬਾਹਰ ਨਿਕਲਣ ਦਾ ਕੋਈ ਤਰੀਕਾ ਲੱਭ ਸਕੇ?''

ਮਹੀਨੇ ਗੁਜ਼ਰਦੇ ਗਏ ਅਤੇ ਮੇਰੇ ਬਟੂਏ ਵਿੱਚ ਸਿੱਕੇ ਇਕੱਠੇ ਹੁੰਦੇ ਗਏ। ਮੇਰੀ ਬੈਲੇਟ ਵਿੱਚ ਲੱਗੇ ਬਟੂਏ ਦਾ ਵਜ਼ਨ ਵਧਦਾ ਗਿਆ। ਜਿਵੇਂ ਮੇਗੀਡੋ ਨੇ ਕਿਹਾ ਸੀ, ਕੰਮ ਮੇਰਾ ਸਭ ਤੋਂ ਚੰਗਾ ਦੋਸਤ ਸਾਬਤ ਹੋ ਰਿਹਾ ਸੀ। ਮੈਂ ਬਹੁਤ ਖ਼ੁਸ਼ ਸੀ, ਪਰ ਸਵਾਸਤੀ ਪਰੇਸ਼ਾਨ ਸੀ।

ਉਸ ਨੇ ਕਿਹਾ, ''ਮੈਂ ਮਾਲਕ ਦੀ ਲਈ ਚਿੰਤਤ ਹਾਂ। ਮੈਨੂੰ ਡਰ ਹੈ ਕਿ ਉਹ ਆਪਣਾ ਜ਼ਿਆਦਾਤਰ ਸਮਾਂ ਜੂਏ ਦੇ ਮੇਜ਼ 'ਤੇ ਬਿਤਾਉਂਦੇ ਹਨ।''

ਇੱਕ ਦਿਨ ਮੈਨੂੰ ਮੇਰਾ ਦੋਸਤ ਮੇਗੀਡੋ ਸੜਕ 'ਤੇ ਮਿਲ ਗਿਆ, ਜਿਸ ਨਾਲ ਮਿਲ ਕੇ ਮੈਨੂੰ ਬਹੁਤ ਖ਼ੁਸ਼ੀ ਹੋਈ। ਉਹ ਤਿੰਨ ਖੋਤਿਆਂ 'ਤੇ ਸਬਜ਼ੀਆਂ ਲੱਦ ਕੇ ਬਾਜ਼ਾਰ ਜਾ ਰਿਹਾ ਸੀ। ਉਸ ਨੇ ਕਿਹਾ, ''ਮੈਂ ਬਹੁਤ ਚੰਗਾ ਹਾਂ। ਮੇਰੇ ਮਾਲਕ ਨੇ ਮੇਰੇ ਚੰਗੇ ਕੰਮ ਤੋਂ ਖ਼ੁਸ਼ ਹੋ ਕੇ ਮੈਨੂੰ ਇੰਚਾਰਜ ਬਣਾ ਦਿੱਤਾ ਹੈ। ਉਹ ਸਾਮਾਨ ਵੇਚਣ ਦੇ ਮਾਮਲੇ ਵਿੱਚ ਵੀ ਮੇਰੇ 'ਤੇ ਭਰੋਸਾ ਕਰਦਾ ਹੈ ਅਤੇ ਉਸ ਨੇ ਮੇਰੇ ਪਰਿਵਾਰ ਨੂੰ ਵੀ ਸੱਦਾ ਭੇਜਿਆ ਹੈ। ਕੰਮ ਮੁਸੀਬਤ ਤੋਂ ਬਾਹਰ ਆਉਣ ਵਿੱਚ ਮੇਰੀ ਮਦਦ ਕਰ ਰਿਹਾ ਹੈ। ਕਿਸੇ ਦਿਨ ਉਹ ਆਜ਼ਾਦੀ ਖਰੀਦਣ ਵਿੱਚ ਮੇਰੀ ਮਦਦ ਕਰੇਗਾ ਅਤੇ ਭਵਿੱਖ ਵਿੱਚ ਉਹ ਆਪਣੇ ਖੇਤ ਦਾ ਮਾਲਕ ਬਣ ਜਾਵੇਗਾ।''

ਸਮਾਂ ਗੁਜ਼ਰਦਾ ਗਿਆ। ਨਾਨੇਦ ਮੇਰੇ ਵਾਪਸ ਆਉਣ ਦਾ ਬੇਸਬਰੀ ਨਾਲ ਇੰਤਜ਼ਾਰ ਕਰਨ ਲੱਗਾ। ਜਦੋਂ ਮੈਂ ਵਾਪਸ ਆਉਂਦਾ ਸੀ, ਤਾਂ ਉਹ ਇੰਤਜ਼ਾਰ ਕਰਦਾ ਮਿਲਦਾ ਸੀ, ਤਾਂ ਕਿ ਉਹ ਉਤਸੁਕਤਾ ਨਾਲ ਸਾਡੇ ਪੈਸੇ ਨੂੰ ਗਿਣੇ ਅਤੇ ਵੰਡ ਲਵੇ। ਉਹ ਮੈਨੂੰ ਨਵੇਂ ਬਾਜ਼ਾਰ ਲੱਭਣ ਲਈ ਪ੍ਰੇਰਿਤ ਕਰਦਾ ਸੀ, ਤਾਂ ਕਿ ਮੈਂ ਜ਼ਿਆਦਾ ਕੇਕ ਵੇਚ ਸਕਾਂ।

ਅਕਸਰ ਮੈਂ ਸ਼ਹਿਰ ਦੇ ਦਰਵਾਜ਼ੇ ਤੋਂ ਬਾਹਰ ਵੀ ਜਾਂਦਾ ਸੀ, ਤਾਂ ਕਿ ਦੀਵਾਰ ਬਣਾਉਣ ਵਾਲੇ ਗੁਲਾਮਾਂ ਦੇ ਠੇਕੇਦਾਰਾਂ ਨੂੰ ਆਪਣੇ ਕੇਕ ਵੇਚ ਸਕਾਂ। ਹਾਲਾਂਕਿ ਮੈਨੂੰ ਉਹ ਨਾਪਸੰਦ ਨਜ਼ਾਰਾ ਬਿਲਕੁਲ ਪਸੰਦ ਨਹੀਂ ਸੀ, ਪਰ ਠੇਕੇਦਾਰ ਬਹੁਤ ਉਦਾਰਤਾ ਨਾਲ ਖਰੀਦਦੇ ਸਨ। ਇੱਕ ਦਿਨ ਮੈਂ ਜੈਬੇਦੋ ਨੂੰ ਦੇਖ ਕੇ ਹੈਰਾਨ ਹੋਇਆ, ਜੋ ਇੱਟਾਂ ਨੂੰ ਆਪਣੀ ਟੋਕਰੀ ਵਿੱਚ ਭਰਨ ਲਈ ਕਤਾਰ ਵਿੱਚ ਲੱਗਾ ਸੀ। ਉਹ ਬਹੁਤ ਪਤਲਾ ਹੋ ਗਿਆ ਸੀ, ਉਸ ਦੇ ਮੋਢੇ ਝੁਕ ਗਏ ਸੀ ਅਤੇ ਉਸ ਦੀ ਕਮਰ 'ਤੇ ਚਾਬਕਾਂ ਦੇ ਜ਼ਖਮ ਅਤੇ ਫੋੜੇ ਸਾਫ਼ ਨਜ਼ਰ ਆ ਰਹੇ ਸਨ। ਉਸ 'ਤੇ ਤਰਸ ਖਾ ਕੇ ਮੈਂ ਉਸ ਨੂੰ ਇੱਕ ਕੇਕ ਦੇ ਦਿੱਤਾ। ਉਹ ਭੁੱਖੇ ਜਾਨਵਰ ਵਾਂਗ ਕੇਕ ਨੂੰ ਚਬਾ ਗਿਆ। ਉਸ ਦੀਆਂ ਅੱਖਾਂ ਵਿੱਚ ਲੋਭ ਦੀ ਚਮਕ ਦੇਖ ਕੇ ਮੈਨੂੰ ਡਰ ਲੱਗਾ ਕਿ ਕਿਤੇ ਉਹ ਮੇਰੀ ਪੂਰੀ ਟਰੇਅ ਨਾ ਖੋਹ ਲਵੇ, ਇਸ ਲਈ ਮੈਂ ਉਥੋਂ ਭੱਜ ਗਿਆ।

ਅਰਦ ਗੁਲਾ ਨੇ ਇੱਕ ਦਿਨ ਮੈਨੂੰ ਪੁੱਛਿਆ, ''ਤੁਸੀਂ ਏਨੀ ਸਖਤ ਮਿਹਨਤ ਕਿਉਂ ਕਰਦੇ ਹੋ?'' ਕੀ ਤੈਨੂੰ ਯਾਦ ਹੈ, ਇਹੀ ਸਵਾਲ ਅੱਜ ਤੁਸੀਂ ਮੈਨੂੰ ਪੁੱਛਿਆ ਸੀ? ਮੈਂ ਉਨ੍ਹਾਂ ਨੂੰ ਦੱਸਿਆ ਕਿ ਮੇਗੀਡੋ ਨੇ ਕੰਮ ਬਾਰੇ ਕੀ ਕਿਹਾ ਸੀ ਅਤੇ ਇਹ ਵੀ ਕਿ ਕੰਮ ਮੇਰਾ ਸਭ ਤੋਂ ਚੰਗਾ ਦੋਸਤ ਸਾਬਤ ਹੋ ਰਿਹਾ ਸੀ। ਮੈਂ ਉਨ੍ਹਾਂ ਨੂੰ ਮਾਣ ਨਾਲ ਸਿੱਕਿਆਂ ਨਾਲ ਭਰਿਆ ਬਟੂਆ ਦਿਖਾਇਆ ਅਤੇ ਕਿਹਾ ਕਿ ਮੈਂ ਆਪਣੀ ਆਜ਼ਾਦੀ ਖਰੀਦਣ ਲਈ ਉਨ੍ਹਾਂ ਨੂੰ ਵੇਚ ਰਿਹਾ ਸੀ।

ਉਨ੍ਹਾਂ ਨੇ ਪੁੱਛਿਆ, ''ਆਜ਼ਾਦ ਹੋਣ ਤੋਂ ਬਾਅਦ ਤੁਸੀਂ ਕੀ ਕਰੋਗੇ?''

ਮੈਂ ਜਵਾਬ ਦਿੱਤਾ, ''ਮੈਂ ਵਪਾਰੀ ਬਣਨਾ ਚਾਹੁੰਦਾ ਹਾਂ।''

ਇਸ 'ਤੇ ਉਨ੍ਹਾਂ ਨੇ ਮੈਨੂੰ ਵਿਸ਼ਵਾਸ ਵਿੱਚ ਲਿਆ। ਉਨ੍ਹਾਂ ਨੇ ਮੈਨੂੰ ਇੱਕ ਅਜਿਹੀ ਗੱਲ ਦੱਸੀ, ਜੋ ਮੈਂ ਸੁਫਨੇ ਵਿੱਚ ਵੀ ਨਹੀਂ ਸੀ ਸੋਚ ਸਕਦਾ। ਉਨ੍ਹਾਂ ਨੇ ਕਿਹਾ, ''ਤੁਸੀਂ ਸ਼ਾਇਦ ਇਹ ਨਹੀਂ ਜਾਣਦੇ ਕਿ ਮੈਂ ਵੀ ਗੁਲਾਮ ਹਾਂ, ਪਰ ਮੈਂ ਆਪਣੇ ਮਾਲਕ ਦਾ ਹਿੱਸੇਦਾਰ ਵੀ ਹਾਂ।''

ਹਾਦਾਨ ਗੁਲਾ ਨੇ ਕਿਹਾ, ''ਰੁਕ ਜਾਓ। ਮੈਂ ਆਪਣੇ ਦਾਦਾ ਜੀ ਦਾ ਅਪਮਾਨ ਕਰਨ ਵਾਲੀਆਂ ਝੂਠੀਆਂ ਗੱਲਾਂ ਨਹੀਂ ਸੁਣਾਂਗਾ। ਉਹ ਗੁਲਾਮ ਨਹੀਂ ਸਨ।'' ਉਸ ਦੀਆਂ ਅੱਖਾਂ ਗੁੱਸੇ ਵਿੱਚ ਲਾਲ ਹੋਣ ਲੱਗੀਆਂ।

ਸ਼ਾਰੂ ਨਾਦਾ ਸ਼ਾਂਤ ਰਿਹਾ। ''ਮੈਂ ਉਨ੍ਹਾਂ ਦਾ ਸਨਮਾਨ ਕਰਦਾ ਹਾਂ, ਕਿਉਂਕਿ ਉਹ ਆਪਣੀ ਬਦਕਿਸਮਤੀ ਤੋਂ ਬਾਹਰ ਨਿਕਲ ਕੇ ਉੱਪਰ ਉਠੇ ਅਤੇ ਦਮਿਸ਼ਕ ਦਾ ਮੋਹਰੀ ਨਾਗਰਿਕ ਬਣੇ। ਕੀ ਤੁਸੀਂ, ਉਨ੍ਹਾਂ ਦੇ ਪੋਤੇ ਵੀ ਉਸੇ ਮਿੱਟੀ ਦੇ ਬਣੇ ਹੋ? ਕੀ ਤੁਸੀਂ ਮਰਦ ਹੋ, ਜੋ ਸੱਚੇ ਤੱਥਾਂ ਦਾ ਸਾਹਮਣਾ ਕਰ ਸਕੇ ਜਾਂ ਤੁਸੀਂ ਝੂਠੇ ਭਰਮਾਂ ਵਿੱਚ ਜਿਉਣਾ ਪਸੰਦ ਕਰਦੇ ਹੋ?''

ਹਾਦਾਨ ਗੁਲਾ ਸਿੱਧਾ ਹੋ ਕੇ ਬੈਠ ਗਿਆ। ਗਹਿਰੀ ਭਾਵਨਾ ਨਾਲ ਗੁੜ੍ਹੀ ਆਵਾਜ਼ ਵਿੱਚ ਉਸ ਨੇ ਜਵਾਬ ਦਿੱਤਾ, ''ਮੇਰੇ ਦਾਦਾ ਜੀ ਨਾਲ ਸਾਰੇ ਪਿਆਰ ਕਰਦੇ ਸਨ। ਉਨ੍ਹਾਂ ਨੇ ਅਣਗਿਣਤ ਚੰਗੇ ਕੰਮ ਕੀਤੇ ਸਨ। ਜਦੋਂ ਅਕਾਲ ਪਿਆ, ਤਾਂ ਉਨ੍ਹਾਂ ਨੇ ਮਿਸਰ ਵਿੱਚ ਅਨਾਜ ਖਰੀਦਣ ਲਈ ਪੈਸਾ ਦਿੱਤਾ ਅਤੇ ਉਨ੍ਹਾਂ ਦਾ ਕਾਰਵਾਂ ਇਸ ਨੂੰ ਦਮਿਸ਼ਕ ਲੈ ਕੇ ਆਇਆ।

ਉਨ੍ਹਾਂ ਨੇ ਸਾਰਾ ਅਨਾਜ ਲੋਕਾਂ ਵਿੱਚ ਵੰਡ ਦਿੱਤਾ, ਤਾਂ ਕਿ ਕੋਈ ਭੁੱਖਾ ਨਾ ਮਰੇ। ਹੁਣ ਤੁਸੀਂ ਕਹਿੰਦੇ ਹੋ ਕਿ ਉਹ ਬੇਬੀਲੋਨ ਵਿੱਚ ਇੱਕ ਅਪਮਾਨਿਤ ਗੁਲਾਮ ਸਨ।''

ਸ਼ਾਰੂ ਨਾਦਾ ਨੇ ਜਵਾਬ ਦਿੱਤਾ, ''ਜੇਕਰ ਉਹ ਬੇਬੀਲੋਨ ਵਿੱਚ ਗੁਲਾਮ ਹੀ ਬਣੇ ਰਹਿੰਦੇ, ਤਾਂ ਉਨ੍ਹਾਂ ਨੂੰ ਅਪਮਾਨਿਤ ਕਹਿਣਾ ਸਹੀ ਹੁੰਦਾ। ਪਰ ਜਦੋਂ ਉਹ ਆਪਣੀਆਂ ਕੋਸ਼ਿਸਾਂ ਨਾਲ ਦਮਿਸ਼ਕ ਦੇ ਮਹਾਨ ਵਿਅਕਤੀ ਬਣ ਗਏ, ਤਾਂ ਦਰਅਸਲ ਦੇਵਤਿਆਂ ਨੇ ਉਨ੍ਹਾਂ ਦੀ ਬਦਕਿਸਮਤੀ ਨੂੰ ਸਾਫ਼ ਕਰ ਦਿੱਤਾ ਅਤੇ ਉਨ੍ਹਾਂ ਦਾ ਸਨਮਾਨ ਕੀਤਾ।''

ਸ਼ਾਰੂ ਨਾਦਾ ਨੇ ਅੱਗੇ ਕਿਹਾ, ''ਮੈਨੂੰ ਇਹ ਦੱਸਣ ਤੋਂ ਬਾਅਦ ਕਿ ਉਹ ਇੱਕ ਗੁਲਾਮ ਹਨ, ਉਨ੍ਹਾਂ ਨੇ ਇਹ ਕਿਹਾ ਕਿ ਉਹ ਆਜ਼ਾਦ ਹੋਣ ਲਈ ਬੇਤਾਬ ਸੀ। ਹੁਣ ਉਨ੍ਹਾਂ ਕੋਲ ਆਪਣੀ ਆਜ਼ਾਦੀ ਖਰੀਦਣ ਲਈ ਕਾਫੀ ਪੈਸਾ ਆ ਗਿਆ ਸੀ, ਪਰ ਉਹ ਇਸ ਮੁਸ਼ਕਿਲ ਵਿੱਚ ਸਨ ਕਿ ਕੀ ਉਨ੍ਹਾਂ ਨੂੰ ਅਜਿਹਾ ਕਰਨਾ ਚਾਹੀਦਾ ਹੈ। ਉਨ੍ਹਾਂ ਦਿਨਾਂ ਵਿੱਚ ਉਨ੍ਹਾਂ ਦੀ ਵਿਕਰੀ ਪਹਿਲਾਂ ਜਿੰਨੀ ਚੰਗੀ ਨਹੀਂ ਸੀ ਹੋ ਰਹੀ ਅਤੇ ਉਨ੍ਹਾਂ ਨੂੰ ਆਪਣੇ ਮਾਲਕ ਦਾ ਸਾਥ ਛੱਡਣ ਵਿੱਚ ਡਰ ਲੱਗ ਰਿਹਾ ਸੀ।''

ਮੈਂ ਉਨ੍ਹਾਂ ਦੀ ਦੁਚਿੱਤੀ ਦਾ ਵਿਰੋਧ ਕੀਤਾ, ''ਆਪਣੇ ਮਾਲਕ ਨਾਲ ਬੰਨ੍ਹ ਕੇ ਨਾ ਰਹੋ। ਇੱਕ ਵਾਰ ਫਿਰ ਤੋਂ ਆਜ਼ਾਦ ਵਿਅਕਤੀ ਬਣਨ ਦੀ ਭਾਵਨਾ ਨੂੰ ਮਹਿਸੂਸ ਕਰੋ। ਆਜ਼ਾਦ ਵਿਅਕਤੀ ਵਾਂਗ ਕੰਮ ਕਰੋ ਅਤੇ ਸਫਲ ਬਣੋ! ਇਹ ਫੈਸਲਾ ਕਰੋ ਕਿ ਤੁਸੀਂ ਕੀ ਹਾਸਲ ਕਰਨਾ ਚਾਹੁੰਦੇ ਹੋ ਅਤੇ ਫਿਰ ਕੰਮ ਕਰਕੇ ਤੁਸੀਂ ਉਸ ਨੂੰ ਹਾਸਲ ਕਰ ਲਓਗੇ!'' ਉਹ ਇਹ ਕਹਿ ਕੇ ਆਪਣੇ ਰਾਹ ਚਲੇ ਗਏ ਕਿ ਮੈਂ ਉਨ੍ਹਾਂ ਦੀ ਕਾਇਰਤਾ 'ਤੇ ਉਨ੍ਹਾਂ ਨੂੰ ਸ਼ਰਮਿੰਦਾ ਕਰ ਦਿੱਤਾ ਸੀ ਅਤੇ ਇਸ ਨਾਲ ਉਨ੍ਹਾਂ ਨੂੰ ਖ਼ੁਸ਼ੀ ਹੋਈ ਸੀ।*

ਇੱਕ ਦਿਨ ਮੈਂ ਇੱਕ ਵਾਰ ਫਿਰ ਸ਼ਹਿਰ ਦੇ ਦਰਵਾਜ਼ੇ ਦੇ ਬਾਹਰ ਗਿਆ। ਮੈਨੂੰ ਇਹ ਦੇਖ ਕੇ ਹੈਰਾਨੀ ਹੋਈ ਕਿ ਉਥੇ ਭਾਰੀ ਭੀੜ ਜਮ੍ਹਾਂ ਸੀ। ਜਦੋਂ ਮੈਂ ਇੱਕ ਵਿਅਕਤੀ ਨੂੰ ਇਸ ਦਾ ਕਾਰਨ ਪੁੱਛਿਆ, ਤਾਂ ਉਸ ਨੇ ਜਵਾਬ ਦਿੱਤਾ, ''ਕੀ ਤੁਸੀਂ ਸੁਣਿਆ ਨਹੀਂ ਹੈ? ਇੱਕ ਭਗੌੜੇ ਗੁਲਾਮ ਨੇ ਰਾਜਾ ਦੇ ਸੈਨਿਕ ਨੂੰ ਮਾਰ ਦਿੱਤਾ ਸੀ। ਉਸ ਨੂੰ ਫੜ ਕੇ ਸਜ਼ਾ ਸੁਣਾ ਦਿੱਤੀ ਗਈ ਹੈ ਅਤੇ ਅੱਜ ਉਸ ਨੂੰ ਉਸ ਦੇ ਅਪਰਾਧ ਲਈ ਕੋਰੜੇ ਮਾਰ ਕੇ ਮਾਰ ਦਿੱਤਾ ਜਾਵੇਗਾ। ਰਾਜਾ ਖੁਦ ਇੱਥੇ ਆਉਣ ਵਾਲੇ ਹਨ।''

---

*(ਪ੍ਰਾਚੀਨ ਬੇਬੀਲੋਨ ਵਿੱਚ ਗੁਲਾਮਾਂ ਦੀਆਂ ਪਰੰਪਰਾਵਾਂ ਕਾਨੂੰਨ ਦੁਆਰਾ ਨਿਰਧਾਰਤ ਸਨ, ਹਾਲਾਂਕਿ ਅੱਜ ਸਾਨੂੰ ਉਹ ਅਸੰਗਤ ਜਾਪਦੀਆਂ ਹੋਣਗੀਆਂ। ਉਦਾਹਰਨ ਲਈ, ਗੁਲਾਮ ਕਿਸੇ ਵੀ ਤਰ੍ਹਾਂ ਦੀ ਜਾਇਦਾਦ ਦਾ ਸਵਾਮੀ ਬਣ ਸਕਦਾ ਸੀ। ਉਹ ਹੋਰ ਗੁਲਾਮਾਂ ਦਾ ਮਾਲਕ ਵੀ ਬਣ ਸਕਦਾ ਸੀ, ਜਿਨ੍ਹਾਂ 'ਤੇ ਉਸ ਦੇ ਮਾਲਕ ਦਾ ਕੋਈ ਅਧਿਕਾਰ ਨਹੀਂ ਸੀ ਹੁੰਦਾ। ਗੁਲਾਮ ਆਜ਼ਾਦ ਲੋਕਾਂ ਨਾਲ ਵਿਆਹ ਕਰਾ ਸਕਦੇ ਸੀ। ਆਜ਼ਾਦ ਮਾਵਾਂ ਦੇ ਬੱਚੇ ਵੀ ਆਜ਼ਾਦ ਹੁੰਦੇ ਸਨ। ਸ਼ਹਿਰ ਦੇ ਜ਼ਿਆਦਾਤਰ ਵਪਾਰੀ ਗੁਲਾਮ ਸਨ। ਉਨ੍ਹਾਂ ਵਿੱਚੋਂ ਕਈ ਆਪਣੇ ਮਾਲਕਾਂ ਦੇ ਭਾਈਵਾਲ ਸਨ ਅਤੇ ਅਮੀਰ ਵੀ ਸਨ।)

ਕੋੜੇ ਮਾਰਨ ਵਾਲੀ ਥਾਂ 'ਤੇ ਏਨੀ ਜ਼ਿਆਦਾ ਭੀੜ ਸੀ ਕਿ ਮੈਂ ਘਬਰਾ ਗਿਆ। ਮੈਨੂੰ ਡਰ ਸੀ ਕਿ ਜੇਕਰ ਮੈਂ ਉਥੇ ਗਿਆ, ਤਾਂ ਮੇਰੀ ਸ਼ਹਿਦ ਦੇ ਕੇਕ ਵਾਲੀ ਟਰੇਅ ਡਿਗ ਜਾਵੇਗੀ। ਇਸ ਲਈ ਮੈਂ ਇੱਕ ਅਧੂਰੀ ਦੀਵਾਰ 'ਤੇ ਚੜ੍ਹ ਗਿਆ, ਤਾਂ ਕਿ ਲੋਕਾਂ ਦੇ ਸਿਰ ਦੇ ਉੱਪਰ ਤੋਂ ਨਜ਼ਾਰਾ ਦੇਖ ਸਕਾਂ। ਮੈਂ ਉਥੇ ਰਾਜਾ ਨੂੰ ਦੇਖਿਆ, ਜੋ ਆਪਣੇ ਸੁਨਹਿਰੀ ਰਥ 'ਤੇ ਸਵਾਰ ਸੀ। ਇਸ ਤੋਂ ਪਹਿਲਾਂ ਮੈਂ ਕਦੇ ਏਨਾ ਸੋਹਣਾ ਦ੍ਰਿਸ਼ ਨਹੀਂ ਸੀ ਦੇਖਿਆ—ਸੁੰਦਰ ਕੱਪੜੇ, ਸੁਨਹਿਰੀ ਰਤਨਾਂ ਅਤੇ ਮਖਮਲ ਦੇ ਪਰਦੇ।

ਮੈਂ ਕੋੜਿਆਂ ਦੀ ਮਾਰ ਨਹੀਂ ਦੇਖ ਸਕਿਆ, ਹਾਲਾਂਕਿ ਮੈਨੂੰ ਵਿਚਾਰੇ ਗੁਲਾਮ ਦੀਆਂ ਚੀਕਾਂ ਸੁਣਾਈ ਦੇ ਰਹੀਆਂ ਸਨ। ਮੈਂ ਸੋਚਿਆ ਕਿ ਸਾਡੇ ਦਿਲ ਖਿੱਚਵੇਂ ਰਾਜਾ ਜਿੰਨਾ ਉਦਾਰ ਵਿਅਕਤੀ ਏਨੇ ਕਸ਼ਟ ਨੂੰ ਦੇਖਣਾ ਕਿਵੇਂ ਸਹਿਣ ਕਰ ਸਕਦਾ ਹੈ, ਪਰ ਜਦੋਂ ਮੈਂ ਉਨ੍ਹਾਂ ਨੂੰ ਆਪਣੇ ਜਾਗੀਰਦਾਰਾਂ ਨਾਲ ਹਾਸਾ-ਮਜ਼ਾਕ ਕਰਦੇ ਦੇਖਿਆ, ਤਾਂ ਮੈਂ ਜਾਣ ਗਿਆ ਕਿ ਉਹ ਬੇਦਰਦ ਸਨ ਅਤੇ ਮੈਂ ਇਹ ਵੀ ਸਮਝ ਗਿਆ ਕਿ ਦੀਵਾਰ ਬਣਾਉਣ ਵਿੱਚ ਗੁਲਾਮਾਂ ਤੋਂ ਅਜਿਹੇ ਅਣਮਨੁੱਖੀ ਕੰਮ ਕਿਉਂ ਕਰਵਾਏ ਜਾਂਦੇ ਹਨ।

ਗੁਲਾਮ ਦੇ ਮਰ ਜਾਣ ਤੋਂ ਬਾਅਦ ਉਸ ਦਾ ਸਰੀਰ ਇੱਕ ਖੰਭੇ 'ਤੇ ਰੱਸੀ ਨਾਲ ਲਟਕਾ ਦਿੱਤਾ ਗਿਆ, ਤਾਂ ਕਿ ਸਾਰੇ ਉਸ ਨੂੰ ਦੇਖ ਸਕਣ। ਭੀੜ ਹਟਣ ਤੋਂ ਬਾਅਦ ਮੈਂ ਨੇੜੇ ਗਿਆ। ਉਸ ਦੇ ਵਾਲਾਂ ਨਾਲ ਭਰੀ ਛਾਤੀ 'ਤੇ ਮੈਂ ਦੋ ਸੱਪ ਉੱਕਰੇ ਦੇਖੇ। ਉਹ ਹੋਰ ਕੋਈ ਨਹੀਂ, ਸਗੋਂ ਮੇਰੀ ਜਾਣ-ਪਛਾਣ ਵਾਲਾ ਸਮੁੰਦਰੀ ਡਾਕੂ ਸੀ।

ਅਗਲੀ ਵਾਰ ਜਦੋਂ ਮੈਂ ਅਰਦ ਗੁਲਾ ਨੂੰ ਮਿਲਿਆ, ਤਾਂ ਉਹ ਬਦਲੇ ਹੋਏ ਇਨਸਾਨ ਸਨ। ਉਤਸ਼ਾਹ ਨਾਲ ਭਰੇ ਸੁਰ ਵਿੱਚ ਉਨ੍ਹਾਂ ਨੇ ਮੈਨੂੰ ਕਿਹਾ, ''ਦੇਖੋ, ਜਿਸ ਗੁਲਾਮ ਨੂੰ ਤੁਸੀਂ ਜਾਣਦੇ ਸੀ, ਉਹ ਹੁਣ ਆਜ਼ਾਦ ਇਨਸਾਨ ਬਣ ਚੁੱਕਾ ਹੈ। ਤੁਹਾਡੇ ਸ਼ਬਦਾਂ ਵਿੱਚ ਜਾਦੂ ਸੀ। ਮੇਰੀ ਵਿੱਕਰੀ ਅਤੇ ਲਾਭ ਹੁਣ ਵਧਣ ਲੱਗੇ ਹਨ। ਮੇਰੀ ਪਤਨੀ ਬਹੁਤ ਖੁਸ਼ ਹੈ। ਉਹ ਮੇਰੇ ਮਾਲਕ ਦੀ ਭਤੀਜੀ ਸੀ ਅਤੇ ਇੱਕ ਆਜ਼ਾਦ ਔਰਤ ਸੀ। ਉਸ ਦੀ ਬਹੁਤ ਇੱਛਾ ਹੈ ਕਿ ਅਸੀਂ ਕਿਤੇ ਅਜਨਬੀ ਸ਼ਹਿਰ ਵਿੱਚ ਚਲੇ ਜਾਈਏ, ਜਿੱਥੇ ਕਿਸੇ ਨੂੰ ਵੀ ਮੇਰੀ ਗੁਲਾਮੀ ਬਾਰੇ ਪਤਾ ਨਾ ਹੋਵੇ, ਤਾਂ ਕਿ ਸਾਡੇ ਬੱਚਿਆਂ ਨੂੰ ਆਪਣੇ ਪਿਤਾ ਦੀ ਬਦਕਿਸਮਤੀ ਲਈ ਤਾਹਨੇ ਨਾ ਸਹਿਣ ਕਰਨੇ ਪੈਣ। ਕੰਮ ਮੇਰਾ ਸਭ ਤੋਂ ਵੱਡਾ ਸਾਥੀ ਬਣ ਚੁੱਕਿਆ ਸੀ। ਇਸ ਨੇ ਮੈਨੂੰ ਆਤਮ ਵਿਸ਼ਵਾਸ ਦਿਵਾਇਆ ਹੈ ਅਤੇ ਮੇਰੀ ਵੇਚਣ ਦੀ ਸਮਰੱਥਾ ਨੂੰ ਵੀ ਵਧਾਇਆ ਹੈ।''

ਮੈਂ ਬਹੁਤ ਖੁਸ਼ ਹੋਇਆ ਕਿ ਉਨ੍ਹਾਂ ਦੇ ਦਿੱਤੇ ਉਤਸ਼ਾਹ ਦੇ ਬਦਲੇ ਮੈਂ ਥੋੜ੍ਹਾ ਜਿਹਾ ਹੀ ਸਹੀ, ਯੋਗਦਾਨ ਤਾਂ ਦਿੱਤਾ ਸੀ।

ਇੱਕ ਸ਼ਾਮ ਨੂੰ ਸਵਾਸਤੀ ਬਹੁਤ ਦੁਖੀ ਅੰਦਾਜ਼ ਵਿੱਚ ਮੇਰੇ ਕੋਲ ਆਈ ਅਤੇ ਕਹਿਣ ਲੱਗੀ, ''ਮਾਲਕ ਸੰਕਟ ਵਿੱਚ ਹਨ। ਮੈਨੂੰ ਉਨ੍ਹਾਂ ਦੀ ਚਿੰਤਾ ਹੋ ਰਹੀ ਹੈ। ਕੁਝ ਮਹੀਨੇ ਪਹਿਲਾਂ ਉਹ ਜੂਏ ਦੇ ਮੇਜ਼ 'ਤੇ ਬਹੁਤ ਜ਼ਿਆਦਾ ਰਕਮ ਹਾਰ ਗਏ ਸਨ। ਉਹ ਕਿਸਾਨ ਨੂੰ ਅਨਾਜ ਜਾਂ ਸ਼ਹਿਦ ਦੇ ਪੈਸੇ ਨਹੀਂ ਦੇ ਰਹੇ। ਉਹ ਸੂਦ ਲੈਣ ਵਾਲੇ ਦਾ ਵਿਆਜ ਨਹੀਂ ਚੁਕਾ ਰਹੇ। ਇਹ ਲੋਕ ਗੁੱਸੇ 'ਚ ਹਨ ਅਤੇ ਉਨ੍ਹਾਂ ਨੇ ਮਾਲਕ ਨੂੰ ਧਮਕੀ ਵੀ ਦਿੱਤੀ ਹੈ।''

ਮੈਂ ਬਿਨਾਂ ਸੋਚੇ-ਸਮਝੇ ਕਿਹਾ, ''ਅਸੀਂ ਆਪਣੇ ਮਾਲਕ ਦੀ ਮੂਰਖਤਾ 'ਤੇ ਚਿੰਤਾ ਕਿਉਂ ਕਰੀਏ? ਅਸੀਂ ਉਸ ਦੇ ਰਖਵਾਲੇ ਨਹੀਂ ਹਾਂ।''

''ਮੂਰਖ ਨੈਜਵਾਨ, ਤੁਸੀਂ ਸਮਝ ਨਹੀਂ ਰਹੇ। ਉਨ੍ਹਾਂ ਨੇ ਸੂਦ ਦੇਣ ਵਾਲਿਆਂ ਤੋਂ ਜਿਹੜਾ ਪੈਸਾ ਲਿਆ ਸੀ, ਉਸ ਦੇ ਬਦਲੇ ਵਿੱਚ ਉਨ੍ਹਾਂ ਨੇ ਤੁਹਾਨੂੰ ਬੰਦੀ ਬਣਾ ਦਿੱਤਾ ਸੀ। ਕਾਨੂੰਨ ਦੇ ਅਨੁਸਾਰ ਉਹ ਸੂਦ ਲੈਣ ਵਾਲਾ ਤੁਹਾਡੇ 'ਤੇ ਦਾਅਵਾ ਕਰ ਸਕਦਾ ਹੈ ਅਤੇ ਤੁਹਾਨੂੰ ਵੇਚ ਸਕਦਾ ਹੈ। ਮੈਂ ਨਹੀਂ ਜਾਣਦੀ ਕਿ ਮੈਂ ਕੀ ਕਰਾਂ। ਉਹ ਚੰਗੇ ਮਾਲਕ ਹਨ। ਕਿਉਂ? ਆਖਰ ਉਨ੍ਹਾਂ 'ਤੇ ਅਜਿਹੀ ਮੁਸ਼ਕਿਲ ਕਿਉਂ ਆਈ?''

ਸਵਾਸਤੀ ਦਾ ਡਰ ਬੇਬੁਨਿਆਦ ਨਹੀਂ ਸੀ। ਜਦੋਂ ਮੈਂ ਅਗਲੀ ਸਵੇਰ ਕੇਕ ਬਣਾ ਰਿਹਾ ਸੀ, ਤਾਂ ਸੂਦ ਲੈਣ ਵਾਲਾ ਸਾਸੀ ਨਾਂ ਦੇ ਇੱਕ ਆਦਮੀ ਨਾਲ ਉਥੇ ਆਇਆ। ਉਸ ਆਦਮੀ ਨੇ ਮੈਨੂੰ ਦੇਖ ਕੇ ਕਿਹਾ ਕਿ ਮੈਂ ਠੀਕ ਹਾਂ।

ਸੂਦ ਲੈਣ ਵਾਲੇ ਨੇ ਮੇਰੇ ਮਾਲਕ ਦੇ ਵਾਪਸ ਆਉਣ ਦਾ ਇੰਤਜ਼ਾਰ ਵੀ ਨਹੀਂ ਕੀਤਾ। ਇਸ ਦੀ ਬਜਾਏ ਉਸ ਨੇ ਸਵਾਸਤੀ ਨੂੰ ਕਿਹਾ ਕਿ ਉਹ ਮਾਲਕ ਨੂੰ ਦੱਸ ਦੇਵੇ ਕਿ ਉਹ ਮੈਨੂੰ ਲੈ ਗਿਆ ਹੈ। ਮੇਰੇ ਕੋਲ ਸਿਰਫ ਸਰੀਰ ਦੇ ਕੱਪੜੇ ਅਤੇ ਮੇਰੀ ਬੈਲਟ ਨਾਲ ਬੱਝਿਆ ਸਿੱਕਿਆਂ ਨਾਲ ਭਰਿਆ ਬਟੂਆ ਸੀ। ਕੇਕ ਅਧੂਰੇ ਛੱਡ ਕੇ ਮੈਂ ਉਸ ਨਾਲ ਚਲਾ ਗਿਆ।

''ਮੇਰੀਆਂ ਸਾਰੀਆਂ ਉਮੀਦਾਂ ਉਸੇ ਤਰ੍ਹਾਂ ਉਜੜ ਗਈਆਂ, ਜਿਸ ਤਰ੍ਹਾਂ ਤੂਫਾਨ ਕਿਸੇ ਦਰੱਖਤ ਨੂੰ ਜੰਗਲ ਤੋਂ ਉਖਾੜ ਕੇ ਤੂਫਾਨੀ ਸਮੁੰਦਰ ਵਿੱਚ ਪਾ ਦਿੰਦਾ ਹੈ। ਇੱਕ ਵਾਰ ਫਿਰ ਜੂਏ ਅਤੇ ਸ਼ਰਾਬ ਨੇ ਮੇਰੇ ਜੀਵਨ ਵਿੱਚ ਮੁਸੀਬਤ ਪੈਦਾ ਕਰ ਦਿੱਤੀ ਸੀ।''

ਸਾਸੀ ਇੱਕ ਰੁੱਖਾ ਵਿਅਕਤੀ ਸੀ। ਜਦੋਂ ਉਹ ਮੈਨੂੰ ਸ਼ਹਿਰ ਤੋਂ ਪਾਰ ਲੈ ਗਿਆ, ਤਾਂ ਮੈਂ ਉਸ ਨੂੰ ਦੱਸਿਆ ਕਿ ਮੈਂ ਨਾਨਾਨੇਦ ਲਈ ਕਿੰਨਾ ਚੰਗਾ ਕੰਮ ਕੀਤਾ ਸੀ ਅਤੇ ਮੈਂ ਉਸ ਲਈ ਵੀ ਚੰਗਾ ਕੰਮ ਕਰਨ ਦੀ ਕੋਸ਼ਿਸ਼ ਕਰਾਂਗਾ। ਉਸ ਦੇ ਜਵਾਬ ਵਿੱਚ ਕੋਈ ਉਤਸ਼ਾਹ ਨਹੀਂ ਸੀ :

''ਮੈਨੂੰ ਇਹ ਕੰਮ ਪਸੰਦ ਨਹੀਂ। ਮੇਰੇ ਮਾਲਕ ਨੂੰ ਵੀ ਇਹ ਪਸੰਦ ਨਹੀਂ। ਮਾਲਕ ਨੂੰ ਮਹਾਰਾਜ ਨੇ ਕਿਹਾ ਕਿ ਉਹ ਵੱਡੀ ਨਹਿਰ ਦਾ ਇੱਕ ਹਿੱਸਾ ਬਣਾਉਣ ਲਈ ਮੈਨੂੰ ਭੇਜੇ। ਮਾਲਕ ਨੇ ਮੈਨੂੰ ਕਿਹਾ ਕਿ ਮੈਂ ਵੱਧ ਤੋਂ ਵੱਧ ਗੁਲਾਮ ਖਰੀਦਾਂ, ਸਖ਼ਤ ਮਿਹਨਤ ਕਰਾਂ ਅਤੇ ਕੰਮ ਜਲਦੀ ਖਤਮ ਕਰਾਂ। ਕੋਈ ਵਿਅਕਤੀ ਏਨੇ ਵੱਡੇ ਕੰਮ ਨੂੰ ਜਲਦੀ ਕਿਵੇਂ ਖਤਮ ਕਰ ਸਕਦਾ ਹੈ?''

ਕਲਪਨਾ ਕਰੋ, ਹਰ ਪਾਸੇ ਰੇਗਿਸਤਾਨ ਹੋਵੇ, ਇੱਕ ਦਰੱਖਤ ਤੱਕ ਨਾ ਹੋਵੇ, ਸਿਰਫ ਛੋਟੀਆਂ ਝਾੜੀਆਂ ਹੋਣ। ਸੂਰਜ ਏਨੀ ਤੇਜ਼ੀ ਨਾਲ ਚਮਕ ਰਿਹਾ ਹੋਵੇ ਕਿ ਸਾਡੇ ਪੀਪੇ ਦਾ ਪਾਣੀ ਏਨਾ ਗਰਮ ਹੋ ਜਾਂਦਾ ਸੀ ਕਿ ਅਸੀਂ ਉਸ ਨੂੰ ਪੀ ਨਹੀਂ ਸੀ ਸਕਦੇ। ਫਿਰ ਕਲਪਨਾ ਕਰੋ, ਆਦਮੀਆਂ ਦੀਆਂ ਕਤਾਰਾਂ ਲੱਗੀਆਂ ਹੋਣ, ਜੋ ਸਵੇਰ ਤੋਂ ਰਾਤ ਤੱਕ ਡੂੰਘਾਈ ਵਿੱਚ ਜਾ ਰਹੀਆਂ ਹੋਣ ਅਤੇ ਮਿੱਟੀ ਦੀਆਂ ਭਾਰੀ ਬਾਲਟੀਆਂ ਧੂੜ ਭਰੀਆਂ ਗਰਮ ਪਗਡੰਡੀਆਂ ਤੋਂ ਉੱਪਰ ਲਿਆ ਰਹੀਆਂ ਹੋਣ। ਭੋਜਨ ਇੱਕ ਤਰ੍ਹਾਂ ਦੀ ਨਾਲੀ ਵਿੱਚ ਦਿੱਤਾ ਜਾਂਦਾ ਸੀ, ਜਿਸ ਵਿੱਚ ਅਸੀਂ ਸੂਰਾਂ ਵਾਂਗ ਖਾਂਦੇ ਸੀ। ਸਾਡੇ ਕੋਲ ਨਾ ਤਾਂ ਤੰਬੂ ਸੀ, ਨਾ ਹੀ ਬਿਸਤਰ। ਮੈਂ ਖੁਦ

ਨੂੰ ਇਸ ਤਰ੍ਹਾਂ ਦੀ ਹਾਲਤ ਵਿੱਚ ਪਾਇਆ। ਮੈਂ ਆਪਣੇ ਬਟੂਏ ਨੂੰ ਜ਼ਮੀਨ ਵਿੱਚ ਖੋਦ ਕੇ ਛੁਪਾ ਦਿੱਤਾ ਅਤੇ ਸੋਚਣ ਲੱਗਾ ਕਿ ਕੀ ਮੈਂ ਇਸ ਨੂੰ ਕਦੇ ਖੋਦ ਕੇ ਦੁਬਾਰਾ ਕੱਢ ਸਕਾਂਗਾ।

ਪਹਿਲਾਂ ਤਾਂ ਮੈਂ ਉਤਸ਼ਾਹ ਨਾਲ ਕੰਮ ਕੀਤਾ, ਪਰ ਕਈ ਮਹੀਨੇ ਗੁਜ਼ਰਨ ਤੋਂ ਬਾਅਦ ਮੇਰਾ ਮਨ ਟੁੱਟਣ ਲੱਗਾ। ਫਿਰ ਬੁਖਾਰ ਨੇ ਮੇਰੇ ਥੱਕੇ ਸਰੀਰ ਨੂੰ ਆਪਣੀ ਜਕੜ ਵਿੱਚ ਲੈ ਲਿਆ। ਮੇਰੀ ਭੁੱਖ ਖਤਮ ਹੋ ਗਈ ਅਤੇ ਮੇਰੇ ਤੋਂ ਮਟਨ ਜਾਂ ਸਬਜ਼ੀਆਂ ਨਹੀਂ ਸਨ ਖਾਧੀਆਂ ਜਾਂਦੀਆਂ। ਰਾਤ ਨੂੰ ਮੈਂ ਜਾਗਦਾ ਰਹਿੰਦਾ ਸੀ ਅਤੇ ਦੁਖੀ ਹੁੰਦਾ ਰਹਿੰਦਾ ਸੀ।

ਦੁਖੀ ਮਨ ਨਾਲ ਮੈਂ ਸੋਚਿਆ ਕਿ ਕਿਤੇ ਜ਼ੈਬੇਦੇ ਦੀ ਯੋਜਨਾ ਹੀ ਤਾਂ ਸਭ ਤੋਂ ਚੰਗੀ ਨਹੀਂ ਸੀ ਕਿ ਕੰਮ ਨੂੰ ਟਾਲ ਦਿਓ ਅਤੇ ਆਪਣੀ ਪਿੱਠ ਨੂੰ ਟੁੱਟਣ ਤੋਂ ਬਚਾਓ। ਫਿਰ ਮੈਨੂੰ ਯਾਦ ਆਇਆ ਕਿ ਮੈਂ ਉਸ ਨੂੰ ਪਿਛਲੀ ਵਾਰ ਕਿਸ ਹਾਲ ਵਿੱਚ ਦੇਖਿਆ ਸੀ। ਮੈਂ ਸਮਝ ਗਿਆ ਕਿ ਉਸ ਦੀ ਯੋਜਨਾ ਚੰਗੀ ਨਹੀਂ ਸੀ।

ਫਿਰ ਮੈਨੂੰ ਗੁੱਸੇ ਵਾਲਾ ਸਮੁੰਦਰੀ ਡਾਕੂ ਯਾਦ ਆਇਆ ਅਤੇ ਮੈਂ ਸੋਚਿਆ ਕਿ ਲੜਨ ਅਤੇ ਮਾਰ ਸੁੱਟਣ ਦਾ ਤਰੀਕਾ ਵੀ ਏਨਾ ਬੁਰਾ ਨਹੀਂ ਸੀ। ਪਰ ਫਿਰ ਮੈਨੂੰ ਉਸ ਦੀ ਲਹੂ ਨਾਲ ਲਥਪਥ ਦੇਹ ਯਾਦ ਆ ਗਈ ਅਤੇ ਮੈਂ ਸਮਝ ਗਿਆ ਕਿ ਉਸ ਦੀ ਯੋਜਨਾ ਵੀ ਬਕਵਾਸ ਸੀ।

ਫਿਰ ਮੈਨੂੰ ਮੇਗੀਡੋ ਦੀ ਆਖਰੀ ਯੋਜਨਾ ਯਾਦ ਆਈ। ਸਖ਼ਤ ਮਿਹਨਤ ਕਾਰਨ ਉਸ ਦੇ ਹੱਥਾਂ ਵਿੱਚ ਛਾਲੇ ਪੈ ਗਏ ਸਨ, ਪਰ ਉਸ ਦਾ ਦਿਲ ਹਲਕਾ ਸੀ ਅਤੇ ਉਸ ਦੇ ਚਿਹਰੇ 'ਤੇ ਖ਼ੁਸ਼ੀ ਸੀ। ਉਸ ਦੀ ਯੋਜਨਾ ਸਭ ਤੋਂ ਚੰਗੀ ਸੀ।

ਖੈਰ, ਮੈਂ ਵੀ ਮੇਗੀਡੋ ਵਾਂਗ ਮਿਹਨਤ ਕਰਨੀ ਚਾਹੁੰਦਾ ਸੀ; ਮੇਗੀਡੋ ਮੇਰੇ ਨਾਲੋਂ ਜ਼ਿਆਦਾ ਸਖਤ ਮਿਹਨਤ ਨਹੀਂ ਸੀ ਕਰ ਸਕਦਾ। ਫਿਰ ਕੰਮ ਦੀ ਬਦੌਲਤ ਮੈਨੂੰ ਖ਼ੁਸ਼ੀ ਅਤੇ ਸਫਲਤਾ ਕਿਉਂ ਨਹੀਂ ਮਿਲੀ? ਮੇਗੀਡੋ ਨੂੰ ਖ਼ੁਸ਼ੀ ਕੰਮ ਦੀ ਬਦੌਲਤ ਮਿਲੀ ਸੀ ਜਾਂ ਫਿਰ ਖ਼ੁਸ਼ੀ ਅਤੇ ਸਫਲਤਾ ਸਿਰਫ ਦੇਵਤਿਆਂ ਦੀ ਇੱਛਾ 'ਤੇ ਨਿਰਭਰ ਕਰਦੀ ਸੀ? ਕੀ ਮੈਂ ਪੂਰੀ ਜ਼ਿੰਦਗੀ ਮਿਹਨਤ ਕਰਨ ਤੋਂ ਬਾਅਦ ਵੀ ਆਪਣੇ ਟੀਚੇ ਤੱਕ ਨਹੀਂ ਪਹੁੰਚ ਸਕਾਂਗਾ? ਕੀ ਮੈਨੂੰ ਕਦੇ ਖ਼ੁਸ਼ੀ ਅਤੇ ਸਫਲਤਾ ਨਹੀਂ ਮਿਲੇਗੀ? ਇਹ ਸਾਰੇ ਸਵਾਲ ਮੇਰੇ ਦਿਮਾਗ ਵਿੱਚ ਗੂੰਜਦੇ ਰਹੇ ਅਤੇ ਮੇਰੇ ਕੋਲ ਇਨ੍ਹਾਂ ਦਾ ਕੋਈ ਜਵਾਬ ਨਹੀਂ ਸੀ। ਦਰਅਸਲ ਮੈਂ ਬਹੁਤ ਵੱਡੀ ਮੁਸੀਬਤ ਵਿੱਚ ਸੀ।

ਕਈ ਦਿਨਾਂ ਬਾਅਦ ਜਦੋਂ ਅਜਿਹਾ ਲੱਗਾ ਕਿ ਮੈਂ ਆਪਣੀ ਸਹਿ ਸ਼ਕਤੀ ਦੇ ਕੰਢੇ 'ਤੇ ਪਹੁੰਚ ਗਿਆ ਸੀ ਅਤੇ ਮੇਰੇ ਸਵਾਲਾਂ ਦਾ ਕੋਈ ਜਵਾਬ ਨਹੀਂ ਸੀ ਮਿਲ ਰਿਹਾ, ਤਾਂ ਸਾਸੀ ਨੇ ਮੈਨੂੰ ਬੁਲਾਵਾਇਆ। ਇੱਕ ਸੰਦੇਸ਼ਵਾਹਕ ਮੇਰੇ ਮਾਲਕ ਕੋਲ ਮੈਨੂੰ ਬੇਬੀਲੋਨ ਲਿਜਾਣ ਲਈ ਆਇਆ ਸੀ। ਮੈਂ ਆਪਣੇ ਕੀਮਤੀ ਬਟੂਏ ਨੂੰ ਜ਼ਮੀਨ ਤੋਂ ਖੋਦ ਕੇ ਬਾਹਰ ਕੱਢਿਆ, ਆਪਣੇ ਸਰੀਰ 'ਤੇ ਆਪਣੇ ਫਟੇ ਕੱਪੜੇ ਪਾਏ ਅਤੇ ਉਸ ਸੰਦੇਸ਼ਵਾਹਕ ਨਾਲ ਤੁਰ ਪਿਆ।

ਯਾਤਰਾ ਦੌਰਾਨ ਮੇਰੇ ਬੁਖਾਰ ਨਾਲ ਤਪਦੇ ਦਿਮਾਗ ਵਿੱਚ ਇਹ ਵਿਚਾਰ ਆਇਆ ਕਿ ਤੂਫਾਨ ਮੈਨੂੰ ਚੁੱਕ ਕੇ ਇਧਰ ਤੋਂ ਉਧਰ ਪਟਕ ਰਿਹਾ ਸੀ। ਮੇਰਾ ਜੀਵਨ ਆਪਣੇ ਜੱਦੀ ਕਸਬੇ ਹਾਰੂਨ ਦੇ ਗੀਤ ਦੇ ਅਜੀਬ ਸ਼ਬਦਾਂ ਦੇ ਅਨੁਸਾਰ ਸੀ :

ਤੂਫਾਨ ਵਾਂਗ ਇਨਸਾਨ ਨੂੰ ਘੁਮਾਉਂਦੇ ਹੋਏ,
ਤੂਫਾਨ ਵਾਂਗ ਉਸ ਨੂੰ ਉਡਾਉਂਦੇ ਹੋਏ,
ਜਿਸ ਦੀ ਰਾਹ ਦਾ ਕੋਈ ਪਾਲਣ ਨਹੀਂ ਕਰ ਸਕਦਾ,
ਜਿਸ ਦੀ ਕਿਸਮਤ ਦੀ ਕੋਈ ਭਵਿੱਖਵਾਣੀ
ਨਹੀਂ ਕਰ ਸਕਦਾ।

ਕੀ ਮੇਰੀ ਕਿਸਮਤ ਵਿੱਚ ਇਸੇ ਤਰ੍ਹਾਂ ਸਜ਼ਾ ਲਿਖੀ ਸੀ, ਪਤਾ ਨਹੀਂ ਕਿਨ੍ਹਾਂ ਪਾਪਾਂ ਦੀ? ਪਤਾ ਨਹੀਂ ਕਿਹੜੀ ਨਿਰਾਸ਼ਾ ਅਤੇ ਦੁੱਖ ਮੇਰਾ ਇੰਤਜ਼ਾਰ ਕਰ ਰਹੇ ਹੋਣਗੇ?

ਜਦੋਂ ਅਸੀਂ ਮਾਲਕ ਦੇ ਘਰ ਦੇ ਵਿਹੜੇ ਵਿੱਚ ਪਹੁੰਚੇ, ਤਾਂ ਮੇਰੀ ਹੈਰਾਨੀ ਦੀ ਕਲਪਨਾ ਕਰੋ ਕਿ ਉਥੇ ਮੈਂ ਅਰਦ ਗੁਲਾ ਨੂੰ ਆਪਣਾ ਇੰਤਜ਼ਾਰ ਕਰਦੇ ਦੇਖਿਆ। ਉਨ੍ਹਾਂ ਨੇ ਹੇਠਾਂ ਉਤਰਨ ਵਿੱਚ ਮੇਰੀ ਮਦਦ ਕੀਤੀ ਅਤੇ ਮੈਨੂੰ ਇਸ ਤਰ੍ਹਾਂ ਗਲੇ ਲਗਾਇਆ, ਜਿਵੇਂ ਉਨ੍ਹਾਂ ਨੂੰ ਉਨ੍ਹਾਂ ਦਾ ਵਿਛੜਿਆ ਭਰਾ ਮਿਲ ਗਿਆ ਹੋਵੇ।

ਅੰਦਰ ਜਾਂਦੇ ਸਮੇਂ ਮੈਂ ਉਨ੍ਹਾਂ ਦੇ ਪਿੱਛੇ-ਪਿੱਛੇ ਤੁਰਨ ਲੱਗਾ, ਜਿਵੇਂ ਗੁਲਾਮ ਨੂੰ ਮਾਲਕ ਦੇ ਪਿੱਛੇ ਚੱਲਣਾ ਚਾਹੀਦਾ ਹੈ, ਪਰ ਉਨ੍ਹਾਂ ਨੇ ਇਸ ਦੀ ਇਜਾਜ਼ਤ ਨਹੀਂ ਦਿੱਤੀ। ਉਨ੍ਹਾਂ ਨੇ ਮੇਰੀ ਕਮਰ ਵਿੱਚ ਹੱਥ ਪਾ ਕੇ ਕਿਹਾ, ''ਮੈਂ ਤੁਹਾਨੂੰ ਹਰ ਥਾਂ ਲੱਭਿਆ। ਜਦੋਂ ਮੇਰੀ ਉਮੀਦ ਖਤਮ ਹੋ ਗਈ, ਉਦੋਂ ਕਿਤੇ ਜਾ ਕੇ ਸਵਾਸਤੀ ਨਾਲ ਮੇਰੀ ਮੁਲਾਕਾਤ ਹੋਈ। ਉਸ ਨੇ ਮੈਨੂੰ ਉਸ ਸੂਦ ਦੇਣ ਵਾਲੇ ਬਾਰੇ ਦੱਸਿਆ, ਜਿਸ ਨੇ ਮੈਨੂੰ ਤੁਹਾਡੇ ਮਾਲਕ ਤੱਕ ਪਹੁੰਚਾਇਆ। ਉਸ ਨੇ ਬਹੁਤ ਜ਼ਿਆਦਾ ਕੀਮਤ ਮੰਗੀ ਅਤੇ ਮੈਂ ਬਹੁਤ ਮਹਿੰਗਾ ਸੌਦਾ ਕੀਤਾ, ਪਰ ਤੁਸੀਂ ਸੱਚਮੁੱਚ ਬਹੁਤ ਕੀਮਤੀ ਹੋ। ਤੁਹਾਡੇ ਜੀਵਨ-ਦਰਸ਼ਨ ਅਤੇ ਤੁਹਾਡੀ ਮਿਹਨਤ ਨੇ ਹੀ ਮੈਨੂੰ ਇਸ ਸਫਲਤਾ ਤੱਕ ਪਹੁੰਚਣ ਦੀ ਪ੍ਰੇਰਨਾ ਦਿੱਤੀ ਸੀ।''

ਮੈਂ ਵਿੱਚ ਹੀ ਬੋਲ ਪਿਆ, ''ਮੇਰਾ ਨਹੀਂ, ਮੇਗੀਡੋ ਦਾ ਜੀਵਨ-ਦਰਸ਼ਨ।''

'ਮੇਗੀਡੋ ਦਾ ਵੀ ਅਤੇ ਤੁਹਾਡਾ ਵੀ। ਤੁਹਾਡੇ ਦੋਵਾਂ ਦਾ ਧੰਨਵਾਦ। ਅਸੀਂ ਦਮਿਸ਼ਕ ਜਾ ਰਹੇ ਹਾਂ ਅਤੇ ਮੈਂ ਤੁਹਾਨੂੰ ਆਪਣਾ ਭਾਈਵਾਲ ਬਣਾਉਣਾ ਚਾਹੁੰਦਾ ਹਾਂ। ਇੱਕ ਮਿੰਟ ਵਿੱਚ ਤੁਸੀਂ ਆਜ਼ਾਦ ਵਿਅਕਤੀ ਬਣ ਜਾਉਗੇ।' ਏਨਾ ਕਹਿ ਕੇ ਉਨ੍ਹਾਂ ਨੇ ਆਪਣੇ ਕੱਪੜੇ ਹੇਠੋਂ ਇੱਕ ਮਿੱਟੀ ਦੀ ਤਖ਼ਤੀ ਨੂੰ ਕੱਢਿਆ, ਜੋ ਮੇਰੀ ਗੁਲਾਮੀ ਦਾ ਦਸਤਾਵੇਜ਼ ਸੀ। ਇਸ ਨੂੰ ਉਨ੍ਹਾਂ ਨੇ ਆਪਣੇ ਸਿਰ 'ਤੇ ਚੁੱਕਿਆ ਅਤੇ ਜਮ ਦੇ ਪੱਥਰਾਂ 'ਤੇ ਸੁੱਟ ਦਿੱਤਾ। ਇਸ ਦੇ ਸੈਂਕੜੇ ਟੁਕੜੇ ਹੋ ਗਏ। ਖ਼ੁਸ਼ੀ ਨਾਲ ਉਹ ਟੁਕੜਿਆਂ 'ਤੇ ਉਦੋਂ ਤੱਕ ਟੱਪਦੇ ਰਹੇ, ਜਦੋਂ ਕਿ ਉਹ ਧੂੜ ਨਹੀਂ ਬਣ ਗਏ।''

''ਮੇਰੀਆਂ ਅੱਖਾਂ ਵਿੱਚ ਸ਼ੁਕਰਗੁਜ਼ਾਰੀ ਦੇ ਹੰਝੂ ਨਿਕਲ ਆਏ। ਮੈਂ ਜਾਣਦਾ ਸੀ ਕਿ ਮੈਂ ਬੇਬੀਲੋਨ ਦਾ ਸਭ ਤੋਂ ਖ਼ੁਸ਼ਕਿਸਮਤ ਆਦਮੀ ਸੀ।''

''ਇਸ ਕਹਾਣੀ ਵਿੱਚ ਤੁਸੀਂ ਦੇਖਿਆ ਕਿ ਮੇਰੀ ਸਭ ਤੋਂ ਵੱਡੀ ਮੁਸੀਬਤ ਵਿੱਚ ਵੀ ਮੇਰਾ ਸਭ ਤੋਂ ਚੰਗਾ ਦੋਸਤ ਹੀ ਸਾਬਤ ਹੋਇਆ। ਕੰਮ ਕਰਨ ਦੀ ਮੇਰੀ ਇੱਛਾ ਦੀ ਬਦੌਲਤ ਹੀ ਮੈਂ ਦੀਵਾਰਾਂ 'ਤੇ ਕੰਮ ਕਰਨ ਵਾਲੇ ਗੁਲਾਮਾਂ ਦੀ ਗਿਣਤੀ ਵਿੱਚ ਆਉਣ ਤੋਂ ਬਚਿਆ। ਮੇਰੇ ਕੰਮ ਨੇ ਹੀ ਤੁਹਾਡੇ ਦਾਦਾ ਜੀ ਨੂੰ ਪ੍ਰਭਾਵਿਤ ਕੀਤਾ। ਇਸੇ ਕਾਰਨ ਉਨ੍ਹਾਂ ਨੇ ਮੈਨੂੰ ਆਪਣਾ ਭਾਈਵਾਲ ਬਣਾਇਆ।''

ਫਿਰ ਹਾਦਾਨ ਗੁਲਾ ਨੇ ਪੁੱਛਿਆ, ''ਕੀ ਕੰਮ ਹੀ ਮੇਰੇ ਦਾਦਾ ਜੀ ਦੀ ਦੌਲਤ ਦਾ ਰਹੱਸ ਸੀ?''

ਸ਼ਾਰੂ ਨਾਦਾ ਨੇ ਜਵਾਬ ਦਿੱਤਾ, ''ਇਹ ਉਨ੍ਹਾਂ ਦੀ ਸਫਲਤਾ ਦਾ ਇੱਕਮਾਤਰ ਰਹੱਸ ਸੀ। ਤੁਹਾਡੇ ਦਾਦਾ ਜੀ ਕੰਮ ਕਰਨ ਨੂੰ ਪਿਆਰ ਕਰਦੇ ਸੀ। ਦੇਵਤਿਆਂ ਨੇ ਉਨ੍ਹਾਂ ਦੀ ਮਿਹਨਤ ਤੋਂ ਖ਼ੁਸ਼ ਹੋ ਕੇ ਉਨ੍ਹਾਂ ਨੂੰ ਉਦਾਰਤਾ ਨਾਲ ਇਨਾਮ ਦਿੱਤਾ।''

ਹਾਦਾਨ ਗੁਲਾ ਨੇ ਸੋਚਦੇ ਹੋਏ ਕਿਹਾ, 'ਮੈਂ ਹੁਣ ਦੇਖ ਸਕਦਾ ਹਾਂ। ਕੰਮ ਨੇ ਉਨ੍ਹਾਂ ਦੇ ਬਹੁਤ ਸਾਰੇ ਦੋਸਤ ਬਣਾਏ, ਜੋ ਉਨ੍ਹਾਂ ਦੀ ਮਿਹਨਤ ਅਤੇ ਇਸ ਨਾਲ ਮਿਲਣ ਵਾਲੀ ਸਫਲਤਾ ਤੋਂ ਪ੍ਰਭਾਵਿਤ ਸਨ। ਕੰਮ ਨੇ ਉਨ੍ਹਾਂ ਨੂੰ ਦਮਿਸ਼ਕ ਵਿੱਚ ਸਨਮਾਨ ਦਿਵਾਇਆ। ਕੰਮ ਨੇ ਹੀ ਉਨ੍ਹਾਂ ਨੂੰ ਉਹ ਸਾਰੀਆਂ ਚੀਜ਼ਾਂ ਦਵਾਈਆਂ, ਜੋ ਮੈਂ ਚਾਹੁੰਦਾ ਹਾਂ। ਅਤੇ ਮੈਂ ਸੋਚਦਾ ਸੀ ਕਿ ਕੰਮ ਸਿਰਫ ਗੁਲਾਮ ਕਰਦੇ ਹਨ।'

ਸ਼ਾਰੂ ਨਾਦਾ ਨੇ ਕਿਹਾ, ''ਜ਼ਿੰਦਗੀ ਵਿੱਚ ਬਹੁਤ ਸਾਰੇ ਆਨੰਦ ਹਨ, ਜਿਨ੍ਹਾਂ ਦੀ ਵਰਤੋਂ ਇਨਸਾਨ ਨੂੰ ਕਰਨੀ ਚਾਹੀਦੀ ਹੈ। ਹਰ ਆਨੰਦ ਦੀ ਆਪਣੀ ਥਾਂ ਹੈ। ਮੈਂ ਖ਼ੁਸ਼ ਹਾਂ ਕਿ ਕੰਮ ਸਿਰਫ ਨੌਕਰਾਂ ਜਾਂ ਗੁਲਾਮਾਂ ਲਈ ਰਾਖਵਾਂ ਨਹੀਂ ਹੈ। ਜੇਕਰ ਅਜਿਹਾ ਹੁੰਦਾ, ਤਾਂ ਮੈਂ ਆਪਣੇ ਸਭ ਤੋਂ ਵੱਡੇ ਆਨੰਦ ਤੋਂ ਵਾਂਝਾ ਰਹਿ ਜਾਂਦਾ। ਮੈਂ ਬਹੁਤ ਸਾਰੀਆਂ ਚੀਜ਼ਾਂ ਦਾ ਆਨੰਦ ਲੈਂਦਾ ਹਾਂ, ਪਰ ਕੰਮ ਦੀ ਥਾਂ ਕੋਈ ਹੋਰ ਚੀਜ਼ ਨਹੀਂ ਲੈ ਸਕਦੀ।''

ਸ਼ਾਰੂ ਨਾਦਾ ਅਤੇ ਹਾਦਾਨ ਗੁਲਾ ਉੱਚੀਆਂ ਦੀਵਾਰਾਂ ਦੇ ਪਰਛਾਵਿਆਂ ਤੋਂ ਨਿਕਲ ਕੇ ਬੇਬੀਲੋਨ ਦੇ ਕਾਂਸੇ ਦੇ ਵੱਡੇ ਦੁਆਰ ਤੋਂ ਦਾਖਲ ਹੋਣ ਲੱਗੇ। ਉਨ੍ਹਾਂ ਦੇ ਕੋਲ ਆਉਂਦੇ ਹੀ ਦੁਆਰ ਦੇ ਰੱਖਿਅਕ ਸਾਵਧਾਨੀ ਦੀ ਹਾਲਤ ਵਿੱਚ ਆ ਗਏ ਅਤੇ ਉਨ੍ਹਾਂ ਨੇ ਇੱਕ ਸਨਮਾਨਿਤ ਨਾਗਰਿਕ ਨੂੰ ਸਲਾਮ ਕੀਤੀ। ਸ਼ਾਰੂ ਨਾਦਾ ਨੇ ਸਿਰ ਚੁੱਕ ਕੇ ਆਪਣੇ ਲੰਮੇ ਕਾਰਵਾਂ ਨੂੰ ਦਰਵਾਜ਼ੇ ਵਿੱਚ ਦਾਖਲ ਕਰਵਾਇਆ ਅਤੇ ਸ਼ਹਿਰ ਦੀਆਂ ਸੜਕਾਂ 'ਤੇ ਲੈ ਗਿਆ।

ਹਾਦਾਨ ਗੁਲਾ ਨੇ ਉਸ ਵਿੱਚ ਵਿਸ਼ਵਾਸ ਕਰਦੇ ਹੋਏ ਕਿਹਾ, ''ਮੈਂ ਹਮੇਸ਼ਾ ਆਪਣੇ ਦਾਦਾ ਜੀ ਵਾਂਗ ਬਣਨਾ ਚਾਹੁੰਦਾ ਸੀ। ਪਰ ਪਹਿਲਾਂ ਕਦੇ ਮੈਨੂੰ ਇਹ ਪਤਾ ਹੀ ਨਹੀਂ ਸੀ ਕਿ ਉਹ ਕਿਸ ਤਰ੍ਹਾਂ ਦੇ ਇਨਸਾਨ ਸਨ। ਅੱਜ ਤੁਸੀਂ ਮੈਨੂੰ ਇਹ ਦੱਸ ਦਿੱਤਾ ਹੈ। ਹੁਣ ਮੈਂ ਸਮਝ ਗਿਆ ਹਾਂ ਅਤੇ ਮੈਂ ਉਨ੍ਹਾਂ ਦੀ ਪਹਿਲਾਂ ਨਾਲੋਂ ਜ਼ਿਆਦਾ ਤਾਰੀਫ਼ ਕਰਦਾ ਹਾਂ। ਹੁਣ ਮੇਰਾ ਸੰਕਲਪ ਵਧ ਚੁੱਕਾ ਹੈ ਅਤੇ ਮੈਂ ਇਹ ਵਚਨ ਲੈਂਦਾ ਹਾਂ ਕਿ ਮੈਂ ਉਨ੍ਹਾਂ ਵਰਗਾ

ਬਣਾਂਗਾ। ਮੈਨੂੰ ਡਰ ਹੈ ਕਿ ਮੈਂ ਕਦੇ ਤੁਹਾਡਾ ਕਰਜ਼ਾ ਨਹੀਂ ਚੁਕਾ ਸਕਾਂਗਾ, ਕਿਉਂਕਿ ਤੁਸੀਂ ਉਨ੍ਹਾਂ ਦੀ ਸਫਲਤਾ ਦੀ ਸੱਚੀ ਕੁੰਜੀ ਮੈਨੂੰ ਸੌਂਪ ਦਿੱਤੀ ਹੈ। ਅੱਜ ਤੋਂ ਹੀ ਮੈਂ ਉਨ੍ਹਾਂ ਦੀ ਕੁੰਜੀ ਦੀ ਵਰਤੋਂ ਕਰਾਂਗਾ। ਮੈਂ ਓਨੀ ਹੀ ਛੋਟੀ ਸ਼ੁਰੂਆਤ ਕਰਾਂਗਾ ਜਿੰਨੀ ਉਨ੍ਹਾਂ ਨੇ ਕੀਤੀ ਸੀ, ਜੋ ਮੇਰੀ ਹੈਸੀਅਤ ਤੋਂ ਵੱਧ ਸਚਾਈ ਨਾਲ ਦੱਸੇਗੀ, ਜੋ ਰਤਨਾਂ ਅਤੇ ਕੱਪੜਿਆਂ ਤੋਂ ਪਤਾ ਨਹੀਂ ਚਲਦੀ।''

ਇਹ ਕਹਿ ਕੇ ਹਾਦਾਨ ਗੁਲਾ ਨੇ ਆਪਣੇ ਕੰਨਾਂ ਤੋਂ ਰਤਨ ਦੇ ਛੱਲੇ ਅਤੇ ਆਪਣੀਆਂ ਉਂਗਲੀਆਂ ਤੋਂ ਅੰਗੂਠੀਆਂ ਉਤਾਰ ਦਿੱਤੀਆਂ। ਫਿਰ ਆਪਣੇ ਘੋੜੇ ਦੀ ਰਾਸ ਛੱਡਦੇ ਹੋਏ ਉਹ ਕਾਰਵਾਂ ਦੇ ਲੀਡਰ ਦੇ ਪਿੱਛੇ-ਪਿੱਛੇ ਤੁਰਨ ਲੱਗਾ।

***

ਬੇਬੀਲੋਨ ਦਾ ਇਤਿਹਾਸਕ ਵਰਨਣ

ਇਤਿਹਾਸ ਦੇ ਸਫ਼ਿਆਂ ਵਿੱਚ ਅਤੇ ਕੋਈ ਸ਼ਹਿਰ ਬੇਬੀਲੋਨ ਜਿੰਨਾ ਸੋਹਣਾ ਨਹੀਂ ਹੈ। ਇਸ ਦਾ ਨਾਂ ਸੁਣਦੇ ਹੀ ਸਾਡੇ ਸਾਹਮਣੇ ਦੌਲਤ ਅਤੇ ਸੁੰਦਰਤਾ ਦੀ ਤਸਵੀਰ ਖਿੱਚ ਜਾਂਦੀ ਹੈ। ਇੱਥੇ ਸੋਨੇ ਅਤੇ ਰਤਨਾਂ ਦਾ ਭਰਪੂਰ ਖਜ਼ਾਨਾ ਸੀ। ਸੁਭਾਵਿਕ ਹੈ ਕਿ ਇਹ ਸੁਣ ਕੇ ਅਸੀਂ ਸੋਚਾਂਗੇ ਕਿ ਸ਼ਾਇਦ ਇਹ ਖ਼ੁਸ਼ਹਾਲ ਸ਼ਹਿਰ ਕਿਸੇ ਗਰਮਖੰਡੀ ਭੂਮੀ 'ਤੇ ਸਥਿਤ ਹੋਵੇਗਾ, ਜਿੱਥੇ ਜੰਗਲਾਂ ਅਤੇ ਖਾਣਾਂ ਵਰਗੇ ਵੱਡੇ ਕੁਦਰਤੀ ਸਰੋਤ ਹੋਣਗੇ। ਪਰ ਇਹ ਸੱਚ ਨਹੀਂ। ਦਰਅਸਲ ਇਹ ਯੂਫੇਟਸ ਨਦੀ ਦੇ ਕੰਢੇ 'ਤੇ ਸਥਿਤ ਸੀ। ਇਹ ਇੱਕ ਸਪਾਟ ਅਤੇ ਖੁਸ਼ਕ ਘਾਟੀ ਵਿੱਚ ਸਥਿਤ ਸੀ। ਇਥੇ ਨਾ ਤਾਂ ਜੰਗਲ ਸਨ, ਨਾ ਹੀ ਖਾਣਾਂ। ਇਥੇ ਤਾਂ ਇਮਾਰਤ ਬਣਾਉਣ ਲਈ ਪੱਥਰ ਤੱਕ ਨਹੀਂ ਸਨ। ਇਹ ਕੁਦਰਤੀ ਵਪਾਰਕ ਮਾਰਗ 'ਤੇ ਵੀ ਸਥਿਤ ਨਹੀਂ ਸੀ। ਮੀਂਹ ਏਨਾ ਘੱਟ ਪੈਂਦਾ ਸੀ ਕਿ ਫਸਲਾਂ ਬੀਜਣੀਆਂ ਸੰਭਵ ਨਹੀਂ ਸਨ।

ਬੇਬੀਲੋਨ ਇੱਕ ਉੱਤਮ ਉਦਾਹਰਨ ਹੈ, ਜੋ ਸਾਨੂੰ ਸਿਖਾਉਂਦਾ ਹੈ ਕਿ ਮਿਲੇ ਹੋਏ ਸਰੋਤਾਂ ਦੀ ਵਰਤੋਂ ਕਰਦੇ ਹੋਏ ਮਨੁੱਖੀ ਸਮਰੱਥਾ ਨਾਲ ਮਹਾਨ ਟੀਚੇ ਕਿਵੇਂ ਹਾਸਲ ਕੀਤੇ ਜਾ ਸਕਦੇ ਹਨ। ਇਸ ਸੋਹਣੇ ਸ਼ਹਿਰ ਦੇ ਸਾਰੇ ਸਰੋਤ ਮਨੁੱਖਾਂ ਵੱਲੋਂ ਵਿਕਸਿਤ ਕੀਤੇ ਗਏ ਸਨ। ਇਸ ਦੀ ਖ਼ੁਸ਼ਹਾਲੀ ਇਸ ਦੇ ਨਾਗਰਿਕਾਂ ਦੀ ਮਿਹਨਤ ਦਾ ਨਤੀਜਾ ਸੀ।

ਬੇਬੀਲੋਨ ਦੇ ਕੋਲ ਸਿਰਫ ਦੋ ਕੁਦਰਤੀ ਸਰੋਤ ਸਨ—ਉਪਜਾਊ ਭੂਮੀ ਅਤੇ ਨਦੀ ਦਾ ਪਾਣੀ। ਬੇਬੀਲੋਨ ਦੇ ਇੰਜੀਨੀਅਰਾਂ ਨੇ ਇੰਜੀਨੀਅਰਿੰਗ ਦੀ ਇੱਕ ਮਹਾਨ ਯੋਜਨਾ ਬਣਾ ਕੇ ਪੁਲਾਂ ਅਤੇ ਵੱਡੀਆਂ ਨਹਿਰਾਂ ਦੁਆਰਾ ਨਦੀ ਦੇ ਪਾਣੀ ਦੀ ਦਿਸ਼ਾ ਬਦਲ ਦਿੱਤੀ। ਇਹ ਨਹਿਰਾਂ ਖੁਸ਼ਕ ਘਾਟੀ ਵਿੱਚ ਦੂਰ ਤੱਕ ਗਈਆਂ ਅਤੇ ਉਪਜਾਊ ਭੂਮੀ ਨੂੰ ਪਾਣੀ ਨਾਲ ਸਿੰਜ ਕੇ ਜ਼ਿੰਦਗੀ ਦਿੱਤੀ। ਇਹ ਇਤਿਹਾਸ ਵਿੱਚ ਇੰਜੀਨੀਅਰਾਂ ਦੇ ਸਭ ਤੋਂ ਪਹਿਲੇ ਕਾਰਨਾਮਿਆਂ ਵਿੱਚੋਂ ਇੱਕ ਸੀ। ਇਸ ਸਿੰਜਾਈ ਤੰਤਰ ਦੇ ਸਿੱਟੇ ਵਜੋਂ ਬੇਮਿਸਾਲ ਅਤੇ ਜ਼ਬਰਦਸਤ ਫਸਲ ਪੈਦਾ ਹੋਣ ਲੱਗੀ।

ਕਿਸਮਤ ਨਾਲ ਬੇਬੀਲੋਨ ਦੇ ਮਹਾਰਾਜਾਂ ਨੇ ਸਾਮਰਾਜ ਦੇ ਵਿਸਥਾਰ ਅਤੇ ਯੁੱਧ ਕਰਕੇ ਲੁੱਟ-ਖਸੁੱਟ ਕਰਨ ਵਿੱਚ ਜ਼ਿਆਦਾ ਰੁਚੀ ਨਹੀਂ ਲਈ। ਹਾਲਾਂਕਿ ਇੱਥੇ ਦੇ ਹਾਕਮਾਂ ਨੇ ਬਹੁਤ ਲੜਾਈਆਂ ਲੜੀਆਂ, ਪਰ ਉਨ੍ਹਾਂ ਵਿੱਚੋਂ ਵਧੇਰੇ ਸਥਾਨਕ ਸਨ ਜਾਂ ਦੂਜੇ ਦੇਸ਼ਾਂ ਦੇ

ਲੋਭੀ ਜੇਤੂਆਂ ਦੇ ਵਿਰੁੱਧ ਸਨ, ਜੋ ਬੇਬੀਲੋਨ ਦੀ ਬੇਹੱਦ ਸੰਪਤੀ 'ਤੇ ਨਜ਼ਰ ਰੱਖਦੇ ਸਨ। ਬੇਬੀਲੋਨ ਦੇ ਉੱਤਮ ਹਾਕਮ ਇਤਿਹਾਸ ਵਿੱਚ ਆਪਣੀ ਬੁੱਧੀ, ਆਰਥਿਕ ਪ੍ਰਬੰਧ ਅਤੇ ਨਿਆਂ ਲਈ ਮਸ਼ਹੂਰ ਹਨ। ਬੇਬੀਲੋਨ ਦਾ ਕੋਈ ਰਾਜਾ ਏਨਾ ਲੋਭੀ ਨਹੀਂ ਸੀ ਕਿ ਉਹ ਪੂਰੀ ਦੁਨੀਆ ਨੂੰ ਜਿੱਤਣ ਦਾ ਸੁਫਨਾ ਦੇਖੇ।

ਸ਼ਹਿਰ ਦੇ ਤੌਰ 'ਤੇ ਬੇਬੀਲੋਨ ਦੀ ਹੋਂਦ ਹੁਣ ਨਹੀਂ ਹੈ। ਜਿਨ੍ਹਾਂ ਮਨੁੱਖੀ ਤਾਕਤਾਂ ਨੇ ਹਜ਼ਾਰਾਂ ਸਾਲ ਤੱਕ ਸ਼ਹਿਰ ਨੂੰ ਕਾਇਮ ਰੱਖਿਆ ਸੀ ਅਤੇ ਇਸ ਦਾ ਵਿਕਾਸ ਕੀਤਾ ਸੀ, ਉਨ੍ਹਾਂ ਦੇ ਚਲੇ ਜਾਣ ਤੋਂ ਬਾਅਦ ਸ਼ਹਿਰ ਛੇਤੀ ਹੀ ਵੀਰਾਨ ਖੰਡਰ ਵਿੱਚ ਬਦਲ ਗਿਆ। ਇਸ ਸ਼ਹਿਰ ਦਾ ਸਥਾਨ ਏਸ਼ੀਆ ਦੇ ਸਵੇਜ ਨਹਿਰ ਦੇ ਛੇ ਸੌ ਮੀਲ ਪੂਰਬ ਵਿੱਚ ਅਤੇ ਪਰਸ਼ੀਅਨ ਖਾੜੀ ਦੇ ਉੱਤਰ ਵਿੱਚ ਹੈ। ਇਸ ਦਾ ਵਿਥਕਾਰ ਲਗਭਗ 30 ਡਿਗਰੀ ਹੈ, ਜੋ ਯੂਮਾ, ਐਰੀਜ਼ੋਨਾ ਦਾ ਵਿਥਕਾਰ ਵੀ ਹੈ। ਬੇਬੀਲੋਨ ਦਾ ਮੌਸਮ ਵੀ ਅਮਰੀਕੀ ਸ਼ਹਿਰ ਵਾਂਗ ਹੀ ਗਰਮ ਅਤੇ ਸੁੱਕਾ ਸੀ।

ਯੂਫੇਟਸ ਦੀ ਘਾਟੀ, ਜੋ ਕਦੇ ਆਬਾਦ ਅਤੇ ਸਿੰਜਤ ਸੀ, ਜਿੱਥੇ ਕਦੇ ਭਰਪੂਰ ਫਸਲ ਪੈਦਾ ਹੁੰਦੀ ਸੀ, ਅੱਜ ਬਰਬਾਦ ਅਤੇ ਵੀਰਾਨ ਹੋ ਚੁੱਕੀ ਹੈ। ਰੇਤਲੀਆਂ ਹਵਾਵਾਂ ਏਨੀਆਂ ਤੇਜ਼ ਚਲਦੀਆਂ ਹਨ ਕਿ ਘਾਹ ਅਤੇ ਰੇਗਿਸਤਾਨੀ ਝੁਰਮਟ ਵੀ ਬਹੁਤ ਘੱਟ ਦਿਖਾਈ ਦਿੰਦੇ ਹਨ। ਉਪਜਾਊ ਖੇਤ, ਵਿਸ਼ਾਲ ਸ਼ਹਿਰ ਅਤੇ ਸਾਮਾਨ ਦੇ ਲੰਮੇ ਕਾਰਵਾਂ ਹੁਣ ਅਤੀਤ ਵਿੱਚ ਦਫਨ ਹੋ ਚੁੱਕੇ ਹਨ। ਹੁਣ ਇੱਥੇ ਸਿਰਫ ਅਰਬਾਂ ਦੇ ਕੁਝ ਖਾਨਾਬਦੋਸ਼ ਸਮੂਹ ਹੀ ਰਹਿੰਦੇ ਹਨ, ਜੋ ਛੋਟੇ ਝੁੰਡਾਂ ਨੂੰ ਪਾਲ ਕੇ ਆਪਣੀ ਰੋਜ਼ੀ-ਰੋਟੀ ਚਲਾਉਂਦੇ ਹਨ। ਇਹ ਹਾਲਤ ਲਗਭਗ ਦੋ ਹਜ਼ਾਰ ਸਾਲ ਤੋਂ ਹੈ।

ਇਸ ਘਾਟੀ ਵਿੱਚ ਮਿੱਟੀ ਦੀਆਂ ਕੁਝ ਪਹਾੜੀਆਂ ਵੀ ਹਨ। ਸਦੀਆਂ ਤੋਂ ਯਾਤਰੀ ਉਨ੍ਹਾਂ ਨੂੰ ਪਹਾੜੀਆਂ ਹੀ ਮੰਨਦੇ ਸਨ। ਆਖਰਕਾਰ ਪੁਰਾਤੱਤਵਵਾਦੀਆਂ ਦਾ ਧਿਆਨ ਉਨ੍ਹਾਂ ਵੱਲ ਗਿਆ, ਕਿਉਂਕਿ ਕਦੇ-ਕਦੇ ਆਉਣ ਵਾਲੇ ਬਾਰਿਸ਼ ਦੇ ਤੂਫਾਨਾਂ ਵਿੱਚ ਇੱਥੇ ਭਾਂਡਿਆਂ ਅਤੇ ਇੱਟਾਂ ਦੇ ਟੁੱਟੇ ਹੋਏ ਟੁਕੜੇ ਮਿਲੇ। ਯੂਰਪੀ ਅਤੇ ਅਮਰੀਕੀ ਅਜਾਇਬਘਰਾਂ ਨੇ ਇਸ ਅਭਿਆਨ ਲਈ ਪੈਸਾ ਦਿੱਤਾ। ਇਨ੍ਹਾਂ ਪਹਾੜੀਆਂ 'ਤੇ ਖੁਦਾਈ ਦਾ ਕੰਮ ਇਸ ਉਮੀਦ ਨਾਲ ਸ਼ੁਰੂ ਹੋਇਆ ਕਿ ਸ਼ਾਇਦ ਇੱਥੋਂ ਕੁਝ ਮਿਲ ਜਾਏ। ਖੁਦਾਈ ਕਰਨ ਨਾਲ ਛੇਤੀ ਹੀ ਇਹ ਸਿੱਧ ਹੋ ਗਿਆ ਕਿ ਇਹ ਦਰਅਸਲ ਪਹਾੜੀਆਂ ਨਹੀਂ, ਸਗੋਂ ਪ੍ਰਾਚੀਨ ਸ਼ਹਿਰ ਸੀ। ਉਨ੍ਹਾਂ ਨੂੰ ਸ਼ਹਿਰਾਂ ਦੇ ਮਕਬਰੇ ਵੀ ਕਿਹਾ ਜਾਂਦਾ ਹੈ।

ਬੇਬੀਲੋਨ ਵੀ ਉਨ੍ਹਾਂ ਵਿੱਚੋਂ ਇੱਕ ਸੀ। ਲਗਭਗ ਵੀਹ ਸਦੀਆਂ ਤੱਕ ਹਵਾਵਾਂ ਨੇ ਇਸ 'ਤੇ ਰੇਗਿਸਤਾਨੀ ਧੂੜ ਪਾਈ ਸੀ। ਇਹ ਮੂਲ ਤੌਰ 'ਤੇ ਇੱਟਾਂ ਦਾ ਬਣਿਆ ਸੀ, ਪਰ ਇਹ ਮਿੱਟੀ ਵਿੱਚ ਮਿਲ ਚੁੱਕਾ ਸੀ। ਬੇਬੀਲੋਨ ਦਾ ਅਮੀਰ ਸ਼ਹਿਰ ਅੱਜ ਇਸ ਹਾਲ ਵਿੱਚ ਹੈ। ਇਹ ਮਿੱਟੀ ਦੇ ਢੇਰ ਵਿੱਚ ਬਦਲ ਚੁੱਕਾ ਹੈ। ਜਦੋਂ ਤੱਕ ਇਸ ਦੀਆਂ ਸੜਕਾਂ, ਮੰਦਰਾਂ ਅਤੇ ਮਹੱਲਾਂ ਦੇ ਖੰਡਰਾਂ 'ਤੇ ਸਦੀਆਂ ਦੀ ਧੂੜ ਨਹੀਂ ਹਟਾਈ ਗਈ, ਉਦੋਂ ਤੱਕ ਕਿਸੇ ਨੂੰ ਵੀ ਇਸ ਦਾ ਨਾਂਅ ਪਤਾ ਨਹੀਂ ਸੀ।

ਕਈ ਵਿਗਿਆਨੀ ਮੰਨਦੇ ਹਨ ਕਿ ਬੇਬੀਲੋਨ ਅਤੇ ਇਸ ਘਾਟੀ ਦੇ ਹੋਰ ਸ਼ਹਿਰਾਂ ਦੀ ਸੱਭਿਅਤਾ ਦੁਨੀਆ ਦੀ ਸਭ ਤੋਂ ਪੁਰਾਣੀ ਸੱਭਿਅਤਾ ਹੈ, ਜਿਸ ਦਾ ਪੱਕਾ ਵਰਨਣ ਵੀ ਮਿਲਦਾ ਹੈ। ਇਹ ਸਾਬਤ ਕੀਤਾ ਜਾ ਚੁੱਕਾ ਹੈ ਕਿ ਇਹ ਸੱਭਿਅਤਾ ਲਗਭਗ 8,000 ਸਾਲ ਪੁਰਾਣੀ ਹੋ ਸਕਦੀ ਹੈ। ਇਸ ਤਾਰੀਖ ਦੇ ਮਿਥੇ ਜਾਣ ਪਿੱਛੇ ਵੀ ਇੱਕ ਰੋਚਕ ਤੱਥ ਹੈ। ਬੇਬੀਲੋਨ ਦੇ ਰਹਿੰਦ-ਖੂੰਹਦ ਵਿੱਚੋਂ ਸੂਰਜ ਗ੍ਰਹਿਣ ਦਾ ਇੱਕ ਵਰਨਣ ਮਿਲਿਆ। ਆਧੁਨਿਕ ਖਗੋਲ ਸ਼ਾਸਤਰੀਆਂ ਨੇ ਤਤਕਾਲ ਉਸ ਸਮੇਂ ਦੀ ਗਿਣਤੀ ਕਰ ਲਈ, ਜਦੋਂ ਇਸ ਤਰ੍ਹਾਂ ਦਾ ਸੂਰਜ ਗ੍ਰਹਿਣ ਬੇਬੀਲੋਨ ਵਿੱਚ ਨਜ਼ਰ ਆਇਆ ਹੋਵੇਗਾ। ਇਸ ਤਰ੍ਹਾਂ ਉਨ੍ਹਾਂ ਨੇ ਬੇਬੀਲੋਨ ਦੇ ਕੈਲੰਡਰ ਅਤੇ ਆਧੁਨਿਕ ਕੈਲੰਡਰ ਵਿੱਚ ਇੱਕ ਸੰਬੰਧ ਸਥਾਪਤ ਕਰ ਲਿਆ।

ਇਸ ਤਰ੍ਹਾਂ ਹੁਣ ਇਹ ਸਾਬਤ ਹੋ ਚੁੱਕਾ ਹੈ ਕਿ 8,000 ਸਾਲ ਪਹਿਲਾਂ ਬੇਬੀਲੋਨ ਵਿੱਚ ਰਹਿਣ ਵਾਲੇ ਸੁਮੇਰ ਵਾਸੀ ਦੀਵਾਰਾਂ ਨਾਲ ਘਿਰੇ ਸ਼ਹਿਰਾਂ ਵਿੱਚ ਰਹਿੰਦੇ ਸਨ। ਅਸੀਂ ਸਿਰਫ ਅੰਦਾਜ਼ਾ ਹੀ ਲਗਾ ਸਕਦੇ ਹਾਂ ਕਿ ਇਸ ਤੋਂ ਪਹਿਲਾਂ ਇਨ੍ਹਾਂ ਸ਼ਹਿਰਾਂ ਦੀ ਹੋਂਦ ਕਿੰਨੀ ਸਦੀਆਂ ਤੱਕ ਰਹੀ ਹੋਵੇਗੀ। ਰੱਖਿਆ ਕਰਨ ਵਾਲੀਆਂ ਦੀਵਾਰਾਂ ਦੇ ਅੰਦਰ ਰਹਿਣ ਵਾਲੇ ਇਹ ਲੋਕ ਜ਼ਾਲਮ ਨਹੀਂ ਸਨ। ਉਹ ਸਿੱਖਿਅਤ ਅਤੇ ਬੁੱਧੀਮਾਨ ਸਨ। ਲਿਖਤ ਇਤਿਹਾਸ ਅਨੁਸਾਰ ਉਹ ਦੁਨੀਆ ਦੇ ਪਹਿਲੇ ਇੰਜੀਨੀਅਰ, ਪਹਿਲੇ ਖਗੋਲ ਸ਼ਾਸਤਰੀ, ਪਹਿਲੇ ਗਣਿਤ ਸ਼ਾਸਤਰੀ, ਪਹਿਲੇ ਫਾਈਨੈਂਸਰਜ਼ ਅਤੇ ਲਿਪੀ ਦੀ ਵਰਤੋਂ ਕਰਨ ਵਾਲੇ ਪਹਿਲੇ ਲੋਕ ਸਨ।

ਸਿੰਚਾਈ ਤੰਤਰ ਦਾ ਵਰਨਣ ਪਹਿਲਾਂ ਹੀ ਕੀਤਾ ਜਾ ਚੁੱਕਾ ਹੈ, ਜਿਸ ਨੇ ਖ਼ੁਸ਼ਕ ਘਾਟੀ ਨੂੰ ਖੇਤੀਬਾੜੀ ਦੇ ਸਵਰਗ ਵਿੱਚ ਬਦਲ ਦਿੱਤਾ ਸੀ। ਇਨ੍ਹਾਂ ਨਹਿਰਾਂ ਦੇ ਰਹਿੰਦ-ਖੂੰਹਦ ਹੁਣ ਵੀ ਮਿਲਦੇ ਹਨ, ਹਾਲਾਂਕਿ ਉਨ੍ਹਾਂ ਦਾ ਜ਼ਿਆਦਾਤਰ ਹਿੱਸਾ ਮਿੱਟੀ ਨਾਲ ਭਰਿਆ ਪਿਆ ਹੈ। ਉਨ੍ਹਾਂ ਵਿੱਚੋਂ ਕੁਝ ਦਾ ਆਕਾਰ ਤਾਂ ਏਨਾ ਵੱਡਾ ਹੈ ਕਿ ਜੇਕਰ ਉਨ੍ਹਾਂ ਵਿੱਚ ਪਾਣੀ ਨਾ ਹੋਵੇ, ਤਾਂ ਇੱਕ ਦਰਜਨ ਘੋੜੇ ਇਕੱਠੇ ਦੌੜ ਸਕਦੇ ਹਨ। ਆਕਾਰ ਵਿੱਚ ਉਹ ਕੋਲੋਰੇਡੋ ਅਤੇ ਯੂਟਾ ਦੀਆਂ ਸਭ ਤੋਂ ਵੱਡੀਆਂ ਨਹਿਰਾਂ ਨਾਲੋਂ ਵੀ ਜ਼ਿਆਦਾ ਵੱਡੀਆਂ ਹਨ।

ਘਾਟੀ ਦੀ ਭੂਮੀ ਨੂੰ ਸਿੰਚਾਈ ਕਰਨ ਤੋਂ ਇਲਾਵਾ ਬੇਬੀਲੋਨ ਦੇ ਇੰਜੀਨੀਅਰਾਂ ਨੇ ਇੱਕ ਹੋਰ ਵੱਡੀ ਯੋਜਨਾ ਵੀ ਤਿਆਰ ਕੀਤੀ। ਇੱਕ ਵੱਡੇ ਡ੍ਰੇਨੇਜ ਸਿਸਟਮ ਨਾਲ ਉਨ੍ਹਾਂ ਨੇ ਯੂਫਰੇਟਸ ਅਤੇ ਟਿਗਰਿਸ ਨਦੀਆਂ ਦੇ ਮੂੰਹ ਦੀ ਬਦਲਦੀ ਜ਼ਮੀਨ ਦੇ ਇੱਕ ਵੱਡੇ ਟੁਕੜੇ ਦਾ ਪਾਣੀ ਕੱਢ ਕੇ ਉਸ ਨੂੰ ਖੇਤੀਬਾੜੀ ਦੀ ਵਰਤੋਂ ਵਿੱਚ ਲਿਆਂਦਾ।

ਯੂਨਾਨੀ ਯਾਤਰੀ ਅਤੇ ਇਤਿਹਾਸਕ ਹੇਰੋਡੋਟਸ ਨੇ ਬੇਬੀਲੋਨ ਦੀ ਯਾਤਰਾ ਉਸ ਸਮੇਂ ਕੀਤੀ, ਜਦੋਂ ਇੱਥੋਂ ਦੀ ਸੱਭਿਅਤਾ ਸੀ। ਹੇਰੋਡੋਟਸ ਅਜਿਹੇ ਇਕੱਲੇ ਬਾਹਰੀ ਵਿਅਕਤੀ ਸਨ, ਜਿਨ੍ਹਾਂ ਵੱਲੋਂ ਲਿਖਿਆ ਗਿਆ ਬੇਬੀਲੋਨ ਦਾ ਵਰਨਣ ਹਾਲੇ ਵੀ ਹੈ। ਉਨ੍ਹਾਂ ਨੇ ਸ਼ਹਿਰ ਦਾ ਚਿੱਤਰ ਸਹਿਤ ਵਰਨਣ ਕੀਤਾ ਹੈ ਅਤੇ ਨਾਗਰਿਕਾਂ ਦੀਆਂ ਕੁਝ ਅਸਧਾਰਨ ਪਰੰਪਰਾਵਾਂ ਦਾ ਵਰਨਣ ਵੀ ਕੀਤਾ ਹੈ। ਉਨ੍ਹਾਂ ਨੇ ਇੱਥੋਂ ਦੀ ਜ਼ਮੀਨ ਦੀ ਵਰਨਣਯੋਗ ਉਪਜਾਊ ਸਮਰੱਥਾ ਦਾ ਵਰਨਣ ਕੀਤਾ ਹੈ ਅਤੇ ਇਸ ਵੱਲੋਂ ਉਪਜੇ ਅਨਾਜ ਅਤੇ ਜੌਂ ਦੀ ਭਰਪੂਰ ਫਸਲ ਦਾ ਵੀ।

ਬੇਬੀਲੋਨ ਦਾ ਸੋਹਣਾਪਣ ਧੁੰਦਲਾ ਪੈ ਚੁੱਕਾ ਹੈ, ਪਰ ਇਸ ਦਾ ਗਿਆਨ ਹੁਣ ਵੀ ਸੁਰੱਖਿਅਤ ਹੈ। ਇਸ ਦੇ ਲਈ ਅਸੀਂ ਉਨ੍ਹਾਂ ਦੇ ਰਿਕਾਰਡ ਰੱਖਣ ਦੇ ਤਰੀਕਿਆਂ ਦੇ ਸ਼ੁਕਰਗੁਜ਼ਾਰ ਹਾਂ। ਉਸ ਪ੍ਰਾਚੀਨ ਯੁੱਗ ਵਿੱਚ ਕਾਗਜ਼ ਦੀ ਖੋਜ ਨਹੀਂ ਹੋਈ ਸੀ। ਇਸ ਦੀ ਬਜਾਏ ਉਹ ਗਿੱਲੀ ਮਿੱਟੀ 'ਤੇ ਲਿਖਦੇ ਸਨ। ਪੂਰਾ ਲਿਖਣ ਤੋਂ ਬਾਅਦ ਮਿੱਟੀ ਨੂੰ ਅੱਗ ਵਿੱਚ ਪਕਾਇਆ ਜਾਂਦਾ ਸੀ, ਤਾਂ ਕਿ ਉਹ ਸਖਤ ਹੋ ਜਾਵੇ। ਆਕਾਰ ਵਿੱਚ ਇਹ ਮਿੱਟੀ ਦੀਆਂ ਤਖ਼ਤੀਆਂ 6 ਤੋਂ 8 ਇੰਚ ਦੇ ਲਗਭਗ ਹੁੰਦੇ ਸਨ। ਉਨ੍ਹਾਂ ਦੀ ਮੋਟਾਈ ਇੱਕ ਇੰਚ ਹੁੰਦੀ ਸੀ।

ਲਿਖਣ ਵਿੱਚ ਇਨ੍ਹਾਂ ਮਿੱਟੀ ਦੀਆਂ ਤਖ਼ਤੀਆਂ ਦੀ ਉਸੇ ਤਰ੍ਹਾਂ ਵਰਤੋਂ ਹੁੰਦੀ ਸੀ, ਜਿਸ ਤਰ੍ਹਾਂ ਅੱਜ ਅਸੀਂ ਕਾਗਜ਼ ਦੀ ਵਰਤੋਂ ਕਰਦੇ ਹਾਂ। ਉਨ੍ਹਾਂ 'ਤੇ ਦੰਦਕਥਾਵਾਂ, ਕਵਿਤਾਵਾਂ, ਇਤਿਹਾਸ, ਸ਼ਾਹੀ ਫਰਮਾਨ, ਦੇਸ਼ ਦੇ ਕਾਨੂੰਨ, ਜਾਇਦਾਦ ਦੇ ਦਸਤਾਵੇਜ਼, ਪ੍ਰੋਮਿਸਰੀ ਨੋਟ ਅਤੇ ਇੱਥੋਂ ਤੱਕ ਕਿ ਪੱਤਰ ਵੀ ਲਿਖੇ ਜਾਂਦੇ ਸਨ, ਜਿਨ੍ਹਾਂ ਨੂੰ ਸੰਦੇਸ਼ਵਾਹਕ ਦੂਜੇ ਸ਼ਹਿਰਾਂ ਤੱਕ ਪਹੁੰਚਾਉਂਦੇ ਸਨ। ਇਨ੍ਹਾਂ ਮਿੱਟੀ ਦੀਆਂ ਤਖ਼ਤੀਆਂ ਤੋਂ ਸਾਨੂੰ ਇਨ੍ਹਾਂ ਲੋਕਾਂ ਦੇ ਨਜ਼ਦੀਕੀ ਅਤੇ ਨਿੱਜੀ ਮਾਮਲਿਆਂ ਦੀ ਜਾਣਕਾਰੀ ਮਿਲਦੀ ਹੈ। ਉਦਾਹਰਨ ਲਈ, ਇੱਕ ਮਿੱਟੀ ਦੀ ਤਖ਼ਤੀ ਵਿੱਚ ਇਕ ਦੁਕਾਨਦਾਰ ਦਾ ਰਿਕਾਰਡ ਮਿਲਦਾ ਹੈ। ਇਸ ਵਿੱਚ ਇਹ ਵਰਣਨ ਹੈ ਕਿ ਇੱਕ ਪੱਕੀ ਤਾਰੀਖ ਨੂੰ ਇੱਕ ਗਾਹਕ ਇੱਕ ਗਾਂ ਲੈ ਕੇ ਆਇਆ ਅਤੇ ਉਸ ਦੇ ਬਦਲੇ ਉਸ ਨੇ ਸੱਤ ਬੋਰੇ ਅਨਾਜ ਦੇ ਲਏ, ਜਿਨ੍ਹਾਂ ਵਿੱਚੋਂ ਤਿੰਨ ਬੋਰੇ ਉਹ ਉਸੇ ਸਮੇਂ ਲੈ ਗਿਆ ਅਤੇ ਬਾਕੀ ਚਾਰ ਬੋਰੇ ਉਹ ਬਾਅਦ ਵਿੱਚ ਲੈ ਜਾਵੇਗਾ।

ਸ਼ਹਿਰਾਂ ਦੇ ਮਲਬੇ ਵਿੱਚ ਸੁਰੱਖਿਅਤ ਤੌਰ 'ਤੇ ਦਫ਼ਨ ਲੱਖਾਂ ਮਿੱਟੀ ਦੀਆਂ ਤਖ਼ਤੀਆਂ ਪੁਰਾਤਤਵ ਸ਼ਾਸਤਰੀਆਂ ਨੂੰ ਮਿਲੇ ਹਨ।

ਬੇਬੀਲੋਨ ਦਾ ਇੱਕ ਵਰਣਨਯੋਗ ਹੈਰਾਨੀ ਭਰੀਆਂ ਸ਼ਹਿਰ ਦੇ ਚਾਰੇ ਪਾਸੇ ਦੀਆਂ ਵੱਡੀਆਂ ਦੀਵਾਰਾਂ ਸਨ। ਪ੍ਰਾਚੀਨ ਲੋਕ ਉਨ੍ਹਾਂ ਨੂੰ ਮਿਸਰ ਦੇ ਪਿਰਾਮਿਡਾਂ ਵਾਂਗ 'ਦੁਨੀਆ ਦੇ ਸੱਤ ਅਜੂਬਿਆਂ' ਵਿੱਚੋਂ ਇੱਕ ਮੰਨਦੇ ਸਨ। ਮਹਾਰਾਣੀ ਸੈਮੀਰੈਮੀਕਸ ਨੂੰ ਸ਼ਹਿਰ ਦੀ ਪਹਿਲੀ ਦੀਵਾਰ ਬਣਵਾਉਣ ਦਾ ਸਿਹਰਾ ਦਿੱਤਾ ਜਾਂਦਾ ਹੈ। ਆਧੁਨਿਕ ਖੁਦਾਈ ਕਰਨ ਵਾਲਿਆਂ ਨੂੰ ਮੂਲ ਦੀਵਾਰਾਂ ਦਾ ਕੋਈ ਅਵਸ਼ੇਸ਼ ਨਹੀਂ ਮਿਲਿਆ। ਉਨ੍ਹਾਂ ਦੀ ਉਚਾਈ ਬਾਰੇ ਵੀ ਕੋਈ ਜਾਣਕਾਰੀ ਨਹੀਂ ਮਿਲੀ। ਸ਼ੁਰੂਆਤੀ ਲੇਖਕਾਂ ਦੇ ਵਰਣਨ ਦੇ ਆਧਾਰ 'ਤੇ ਇਹ ਅਨੁਮਾਨ ਲਗਾਇਆ ਜਾਂਦਾ ਹੈ ਕਿ ਉਨ੍ਹਾਂ ਦੀ ਉਚਾਈ ਪੰਜਾਹ ਤੋਂ ਸੱਠ ਫੁੱਟ ਵਿਚਕਾਰ ਹੋਵੇਗੀ, ਜਿਸ ਵਿੱਚ ਬਾਹਰਲੇ ਪਾਸੇ ਸੜੀਆਂ ਇੱਟਾਂ ਸਨ ਅਤੇ ਪਾਣੀ ਦੀਆਂ ਡੂੰਘੀਆਂ ਖਾਈਆਂ ਬਣਾ ਕੇ ਸੁਰੱਖਿਆ ਦਾ ਵਾਧੂ ਪ੍ਰਬੰਧ ਕੀਤਾ ਗਿਆ ਸੀ।

ਬਾਅਦ ਵਾਲੀਆਂ ਮਸ਼ਹੂਰ ਦੀਵਾਰਾਂ ਲਗਭਗ 600 ਏ.ਪੂ. ਵਿੱਚ ਮਹਾਰਾਜ ਨਾਬੋਪੇਲੇਜ਼ਰ ਨੇ ਬਣਵਾਉਣੀਆਂ ਸ਼ੁਰੂ ਕੀਤੀਆਂ ਸਨ। ਉਸ ਨੇ ਵੱਡੇ ਪੱਧਰ 'ਤੇ ਦੀਵਾਰਾਂ ਨੂੰ ਬਣਾਉਣ ਦੀ ਯੋਜਨਾ ਬਣਾਈ ਸੀ ਪਰ ਉਹ ਇਸ ਨੂੰ ਆਪਣੇ ਜੀਵਨਕਾਲ ਵਿੱਚ ਪੂਰਾ ਨਹੀਂ ਕਰਵਾ ਸਕਿਆ। ਇਹ ਕੰਮ ਉਸ ਦੇ ਪੁੱਤਰ ਨੇਬੁਸ਼ੈਡਨੇਜ਼ਰ ਨੇ ਪੂਰਾ ਕੀਤਾ, ਜਿਸ ਦਾ ਨਾਂ ਬਾਈਬਲ ਦੇ ਇਤਿਹਾਸ ਵਿੱਚ ਪਾਇਆ ਜਾਂਦਾ ਹੈ।

ਇਨ੍ਹਾਂ ਬਾਅਦ ਵਾਲੀਆਂ ਦੀਵਾਰਾਂ ਦੀ ਉਚਾਈ ਅਤੇ ਲੰਬਾਈ ਗੈਰ-ਭਰੋਸੇਯੋਗ ਸੀ।

ਭਰੋਸੇਯੋਗ ਸੂਤਰਾਂ ਅਨੁਸਾਰ ਉਹ ਇੱਕ ਸੌ ਸੱਠ ਫੁੱਟ ਉੱਚੀਆਂ ਸਨ, ਭਾਵ ਕਿਸੇ ਆਧੁਨਿਕ ਦਫਤਰ ਦੀ ਪੰਦਰਾਂ ਮੰਜ਼ਿਲੀ ਇਮਾਰਤ ਬਰਾਬਰ ਉੱਚੀਆਂ। ਇਨ੍ਹਾਂ ਦੀ ਕੁੱਲ ਲੰਬਾਈ ਨੌ ਸੌ ਗਿਆਰਾਂ ਮੀਲ ਦੇ ਵਿੱਚ ਹੋਵੇਗੀ। ਦੀਵਾਰਾਂ ਦਾ ਉੱਪਰਲਾ ਹਿੱਸਾ ਏਨਾ ਚੌੜਾ ਸੀ ਕਿ ਛੇ ਘੋੜਿਆਂ ਦਾ ਰਥ ਉਸ 'ਤੇ ਆਸਾਨੀ ਨਾਲ ਚੱਲ ਸਕਦਾ ਸੀ। ਇਸ ਵਿਰਾਟ ਤੰਤਰ ਦੀ ਬਹੁਤ ਘੱਟ ਰਹਿੰਦ-ਖੂੰਹਦ ਮਿਲਦੀ ਹੈ। ਸਿਰਫ ਨੀਂਹ ਅਤੇ ਖਾਈ ਬਚੀਆਂ ਹਨ। ਕੁਦਰਤ ਦੇ ਕਹਿਰ ਤੋਂ ਇਲਾਵਾ ਅਰਬ ਵਾਸੀਆਂ ਨੇ ਇਨ੍ਹਾਂ ਦੀਆਂ ਇੱਟਾਂ ਕੱਢ ਲਈਆਂ, ਤਾਂਕਿ ਉਨ੍ਹਾਂ ਦੀ ਵਰਤੋਂ ਕਰਕੇ ਦੂਜੀ ਥਾਂ 'ਤੇ ਇਮਾਰਤਾਂ ਬਣਾ ਸਕਣ। ਇਸ ਤਰ੍ਹਾਂ ਇਹ ਦੀਵਾਰਾਂ ਹੁਣ ਪੂਰੀ ਤਰ੍ਹਾਂ ਬਰਬਾਦ ਹੋ ਚੁੱਕੀਆਂ ਹਨ।

ਬੇਬੀਲੋਨ ਦੀਆਂ ਦੀਵਾਰਾਂ 'ਤੇ ਲਗਭਗ ਹਰ ਜੇਤੂ ਫੌਜ ਨੇ ਹਮਲਾ ਕੀਤਾ। ਬਹੁਤ ਸਾਰੇ ਰਾਜਾਵਾਂ ਨੇ ਬੇਬੀਲੋਨ ਦੀ ਘੇਰਾਬੰਦੀ ਕੀਤੀ, ਪਰ ਉਨ੍ਹਾਂ ਨੂੰ ਹਮੇਸ਼ਾ ਹਾਰ ਹੀ ਮਿਲੀ। ਉਸ ਸਮੇਂ ਦੀ ਹਮਲਾਵਰੀ ਫੌਜ ਨੂੰ ਸਾਨੂੰ ਘੱਟ ਨਹੀਂ ਮੰਨਣਾ ਚਾਹੀਦਾ। ਇਤਿਹਾਸਕਾਰ ਦੱਸਦੇ ਹਨ ਕਿ ਉਸ ਵਿੱਚ ਆਮ ਤੌਰ 'ਤੇ 10,000 ਘੋੜ ਸਵਾਰ, 25,000 ਰਥ, ਪੈਦਲ ਫੌਜੀਆਂ ਦੀਆਂ 12,00 ਰੈਜੀਮੈਂਟ ਹੁੰਦੀਆਂ ਸਨ, ਜਿਨ੍ਹਾਂ ਵਿੱਚ ਹਰ ਰੈਜੀਮੈਂਟ ਵਿੱਚ 1,000 ਫੌਜੀ ਹੁੰਦੇ ਸਨ। ਬਹੁਤੀ ਵਾਰ ਲੜਾਈ ਦਾ ਸਾਮਾਨ ਅਤੇ ਰਸਤੇ ਵਿੱਚ ਫੌਜੀਆਂ ਦੇ ਭੋਜਨ ਦਾ ਪ੍ਰਬੰਧ ਕਰਨ ਵਿੱਚ ਦੋ-ਤਿੰਨ ਸਾਲ ਦੀ ਤਿਆਰੀ ਦੀ ਲੋੜ ਪੈਂਦੀ ਸੀ।

ਬੇਬੀਲੋਨ ਦਾ ਸ਼ਹਿਰ ਕਿਸੇ ਆਧੁਨਿਕ ਸ਼ਹਿਰ ਵਾਂਗ ਵਿਵਸਥਿਤ ਸੀ। ਇੱਥੇ ਸੜਕਾਂ ਅਤੇ ਦੁਕਾਨਾਂ ਸਨ। ਫੇਰੀ ਵਾਲੇ ਆਪਣਾ ਸਾਮਾਨ ਰਿਹਾਇਸ਼ੀ ਖੇਤਰਾਂ ਵਿੱਚ ਵੇਚਿਆ ਕਰਦੇ ਸੀ। ਪੁਜਾਰੀ ਸੋਹਣੇ ਮੰਦਰਾਂ ਵਿੱਚ ਪੂਜਾ ਕਰਦੇ ਸਨ। ਸ਼ਹਿਰ ਦੇ ਅੰਦਰ ਸ਼ਾਹੀ ਮਹੱਲਾਂ ਲਈ ਇੱਕ ਅੰਦਰੂਨੀ ਚਾਰ-ਦੀਵਾਰੀ ਸੀ, ਜਿਸ ਦੀਆਂ ਦੀਵਾਰਾਂ ਸ਼ਹਿਰ ਦੀਆਂ ਦੀਵਾਰਾਂ ਤੋਂ ਵੀ ਜ਼ਿਆਦਾ ਉੱਚੀਆਂ ਸਨ।

ਬੇਬੀਲੋਨ ਦੇ ਨਿਵਾਸੀ ਕਲਾਵਾਂ ਵਿੱਚ ਨਿਪੁੰਨ ਸਨ। ਇਨ੍ਹਾਂ ਵਿੱਚ ਭਵਨ ਨਿਰਮਾਣ ਕਲਾ, ਚਿੱਤਰਕਲਾ, ਬੁਣਾਈ, ਸੋਨੇ ਦਾ ਕੰਮ ਅਤੇ ਧਾਤੂ ਦੇ ਹਥਿਆਰ ਅਤੇ ਖੇਤੀਬਾੜੀ ਦੇ ਸਾਮਾਨ ਦਾ ਨਿਰਮਾਣ ਮੁੱਖ ਸਨ। ਉਨ੍ਹਾਂ ਦੇ ਸੁਨਿਆਰਾਂ ਵੱਲੋਂ ਬਣਾਏ ਜ਼ਿਆਦਾਤਰ ਗਹਿਣੇ ਕਲਾਤਮਕ ਸਨ। ਗਹਿਣਿਆਂ ਦੇ ਕੁਝ ਨਮੂਨੇ ਬੇਬੀਲੋਨ ਦੇ ਅਮੀਰ ਨਾਗਰਿਕਾਂ ਦੀਆਂ ਕਬਰਾਂ ਵਿੱਚੋਂ ਮਿਲੇ ਹਨ ਅਤੇ ਸੰਸਾਰ ਦੇ ਸਿਖਰਲੇ ਅਜਾਇਬਘਰਾਂ ਵਿੱਚ ਦੇਖਣ ਲਈ ਰੱਖੇ ਗਏ ਹਨ।

ਜਦੋਂ ਬਾਕੀ ਦੀ ਦੁਨੀਆ ਪੱਥਰ ਦੀਆਂ ਨੋਕ ਵਾਲੀਆਂ ਕੁਹਾੜੀਆਂ ਨਾਲ ਰੁੱਖ ਕੱਟ ਰਹੀ ਸੀ, ਜਾਂ ਪੱਥਰ ਦੇ ਨੋਕ ਵਾਲੇ ਭਾਲਿਆਂ ਨਾਲ ਸ਼ਿਕਾਰ ਕਰ ਰਹੀ ਸੀ ਅਤੇ ਤੀਰਾਂ ਨਾਲ ਲੜ ਰਹੀ ਸੀ, ਉਦੋਂ ਬੇਬੀਲੋਨ ਦੇ ਨਿਵਾਸੀ ਧਾਤੂ ਦੀਆਂ ਕੁਹਾੜੀਆਂ, ਭਾਲਿਆਂ ਅਤੇ ਤੀਰਾਂ ਦੀ ਵਰਤੋਂ ਕਰ ਰਹੇ ਸਨ।

ਬੇਬੀਲੋਨ ਦੇ ਲੋਕ ਚਾਲਾਕ ਫ਼ਾਈਨਾਂਸਰ ਅਤੇ ਵਪਾਰੀ ਸਨ। ਮੌਜੂਦਾ ਸਬੂਤਾਂ ਦੇ ਆਧਾਰ 'ਤੇ ਉਹ ਪੈਸੇ ਦੇ ਮੂਲ ਖੋਜੀ ਸਨ ਅਤੇ ਇਸ ਦਾ ਲੈਣ-ਦੇਣ ਕਰਦੇ ਸਨ। ਇਸ ਤੋਂ ਇਲਾਵਾ ਇਹ ਵਚਨ-ਪੱਤਰ ਅਤੇ ਜਾਇਦਾਦ ਦੇ ਲਿਖਤ ਟਾਈਟਲਸ ਦੇ ਵੀ ਖੋਜੀ ਸਨ।

ਬੇਬੀਲੋਨ ਵਿੱਚ ਦੁਸ਼ਮਣ ਫ਼ੌਜੀ 540 ਸਾਲ ਈ.ਪੂ. ਤੱਕ ਕਦੇ ਦਾਖਲ ਨਹੀਂ ਹੋ ਸਕੇ। ਬੇਬੀਲੋਨ ਦੇ ਅੰਤ ਦੀ ਕਹਾਣੀ ਬਹੁਤ ਅਸਧਾਰਨ ਹੈ। ਉਸ ਸਮੇਂ ਦੇ ਮਹਾਨ ਜੇਤੂ ਸਾਈਰਸ ਨੇ ਬੇਬੀਲੋਨ 'ਤੇ ਹਮਲਾ ਕਰਨ ਦੀ ਯੋਜਨਾ ਬਣਾਈ। ਉਹ ਇਸ ਦੀਆਂ ਅਜੇਤੂ ਦੀਵਾਰਾਂ ਨੂੰ ਜਿੱਤਣਾ ਚਾਹੁੰਦਾ ਸੀ। ਬੇਬੀਲੋਨ ਦੇ ਰਾਜਾ ਨੈਬੋਨੀਡਸ ਦੇ ਸਲਾਹਕਾਰਾਂ ਨੇ ਉਸ ਨੂੰ ਸਲਾਹ ਦਿੱਤੀ ਕਿ ਉਹ ਸ਼ਹਿਰ ਦੀ ਘੇਰਾਬੰਦੀ ਹੋਣ ਦਾ ਇੰਤਜ਼ਾਰ ਨਾ ਕਰੇ, ਸਗੋਂ ਸ਼ਹਿਰ ਤੋਂ ਬਾਹਰ ਨਿਕਲ ਕੇ ਸਾਈਰਸ ਦਾ ਮੁਕਾਬਲਾ ਕਰੇ। ਇਸ ਯੁੱਧ ਵਿੱਚ ਬੇਬੀਲੋਨ ਦੀ ਸੈਨਾ ਹਾਰ ਗਈ ਅਤੇ ਸ਼ਹਿਰ ਛੱਡ ਕੇ ਭੱਜ ਗਈ। ਇਸ ਤੋਂ ਬਾਅਦ ਸਾਈਰਸ ਸ਼ਹਿਰ ਦੇ ਖੁੱਲ੍ਹੇ ਦੁਆਰ ਵਿੱਚ ਵੜ ਕੇ ਬੇਬੀਲੋਨ ਵਿੱਚ ਦਾਖਲ ਹੋ ਗਿਆ ਅਤੇ ਉਸ ਨੇ ਬਿਨਾਂ ਕਿਸੇ ਵਿਰੋਧ ਦੇ ਸ਼ਹਿਰ 'ਤੇ ਕਬਜ਼ਾ ਕਰ ਲਿਆ।

ਇਸ ਤੋਂ ਬਾਅਦ ਸ਼ਹਿਰ ਦੀ ਤਾਕਤ ਅਤੇ ਹੋਂਦ ਹੌਲੀ-ਹੌਲੀ ਘੱਟ ਹੋ ਗਈ, ਜਦੋਂ ਤੱਕ ਕਿ ਕਈ ਸਦੀਆਂ ਵਿੱਚ ਇਹ ਸ਼ਹਿਰ ਪੂਰੀ ਤਰ੍ਹਾਂ ਵੀਰਾਨ ਨਹੀਂ ਹੋ ਗਿਆ। ਇਸ ਨੂੰ ਹਵਾਵਾਂ ਅਤੇ ਤੂਫ਼ਾਨਾਂ ਲਈ ਛੱਡ ਦਿੱਤਾ ਗਿਆ, ਤਾਂ ਕਿ ਉਹ ਇੱਕ ਵਾਰ ਫਿਰ ਇਸ ਰੇਗਿਸਤਾਨੀ ਮਿੱਟੀ ਨਾਲ ਢਕ ਜਾਵੇ, ਜਿਸ ਨਾਲ ਇਹ ਮੂਲ ਤੌਰ 'ਤੇ ਬਣਿਆ ਸੀ। ਬੇਬੀਲੋਨ ਮਿੱਟੀ ਵਿੱਚ ਮਿਲ ਚੁੱਕਾ ਹੈ। ਹੁਣ ਇਸ ਦਾ ਮੁੜ ਉਭਾਰ ਕਦੇ ਨਹੀਂ ਹੋ ਸਕਦਾ, ਪਰ ਸੱਭਿਅਤਾ ਇਸ ਦੀ ਬਹੁਤ ਕਰਜ਼ਦਾਰ ਹੈ।

ਸਮੇਂ ਨੇ ਇਸ ਦੇ ਮੰਦਰਾਂ ਦੀਆਂ ਮਾਣ-ਸਨਮਾਨ ਵਾਲੀਆਂ ਦੀਵਾਰਾਂ ਨੂੰ ਮਿੱਟੀ ਵਿੱਚ ਮਿਲਾ ਦਿੱਤਾ ਹੈ, ਪਰ ਬੇਬੀਲੋਨ ਦਾ ਗਿਆਨ ਅੱਜ ਵੀ ਮੌਜੂਦ ਹੈ।

✷✷✷

ਜਾਰਜ ਸੈਮੂਅਲ ਕਲਾਸਨ ਦਾ ਜਨਮ ਲੂਸੀਆਨਾ, ਮਿਸੁਰੀ ਵਿੱਚ ਨਵੰਬਰ 1874 ਵਿੱਚ ਹੋਇਆ। ਉਨ੍ਹਾਂ ਨੇ ਨੇਬਰਾਸਕਾ ਯੂਨੀਵਰਸਿਟੀ ਵਿੱਚ ਸਿੱਖਿਆ ਲਈ ਅਤੇ ਸਪੈਨਿਸ਼-ਅਮਰੀਕਨ ਯੁੱਧ ਦੇ ਦੌਰਾਨ ਅਮਰੀਕੀ ਸੈਨਾ ਵਿੱਚ ਕੰਮ ਕੀਤਾ। ਉਹ ਇੱਕ ਸਫਲ ਵਪਾਰੀ ਸੀ ਅਤੇ ਉਨ੍ਹਾਂ ਨੇ ਡੇਨਵਰ, ਕੋਲੋਰੇਡੋ ਵਿੱਚ ਕਲਾਸਨ ਮੈਪ ਕੰਪਨੀ ਸ਼ੁਰੂ ਕੀਤੀ, ਜਿਸ ਨੇ ਅਮਰੀਕਾ ਅਤੇ ਕੈਨੇਡਾ ਦਾ ਪਹਿਲਾ ਰੋਡ ਐਟਲਸ ਛਾਪਿਆ ਕੀਤਾ। 1926 ਵਿੱਚ ਉਨ੍ਹਾਂ ਨੇ ਬੱਚਤ ਅਤੇ ਆਰਥਿਕ ਸਫਲਤਾ ਦੀ ਪਹਿਲੀ ਕਹਾਣੀ ਲਿਖੀ, ਜਿਸ ਦੇ ਪਾਤਰ ਪ੍ਰਾਚੀਨ ਬੇਬੀਲੋਨ ਦੇ ਸੀ। ਇਨ੍ਹਾਂ ਕਹਾਣੀਆਂ ਨੂੰ ਬੈਂਕਾਂ ਅਤੇ ਬੀਮਾ ਕੰਪਨੀਆਂ ਨੇ ਵੱਡੀ ਗਿਣਤੀ ਵਿੱਚ ਆਪਣੇ ਗਾਹਕਾਂ ਵਿੱਚ ਵੰਡਿਆ। ਲੱਖਾਂ ਲੋਕਾਂ ਨੇ ਇਨ੍ਹਾਂ ਕਹਾਣੀਆਂ ਨੂੰ ਪੜ੍ਹਿਆ ਅਤੇ ਇਨ੍ਹਾਂ ਤੋਂ ਲਾਭ ਲਿਆ। ਇਨ੍ਹਾਂ ਕਹਾਣੀਆਂ ਵਿੱਚ ਸਭ ਤੋਂ ਮਸ਼ਹੂਰ ਕਹਾਣੀ 'ਬੇਬੀਲੋਨ ਦਾ ਸਭ ਤੋਂ ਅਮੀਰ ਆਦਮੀ' ਹੈ, ਜੋ ਇਸ ਕਿਤਾਬ ਦਾ ਸਿਰਲੇਖ ਹੈ। ਬੇਬੀਲੋਨ ਦੀਆਂ ਇਹ ਕਹਾਣੀਆਂ ਆਧੁਨਿਕ ਯੁੱਗ ਦੀਆਂ ਪ੍ਰੇਰਕ ਕਲਾਸਿਕ ਦਾ ਦਰਜਾ ਪਾ ਚੁੱਕੀਆਂ ਹਨ।

ਲੇਖਕ ਬਾਰੇ

ਜਾਰਜ ਐਸ. ਕਲਾਸਨ

ਜਾਰਜ ਸੈਮੂਅਲ ਕਲਾਸਨ (7 ਨਵੰਬਰ, 1874 - 7 ਅਪ੍ਰੈਲ, 1957), ਜਿਸ ਨੂੰ ਜਾਰਜ ਐਸ. ਕਲਾਸਨ ਵੀ ਕਿਹਾ ਜਾਂਦਾ ਹੈ, ਦਾ ਜਨਮ ਲੁਈਸਿਆਨਾ, ਮਿਸੂਰੀ ਵਿੱਚ ਹੋਇਆ ਸੀ, ਅਤੇ ਉਸ ਦੀ ਮੌਤ ਨਾਪਾ, ਕੈਲੀਫੋਰਨੀਆ ਵਿੱਚ ਹੋਈ ਸੀ।

ਬਿਆਸੀ ਸਾਲਾਂ ਦੀ ਉਮਰ ਤੱਕ ਉਸ ਨੇ ਇੱਕ ਸਿਪਾਹੀ, ਵਪਾਰੀ ਅਤੇ ਲੇਖਕ ਦਾ ਕੰਮ ਕੀਤਾ ਸੀ। ਉਸ ਨੇ ਸਪੈਨਿਸ਼-ਅਮਰੀਕੀ ਯੁੱਧ ਦੌਰਾਨ ਸੰਯੁਕਤ ਰਾਜ ਦੀ ਫੌਜ ਵਿੱਚ ਸੇਵਾ ਵੀ ਕੀਤੀ ਸੀ।

ਕਲਾਸਨ ਨੇ ਦੋ ਕੰਪਨੀਆਂ ਸ਼ੁਰੂ ਕੀਤੀਆਂ ਸੀ ਡੇਨਵਰ ਕੋਲੋਰਾਡੋ ਦੀ ਕਲਾਸਨ ਮੈਪ ਕੰਪਨੀ ਅਤੇ ਕਲਾਸਨ ਪਬਲਿਸ਼ਿੰਗ ਕੰਪਨੀ। ਕਲਾਸਨ ਮੈਪ ਕੰਪਨੀ ਸੰਯੁਕਤ ਰਾਜ ਅਤੇ ਕੈਨੇਡਾ ਵਿੱਚ ਰੋਡ ਐਟਲਸ ਛਾਪਣ ਕਰਨ ਵਾਲੀ ਪਹਿਲੀ ਕੰਪਨੀ ਸੀ, ਜੋ ਮਹਾਨ ਮੰਦੀ ਤੋਂ ਬੱਚ ਨਹੀਂ ਸਕੀ ਸੀ। ਜਾਰਜ ਕਲਾਸਨ ਕਿਫ਼ਾਇਤੀ ਹੋਣ ਅਤੇ ਵਿੱਤੀ ਸਫਲਤਾ ਕਿਵੇਂ ਪ੍ਰਾਪਤ ਕਰੀਏ, ਬਾਰੇ ਜਾਣਕਾਰੀ ਨਾਲ ਭਰੇ ਪਰਚੇ ਲਿਖਣ ਦੀ ਇੱਕ ਲੜੀ ਲਈ ਸਭ ਤੋਂ ਵੱਧ ਜਾਣਿਆ ਜਾਂਦਾ ਸੀ। ਪ੍ਰਾਚੀਨ ਬੇਬੀਲੋਨ ਵਿੱਚ ਦਿੱਤੇ ਗਏ ਦ੍ਰਿਸ਼ਟਾਂਤਾਂ ਦੀ ਵਰਤੋਂ ਕਰਦੇ ਹੋਏ ਉਸ ਨੇ 1916 ਵਿੱਚ ਪਰਚੇ ਲਿਖਣੇ ਸ਼ੁਰੂ ਕੀਤੇ। ਬੈਂਕਾਂ ਅਤੇ ਬੀਮਾ ਕੰਪਨੀਆਂ ਨੇ ਉਨ੍ਹਾਂ ਦ੍ਰਿਸ਼ਟਾਂਤਾਂ ਨੂੰ ਵੰਡਣਾ ਸ਼ੁਰੂ ਕਰ ਦਿੱਤਾ ਅਤੇ ਸਭ ਤੋਂ ਮਸ਼ਹੂਰ ਕਹਾਣੀਆਂ ਨੂੰ ''ਦ ਰਿਚੈਸਟ ਮੈਨ ਇਨ ਬੇਬੀਲੋਨ'' ਕਿਤਾਬ ਵਿੱਚ ਦਰਜ ਕੀਤਾ ਗਿਆ। ਕਲਾਸਨ ਦੀ ਕਿਤਾਬ ''ਗੋਲਡ ਅਹੈੱਡ'' ਦਾ ਨਾਂ ਬਦਲ ਕੇ ''ਦ ਰਿਚੈਸਟ ਮੈਨ ਇਨ ਬੇਬੀਲੋਨ'' ਰੱਖਿਆ ਗਿਆ। ਕਲਾਸਨ ਦਾ ਵਿਆਹ ਦੋ ਵਾਰ ਹੋਇਆ ਸੀ, ਪਹਿਲੀ ਵਾਰ ਇਡੀ ਐਨ ਵੇਨੇਬਲ ਨਾਲ ਅਤੇ ਦੂਜਾ ਅੰਨਾ ਬਰਟ ਨਾਲ।